ഡൈനമിക് മെമ്മറി ഷെയർ മാർക്കറ്റിൽ എങ്ങിനെ വിജയിക്കാം

അശ്വനി ശർമ്മ

വിവ: കെവിൻ മേനോത്ത്

ഡയമണ്ട് ബുക്സ്

ISBN : 81-8419-395-5

Publisher	:	**Diamond Pocket Books (P) Ltd.** X-30, Okhla Industrial Area, Phase-II New Delhi-110020
Phone	:	011-41611861
Fax	:	011-41611866
E-mail	:	sales@dpb.in
Website	:	www.dpb.in
Edition	:	2008
Printed by	:	Star Print - o - Bind

ഡൈനമിക് മെമ്മറി ഷെയർ മാർക്കറ്റിൽ എങ്ങിനെ വിജയിക്കാം

Dynamic Memory How to Succeed in Share Market (Malayalam)

ആമുഖം

ഈയടുത്ത വർഷങ്ങളിൽ വളരെയധികം ചാഞ്ചാട്ടങ്ങൾ കാഴ്ചവെച്ച ഒരു മേഖലയാണ് ഷെയർ മാർക്കറ്റ്. നഷ്ടക്കണക്കുകളെ പേടിച്ച്, ഷെയർ മാർക്കറ്റിൽ നിക്ഷേപം നടത്തുന്ന പലരും, കഴിഞ്ഞ ഏതാനും വർഷങ്ങളിലായി തങ്ങളുടെ കണക്കുപുസ്തകങ്ങൾ തുറന്നു നോക്കുന്നതു പോലുമില്ല. ഷെയർമാർക്കറ്റിനെക്കുറിച്ച് ഇത്തരം കേട്ടറിവുകളുള്ള ഒരു തുടക്കക്കാരൻ തന്റെ ഷെയർ മാർക്കറ്റ് പ്രവേശനം അങ്ങിനെ നീട്ടിക്കൊണ്ടു പോകും.

1999–ൽ സെൻസെക്സ് 5,000–വും 2,000–ത്തിൽ 6,000–വും കടമ്പകൾ കടന്നു. 2005–ൽ തന്നെ ജൂണിൽ 7,000–വും സെപ്തംബർ 8–ന് 8,000–വും കടന്നു. 2007 സെപ്തംബർ ആദ്യം 14,000–ത്തിനും 15,000–ത്തിനും ഇടയിൽ ചാഞ്ചാടിക്കൊണ്ടിരുന്നു. അമേരിക്കൻ ഫെഡറൽ ബാങ്ക് പലിശനിരക്കുകൾ കുറച്ച ഉടനെ 16,000 എന്ന കടമ്പയും താണ്ടി. ബി.എസ്.ഇ സെൻസക്സിൽ 19.09.2007–ന് ഉണ്ടായ 654 പോയിന്റാണ് ചരിത്രത്തിൽ രേഖപ്പെടുത്തിയ ഏറ്റവും വലിയ ചാട്ടം. അതിനു ശേഷം 27.09.2007–ൽ 17,000–വും കടന്ന് മേലോട്ടു തന്നെ പോയ്ക്കൊണ്ടിരുന്നു. പക്ഷേ റെക്കോഡുകൾ എല്ലാം തകർക്കുവാൻ വേണ്ടി സൃഷ്ടിക്കപ്പെട്ടവയാണല്ലോ. 09.10.2007–ൽ ബി.എസ്.ഇ സെൻസെക്സ് ഏക്കാലത്തേയും വലുതായ 789 പോയിന്റ് ചാടി 18,280–ലാണ് ചെന്നു നിന്നത്. ഒരു ദിവസം കൊണ്ടു നേടിയ ഏറ്റവും വലിയ കയറ്റമായിരുന്നു അത്. ബി.എസ്.ഇ സെൻസെക്സ് ഏറ്റവും വലിയ നേട്ടങ്ങൾ കൈവരിച്ച ദിവസങ്ങളിലെ കണക്കാണ് താഴെ കൊടുത്തിരിക്കുന്നത്.

09.10.07 = 789 പോയിന്റുകൾ

19.09.07 = 654 പോയിന്റുകൾ

15.06.06 = 616 പോയിന്റുകൾ

03.10.07 = 518 പോയിന്റുകൾ

09.06.06 = 515 പോയിന്റുകൾ

ഇന്ത്യ ഒരു വൻ സാമ്പത്തിക മുന്നേറ്റത്തിലൂടെ കടന്നു പോയിക്കൊണ്ടിരിക്കുകയാണെന്ന് ഇതിൽ നിന്നും വളരെ വ്യക്തമാണ്. നിങ്ങൾ ഷെയർ മാർക്കറ്റിൽ ആദ്യമായി നിക്ഷേപിക്കുവാൻ പോകുന്നവരാണെങ്കിൽ, എട്ടുകാലിവല പോലെ സങ്കീർണ്ണമായ സാമ്പത്തിക വിപണികളെ കുറിച്ചു മനസ്സിലാക്കുന്നത് ബുദ്ധിമുട്ടാണ്. സാമ്പത്തികവിപണികളിലെ കണക്കുകൂട്ടലുകളിലും വിവരങ്ങളിലും നിങ്ങൾ മുങ്ങിപോയേക്കാം, അപ്പോഴും നിങ്ങൾ തേടുന്ന കൃത്യമായ വിവരം ലഭിച്ചിട്ടുണ്ടാവില്ല. ഇരുന്നൂറു വർഷത്തിലധികമായി ലോകത്തിൽ ജനങ്ങൾ ഷെയർ കച്ചവടവും നിക്ഷേപങ്ങളും നടത്തുന്നു, പക്ഷേ ഇപ്പോഴും വലിയൊരു വിഭാഗം ജനങ്ങൾക്കും ഈ മേഖലയെ കുറിച്ച് യാതൊരു അടിസ്ഥാനവിവരവുമില്ല.

സ്റ്റോക്കുകളും ബോണ്ടുകളും കച്ചവടം (വാങ്ങുകയും വിൽക്കുകയും) ചെയ്യുന്ന ഒരു സ്ഥലത്തെ സൂചിപ്പിക്കാനാണ് 'സ്റ്റോക്ക് മാർക്കറ്റ്' എന്ന വാക്ക് നമ്മൾ നിത്യേന ഉപയോഗിക്കുന്നത്. ഒരു കമ്പനിയുടെ ഉടമസ്ഥാവകാശത്തിന്റെ ഭാഗങ്ങളെയാണ് 'സ്റ്റോക്കുകൾ' എന്നതു കൊണ്ട് അർത്ഥമാക്കുന്നത്. സ്റ്റോക്ക് ഇറക്കി പണം ഉണ്ടാക്കുന്നതിനെ പറയുന്ന പേരാണ് 'ഇക്വിറ്റി ഫൈനാൻസിങ്'.

സ്റ്റോക്കു വാങ്ങിയ നിക്ഷേപകരുടെ കൈയിൽ നിന്നും സ്വീകരിച്ച പണമാണ് 'ഇക്വിറ്റി കാപിറ്റൽ'. പണം ഉണ്ടാക്കാനായി കമ്പനികൾ സ്റ്റോക്ക് ഇറക്കുന്നു. ഈ പണമുപയോഗിച്ച് അവർ വികസനപ്രവർത്തനങ്ങൾ നടത്തുകയും, യന്ത്രസാമഗ്രികൾ വാങ്ങുകയും, അതുപോലെ പണച്ചെലവുള്ള മറ്റു കാര്യങ്ങൾ നടത്തുകയും ചെയ്യുന്നു. വിജയകരമായി പ്രവർത്തിയ്ക്കുന്നതിനാവശ്യമായ പണം സ്വരൂപിയ്ക്കുന്നതിന് വേണ്ടി കോർപ്പറേറ്റു കമ്പനികളും സ്റ്റോക്ക് ഇറക്കും. കമ്പനിയുടെ ലാഭം കൂടുന്തോറും നിങ്ങൾക്ക് ലഭിയ്ക്കുന്ന ലാഭത്തിലുള്ള പങ്കും കൂടിക്കൊണ്ടിരിയ്ക്കും. അതുപോലെ കമ്പനിയുടെ ലാഭം കുറയുമ്പോൾ, നിങ്ങളുടെ കൈയിലുള്ള സ്റ്റോക്കിന്റെ വിലയും കുറയും. നിങ്ങൾ വാങ്ങിയ സ്റ്റോക്കിന്, വാങ്ങിയ വിലയിലും കൂടുതൽ വിലയുള്ള ഒരു ദിവസം അതു വിറ്റാൽ, നിങ്ങൾക്ക് പണമുണ്ടാക്കാം.

ഏറ്റവും ദൈർഘ്യമേറിയ ദീർഘകാലനിക്ഷേപങ്ങളാണ് സ്റ്റോക്കുകൾ. നിങ്ങളൊരു കമ്പനിയുടെ സ്റ്റോക്കിൽ നിക്ഷേപിയ്ക്കുമ്പോൾ, ആ കമ്പനിയുടെ ഭാവിയുടെ ഒരു പങ്കാണ് നിങ്ങളുടെ കൈയിലെത്തിച്ചേരുന്നത്. കാലത്തിന്റെ അവസാനം വരേയ്ക്കും ആ കമ്പനിയുടെ ലാഭത്തിൽ ഒരു പങ്ക് നിങ്ങൾക്കുള്ളതാണ്, അല്ലെങ്കിൽ ആ കമ്പനി പൂട്ടുന്നതു വരേയ്ക്കും (ആദ്യം പറഞ്ഞത് സംഭവിയ്ക്കട്ടെ). നിരവധി അനുഭവപഠനങ്ങൾ കാണിയ്ക്കുന്നത്, ദീർഘകാല ഇക്വിറ്റികളോ, സാധാരണ സ്റ്റോക്കുകളോ, ആണ് ബോണ്ടുകളെക്കാളും സ്ഥിരനിക്ഷേപങ്ങളെക്കാളും എല്ലാം കൂടുതൽ മെച്ചപ്പെട്ട പ്രകടനം കാഴ്ചവെയ്ക്കുന്നത് എന്നാണ്. ഇതുകാരണം, ബഹുഭൂരിപക്ഷം വരുന്ന നിക്ഷേപകജനങ്ങൾക്ക് ഏറ്റവും നല്ലത്, ദീർഘകാലം കൈയിൽ വെയ്ക്കുന്ന, കമ്പനികളുടെ സാധാരണ സ്റ്റോക്കുകളോ മ്യൂച്ചൽ ഫണ്ടുകളോ ആണ്.

മിക്കവരും സ്റ്റോക്കു കച്ചവടം നടത്തുന്നത് സുഹൃത്തുക്കളുടെ അഭിപ്രായങ്ങൾ കേട്ടോ, ബ്രോക്കർമാർ വിളിച്ചു പറഞ്ഞതനുസരിച്ചോ, ടിവി പ്രോഗ്രാമകളിൽ പറഞ്ഞു കേട്ടതു പോലെയൊക്കെയോ ആണ്. മാർക്കറ്റിൽ ചൂടേറുമ്പോഴാണ് ഇവർ സ്റ്റോക്കു വാങ്ങുന്നത്. മാർക്കറ്റ് തണുക്കുമ്പോൾ, പരിഭ്രാന്തരായി കിട്ടിയ വിലയ്ക്കു വിറ്റു തുലച്ചു നഷ്ടവും വരുത്തിവെയ്ക്കും. സ്റ്റോക്ക് മാർക്കറ്റിൽ നിക്ഷേപിയ്ക്കുന്നതിനെ കുറിച്ചു സാധാരണ കേൾക്കുന്ന ഭീകരകഥയിതാണ്. യാതൊരു നിക്ഷേപതന്ത്രവും വശമില്ലാത്തവർ സാധാരണയായി ഇതാണ് ചെയ്യുന്നത്. നിങ്ങൾ സ്റ്റോക്ക് മാർക്കറ്റിൽ വൻതുകകൾ നിക്ഷേപിയ്ക്കുന്നതിനു മുമ്പ്, ഇത്തരം നിക്ഷേപങ്ങളിൽ സഹജമായ നഷ്ടസാധ്യതകളേയും ലാഭങ്ങളേയും കുറിച്ച് തികച്ചും ബോധവാനായിരിയ്ക്കണം. ലളിതമായി പറഞ്ഞാൽ, നഷ്ടസാധ്യതയെന്നത്, ഇതിൽ നിന്ന് എന്തുകിട്ടും എന്നുള്ളതിനെ കുറിച്ചുള്ള അനിശ്ചിതത്വമാണ്. നിരവധി അപകടസാധ്യതകളെ കണക്കിലെടുക്കേണ്ടതായിട്ടുണ്ട്, ഓരോ നിക്ഷേപങ്ങളിലും അവയെ നേരിടേണ്ട രീതികളും.

ഇതൊരു സാങ്കേതിക ലഘുലേഖ പോലെ വായിച്ചു ബുദ്ധിമുട്ടാനുള്ളതല്ല, മറിച്ച് വായനക്കാരന് എളുപ്പം മനസ്സിലാവുന്ന രീതിയിൽ എഴുതിയിട്ടുള്ള ലളിതമായ സ്റ്റോക്ക് മാർക്കറ്റ് നിക്ഷേപരീതികളാണ്. ഇതിൽ സ്റ്റോക്ക് മാർക്കറ്റിന്റെ ചരിത്രവും വിപണിയുടെ അവസ്ഥകളും മറ്റുപലതും വിവരിയ്ക്കുന്നു. ഈ പുസ്തകം നിങ്ങൾക്ക് നിരവധി തരം സ്റ്റോക്കുകളെയും വ്യത്യസ്ത തരം സ്റ്റോക്കു കച്ചവടങ്ങളെയും പരിചയപ്പെടുത്തുന്നു.

വിഷയവിവരം

സ്റ്റോക്ക് മാർക്കറ്റിന്റെ ചരിത്രം

1875-ലാണ് ഇന്ത്യയിൽ സ്റ്റോക്ക് മാർക്കറ്റുകൾ പ്രവർത്തിച്ചു തുടങ്ങിയത്. ബി.എസ്.ഇ ആണ് ഇന്ത്യയിലെ ഏറ്റവും പഴയ സ്റ്റോക്ക് മാർക്കറ്റ്. ഇപ്പോൾ ബോംബെ സ്റ്റോക്ക് എക്സ്ചേഞ്ച് അല്ലെങ്കിൽ ബി.എസ്.ഇ എന്ന പേരിൽ നമ്മൾ അറിയുന്ന സ്റ്റോക്ക് ബ്രോക്കേഴ്സ് അസോസിയേഷനിൽ 318 പേർ അംഗത്വമെടുത്തുകൊണ്ടാണ് ഇന്ത്യൻ ചരിത്രത്തിൽ സ്റ്റോക്ക് കച്ചവടം ആരംഭിയ്ക്കുന്നത്. ബി.എസ്.ഇ 1965-ൽ ഭാരതസർക്കാരിന്റെ സ്ഥിരമായ അംഗീകാരം നേടുകയും ചെയ്തു. പ്രചാരത്തിൽ ബി.എസ്.ഇ-യെക്കാളും ഒരു പടി പിന്നിലാണ് നാഷണൽ സ്റ്റോക്ക് എക്സ്ചേഞ്ച് (എൻ.എസ്.ഇ). ഇന്ത്യൻ സ്റ്റോക്ക് മാർക്കറ്റിന്റെ പര്യായങ്ങളായി മാറിയിരിയ്ക്കുകയാണ് ബി.എസ്.ഇ-യും എൻ.എസ്.ഇ-യും. ഇന്ത്യൻ സ്റ്റോക്ക് മാർക്കറ്റിന്റെ ചരിത്രമെന്നാൽ അത് ബി.എസ്.ഇ-യുടെ ചരിത്രമാണ്.

30 സ്റ്റോക്കുകളുടെ സംവേദന സൂചിക അല്ലെങ്കിൽ സെൻസക്സ് ആദ്യമായി സമാഹരിച്ചതു 1986-ലാണ്. സാമ്പത്തികമായി വളരെ നല്ല സ്ഥിതിയിലുള്ള 30 കമ്പനികളുടെ സ്റ്റോക്കുകളുടെ പ്രകടനമാണ് സെൻസക്സ് സൂചികയുടെ അടിസ്ഥാനം. 1990-ൽ ആണ് ബി.എസ്.ഇ 1,000 മാർക്ക് ആദ്യമായി കടന്നത്. 2,000, 3,000, 4,000 എന്നീ മാർക്കുകൾ 1992-ൽ കവച്ചു വെച്ചു. അപ്പോൾ ധനമന്ത്രിയായിരുന്ന ഡോ.മൻമോഹൻ സിങ് സ്വീകരിച്ച ഉദാരവൽക്കരണനയങ്ങളാണ് സ്റ്റോക്ക് മാർക്കറ്റ് കുതിച്ചുയരാൻ കാരണമായത്.

ഹർഷദ് മേത്ത കുംഭകോണത്തോടെ വിപണിയുടെ കുതിച്ചുകയറ്റം പൊടുന്നനെ നഷ്ടമായി. ഇന്ത്യൻ സ്റ്റോക്ക് മാർക്കറ്റിലെ ഒരു കാളക്കൂറ്റനായിരുന്ന മേത്ത, വമ്പൻതട്ടിപ്പുകളിലൂടെ ബാങ്കുകളിൽ നിന്ന് വൻതുകകൾ സ്റ്റോക്ക് മാർക്കറ്റിലേയ്ക്കു തിരിച്ചുവിട്ട വിവരം പുറത്തായി. 90 കമ്പനികളുടെ 270 ദശലക്ഷം ഷെയറുകൾ കൈയിൽ വെച്ചുകൊണ്ടാണ് അയാൾ കളിച്ചിരുന്നത്. ഈ തട്ടിപ്പുമൂലം സെൻസക്സ് 570 പോയിന്റു താഴോട്ടു പതിച്ചപ്പോൾ, ദശലക്ഷക്കണക്കിനു ചെറിയ നിക്ഷേപകരാണ് നഷ്ടം സഹിയ്ക്കേണ്ടി വന്നത്.

അതോടെ, ഇത്തരം തട്ടിപ്പുകൾ തടയുന്നതിനായി, 1992-ൽ സർക്കാർ ഒരു നിയമനിർമ്മാണത്തിലൂടെ ദി സെക്യൂരിറ്റീസ് ആന്റ് എക്സ്ചേഞ്ച് ബോർഡ് ഓഫ് ഇന്ത്യ (സെബി) രൂപീകരിച്ചു. സ്റ്റോക്ക് എക്സ്ചേഞ്ചുകളുടെ പ്രവർത്തനങ്ങളെയും ബ്രോക്കർമാരേയും ഉപബ്രോക്കർമാരേയും പോർട്ട്ഫോളിയോ മാനേജർമാരേയും നിക്ഷേപകോപദേശകന്മാരേയും.എല്ലാം നിയന്ത്രിയ്ക്കുവാൻ നിയമപരമായി അധികാരമുള്ള സ്ഥാപനമാണ് സെബി. നിക്ഷേപകരുടെ താൽപര്യങ്ങൾ സംരക്ഷിക്കാനായി സെബി നിരവധി കടുത്ത നടപടികൾ എടുക്കുന്നുണ്ട്. ഓൺലൈൻ കച്ചവടത്തിന്റെ ആരംഭത്തോടെ തട്ടിപ്പുകൾക്കുള്ള സാധ്യത വിരളമായി എന്നാണ് സെബിയുടെ ഉന്നതാധികാരികൾ അഭിപ്രായപ്പെടുന്നത്.

സെൻസക്സ് 1999-ൽ 5,000 മാർക്കും 2000-ൽ 6,000 മാർക്കും കടന്നു. 2005-ലെ ജൂണിൽ 7,000 മാർക്കും സെപ്തംബറിൽ 8,000 മാർക്കും കടന്നു. 2007 സെപ്തംബർ ആദ്യം 14,000-ത്തിനും 15,000-ത്തിനും ഇടയിൽ ചാഞ്ചാടിക്കൊണ്ടിരുന്നു. അമേരിക്കൻ ഫെഡറൽ ബാങ്ക് പലിശനിരക്കുകൾ കുറച്ച

ഉടനെ 16,000 എന്ന കടമ്പയും താണ്ടി. ബി.എസ്.ഇ സേൻസക്സിൽ 19.09.2007–ന ഉണ്ടായ 654 പോയിന്റാണ് ചരിത്രത്തിൽ രേഖപ്പെടുത്തിയ ഏറ്റവും വലിയ ചാട്ടം. അതിനു ശേഷം 27.09.2007–ൽ 17,000–വും കടന്ന് മേലോട്ടു തന്നെ പോയ്ക്കൊണ്ടിരുന്നു.

നിരവധി വിദേശ നിക്ഷേപസ്ഥാപനങ്ങൾ (ഫോറിൻ

Bombay Stock Exchange

ഇൻസ്റ്റിറ്റിയൂഷണൽ ഇൻവെസ്റ്റേഴ്സ് എഫ്.ഐ.ഐ) വൻതോതിൽ ഇന്ത്യൻ സ്റ്റോക്ക് വിപണിയിൽ നിക്ഷേപിയ്ക്കുന്നുണ്ട്. തുടർച്ചയായി വന്ന സർക്കാരുകൾ, ഉദാരവൽക്കരണനയങ്ങളുമായി മുന്നോട്ടുപോയത്, വിദേശനിക്ഷേപകരെ വളരെയധികം ഇങ്ങോട്ട് ആകർഷിച്ചു.

വിപണിയുടെ പ്രവചനാതീതസ്വഭാവം അതിനൊരു 'വോളാറ്റൈൽ മാർക്കറ്റ്' (പൊടുന്നനെ ആവിയാകുന്ന) എന്ന പേരും നേടിക്കൊടുത്തു. നല്ല കാലവർഷവും വ്യവസായ പുരോഗമനവുമെല്ലാമായിരുന്നു കഴിഞ്ഞ കാലങ്ങളിൽ വിപണിയെ നിർണ്ണയിച്ചിരുന്ന ഘടകങ്ങൾ. ഒരു ഇന്ത്യ–പാക് ക്രിക്കറ്റ് മത്സരം പോലും ഇന്ത്യൻ സ്റ്റോക്ക് വിപണിയെ ബാധിക്കുകയുണ്ടായി. 2004–ലെ പൊതുതിരഞ്ഞെടുപ്പുകാലത്ത് ബിജെപി നയിച്ച എൻഡിഎ സഖ്യം വിപണിവികാരങ്ങളെ കടിഞ്ഞാണിടാൻ ശ്രമിച്ചു പരാജയപ്പെട്ടു. എൻഡിഎ സഖ്യം ഭരണത്തിൽ നിന്നു പുറത്തായപ്പോൾ കോൺഗ്രസ്–കമ്മ്യൂണിസ്റ്റ് സഖ്യം സാമ്പത്തികപരിഷ്കരണങ്ങൾക്ക് തടയിടുമെന്ന ആശങ്കയാൽ സെൻസക്സ് അതിന്റെ ഏറ്റവും വലിയ പതനം നേരിട്ടു. പിന്നീട് പ്രധാനമന്ത്രിയായ മൻമോഹൻ സിങ് വാഗ്ദാനം ചെയ്ത 'മനുഷ്യത്വപരമായ പരിഷ്കാരങ്ങൾ' ആശങ്കകളകറ്റുകയും, 8,500 എന്ന ഏക്കാലത്തേയും ഉയരത്തിലെത്തിക്കൊണ്ട് വിപണി പ്രതികരിയ്ക്കുകയും ചെയ്തു.

അമേരിക്ക കഴിഞ്ഞാൽ പിന്നെ ഇന്ത്യയാണ് ഏറ്റവും അധികം കമ്പനികളുടെ സ്റ്റോക്കു കച്ചവടം ചെയ്യുന്ന രാജ്യം. അന്താരാഷ്ട്ര നിക്ഷേപകർക്ക് പണം നിക്ഷേപിയ്ക്കാൻ ഏറ്റവും പ്രിയപ്പെട്ട ഇടമായി ഇന്ത്യ മാറി. അവിശ്വാസത്തോടെ മാത്രം സ്റ്റോക്ക് മാർക്കറ്റിനെ കണ്ടിരുന്ന ഇന്ത്യയിലെ ഇടത്തരക്കാരും ഇപ്പോൾ ഇതിനെ ഇഷ്ടപ്പെട്ടു തുടങ്ങിയിരിയ്ക്കുന്നു. വിദേശങ്ങളിലുള്ള നിരവധി ഇന്ത്യക്കാരും ഇപ്പോൾ അവരുടെ നിക്ഷേപങ്ങൾ സ്റ്റോക്ക് മാർക്കറ്റിലേയ്ക്കാണ് വഴിതിരിച്ചു വിടുന്നത്. ബാങ്കുകളിൽ കുറഞ്ഞുകൊണ്ടിരിയ്ക്കുന്ന പലിശനിരക്കും ഓൺലൈൻ കച്ചവടത്തിന്റെ

ആവിർഭാവവുമാണ് ഈ പുതിയ പ്രതിഭാസത്തിനു കാരണം. ഇന്ത്യൻ സ്റ്റോക്ക് ബ്രോക്കർമാർ എൻ.ആർ.ഐ–ക്കാരെ ലക്ഷ്യമിട്ടുകൊണ്ടു മാത്രം വിദേശരാജ്യങ്ങളിൽ ഓഫീസുകൾ തുറക്കുയാണ്. വിദേശ ഇന്ത്യക്കാർക്ക് ജോലിസമയത്തിനു ശേഷം ഓൺലൈനിൽ സ്റ്റോക്കുകൾ വാങ്ങാനും വിൽക്കുവാനും കഴിയും.

ടാറ്റ കൺസൽട്ടൻസി സർവീസസ്, മാരുതി ഉദ്യോഗ് ലിമിറ്റഡ്, ഒ.എൻ.ജി.സി. തുടങ്ങിയ വമ്പൻ കമ്പനികളുടെ ആദ്യത്തെ പൊതുവിൽപനയാണ് (ഇനിഷ്യൽ പബ്ലിക് ഓഫർ – ഐ.പി.ഒ) ഈയടുത്ത കാലത്തായി ഇന്ത്യൻ ഇടത്തരക്കാരുടെയിടയിൽ സ്റ്റോക്ക് മാർക്കറ്റിനോടു കൂടുതൽ താൽപര്യം ജനിപ്പിക്കാൻ കാരണം. അതിനു ശേഷം, റിലയൻസ് ഇൻഡസ്ട്രീസ്, ഡി.എൽ.എഫ്, യുണിടെക്, പവർഗ്രിഡ് കോർപറേഷൻ തുടങ്ങിയ വൻകിട കമ്പനികളും സ്റ്റോക്ക് മാർക്കറ്റിൽ ഇറങ്ങി. നല്ല കാലവർഷം എല്ലായ്പോഴും മാർക്കറ്റിൽ വികാരം ഉയർത്തിവിടും. നല്ല കാലവർഷമെന്നാൽ ഉയർന്ന കാർഷികോൽപാദനവും അതിലൂടെ ഗ്രാമീണർ പണം ചെലവാക്കുന്നതിൽ വരുന്ന വർദ്ധനവുമെന്നാണ് അർത്ഥം.

ഇന്ത്യയുടെ ആളോഹരി വരുമാനത്തിലുണ്ടായ സ്ഥിരമായ 8 ശതമാനം വളർച്ചയും ഇന്ത്യൻ കമ്പനികളുടെയും അന്താരാഷ്ട്രകമ്പനികളുടെയും വളർച്ചയുമാണ് മാർക്കറ്റിൽ കാളകൾ മേയാനുള്ള മുഖ്യകാരണം. സാമ്പത്തികപരിഷ്കാരങ്ങളുടെ പിന്തുണയോടെ വാർത്താവിനിമയം, മാധ്യമം, വിദ്യാഭ്യാസം, ടൂറിസം, ഐടി തുടങ്ങിയ മേഖലകളിലുണ്ടായിട്ടുള്ള വളർച്ചാസാധ്യതകൾ ഇന്ത്യൻ സ്റ്റോക്ക് മാർക്കറ്റിലെ ഈ കാളയോട്ടം തുടർന്നുകൊണ്ടുപോകും എന്നത് ഉറപ്പാണ്.

അമേരിക്കയിൽ: അമേരിക്കയിലെ സ്റ്റോക്ക് മാർക്കറ്റ് കച്ചവടചരിത്രത്തിന് 200 വർഷത്തെ കഥകൾ പറയാനുണ്ട്. അന്നത്തെ കോളനിസർക്കാർ യുദ്ധച്ചെലവിലേയ്ക്കു ധനസമാഹരണത്തിനായി ബോണ്ടുകൾ വിറ്റു, ഒരു നിശ്ചിതകാലയളവിനു ശേഷം ലാഭം വാഗ്ദാനം ചെയ്യുന്ന നോട്ടുകൾ. ഏകദേശം അതേ സമയത്തു തന്നെ സ്വകാര്യബാങ്കുകളും പണം ഉണ്ടാക്കാനായി സ്റ്റോക്കുകളോ കമ്പനി ഷെയറുകളോ പുറത്തിറക്കി. അതൊരു പുതിയ മേഖലയായിരുന്നു, നിക്ഷേപിയ്ക്കുവാനൊരു പുതിയ രീതി, പണക്കാരനു കൂടുതൽ പണക്കാരനാവാനുള്ള ഒരുഗ്രൻ പദ്ധതി. ചരിത്രരേഖകളിൽ കുറച്ചു കൂടി മുന്നോക്കം പോകുമ്പോൾ, കൃത്യമായി പറഞ്ഞാൽ 1792–ൽ, ഇരുപത്തിനാലു വലിയ കച്ചവടക്കാർ യോഗം ചേർന്നതിന്റെ ഫലമായി ന്യൂയോർക്ക് സ്റ്റോക്ക് എക്സ്ചേഞ്ച് (ന്യൂയോർക്ക് സ്റ്റോക്ക് എക്സ്ചേഞ്ച് – എൻ.വൈ.എസ്.ഇ) എന്ന വിപണി സൃഷ്ടിക്കപ്പെട്ടു. ദിവസേന വാൾ സ്ട്രീറ്റിൽ ഒത്തുചേർന്ന് സ്റ്റോക്കുകളും ബോണ്ടുകളും കച്ചവടം ചെയ്യാനും ആ യോഗത്തിൽ തീരുമാനിച്ചു.

പിന്നീട്, 1800–കളുടെ മധ്യത്തിൽ, അമേരിക്കയുടെ വളർച്ച ത്വരിതഗതിയിലായിരുന്നു. വിപണിയ്ക്കൊത്ത് വളരാനും വികസിക്കാനും കമ്പനികൾക്ക് വൻതോതിൽ പണം ആവശ്യമായിരുന്നു. സ്റ്റോക്ക് അല്ലെങ്കിൽ കമ്പനികളുടെ ഉടമസ്ഥാവകാശത്തിൽ ഒരു പങ്ക് വാങ്ങുന്നതിൽ നിക്ഷേപകർ തൽപരരാണെന്ന് കമ്പനികൾ തിരിച്ചറിഞ്ഞു. അവിടന്നങ്ങോട്ട് കമ്പനികൾക്ക് വികസിക്കാൻ സ്റ്റോക്കുകൾ വഴിയൊരുക്കിയെന്നത് ചരിത്രസത്യം മാത്രം. പുതുതായി കണ്ടുപിടിച്ച ഈ സ്റ്റോക്ക് മാർക്കറ്റ് എന്ന സംഭവത്തിന്റെ സാധ്യതകൾ നിക്ഷേപകരും കമ്പനികളും കൂടുതൽ കൂടുതൽ തിരിച്ചറിഞ്ഞു.

1900–ഓടെ തെരുവുചന്തയിൽ ദശലക്ഷക്കണക്കിനു ഡോളറിനുള്ള സ്റ്റോക്കുകളുടെ കച്ചവടമാണ് നടന്നത്. 1921–ൽ, ഇരുപതു കൊല്ലത്തിനുശേഷം സ്റ്റോക്ക് മാർക്കറ്റ് ഒരു മേൽക്കൂരയ്ക്കു കീഴിലേയ്ക്കു മാറി. സ്റ്റോക്ക് മാർക്കറ്റിന്റെ രൂപഭാവങ്ങളിൽ മാറ്റം വരുത്തുന്നതിൽ വ്യവസായ വിപ്ലവം ഒരു വലിയ പങ്കു വഹിച്ചു. ഏതെങ്കിലും ഒരു കമ്പനിയ്ക്ക് വലിയ ഭാവിയുണ്ടെന്ന് കരുതുന്ന ഒരാൾ, ആ കമ്പനിയുടെ സ്റ്റോക്കുകൾ വാങ്ങാൻ ആഗ്രഹിയ്ക്കും, അപ്പോൾ ആ സ്റ്റോക്കുകൾ കൈവശം വെച്ചിരിയ്ക്കുന്നവർ അവ കൂടുതൽ വിലയ്ക്കു അയാൾക്ക് മറിച്ചു വിൽക്കും. ഇപ്രകാരം കാശുണ്ടാക്കാമെന്നു ജനങ്ങൾ മനസ്സിലാക്കി തുടങ്ങിയപ്പോൾ, അതൊരു പുതിയ നിക്ഷേപരംഗത്തിന്റെ പിറവിയായിരുന്നു. ഊഹകച്ചവടക്കാരുടെ മാർക്കറ്റ് എന്നു വിളിയ്ക്കുന്ന സെക്കന്ററി മാർക്കറ്റിന്റെ തുടക്കമായിരുന്നു അത്. ഈ വിപണി പഴയതിനേക്കാളും അസ്ഥിരമായിരുന്നു, കാരണം അതിനെ ഇപ്പോൾ നയിയ്ക്കുന്നത് ഒരു കമ്പനിയുടെ ഭാവിയെക്കുറിച്ച്

NASDAQ

ഏതാനും വ്യക്തികൾ വച്ചുപുലർത്തുന്ന ഊഹങ്ങൾ മാത്രമാണ്.

എൻ.വൈ.എസ്.ഇ പോലുള്ള വമ്പൻ സ്റ്റോക്ക് മാർക്കറ്റുകൾ ജനിയ്ക്കുന്നതിനു മുമ്പുള്ള ചിത്രം ഇതാണ്. വളരെ വലുതും നല്ല അടിത്തറയുള്ളതുമായ കമ്പനികളുടെ സ്റ്റോക്കുകൾ മാത്രം കച്ചവടം ചെയ്യുന്നതു കൊണ്ടാണ് സ്റ്റോക്ക് മാർക്കറ്റുകളുടെ ഇടയിൽ എൻ.വൈ.എസ്.ഇ ഏറ്റവും മുൻപന്തിയിൽ നിൽക്കുന്നത് എന്ന് ചരിത്രപുസ്തകങ്ങൾ പറയുന്നു. സ്റ്റോക്ക് മാർക്കറ്റിലേയ്ക്കു പണമെറിയാൻ വരുന്നവർക്ക് സ്ഥിരതയുള്ളൊരു നിക്ഷേപമാർഗ്ഗമായിരുന്നു എൻ.വൈ.എസ്.ഇ. ചെറിയ ചെറിയ കമ്പനികൾ ഇറക്കുന്ന സ്റ്റോക്കുകൾ കച്ചവടം ചെയ്യാനായി വളർന്നു വന്നതാണ് അമേരിക്കൻ സ്റ്റോക്ക് എക്സ്ചേഞ്ച് (അമേരിക്കൻ സ്റ്റോക്ക് എക്സ്ചേഞ്ച്, ചുരുക്കത്തിൽ എ.എം.ഇ.എക്സ്). 80 കൊല്ലത്തിനു ശേഷം, ഇപ്പോൾ ദേശീയവും സാർവ്വദേശീയവുമായ എല്ലാ സമ്പദ്ഘടനകൾക്കും വലുതായ ഒരു സംഭാവന നൽകുന്നതിൽ മുൻപന്തിയിലാണ് എൻ.വൈ.എസ്.ഇ, എ.എം.ഇ.എക്സ്, നാസ്ഡാക് തുടങ്ങിയ നൂറിലധികം വരുന്ന സ്റ്റോക്ക് എക്സ്ചേഞ്ചുകൾ.

സ്റ്റോക്ക് വിപണിയിൽ ഇറങ്ങുന്നവരുടെ എണ്ണം ക്രമാതീതമായി വർദ്ധിച്ചു വന്നതോടെ, നിക്ഷേപകരുടെ സംരക്ഷണത്തിനായി സ്റ്റോക്ക് മാർക്കറ്റ് നിയന്ത്രണ നിയമങ്ങൾ വേണ്ടതാണെന്ന് സർക്കാർ തീരുമാനിച്ചു. 1934–ലെ സാമ്പത്തികമാന്ദ്യത്തെ തുടർന്ന്, സെക്യൂരിറ്റീസ് ആന്റ് എക്സ്ചേഞ്ച് ആക്റ്റ് അമേരിക്കൻ കോൺഗ്രസ് അംഗീകരിച്ചു. ഈ നിയമം അനുസരിച്ച് ഇന്ത്യയിലെ സെബിയെ പോലെ സെക്യൂരിറ്റീസ് ആന്റ് എക്സ്ചേഞ്ച് കമ്മീഷൻ –

എസ്.ഇ.സി രൂപീകരിയ്ക്കുകയും നിയമത്തിൽ നിരവധി ഭേദഗതികളോടെയും സ്റ്റോക്ക് മാർക്കറ്റുകളുടെ സഹായത്തോടെയും അമേരിക്കൻ സ്റ്റോക്ക് വിപണിയെ നിയന്ത്രിയ്ക്കുകയും ചെയ്തു. കമ്പനികൾക്ക് സ്റ്റോക്ക് ഇറക്കാനുള്ള യോഗ്യതയുണ്ടോ എന്നും, നിക്ഷേപിയ്ക്കാൻ താൽപര്യമുള്ളവർക്ക് സത്യസന്ധമായ വിവരങ്ങൾ നൽകുന്നുണ്ടോ എന്നുമെല്ലാം ഈ കമ്മീഷൻ നിരീക്ഷിച്ചു. കൂടാതെ എസ്.ഇ.സി, എക്സ്ചേഞ്ചുകളുടെ ദൈനംദിന പ്രവർത്തനങ്ങളും സെക്യൂരിറ്റികളുടെ കച്ചവടവും നിരീക്ഷിച്ചു.

ശ്രദ്ധേയമായ സംഗതി, പണക്കാർക്ക് സ്റ്റോക്കുകളിൽ നിക്ഷേപിയ്ക്കുന്നത് ഒരു നേരമ്പോക്കായിരുന്നവേങ്കിൽ സാധാരണക്കാർ ഭൂമിയെയും വീടിനെയും അപേക്ഷിച്ച് ഈ നിക്ഷേപമാർഗ്ഗത്തിന്റെ മേന്മ തിരിച്ചറിഞ്ഞു.

സ്റ്റോക്ക് മാർക്കറ്റ്

കമ്പനിയുടെ ഷെയറുകൾ വിപണിയിലിറക്കിക്കൊണ്ട്, അതു വാങ്ങുന്നവർക്ക് കമ്പനിയുടെ ഉടമസ്ഥാവകാശത്തിൽ ഒരു പങ്ക് (ഇക്വിറ്റി) നൽകിക്കൊണ്ട്, ഒരു കോർപ്പറേഷൻ നേടുന്ന മൂലധനത്തെ 'സ്റ്റോക്ക്' എന്ന നിർവ്വചിക്കാം; 'കമ്പനിയുടെ സ്റ്റോക്കിൽ ഇയാൾക്ക് നിയന്ത്രണാധികാരമുള്ള ഒരു പങ്കുണ്ട്'. 'ഒരു കമ്പനിയിലെടുത്ത ഷെയറുകളുടെ കൂട്ടം' എന്നാണ് സാധാരണയായി സ്റ്റോക്കിനെ വിശദീകരിക്കുന്നത്, അവയെ സ്റ്റോക്ക് ഷെയറുകൾ എന്നും പറയും. നിങ്ങൾ ആ കമ്പനിയുടെ ഒരു ചെറിയ ഭാഗത്തിന ഉടമയാണെന്നതിനുള്ള പ്രമാണപത്രമാണ് (കടലാസ്സിൽ അച്ചടിച്ച ഒരു സർട്ടിഫിക്കറ്റിന്റെ രൂപത്തിൽ) ഒരു സ്റ്റോക്ക്. കൂടുതൽ വിശദീകരിക്കുന്നതിനായി, കമ്പനികൾ എന്തിന വേണ്ടി സ്റ്റോക്കുകൾ ഇറക്കുന്ന എന്ന പരിശോധിക്കാം. സ്റ്റോക്ക് ഇറക്കുന്നതിലൂടെ നേടുന്ന പണം കൊണ്ട് കമ്പനിക്ക് യന്ത്രോപകരണങ്ങൾ വാങ്ങാം, ജോലിക്കാരെ നിയമിക്കാം, പരസ്യപ്രചാരണങ്ങൾ നടത്താം, അല്ലെങ്കിൽ ആ പണം മറ്റു വികസനപ്രവർത്തനങ്ങൾക്ക് ഉപയോഗിക്കാം, ചുരുക്കത്തിൽ സ്റ്റോക്കുകൾ കമ്പനികളെ വളരാൻ സഹായിക്കുന്നു.

കമ്പനിയെ സംബന്ധിച്ച വാർത്തകളെയും, കമ്പനിയുടെ പ്രകടനത്തെയും ആശ്രയിച്ചുണ്ടാകുന്ന ഊഹാപോഹങ്ങളാണ് സ്റ്റോക്ക് മാർക്കറ്റിൽ സ്റ്റോക്കുകളുടെ കച്ചവടം നിയന്ത്രിക്കുന്നത്. ഒരു സ്റ്റോക്കിന്റെ വിപണിമൂല്യം കണ്ടെത്തുന്നതിന രണ്ടു മാർഗ്ഗങ്ങളുണ്ട്. ചിലതരം പണംകൈമാറ്റങ്ങളുടെയും, വിൽപനകളുടേയും, സമ്പാദ്യങ്ങളുടേയും എല്ലാം വിശകലനത്തിലൂടെ സ്റ്റോക്കിന്റെ മൂല്യം നിർണ്ണയിക്കാം. ഈ രീതി കമ്പനിയുടെ കഴിഞ്ഞകാല സ്ഥിവിവരകണക്കുകളും മറ്റും അടിസ്ഥാനപ്പെടുത്തിക്കൊണ്ടാണ്, അതിനാൽ തന്നെ ഈ രീതിയിൽ നിർണ്ണയിച്ച സ്റ്റോക്കിന്റെ വിപണിമൂല്യം അളന്നു തിട്ടപ്പെടുത്താവുന്നതാണ്. മറ്റൊരു രീതിയുള്ളത്, ആരോടെങ്കിലും പോയി ഒരു കമ്പനിയുടെ സ്റ്റോക്കിന 'നിങ്ങൾ എന്തു വില കൊടുക്കും' എന്ന ചോദിക്കുന്നതും, ആ സ്റ്റോക്ക് കൈവശം വെച്ചിരിക്കുന്ന ആളോട് പോയി 'അത് എന്ത് വിലക്ക് വിൽക്കും' എന്ന ചോദിക്കുന്നതുമാണ്. മറ്റൊരു തരത്തിൽ പറഞ്ഞാൽ, വിപണിയിലെ ലഭ്യതയെയും ആവശ്യത്തിനെയും (സപ്ലൈ ആന്റ് ഡിമാന്റ്) ഇതു കാണിക്കുന്നു. ഇത്തരത്തിലുള്ള സ്റ്റോക്ക് മൂല്യനിർണ്ണയം മനസ്സിലാക്കാൻ ബുദ്ധിമുട്ടുള്ളതും പ്രവചനാതീതവുമാണ്, പക്ഷേ ഈ രീതിയാണ് ചെറിയ ചെറിയ കാലയളവുകളിൽ മിക്കപ്പോഴും സ്റ്റോക്ക് മാർക്കറ്റിന്റെ ഗതി നിർണ്ണയിക്കുന്നത്.

ഓർഗനൈസേഷനിലെ അംഗങ്ങൾ ഒത്തുചേർന്ന, സ്റ്റോക്കുകളും മറ്റു സെക്യൂരിറ്റികളും കച്ചവടം ചെയ്യുന്ന, സുസംഘടിതമായ ചന്തകളാണ് സ്റ്റോക്ക് എക്സ്ചേഞ്ചുകൾ എന്ന പറയാം, അവ കോർപ്പറേഷനോ മ്യൂച്ചൽ ഓർഗനൈസേഷനോ ആവാം. അംഗങ്ങൾക്ക് അവരുടെ ഇടപാടുകാരന വേണ്ടിയോ സ്വന്തം ആവശ്യത്തിനോ പ്രവർത്തിക്കാം. സെക്യൂരിറ്റികളുടെ വിതരണത്തിനും തിരിച്ചു വാങ്ങലിനും, ലാഭവിഹിതവും ഡിവിഡന്റുകളും പോലുള്ളവ വിതരണം ചെയ്യുന്നതിനും സ്റ്റോക്ക് എക്സ്ചേഞ്ചുകളിൽ സൗകര്യമുണ്ട്. ആധുനിക വിപണികളെല്ലാം കമ്പ്യൂട്ടർവത്കരിച്ചതിനാൽ

കച്ചവടം ഏത് സ്ഥലത്ത് നടന്നാലും രേഖകളെല്ലാം ഒരു സ്ഥലത്ത് കേന്ദ്രീകരിച്ചിരിയ്ക്കും. അനുമതിയുള്ള അംഗങ്ങൾക്കും സ്റ്റോക്ക് ബ്രോക്കർമാർക്കും മാത്രമേ ഒരു എക്സ്ചേഞ്ചിൽ കച്ചവടം ചെയ്യാൻ പറ്റുകയുള്ളൂ.

ഇന്ത്യയിൽ

30 ദശലക്ഷത്തിൽ കൂടുതൽ ഓഹരി ഉടമസ്ഥരുമായി, അമേരിക്കയുടേയും ജപ്പാന്റെയും പിന്നിലായി, ലോകത്തിലെ മൂന്നാമത്തെ ഏറ്റവും വലിയ നിക്ഷേപകസാമ്രാജ്യമാണ് ഇന്ത്യ. ഏകദേശം എണ്ണായിരം സ്റ്റോക്ക് ബ്രോക്കർമാരാൽ കച്ചവടം ചെയ്യപ്പെടുന്ന പതിനായിരത്തിനടുത്തു കമ്പനികൾ ഇന്ത്യൻ സ്റ്റോക്ക് എക്സ്ചേഞ്ച് പട്ടികകളിൽ ഉണ്ട്. വികസനത്തിന്റെ തോതിലും കച്ചവടത്തിന്റെ വ്യാപ്തിയിലും ഇനിയുള്ള വളർച്ചാസാധ്യതകളിലും ഇന്ത്യൻ മൂലധനവിപണി വളരെയധികം പ്രാധാന്യമേറിയാണ്. ചെറിയ കമ്പനികൾക്കും പുതിയ കമ്പനികൾക്കും വേണ്ടിയുള്ള ഓവർ ദി കൗണ്ടർ

Modern Share Broker's Office

എക്സ്ചേഞ്ച് ഓഫ് ഇന്ത്യ (ഒ.ടി.സി.ഇ.ഐ), രാജ്യത്താകമാനമുള്ള നിക്ഷേപകരുടെ ആവശ്യങ്ങൾ നടത്തുവാനായി മാതൃകാ എക്സ്ചേഞ്ചായി സ്ഥാപിച്ച നാഷണൽ സ്റ്റോക്ക് എക്സ്ചേഞ്ച് (എൻ.എസ്.ഇ) എന്നിവ അടക്കം ഇന്ത്യയിൽ 23 അംഗീകൃത സ്റ്റോക്ക് എക്സ്ചേഞ്ചുകൾ ഉണ്ട്. സമ്പൂർണ്ണമായി ആട്ടോമാറ്റിക് സ്ക്രീൻ അടിസ്ഥാനമാക്കി വായ്പാവിപണിയിലും മൂലധനവിപണിയിലും പ്രവർത്തിയ്ക്കുന്ന എൻ.എസ്.ഇ ആണ് അടുത്തകാലത്തായി ഏറ്റവും അധികം കച്ചവടം നടക്കുന്ന സ്റ്റോക്ക് എക്സ്ചേഞ്ച്.

സ്റ്റോക്ക് മാർക്കറ്റ് കച്ചവടക്കാരുടെയിടയിലെ ഏറ്റവും പരിചിതനാമമാണ് ബി.എസ്.ഇ, ബോംബെ സ്റ്റോക്ക് എക്സ്ചേഞ്ച്. ഇന്ത്യയിലെ മാത്രമല്ല, ഏഷ്യയിലെ തന്നെ ഏറ്റവും പഴയ വിപണിയാണത്. ആദ്യകാലങ്ങളിൽ 'ദി നേറ്റീവ് ഷെയർ & സ്റ്റോക്ക് ബ്രോക്കേഴ്സ് അസോസിയേഷൻ' എന്നാണ് ബി.എസ്.ഇ അറിയപ്പെട്ടിരുന്നത്. 1875–ൽ ആണ് ഇത് സ്ഥാപിതമായത്. സർക്കാരിനാൽ ആദ്യമായി അംഗീകരിയ്ക്കപ്പെട്ട സ്റ്റോക്ക് എക്സ്ചേഞ്ചും ഇതാണ്. 1956–ൽ സെക്യൂരിറ്റീസ് കോൺട്രാക്റ്റ്സ് (റഗുലേഷൻ) ആക്റ്റ് –1956 എന്ന നിയമത്തിനു വിധേയമായി ഭാരതസർക്കാരിൽ നിന്ന്

സ്ഥിരമായ അംഗീകാരവും ബി.എസ്.ഇ നേടുകയുണ്ടായി. രാജ്യത്തെ മൂലധനവിപണിയുടെ വളർച്ചക്ക് കഴിഞ്ഞുപോയ കാലങ്ങളിൽ മുഖ്യപങ്ക് വഹിച്ചതും ഇപ്പോഴും വഹിച്ചുകൊണ്ടിരിയ്ക്കുന്നതും ബി.എസ്.ഇ ആണ്. ലോകമാകമാനം അംഗീകരിയ്ക്കപ്പെട്ടതു കൂടാതെ, അതിന്റെ സംവേദന സൂചികയേയും (സെൻസക്സ്) ലോകം ഉറ്റുനോക്കി ക്കൊണ്ടിരിയ്ക്കുകയാണ്. ആദ്യം ബി.എസ്.ഇ വ്യക്തികളുടെ ഒരു സംഘടനയായിരുന്നെങ്കിൽ (അസോസിയേഷൻ ഓഫ് പേഴ്സൺസ് - എ.ഒ.പി), ഇപ്പോൾ അതിനെ വിഘടിച്ച്, 1956-ലെ കമ്പനീസ് ആക്റ്റിനു വിധേയമായി, 2005-ലെ സെബിയുടെ ബി.എസ്.ഇ (കോർപ്പറൈറ്റൈസേഷൻ ആന്റ് ഡീമ്യൂച്ചലൈസേഷൻ) സ്കീം പ്രകാരം ഒരു കോർപ്പറേറ്റ് കമ്പനിയാക്കി മാറ്റി.

ബോംബെ സ്റ്റോക്ക് എക്സ്ചേഞ്ചിന്റെ ലക്ഷ്യം 'ലോകോത്തര നേട്ടങ്ങൾ കാഴ്ചവെയ്ക്കുന്ന ഇന്ത്യയിലെ പ്രധാന സ്റ്റോക്ക് എക്സ്ചേഞ്ചായി മാറുക' എന്നതാണ്. പ്രഗത്ഭരായ ഡയറക്ടർമാരുടെ ഒരു ബോർഡാണ് ബോംബെ സ്റ്റോക്ക് എക്സ്ചേഞ്ച് പ്രവർത്തനങ്ങൾ നിയന്ത്രിക്കുന്നത്. പ്രശസ്തരായ പ്രൊഫഷണലുകളും, കച്ചവടം ചെയ്യുന്ന അംഗങ്ങളുടെ പ്രതിനിധികളും, മാനേജിങ് ഡയറക്ടറും അടങ്ങിയതാണ് ഈ ബോർഡ്. ബോർഡ് വിപണിയിൽ ഒരു മദ്ധ്യവർത്തിവേഷത്തിൽ പ്രയോജനകരമായി പ്രവർത്തിയ്ക്കുന്നു.

നയപരമായ പ്രധാനതീരുമാനങ്ങൾ എടുക്കുന്നതും പ്രാവർത്തികമാക്കുന്നതും നിയന്ത്രിക്കുന്നതുമെല്ലാം ബോർഡാണ്. മാനേജിങ് ഡയറക്ടറും കീഴിലുള്ള പ്രൊഫഷണലുകളും കൂടിച്ചേർന്ന ഒരു മാനേജ്മന്റ് സംഘമാണ് ബി.എസ്.ഇ-യുടെ ദൈനംദിനപ്രവർത്തനങ്ങൾ നടത്തുന്നത്. 417 നഗരങ്ങളിലും പട്ടണങ്ങളിലും എക്സ്ചേഞ്ചിന്റെ പ്രവർത്തനങ്ങൾ എത്തുന്നു. വിപണിയുടെ സത്യസന്ധതയും പ്രവർത്തനങ്ങളിലെ സുതാര്യതയും മുന്നിൽ കണ്ടുകൊണ്ടാണ് അതിന്റെ ചട്ടക്കൂട് രൂപകൽപന ചെയ്തിരിയ്ക്കുന്നത്. അത് ഇക്വിറ്റിയും കടപ്പത്രങ്ങളും അവയുടെ മറ്റുൽപന്നങ്ങളും കച്ചവടം ചെയ്യാൻ പറ്റിയ കാര്യക്ഷമതയുള്ള ഒരു വിപണി പ്രദാനം ചെയ്യുന്നു. അതിന്റെ ബോൾട്ട് എന്ന പേരിലുള്ള, ഓൺലൈൻ കച്ചവടത്തിനുവേണ്ടി സ്വന്തമായി വികസിപ്പിച്ച പദ്ധതിയ്ക്ക്, ബി.എസ് 7799-2-2002 സർട്ടിഫിക്കറ്റ് കിട്ടിയിട്ടുണ്ട്. 1997-ൽ ബോൾട്ട് ശൃംഖല രാജ്യമാകമാനം വിസ്തൃതമായി. കാവൽ, മേൽനോട്ടം, ഒത്തുതീർപ്പ്, തുടങ്ങിയ പ്രവർത്തികൾക്ക് ഐ.എസ്.ഒ 9001:2000 സർട്ടിഫിക്കറ്റും കിട്ടിയിട്ടുണ്ട്.

അംഗങ്ങളായ കമ്പനികൾക്കായി വാർഷിക/സാധാരണ യോഗങ്ങൾക്കും പുതിയ സ്റ്റോക്ക് പ്രകാശനചടങ്ങുകൾക്കും വിശകലനയോഗങ്ങൾക്കും എല്ലാം ഉതകുന്ന ഒരു സമ്മേളനഹാളും ബോംബെ സ്റ്റോക്ക് എക്സ്ചേഞ്ച് നൽകുന്നു. ചർച്ച് ഗേറ്റിൽ നിന്നും വി.ടി. സ്റ്റേഷനിൽ നിന്നും എളുപ്പം എത്താവുന്ന ദൂരത്തിൽ രണ്ടിന്റേയും നടുവിലായിട്ടാണ് അതിന്റെ സ്ഥാനം. അത്യാധുനികരീതിയിലുള്ള സജ്ജീകരണങ്ങളുള്ള ബോംബെ സ്റ്റോക്ക് എക്സ്ചേഞ്ച് 700 മുതൽ 900 പേരെവരെ ഉൾക്കൊള്ളാൻ കഴിയുന്നത്ര 'വിസ്തൃതവുമാണ്. വിശാലമായ നടുത്തളത്തിൽ പ്രൊജക്ടർ, വെബ്-കാസ്റ്റ് സൗകര്യം എന്നിവ കൂടാതെ ഫാക്സും ഇന്റർനെറ്റും ഫോട്ടോകോപ്പിയറും ടെലികോം ഉപകരണങ്ങളുമെല്ലാമുള്ള ബിസിനസ് മുറിയും ഉണ്ട്.

ബി.എസ്.ഇ വിവരങ്ങൾ

ഇന്ത്യയിലാദ്യമായി ഇക്വിറ്റി ഡെറിവേറ്റീവുകൾ നടപ്പിലാക്കി

ഇന്ത്യയിലാദ്യമായി ഫ്രീ ഫ്ളോട്ട് ഇൻഡക്സ് നടപ്പിലാക്കി

ഇന്ത്യയിലാദ്യമായി അമേരിക്കൻ ഡോളറിൽ ബി.എസ്.ഇ സെൻസക്സ് ഇറക്കി.

ഇന്ത്യയിലാദ്യമായി ഇന്റർനെറ്റിലൂടെയുള്ള കച്ചവടസൗകര്യം നടപ്പിലാക്കി

അശ്വനി ശർമ്മഇന്ത്യയിലാദ്യമായി കാവൽ മേൽനോട്ടം ഒത്തുതീർപ്പ് തുടങ്ങിയ പ്രവർത്തികൾക്ക് ഐ.എസ്.ഒ സർട്ടിഫിക്കറ്റ് നേടി.

ബി.എസ്.ഇ ഓൺലൈൻ ട്രേഡിങ് സിസ്റ്റം (ബോൾട്ട്) എന്ന ഓൺലൈൻ കച്ചവടപദ്ധതിയ്ക്ക് അന്താരാഷ്ട്ര അംഗീകാരമുള്ള ഇൻഫർമേഷൻ സെക്യൂരിറ്റി മാനേജ്മന്റ് സിസ്റ്റം സ്റ്റാൻഡേഡ് ബി.എസ് 7799-2-2002 സർട്ടിഫിക്കറ്റ് കിട്ടിയിട്ടുണ്ട്.

സാമ്പത്തിക പരിശീലനത്തിന് സൗകര്യമുള്ള ആദ്യത്തെ എക്സ്ചേഞ്ച്.

New York Stock Exchange

അമേരിക്കയിൽ

1865-ൽ ന്യൂയോർക്ക് സ്റ്റോക്ക് എക്സ്ചേഞ്ച്, ന്യൂയോർക്ക് സിറ്റിയിലെ വാൾസ്ട്രീറ്റിനടുത്തു അതിന്റെ ആദ്യത്തെ സ്ഥിരം ആസ്ഥാനം തുറന്നു പ്രവർത്തനം ആരംഭിച്ചു. സ്റ്റോക്ക് മാർക്കറ്റിലെ വിരോധാഭാസമെന്തെന്ന വെച്ചാൽ, കമ്പനികൾ സാധാരണയായി സ്റ്റോക്കുകളിൽ നിക്ഷേപിയ്ക്കുകയോ വിപണിയിലെ സ്റ്റോക്ക് കച്ചവടങ്ങളിൽ ഏർപ്പെടുകയോ ചെയ്യുകയില്ലെങ്കിലും, അവരുടെ സ്റ്റോക്കിന്റെ വിലവ്യത്യാസങ്ങൾ മൂലം ചിലപ്പോൾ ഈ കമ്പനികൾ രക്ഷപ്പെടുകയോ തകരുകയോ ചെയ്യാറുണ്ട്. പ്രാഥമികവിപണിയിൽ (പ്രൈമറി മാർക്കറ്റ്) ആദ്യമായി സ്റ്റോക്ക് ഇറക്കുമ്പോൾ (ഇനിഷ്യൽ പബ്ലിക് ഓഫറിങ് - ഐ.പി.ഒ) കമ്പനികൾക്ക് വിപണിയിൽ നിന്ന് മൂലധനം ലഭിക്കുന്നു. വിപണിയിൽ നിക്ഷേപിയ്ക്കുന്ന ഓരോ വ്യക്തികളും കൈമാറ്റച്ചെലവുകൾ കഴിച്ച് മുഴുവൻ ലാഭവും (ചിലപ്പോൾ നഷ്ടവും) നേടുന്നു. സ്റ്റോക്ക് ഇറക്കിയ കമ്പനി ഈ നിക്ഷേപത്തിൽ പങ്കെടുക്കുന്നില്ലെന്നതു കൂടാതെ ദൈനംദിനസ്റ്റോക്കു കച്ചവടത്തിൽ നിന്നും ലഭിയ്ക്കുന്ന ലാഭമോ നഷ്ടമോ അവർക്ക് ലഭിയ്ക്കുന്നില്ല,

കാരണം സ്റ്റോക്ക് മാർക്കറ്റ് കച്ചവടങ്ങളിൽ അവർക്ക് സാമ്പത്തികതാൽപര്യങ്ങൾ ഉണ്ടാവരുത്.

കമ്പനികളിൽ നിന്നു യഥാർത്ഥത്തിൽ നേരിട്ടു സ്റ്റോക്കുകൾ വാങ്ങുവാൻ വ്യക്തികൾക്കു കഴിയുകയില്ലെന്നതു പ്രത്യേകം പറയേണ്ട കാര്യമില്ലല്ലോ. വ്യക്തികൾ നേരിട്ടു കമ്പനികളുമായി ഇടപെടാൻ കഴിയാത്ത രീതിയിൽ സ്റ്റോക്ക് മാർക്കറ്റ് ബ്രോക്കർമാർ ഇടയിൽ നിൽക്കുന്നു. നേരിട്ടു ഇടപാടു നടത്താൻ കഴിയാത്തവരോ താൽപര്യമില്ലാത്തവരോ ആയിട്ടുള്ള ഇടപാടുകാർക്ക് വേണ്ടി, ഒരു ഏജന്റെന്ന നിലയിൽ സ്റ്റോക്ക് മാർക്കറ്റിൽ സ്റ്റോക്ക് ഇടപാടു നടത്തുന്ന ആളെയാണ് 'സ്റ്റോക്ക് ബ്രോക്കർ' എന്നു വിളിയ്ക്കുന്നത്. കമ്പനികളിൽ നിന്ന് സ്റ്റോക്കുകൾ വാങ്ങി നിക്ഷേപകർക്ക് മറിച്ചു വിൽക്കുന്ന കമ്പനിയെയാണ് അണ്ടർറൈറ്റർ എന്നു വിളിയ്ക്കുന്നത്. ആധുനികശാസ്ത്രസങ്കേതങ്ങളും ഇന്റർനെറ്റും സാധാരണജനങ്ങൾക്ക് സ്റ്റോക്ക് മാർക്കറ്റിൽ നിക്ഷേപിയ്ക്കുന്നതിനുള്ള സൗകര്യങ്ങൾ വളരെയധികം ലളിതമാക്കിയിരിയ്ക്കുന്നു. അറുപതുകളുടെ മധ്യത്തോടെ ഇലക്ട്രോണിക് ട്രേഡിങ് പ്രചാരം നേടാൻ ആരംഭിച്ചു, 1968-ൽ എൻ.എ.എസ്.ഡി (നാഷണൽ അസോസിയോഷൻ ഓഫ് സെക്യൂരിറ്റീസ് ഡീലേഴ്സ്) എന്ന സംഘടന നാഷണൽ അസോസിയേഷൻ ഓഫ് സെക്യൂരിറ്റീസ് ഡീലേഴ്സ് ആട്ടോമാറ്റിക് ക്വട്ടേഷൻ സിസ്റ്റം അല്ലെങ്കിൽ നാസ്ഡാക് രൂപീകരിച്ചു. സ്റ്റോക്ക് മാർക്കറ്റിൽ നിക്ഷേപിക്കുന്നത് വളരെ എളുപ്പമാക്കിയ ഈ 'പുതിയ സ്റ്റോക്ക് മാർക്കറ്റിന്റെ' കളിക്കളം, ഇരുപത്തിയൊന്നാം നൂറ്റാണ്ടിന്റെ കണ്ടുപിടുത്തമായ വിർച്ചൽ കമ്പ്യൂട്ടർ സ്പേസിലാണ്. വാർത്തകളും മറ്റു വിവരങ്ങളും നിക്ഷേപകന്റെ മുന്നിൽ നിമിഷനേരം കൊണ്ട് എത്തുമ്പോൾ, ലോകത്തിന്റെ ഏതു ഭാഗത്തിരുന്നു കൊണ്ടും മിന്നൽവേഗത്തിൽ കച്ചവടം ചെയ്യാൻ പുതിയ ടെക്നോളജി സഹായിയ്ക്കുന്നു. ഇന്റർനെറ്റിലൂടെയുള്ള സ്റ്റോക്ക് മാർക്കറ്റ് കച്ചവടം വളർന്നുകൊണ്ടേയിരിയ്ക്കുകയാണ്, എസ്.ഇ.സി നടത്തിയ ഒരു പഠനം തെളിയ്ക്കുന്നത്, 2007-ലെ ആദ്യകാൽവർഷം കഴിയുമ്പോഴേയ്ക്കും 15 ദശലക്ഷം നിക്ഷേപകർ ഓൺലൈൻ ട്രേഡിങ് അക്കൗണ്ട് ഉള്ളവരായി ഉണ്ടാകും.

സ്റ്റോക്ക് മാർക്കറ്റിന്റെ ബാലപാഠങ്ങൾ

ഒരു കമ്പനിയുടെ ഉടമസ്ഥാവകാശത്തെ പല കഷ്ണങ്ങളായി വിഭജിച്ചാൽ, അതിലെ ഓരോ കഷ്ണത്തെയും ഒരു ഷെയർ അല്ലെങ്കിൽ സ്റ്റോക്ക് എന്നു വിളിക്കാം. ഒരു കമ്പനിയുടെ ഷെയർ കൈവശം വെച്ചിരിയ്ക്കുന്ന ഒരാൾ, ആ ഷെയറിനു തുല്ല്യമായ ഉടമസ്ഥാവകാശം കൈവശം വച്ചിരിയ്ക്കുകയാണ്. പരമാവധി ഷെയറുകൾ കൈവശം വച്ചിരിയ്ക്കുന്നവർക്ക് കൂടുതൽ ഉടമാസ്ഥാധികാരം ഉണ്ടായിരിയ്ക്കും, ഡയറക്ടർമാർ, ചെയർമാൻ മുതലായവർ.

ഷെയർ മാർക്കറ്റ്

ഷെയറുകളുടെ ക്രയവിക്രയം നടക്കുന്ന ഇടമാണ് ഷെയർ മാർക്കറ്റ്. ഇന്റർനെറ്റിന്റെയും ആധുനികസങ്കേതങ്ങളുടെയും ആവിർഭാവത്താൽ എൻ.എസ്.ഇ-യും ബി.എസ്.ഇ-യും പോലുള്ള എക്സ്ചേഞ്ചുകളിൽ സന്നിഹിതരാവാതെ തന്നെ ഇന്ത്യയിലെവിടെയിരുന്നും, ലോകത്തിലെവിടെയിരുന്നും ഷെയറുകൾ കച്ചവടം ചെയ്യാം. എൻ.എസ്.ഇ-യും ബി.എസ്.ഇ-യും പോലുള്ള സാമ്പത്തികവിപണികൾ രാജ്യത്തിന്റെ ധനസ്ഥിതിയറിയാനുള്ള സ്പന്ദമാപിനികളാണ്.

എൻ എസ്.ഇ-യും ബി.എസ്.ഇ-യും പോലുള്ള സ്റ്റോക്ക് മാർക്കറ്റുകളിൽ കമ്പനികളുടെ സ്റ്റോക്കുകൾ കച്ചവടം ചെയ്യാം. ആദ്യം നമുക്ക്, ഒരു ഷെയർ മാർക്കറ്റിന്റെ പ്രവർത്തനം എങ്ങിനെയാണെന്നു നോക്കാം. സ്റ്റോക്ക് മാർക്കറ്റിൽ നിന്ന് പണമുണ്ടാക്കാൻ പഠിയ്ക്കണമെങ്കിൽ ആദ്യം അതിന്റെ പ്രവർത്തനം എങ്ങിനെയാണെന്നു പഠിയ്ക്കണം. ഷെയർ മാർക്കറ്റിൽ ഷെയറുകൾ വിൽക്കുവാനോ വാങ്ങുവാനോ ആഗ്രഹിക്കുന്ന ഒരാൾ ആദ്യം ഒരു ബ്രോക്കറുടെ അടുത്ത് ഓർഡർ (ബൈയ് ഓർഡർ) കൊടുക്കണം, ഓൺലൈൻ വഴി സ്വയം ചെയ്യുന്ന രീതി പിന്നീട് വിശദീകരിയ്ക്കാം. വാങ്ങാനുള്ള ഓർഡർ എക്സ്ചേഞ്ചിലേയ്ക്കു (എൻ.എസ്.ഇ-യോ ബി.എസ്.ഇ- യോ) കൈമാറുന്നു, അവിടെ അതു മറ്റുള്ളവരുടെ ഓർഡറുകളുടെയിടയിൽ ക്യൂവിൽ നിൽക്കുന്നു. ഓർഡർ ചെയ്ത വിലയിലേയ്ക്കു ഷെയർ വന്നു കഴിഞ്ഞാൽ ഓർഡർ നടപ്പാക്കപ്പെടുന്നു. വാങ്ങിയ ഷെയറുകളുടെ കടലാസുകളോ അല്ലെങ്കിൽ ഡീമാറ്റ് രീതിയിലോ നിങ്ങൾക്ക് അയച്ചു തരുന്നു.

റോളിങ് സെറ്റിൽമന്റ് സൈക്കിൾ (റോളിങ് സെറ്റിൽമന്റ് സൈക്കിൾ - ആർ.എസ്.സി): നിങ്ങളുടെ ഡീമാറ്റ് അക്കൗണ്ടിലോ കൈയിലോ ഷെയറുകൾ എത്തുന്ന സമയമാണ് ആർ.എസ്.സി. റോളിങ് സെറ്റിൽമന്റിൽ ഓരോ കച്ചവടദിവസത്തെയും (ട്രേഡിങ് ഡേ - ടി) ഒരു കച്ചവടകാലമായി (ട്രേഡിങ് പീരിയഡ്) കണക്കാക്കുന്നു. ഒരു കച്ചവടദിവസത്തിൽ നടന്ന കച്ചവടത്തിന്റെ സെറ്റിൽമന്റ് നടക്കുന്നത് ടി+2 അടിസ്ഥാനത്തിലാണ്, എന്നുവെച്ചാൽ കച്ചവടദിവസവും പിന്നെ രണ്ടു പ്രവർത്തിദിവസവും.

ഡീമാറ്റ് ആക്കൗണ്ട് എന്നാൽ എന്ത്, എന്തിന് വേണ്ടി? സെക്യൂരിറ്റീസ് ആന്റ് എക്സ്ചേഞ്ച് ബോർഡ് ഓഫ് ഇന്ത്യ (സെബി) 1992-ൽ മുംബൈയിൽ കേന്ദ്രമായി, ഇന്ത്യാ ഗവൺമന്റിനാൽ നിയമിതമായ ഒരു ബോർഡാണ്. ബിസിനസ്സുകളെ സ്റ്റോക്ക് എക്സ്ചേഞ്ചുകളിലും അതുപോലുള്ള മറ്റേതെങ്കിലും വിപണികളിലും സഹായിയ്ക്കുകയാണ് അതിന്റെ ഒരു ചുമതല.

ഒരു നിക്ഷേപകന്റെ ഷെയറുകൾ (ഭൗതികമായ കൈവശം വെച്ചിരിയ്ക്കുന്ന സർട്ടിഫിക്കറ്റുകൾ), ഇലക്ട്രോണിക് രൂപത്തിലേയ്ക്കു മാറ്റി, ഡെപ്പോസിറ്ററി പാർട്ടിസിപ്പന്റിന്റെ (ഡിപി) കൈയിൽ, ഒരു അക്കൗണ്ടിലായി സൂക്ഷിയ്ക്കുന്ന പ്രക്രിയയെയാണ് ഡീമാറ്റ് (ഡീമെറ്റീരിയലൈസേഷൻ എന്നതിന്റെ ചുരുക്കം) എന്നു വിളിയ്ക്കുന്നത്.

ബാങ്കുകൾ, ബ്രോക്കർമാർ, സാമ്പത്തിക സ്ഥാപനങ്ങൾ, തുടങ്ങിയ സ്ഥാപനങ്ങളാവാം ഡിപിയായി പ്രവർത്തിയ്ക്കുന്നത്. ഡെപ്പോസിറ്ററിയുടെ ഏജന്റുകളെപ്പോലെയാണ് ഡിപികൾ.

നിക്ഷേപകന്റെ സെക്യൂരിറ്റികൾ (അതു ഷെയറുകളോ മാറ്റു രീതിയിലുള്ള എന്തെങ്കിലും നിക്ഷേപമോ ആവാം) ഇലക്ട്രോണിക് രൂപത്തിൽ സൂക്ഷിയ്ക്കുന്നതിനു ചുമതലയുള്ള ഒരു സ്ഥാപനമാണ് ഡെപ്പോസിറ്ററി. ഇന്ത്യയിൽ അത്തരം രണ്ടു സ്ഥാപനങ്ങളുണ്ട്, എൻ.എസ്.ഡി.എൽ (നാഷണൽ സെക്യൂരിറ്റീസ് ഡെപ്പോസിറ്ററി ലിമിറ്റഡ്) സി.ഡി.എസ്.എൽ (സേൻട്രൽ ഡെപ്പോസിറ്ററി സർവ്വീസസ് ഇന്ത്യ ലിമിറ്റഡ്) എന്നിവയാണവ.

ഒരു ഡീമാറ്റ് അക്കൗണ്ട് എടുക്കണമെന്നു ആഗ്രഹിയ്ക്കുന്ന നിക്ഷേപകർ ഒരു ഡിപിയെ സമീപിച്ച് അക്കൗണ്ട് എടുക്കണം. എതൊരു സാധാരണ ബാങ്കിലും അക്കൗണ്ട് തുടങ്ങുന്നതു പോലെ തന്നെ എളുപ്പമാണ് ഒരു ഡീമാറ്റ് അക്കൗണ്ട് എടുക്കുന്നതും. നിങ്ങളുടെ പണം സൂക്ഷിയ്ക്കാനും, ചെക്കുകൾ ഉപയോഗിച്ച് പണം നൽകുവാനും എല്ലാം ഒരു ബാങ്ക് അക്കൗണ്ട് ആവശ്യമായിരിയ്ക്കുന്നതു പോലെ തന്നെ, സ്റ്റോക്കുകൾ വാങ്ങുവാനും വിൽക്കുവാനും ഒരു ഡീമാറ്റ് അക്കൗണ്ട് തുടങ്ങേണ്ടത് ആവശ്യമാണ്.

നിങ്ങൾ കൈവശം വെച്ചിരിയ്ക്കുന്ന എല്ലാ ഷെയറുകളും നിങ്ങളുടെ ഡീമാറ്റ് അക്കൗണ്ടിൽ കാണാം. അതിനാൽ നിങ്ങൾക്ക് കടലാസ്സിൽ അച്ചടിച്ച സർട്ടിഫിക്കറ്റുകൾ സൂക്ഷിക്കേണ്ട ആവശ്യമില്ല. അവയെല്ലാം ഇലക്ട്രോണിക് രൂപത്തിൽ നിങ്ങളുടെ ഡീമാറ്റ് അക്കൗണ്ടിൽ സൂക്ഷിച്ചിരിയ്ക്കും. നിങ്ങൾ ഷെയറുകൾ വാങ്ങുകയും വിൽക്കുകയും ചെയ്യുമ്പോൾ, അതിനനുസരിച്ച് നിങ്ങളുടെ അക്കൗണ്ടിൽ ഷെയറുകളുടെ കണക്ക് തിട്ടപ്പെടുത്തി സൂക്ഷിയ്ക്കും.

ഡീമാറ്റ് അക്കൗണ്ട് അത്യാവശ്യമാണോ? നിങ്ങൾക്ക് ഷെയറുകൾ ക്രയവിക്രയം ചെയ്യണമെങ്കിൽ, സെബിയുടെ നിയമപ്രകാരം, ഒരു ഡീമാറ്റ് അക്കൗണ്ട് തുടങ്ങേണ്ടത് നിർബന്ധമാണ്. അതിനാൽ കച്ചവടത്തിനും നിക്ഷേപത്തിനും ഒരു ഡീമാറ്റ് അക്കൗണ്ട് തീർച്ചയായും വേണ്ടതാണ്.

ഒരു ഡീമാറ്റ് അക്കൗണ്ട് എടുക്കാൻ എവിടെ തുടങ്ങണം? ഒരു ഡീമാറ്റ് അക്കൗണ്ട് തുടങ്ങാൻ നിങ്ങൾ ഒരു ഡിപിയെ സമീപിയ്ക്കണം. മിക്ക ബാങ്കുകൾക്കും ഡിപി സഹകാരികൾ ഉണ്ടായിരിയ്ക്കും, അതിനാൽ നിങ്ങൾക്ക് ബാങ്കുകളെയും സമീപിയ്ക്കാം.

ബ്രോക്കറും ഡിപിയും രണ്ടു വ്യത്യസ്ത ആളുകളാണ്. സ്റ്റോക്ക് എക്സ്ചേഞ്ചിൽ സ്വന്തം പേരിലും ഇടപാടുകാരുടെ പേരിലും ഷെയറുകൾ ക്രയവിക്രയം ചെയ്യുന്ന ഒരു അംഗമാണ് ബ്രോക്കർ.

ഒരു ഡീമാറ്റ് അക്കൗണ്ട് തുടങ്ങാൻ താഴെ പറയുന്ന രേഖകൾ ആവശ്യമാണ്: നിങ്ങളൊരു ഡിപിയെ സമീപിയ്ക്കുമ്പോൾ അക്കൗണ്ട് തുടങ്ങുന്നതിന്റെ നടപടിക്രമങ്ങളിൽ അവർ നിങ്ങളെ സഹായിയ്ക്കും. നിങ്ങളുടെ തിരിച്ചറിയൽ രേഖകളും, വിലാസം തെളിയിയ്ക്കുന്ന രേഖകളും, ഹാജരാക്കാൻ

അവർ ആവശ്യപ്പെടും.

താഴെ കൊടുത്തിട്ടുള്ളതിൽ ഒരുപക്ഷേ എല്ലാതും വേണ്ടിവരികയില്ല.

പാൻ കാർഡ്, തിരിച്ചറിയൽ കാർഡ് (തിരഞ്ഞെടുപ്പു കമ്മീഷൻ), പാസ്പോർട്ട്, റേഷൻ കാർഡ്, ഡ്രൈവിങ് ലൈസൻസ്, ഫോട്ടോയുള്ള ക്രെഡിറ്റ് കാർഡ്, ഇൻകം ടാക്സ് റിട്ടേണുകൾ, വൈദ്യുതി/ലാന്റ് ലൈൻ ഫോൺ ബിൽ തുടങ്ങിയവ.

ഡീമാറ്റ് അക്കൗണ്ട് തുടങ്ങുന്നതിനായി നിങ്ങളുടെ കൈയിൽ ഷെയറുകൾ വേണോ? വേണ്ട. ഒരു ഡീമാറ്റ് അക്കൗണ്ട് തുടങ്ങുന്നതിനായി ഷെയറുകളൊന്നും ആവശ്യമില്ല. കാലിയായി തന്നെ അക്കൗണ്ട് തുടങ്ങാം. നിങ്ങൾക്ക് അക്കൗണ്ട് ശൂന്യമാക്കി ഇടാവുന്നതാണ് (മിനിമം ബാലൻസ് ഇല്ല).

ഒരു ഡീമാറ്റ് അക്കൗണ്ട് തുടങ്ങുന്നതിന് എന്തു ചിലവു പ്രതീക്ഷിക്കാം? അക്കൗണ്ട് തുടങ്ങുന്നതിനുള്ള ഫീസും, അക്കൗണ്ട് പരിപാലിക്കുന്നതിന്റെ വാർഷിക ഫീസും, ഇടപാടുകൾ നടത്തുന്നതിനുള്ള പ്രതിഫലവും, മറ്റും വിവിധ ഡിപികൾ തമ്മിൽ വ്യത്യാസപ്പെട്ടിരിക്കും. ഒരു ഡീമാറ്റ് അക്കൗണ്ട് തുറക്കുന്നതിൽ വിജയം കൈവരിച്ചാൽ, ഡിപി നിങ്ങൾക്ക്, ഭാവിയിലുള്ള എല്ലാ ഇടപാടുകൾക്കുമൊപ്പം പ്രസ്താവിക്കേണ്ടിവരുന്ന, 'ബെനിഫിഷ്യൽ ഓണർ ഐഡന്റിഫിക്കേഷൻ' നമ്പർ തരും.

നിങ്ങൾക്ക് ഷെയറുകൾ വിൽക്കണമെങ്കിൽ, ബ്രോക്കറുടെ അടുത്ത് നിങ്ങൾ ഒരു ഓർഡർ നൽകണം, ഡിപിയുടെ അടുത്ത് ഒരു 'ഡെലിവറി നിർദ്ദേശവും'. വിറ്റുകളഞ്ഞ ഷെയറുകൾക്കുള്ള കണക്ക് ഡിപി നിങ്ങളുടെ അക്കൗണ്ടിൽ ഡെബിറ്റ് ചെയ്യും. ബ്രോക്കറുടെ കൈയിൽ നിന്നും ഷെയറുകൾ വിറ്റപ്പോൾ ലഭിച്ച പണവും ലഭിക്കും.

നിങ്ങൾ ഷെയറുകൾ വാങ്ങുമ്പോൾ, വാങ്ങുന്ന ഷെയറുകൾ നിങ്ങളുടെ അക്കൗണ്ടിൽ ക്രെഡിറ്റ് ചെയ്യുന്നതിന്, ബ്രോക്കറുടെ അടുക്കൽ നിങ്ങളുടെ ഡെപ്പോസിറ്ററി അക്കൗണ്ട് നമ്പർ പറയുക.

ഷെയർ മാർക്കറ്റിലേയും ഷെയർ കച്ചവടത്തിലേയും പ്രധാനപ്പെട്ട സംജ്ഞകൾ.

ഓപ്പൺ – കാലത്ത് വിപണി തുറക്കുമ്പോൾ സ്റ്റോക്കിനുള്ള വില.

ഹൈ – അന്നേദിവസത്തിൽ സ്റ്റോക്കിനു ലഭിച്ച ഏറ്റവും കൂടിയ വില.

ലോ – അന്നേദിവസത്തിൽ സ്റ്റോക്കിനു ലഭിച്ച ഏറ്റവും കുറഞ്ഞ വില.

ക്ലോസ് – വിപണിയുടെ കച്ചവടസമയം കഴിയുമ്പോൾ അല്ലെങ്കിൽ വിപണി പിരിയുമ്പോൾ ഏറ്റവും അവസാനം സ്റ്റോക്കിനുണ്ടായിരുന്ന വില.

വോള്യം – വോള്യമെന്നാൽ കച്ചവടം നടന്ന മൊത്തം സ്റ്റോക്കുകളുടെ എണ്ണം തന്നെ.

ബിഡ് – വാങ്ങുന്ന വിലയെയാണ് ബിഡ് എന്നു പറയുന്നത്.

ഓഫർ – വിൽക്കുന്ന വിലയാണ് ഓഫർ.

ബിഡ് ക്വാന്റിറ്റി – വാങ്ങുവാൻ ലഭ്യമായ മൊത്തം ഷെയറുകളുടെ എണ്ണം.

ഓഫർ ക്വാന്റിറ്റി – വിൽക്കുവാൻ ലഭ്യമായ മൊത്തം ഷെയറുകളുടെ എണ്ണം.

ബൈയിങ് ആന്റ് സെല്ലിങ് ഓഫ് ഷെയർസ് – ബൈയിങ്ങിനെ ഡിമാന്റ് അല്ലെങ്കിൽ ബിഡ് എന്നും, സെല്ലിങ്ങിനെ സപ്ലൈ അല്ലെങ്കിൽ ഓഫർ എന്നും പറയും. വിറ്റതിനു ശേഷം വാങ്ങുന്നതിനെ (ഇതു ഡേ ട്രേഡിങ്ങിൽ മാത്രം

സംഭവിയ്ക്കുന്നതാണ്) 'ഷോർട്ടിങ് ഓഫ് ഷെയർസ്' എന്നോ, 'ഷോർട്ട് സെൽ' എന്നോ പറയുന്നു.

ഷെയർ ട്രേഡിങ് – ഷെയറുകൾ വാങ്ങുകയും വിൽക്കുകയും ചെയ്യുന്ന പ്രവർത്തി.

ട്രാൻസാക്ഷൻ – ഒരു ആവൃത്തി ഷെയറുകൾ വാങ്ങുകയും വിൽക്കുകയും ചെയ്യുന്നതിനെ ഒരു ട്രാൻസാക്ഷൻ എന്നു പറയുന്നു.

സ്ക്വയറിങ് ഓഫ് – ഒരു ട്രാൻസാക്ഷൻ പൂർണ്ണമാക്കുന്നതിനെ പറയുന്നതാണ് സ്ക്വയറിങ് ഓഫ്. നിങ്ങൾ വാങ്ങുന്നുവെങ്കിൽ നിങ്ങൾ വിറ്റിരിയ്ക്കണം (എന്നുവെച്ചാൽ സ്ക്വയർ ഓഫ് ചെയ്യണം), നിങ്ങൾ വിറ്റുവെന്നാൽ നിങ്ങൾ വാങ്ങിയിരിയ്ക്കണം (എന്നുവെച്ചാൽ സ്ക്വയർ ഓഫ് ചെയ്യണം).

ലിമിറ്റ് ഓർഡർ – ലിമിറ്റ് ഓർഡറിൽ വാങ്ങുവാനും വിൽക്കുവാനും ഉദ്ദേശിയ്ക്കുന്ന വില മുൻകൂട്ടി പറയണം. ഷെയറിന്റെ വില നിങ്ങൾ നിശ്ചയിച്ച വിലയിലെത്തുമ്പോൾ നിങ്ങളുടെ ഓർഡർ പ്രകാരം കച്ചവടം നടക്കും.

മാർക്കറ്റ് ഓർഡർ – ഇതുപ്രകാരം നിങ്ങൾ വിപണിവിലയിൽ വാങ്ങുവാനോ വിൽക്കുവാനോ നിശ്ചയിയ്ക്കുകയാണെങ്കിൽ, വിപണിയിലെ അപ്പോഴത്തെ വിലയിൽ കച്ചവടം നടക്കും. മാർക്കറ്റ് ഓർഡറുകൾ തത്ക്ഷണം അന്നേരത്തെ വിലയിൽ നടപ്പാക്കും.

ഷെയർ കച്ചവടവും നടപടികളും പഠിയ്ക്കാം.

ഷെയർ ട്രേഡിങ്

ഷെയറുകൾ വാങ്ങുകയും വിൽക്കുകയും ചെയ്യുന്ന പ്രക്രിയയെ ഷെയർ ട്രേഡിങ് എന്നു പറയുന്നു. പ്രധാനമായും രണ്ടു രീതിയിൽ ഷെയർ കച്ചവടം ചെയ്യാം.

- ഓൺലൈൻ ഷെയർ ട്രേഡിങ്
- ഓഫ്‌ലൈൻ ഷെയർ ട്രേഡിങ്

ഓൺലൈൻ ഷെയർ ട്രേഡിങ് – കമ്പ്യൂട്ടറിന്റെയും ഇന്റർനെറ്റിന്റെയും ഡീമാറ്റ് അക്കൗണ്ടിന്റെയും സഹായത്തോടെ ഷെയർ കച്ചവടം നടത്തുന്നതിനെ ഓൺലൈൻ ഷെയർ ട്രേഡിങ് എന്നു പറയുന്നു. നിങ്ങൾക്ക് ഓൺലൈൻ ട്രേഡിങ് നടത്തണമെങ്കിൽ ഒരു കമ്പ്യൂട്ടറും ഇന്റർനെറ്റും ഒരു ഓൺലൈൻ ട്രേഡിങ് അക്കൗണ്ടും നിർബന്ധമാണ്. (ഓൺലൈൻ ഷെയർ ട്രേഡിങ്ങിനെക്കുറിച്ച് കൂടുതൽ മറ്റൊരു അദ്ധ്യായത്തിൽ വിശദമായി പ്രതിപാദിയ്ക്കുന്നതാണ്).

ഓഫ്‌ലൈൻ ഷെയർ ട്രേഡിങ് – ബ്രോക്കർമാരുടേയും ഫോണിന്റെയും സഹായത്താൽ നടത്തുന്ന ഷെയർ കച്ചവടത്തെ ഓഫ്‌ലൈൻ ഷെയർ ട്രേഡിങ് എന്നു പറയുന്നു.

മറ്റൊരു തരത്തിൽ പറഞ്ഞാൽ, നിങ്ങൾക്ക് വേണ്ടി മറ്റൊരാൾ നിങ്ങളുടെ നിർദ്ദേശങ്ങളനുസരിച്ചുകൊണ്ട് കച്ചവടം ചെയ്യുന്നു; അയാൾ ഒരു ബ്രോക്കറാവാം. ബ്രോക്കർ നിങ്ങൾ കൊടുത്ത നിർദ്ദേശങ്ങൾക്കനുസരിച്ച്, നിങ്ങൾക്കു വേണ്ടി ഷെയറുകൾ വാങ്ങുകയും വിൽക്കുകയും ചെയ്യുന്നു .

നിങ്ങൾക്ക് ഓഫ്‌ലൈൻ ഷെയർ ട്രേഡിങ് നടത്തണമെന്നുണ്ടെങ്കിൽ, ഒരു ഡീമാറ്റ് അക്കൗണ്ട് ആവശ്യമാണ്. (ഡീമാറ്റ് അക്കൗണ്ട് എങ്ങിനെ എടുക്കാമെന്ന് പേജ് 13–ൽ വിശദീകരിച്ചിരിയ്ക്കുന്നു).

വാങ്ങലിന്റെയും വിൽക്കലിന്റെയും വിവിധ രീതികൾ

വിവിധതരം വാങ്ങൾ വിൽക്കൽ ഓർഡറുകൾ താഴെ പറയുന്നു.

മാർക്കറ്റ് ഓർഡർ: നിങ്ങൾ വാങ്ങൽ വിലയോ വിൽക്കൽ വിലയോ മാർക്കറ്റ് റേറ്റിൽ വേണമെന്നു നിശ്ചയിച്ചാൽ, ഓർഡർ നടപ്പിലാക്കുന്ന നിമിഷം മാർക്കറ്റിൽ ഉള്ള വിലയായിരിക്കും വാങ്ങലിനോ വിൽക്കലിനോ അടിസ്ഥാനപ്പെടുത്തുന്നത്. മാർക്കറ്റ് ഓർഡറുകൾ അപ്പോഴത്തെ ലഭ്യമായ വിലക്ക് തത്ക്ഷണം നടത്തപ്പെടുന്നു. മാർക്കറ്റ് ഓർഡറിൽ വില കൃത്യമായി പറയേണ്ട ആവശ്യമില്ല; ഷെയറുകൾ അപ്പോൾ ലഭ്യമായ ഏറ്റവും നല്ല വിലക്ക് കച്ചവടം ചെയ്യപ്പെടുന്നു. നിങ്ങൾക്ക് ഏതെങ്കിലും ഒരു മുൻനിശ്ചിതവിലക്ക് ഷെയർ കച്ചവടം ചെയ്യണമെണ്ടെങ്കിൽ, മാർക്കറ്റ് ഓർഡർ നിങ്ങൾക്ക് അനുയോജ്യമല്ല, അത്തരം അവസരങ്ങളിൽ നിങ്ങൾക്ക് ലിമിറ്റ് ഓർഡർ നടത്താം. ഇപ്പോൾ ലഭ്യമായിരിക്കുന്ന വിലയിൽ ഉടനേ കച്ചവടം നടത്തണമെന്നുള്ളവർക്കാണ് മാർക്കറ്റ് ഓർഡർ.

ലിമിറ്റ് ഓർഡർ: ഇത് മാർക്കറ്റ് ഓർഡറിൽ നിന്നു തികച്ചും വ്യത്യസ്തമാണ്. ഇതിൽ കച്ചവടം ചെയ്യേണ്ട വില നിങ്ങൾ മുൻകൂട്ടി നിശ്ചയിക്കണം, ഷെയറിന്റെ വില എപ്പോഴാണോ നിങ്ങൾ നിശ്ചയിച്ച നിലവാരത്തിലെത്തുന്നത് അപ്പോൾ നിങ്ങളുടെ ഓർഡർ നടപ്പിലാക്കപ്പെടുന്നു. പക്ഷേ ഇവിടെ നിങ്ങൾ നിശ്ചയിക്കുന്ന വിലയിലേക്ക് ഷെയർ എത്തുമെന്ന് യാതൊരു ഉറപ്പുമില്ല. ഡേ ട്രേഡിങ്ങിൽ ഇതൊരു സാഹസമാണ്, കാരണം നിങ്ങളുടെ എല്ലാ ട്രാൻസാക്ഷനുകളും തീർക്കേണ്ട സമയപരിധിയായ ഉച്ചതിരിഞ്ഞ് 3:30-നു മുമ്പായി, നിങ്ങൾ നിശ്ചയിച്ച വിലയിലേക്ക് ഷെയർ എത്തിയില്ലെങ്കിൽ നിങ്ങളുടെ ഓർഡർ നടപ്പാക്കപ്പെടാതെ ഇരിക്കുകയും അതിനു നിങ്ങൾ കനത്ത പിഴ നൽകേണ്ടിയും വരും. പ്രധാനമായി ശ്രദ്ധിക്കേണ്ട കാര്യം, ' ലിമിറ്റ് ഓർഡറും', ' സ്റ്റോപ് ലോസ് ട്രിഗർ പ്രൈസും' ഒരുമിച്ചാണ് ഉപയോഗിക്കുക.

സ്റ്റോപ് ലോസ് ട്രിഗർ പ്രൈസ്: സ്റ്റോപ് ലോസും ട്രിഗർ പ്രൈസും നഷ്ടം കുറക്കാനായിട്ടാണ് ഉപയോഗിക്കുന്നത്. നിങ്ങൾ ഡേ ട്രേഡിങ്ങിൽ (ഇൻട്രാ ഡേ) ഏർപ്പെട്ടിരിക്കുകയാണെങ്കിൽ ഇവ വളരെ പ്രധാനമാണ്. സ്റ്റോപ് ലോസ്, പേരു സൂചിപ്പിക്കുന്നതു പോലെ തന്നെ നഷ്ടം കുറക്കാനായിട്ടാണ് ഉപയോഗിക്കുന്നത്.

പലതരം ട്രേഡിങ്ങുകൾ

ഡേ ട്രേഡിങ്ങും ഡെലിവറി ട്രേഡിങ്ങും ആണു രണ്ടു മുഖ്യമായ രണ്ടു ഷെയർ ട്രേഡിങ് രീതികൾ.

ഡേ ട്രേഡിങ്: ദിവസേനയുള്ള ഷെയറുകളുടെ വാങ്ങലിനെയും വിൽക്കലിനെയുമാണ് ഡേ ട്രേഡിങ് എന്നു പറയുന്നത്. ഇതിനെ ഇൻട്രാ ഡേ ട്രേഡിങ് എന്നു പറയും. എന്തൊക്കെയാണോ ഇന്നു നിങ്ങൾ വാങ്ങിയത്, അതെല്ലാം ഇന്നു തന്നെ നിങ്ങൾ വിറ്റിരിക്കണം അല്ലെങ്കിൽ എന്തൊക്കെയാണോ ഇന്നു നിങ്ങൾ വിറ്റത് അതെല്ലാം ഇന്നു തന്നെ നിങ്ങൾ വാങ്ങിയിരിക്കണം, ഏറ്റവും **ശ്രദ്ധിക്കേണ്ടത് വിപണിസമയം (ഇന്ത്യൻ സമയം) കാലത്ത് 9.55 മുതൽ ഉച്ചതിരിഞ്ഞ് 3.30 വരെയുള്ള സമയത്തിനുള്ളിൽ നിങ്ങളുടെ കച്ചവടം തീർത്തിരിക്കണം. (ഡേ ട്രേഡിങ്ങിന്റെ വിശദാംശങ്ങൾ മറ്റൊരു അദ്ധ്യായത്തിൽ വിശദമായി പ്രതിപാദിക്കുന്നുണ്ട്).**

ഡെലിവറി ട്രേഡിങ്: പേരു സൂചിപ്പിയ്ക്കുന്നതു പോലെ തന്നെ, നിങ്ങൾ വാങ്ങിയ ഷെയറുകൾ നിങ്ങളുടെ ഡീമാറ്റ് അക്കൗണ്ടിൽ എത്തിച്ചേരുന്നതു വരെ നിങ്ങൾ കാത്തിരിയ്ക്കണം. ഡീമാറ്റ് അക്കൗണ്ടിൽ കണക്കു വച്ചതിനു ശേഷം മാത്രമേ നിങ്ങൾക്കതു വിൽക്കുവാൻ കഴിയുകയുള്ളൂ. അക്കൗണ്ടിൽ വന്നതിനു ശേഷം നിങ്ങൾക്കിഷ്ടമുള്ളപ്പോൾ വിൽക്കുകയോ അതോ സ്ഥിരമായി കൈവശം വയ്ക്കുകയോ ചെയ്യാം, യാതൊരുവിധ നിയന്ത്രണങ്ങളുമില്ല. ഡെലിവറി ട്രേഡിങ്ങിൽ ഷെയറുകൾ വാങ്ങുവാനുള്ള പണം നിങ്ങളുടെ അക്കൗണ്ടിൽ ഉണ്ടായിരിയ്ക്കണം. ഉദാ: ഇരുന്നൂറ് ഡി.എൽ.എഫ് ഷെയറുകൾ ഒന്നിന് 400ക. വില വെച്ച് വാങ്ങണമെങ്കിൽ നിങ്ങളുടെ അക്കൗണ്ടിൽ (200 x 400) 8000ക. ഉണ്ടായിരിയ്ക്കണം; നിങ്ങൾ വാങ്ങിക്കഴിഞ്ഞാൽ ഈ ഷെയറുകൾ നിങ്ങളുടെ ഡീമാറ്റ് അക്കൗണ്ടിൽ നിക്ഷേപിക്കപ്പെടും (സാധാരണയായി ട്രേഡിങ് ദിവസവും പിന്നെ രണ്ടു ദിവസവും കഴിഞ്ഞ്). അതിനു ശേഷം, എത്ര ദിവസം വരെ വേണമെങ്കിലും കൈവശം വെച്ചതിനു ശേഷം നിങ്ങൾക്ക് ഇഷ്ടമുള്ളപ്പോൾ, പ്രത്യേകിച്ച് വില കയറുന്ന സമയം നോക്കി ഈ ഷെയറുകൾ വിറ്റഴിയ്ക്കാം.

പ്രത്യേക ശ്രദ്ധയ്ക്ക്: ഡേ ട്രേഡിങ്ങിൽ സാധ്യമായതു പോലെ, ഡെലിവറി ട്രേഡിങ്ങിൽ വാങ്ങാതെ വിൽക്കാൻ സാധിയ്ക്കുകയില്ല. ഇവിടെ വിൽക്കുന്നതിനു മുമ്പു നിങ്ങൾ വാങ്ങേണ്ടിയിരിയ്ക്കുന്നു.

ഫണ്ടമന്റൽ അനാലിസിസ്

ഫണ്ടമന്റലും ടെക്നിക്കലും ആയ വിശകലനങ്ങൾ എല്ലാ ഷെയർ കച്ചവടക്കാരും വ്യാപകമായി ഉപയോഗിയ്ക്കുന്നതാണ്, എന്നാൽ ഓരോരുത്തരും ഇതിനെ ഉപയോഗിയ്ക്കുന്ന രീതി വ്യത്യസ്തമായിരിയ്ക്കും. ആദ്യം ഈ വിശകലനങ്ങൾ എന്താണെന്നു നോക്കാം.

പേരു സൂചിപ്പിയ്ക്കുന്നതു പോലെ കമ്പനികളുടെ അടിസ്ഥാന വിവരങ്ങളെയാണ് ഇങ്ങിനെ വിശകലനം ചെയ്യുന്നത്. ഫണ്ടമന്റൽ അനാലിസിസ് ദീർഘകാലവിശകലനത്തിനും ദീർഘകാല ഫലങ്ങൾക്കും വേണ്ടി ഉപയോഗിയ്ക്കുന്നു.

ഷെയറുകളുടെ കച്ചവടങ്ങളെ ബാധിയ്ക്കുന്ന, കമ്പനികളുടെ ഭാവിയിലുള്ള വളർച്ചയെ പ്രവചിയ്ക്കുന്ന, ഈ വിശകലനത്തിൽ ഉപയോഗിയ്ക്കുന്ന ഘടകങ്ങൾ ഏതെല്ലാമെന്ന് പരിചയപ്പെടാം.

- കമ്പനിയുടെ വികസനം അല്ലെങ്കിൽ ഭാവിയിൽ വികസനത്തിനുള്ള തയ്യാറെടുപ്പ്
- ഭരണനിർവ്വഹണവും ആസൂത്രണവും.
- ബോർഡ് ഡയറക്ടർമാരുടെ യോഗം.
- വാർഷിക സാമ്പത്തിക കണക്കുകളുടെ പ്രഖ്യാപനം.
- കഴിഞ്ഞുപോയ കാലങ്ങളിലെ കമ്പനിയുടെ പ്രകടനത്തെപ്പറ്റിയുള്ള പഠനം.
- ത്രൈമാസ, അർദ്ധവാർഷിക, വാർഷിക റിപ്പോർട്ടുകളുടെ പഠനം.
- കമ്പനിയുടെ വിദേശനിക്ഷേപം / വിദേശകമ്പനികളുമായുള്ള സഹകരണം, രാഷ്ട്രീയ ഇടപെടലുകൾ അല്ലെങ്കിൽ ധനവിനിമയപങ്കാളിത്തം, തുടങ്ങിയവ.

ഇതും മറ്റുചില ഘടകങ്ങളും അടിസ്ഥാനമാക്കി, ഫണ്ടമന്റൽ വിശകലനവിദഗ്ദ്ധർ ഷെയർ മാർക്കറ്റിനെയും ഷെയർ കച്ചവടത്തെയും

സംബന്ധിച്ച ചില വസ്തുതകൾ തയ്യാറാക്കും. ഇവ ഉപയോഗിച്ചാണ് കമ്പനിയുടെ ഭാവിവളർച്ചയും സാധ്യതകളും പ്രവചിയ്ക്കുന്നത്. ചില വസ്തുതകൾ:

•നിലവിലെ ഷെയർ വില അമിതമാണോ അല്ലെങ്കിൽ കുറവാണോ.

•പ്രവർത്തനമൂലധന അനുപാതം

•ഇക്വിറ്റി അനുപാതത്തിലുള്ള തിരിച്ചടവ്

•വായ്പ ഇക്വിറ്റി അനുപാതം തുടങ്ങിയവ.

ഈ വസ്തുതകളെയും കമ്പനിയെക്കുറിച്ചുള്ള മറ്റു അടിസ്ഥാനവിവരങ്ങളെയും ആശ്രയിച്ചുകൊണ്ട്, വിശകലനവിദഗ്ദ്ധർ തൊട്ടടുത്ത ഭാവിയിൽ ഷെയർ വിലകളിൽ അനുഭവപ്പെടാനിടയുള്ള കയറ്റിറക്കങ്ങൾ പ്രവചിയ്ക്കുന്നു (കാളകളാണോ കരടികളാണോ കളിയ്ക്കുക എന്ന്). അടിസ്ഥാനപരമായി ഫണ്ടമന്റൽ അനാലിസിസ് ദീർഘകാല നിക്ഷേപങ്ങൾക്കായിട്ടാണ് ഉപയോഗപ്പെടുത്തുന്നത്, അല്ലാതെ ഡേ ട്രേഡിങ്ങിനോ ഹ്രസ്വകാലനിക്ഷേപങ്ങൾക്കോ വേണ്ടിയല്ല. അതിനാൽ, ഷെയർ മാർക്കറ്റിൽ ദീർഘകാലത്തേയ്ക്ക് നിക്ഷേപിയ്ക്കുവാൻ ആഗ്രഹിയ്ക്കുന്ന എല്ലാവരും, ഫണ്ടമന്റൽ അനാലിസിസ് നിർബന്ധമായും ഉപയോഗപ്പെടുത്തണം.

നല്ല ഫണ്ടമന്റൽ വിശകലനങ്ങൾ ദീർഘകാലനിക്ഷേപകർക്ക് എല്ലായ്പോഴും നല്ല ഫലങ്ങൾ തരുന്നു.

ഡീമാറ്റ് അക്കൗണ്ട്

അന്തമില്ലാത്ത എഴുത്തുകുത്തുപണികളും കാലതാമസങ്ങളും ഇല്ലാതെ ഷെയറുകൾ വാങ്ങാനും വിൽക്കാനും കൈമാറ്റം ചെയ്യാനും ഒരു ഡീമാറ്റ് അക്കൗണ്ട് നിങ്ങളെ സഹായിക്കുന്നു. അത് അപായരഹിതവും സുരക്ഷിതവും സൗകര്യപ്രദവും ഷെയർ മാർക്കറ്റിൽ കച്ചവടം നടത്തുന്നതിന് അത്യന്താപേക്ഷിതവുമാണ്.

ഒരു ഡീമാറ്റ് അക്കൗണ്ട്, ബ്രോക്കർകമ്മീഷൻ ലാഭിക്കാനും, ഷെയർ വാഗ്ദാനം ചെയ്യലും ഊഹങ്ങളും എല്ലാം എളുപ്പമാക്കാനും, വാങ്ങിയവയുടെ ഉടമസ്ഥാവകാശം ഉടനേ തന്നെ കിട്ടുന്നതിനും, അതുമൂലം രൊക്കം പണമാക്കി മാറ്റാനുള്ള സൗകര്യം വേഗം കിട്ടുന്നതിനും, സെക്യൂരിറ്റികളുടെ ഉടമസ്ഥാവകാശത്തിലുള്ള കുഴമറിച്ചിലുകൾ ഒഴിവാക്കാനും, പൊതുവിപണിയിൽ ഇറക്കുന്ന ഷെയറുകൾ എളുപ്പം നേടാനും ഉപകരിക്കുന്നു.

ഒപ്പുകൾ തമ്മിലുള്ള ചേർച്ചയില്ലായ്മ മൂലമോ, തപാൽ വിളംബം മൂലമോ, തപാലിൽ സർട്ടിഫിക്കറ്റുകൾ നഷ്ടപ്പെടുന്നതു മൂലമോ, ഉണ്ടാകുന്ന പ്രശ്നങ്ങളും എല്ലാം ഒഴിവാക്കാൻ ഇതു സഹായിക്കുന്നു. വ്യാജസർട്ടിഫിക്കറ്റുകൾ നൽകൽ, മോഷണം പോകൽ, തീപ്പിടുത്തം, പോലുള്ള നാശനഷ്ടങ്ങളിൽ നിന്നും ഇതു രക്ഷയേകുന്നു. ഡീമാറ്റ് അക്കൗണ്ട് ഉടമസ്ഥർക്ക്

സ്റ്റാമ്പ് ഡ്യൂട്ടിയിൽ നിന്നും (ഭൗതികമായി സർട്ടിഫിക്കറ്റുകൾ കൈമാറുമ്പോൾ 0.5 ശതമാനം സ്റ്റാമ്പ് ഡ്യൂട്ടി അടയ്ക്കണം), കൈമാറ്റക്കരാറുകൾ എഴുതുന്നതിൽ നിന്നും രക്ഷയുണ്ട്, കൂടാതെ ഇത്തരം പ്രയോജനങ്ങൾ സ്റ്റോക്ക് സ്പ്ലിറ്റുകളായും ബോണസുകളായും ഉടനേതന്നെ ലഭിക്കുകയും ചെയ്യും.

ഏകദേശം 200 ഡെപ്പോസിറ്ററി പാർട്ടിസിപ്പൻസ് (ഡിപികൾ) ഡീമാറ്റ് അക്കൗണ്ട് സൗകര്യം ലഭ്യമാക്കുന്നുണ്ട്. വിവിധ ഡിപികൾ ചുമത്തുന്ന ഫീസുകളുടെ ഒരു താരതമ്യം താഴെയുണ്ട്. ഒരു ബാങ്കിൽ ഡീമാറ്റ് അക്കൗണ്ട് എടുക്കുന്നതിൽ തികച്ചും വ്യത്യസ്തമായ മൂന്ന് മേന്മകൾ ഉണ്ട് – ഉടനടിയുള്ള നടപടികൾ, പ്രാപ്യത, ഓൺലൈൻ ഉപയോഗിക്കുവാനുള്ള സൗകര്യം. സാധാരണയായി, ബാങ്കുകൾ നിങ്ങളുടെ വാങ്ങലോ വിൽക്കലോ കച്ചവടം നടന്നതിന്റെ മൂന്നാം ദിവസം കണക്കിൽപ്പെടുത്തും. കൂടാതെ, ബാങ്കുകൾക്ക്

അനേകം ശാഖകൾ ഉള്ളതും വളരെ നല്ലൊരു സൗകര്യമാണ്. ചില ബാങ്കുകളിൽ ഏതു ശാഖയിലും ഡീമാറ്റ് അക്കൗണ്ട് തുറക്കാൻ സൗകര്യമുണ്ടെങ്കിലും, ചിലത് തിരഞ്ഞെടുത്ത ബ്രാഞ്ചുകളിൽ മാത്രമേ അനുവദിച്ചിട്ടുള്ളൂ.

ചില സ്വകാര്യബാങ്കുകളും ഡീമാറ്റ് അക്കൗണ്ടിലേയ്ക്ക് ഓൺലൈൻ പ്രവേശിയ്ക്കുന്നതിന് സൗകര്യമൊരുക്കിയിട്ടുണ്ട്. അതിനാൽ നെറ്റ് ബാങ്കിങ് സൗകര്യം ഉപയോഗിച്ചുകൊണ്ട്, നിങ്ങൾ കൈവശം വെച്ചിരിയ്ക്കുന്ന സ്റ്റോക്കുകളും, നിങ്ങളുടെ കൈമാറ്റങ്ങളും, നിങ്ങളുടെ വാങ്ങൽ വിൽക്കൽ നിർദ്ദേശങ്ങളും എല്ലാം വീട്ടിലിരുന്നുകൊണ്ട് പരിശോധിയ്ക്കാം. ഡിപിയായി പ്രവർത്തിയ്ക്കുന്ന ഒരു ബ്രോക്കർക്ക് ഇത്തരം സേവനങ്ങൾ നൽകുവാൻ ചിലപ്പോൾ സാധിയ്ക്കുകയില്ല.

ഒരു വ്യക്തിയ്ക്ക് ഡീമാറ്റ് അക്കൗണ്ട് എടുക്കുന്നത് രണ്ടുപടിയുള്ള ഒരു പ്രക്രിയയാണ്. ഒരു ഡിപിയെ സമീപിച്ച് ഡീമാറ്റ് അക്കൗണ്ട് എടുക്കുന്നതിനുള്ള ഫോറം പൂരിപ്പിച്ചു നൽകുക. എൻ.എസ്.ഡി.എൽ-ഉം സി.ഡി.എസ്.എൽ-ഉം അംഗീകൃത ഡിപികളുടെ പട്ടിക അവരുടെ വെബ് സൈറ്റുകളിൽ പ്രദർശിപ്പിച്ചിട്ടുണ്ട്. നിങ്ങൾക്ക് ഒരു അക്കൗണ്ട് നമ്പറും നിങ്ങളുടെ അക്കൗണ്ടിന് ഒരു ഡിപി ഐഡി നമ്പറും കിട്ടും. ഭാവിയിൽ ഡിപിയുമായുള്ള എല്ലാ എഴുത്തുകുത്തുകളിലും ഈ നമ്പറുകൾ സൂചിപ്പിയ്ക്കണം.

എത്ര അക്കൗണ്ടുകൾ

- ഒന്നിൽക്കൂടുതൽ ആളുകളുടെ പേരിലാണ് ഷെയറുകൾ വാങ്ങിയിരിയ്ക്കുന്നതെങ്കിൽ, നിങ്ങൾ അക്കൗണ്ട് തുടങ്ങുന്നത് ഷെയറിൽ പേരുകൾ എഴുതിയിരിയ്ക്കുന്ന അതേ ക്രമത്തിൽ തന്നെ ആയിരിയ്ക്കണം. എ, ബി, സി എന്നിവർ ചേർന്ന് ഒരുമിച്ച് ഒരു കമ്പനിയുടെ 100 ഷെയറുകൾ മൂന്നു സർട്ടിഫിക്കറ്റിലായി വാങ്ങി എന്നു കരുതുക, സർട്ടിഫിക്കറ്റിൽ എ, ബി, സി എന്നിവരുടെ പേരുകൾ ഇതേ ക്രമത്തിൽ ഒന്നാമതും രണ്ടാമതും മൂന്നാമതുമായി എഴുതിയിരിക്കുന്നുവെങ്കിൽ ഒരു അക്കൗണ്ടിന്റെ ആവശ്യമേയുള്ളൂ.
- പേരുകൾ വ്യത്യസ്തക്രമത്തിലാണ് ഓരോ സർട്ടിഫിക്കറ്റിലും എഴുതിയിരിയ്ക്കുന്നതെങ്കിൽ, ഓരോ വ്യത്യസ്ത ക്രമത്തിനും ഓരോ അക്കൗണ്ട് തുടങ്ങണം. ഇവിടെ മൂന്നു സർട്ടിഫിക്കറ്റുകളുള്ളതിൽ എ.ബി.സി, ബി.എ.സി, സി.ബി.എ എന്നീ രീതിയിൽ വ്യത്യസ്തക്രമത്തിലാണ് പേരുകളെങ്കിൽ, ഓരോ ക്രമത്തിൽ പേരുകൾ എഴുതിയിരിയ്ക്കുന്നതിനും ഓരോ അക്കൗണ്ട് വീതം മൊത്തം മൂന്ന് അക്കൗണ്ട് എടുക്കേണ്ടി വരും.
- നിങ്ങൾക്ക് എത്ര അക്കൗണ്ടുകൾ വേണമെങ്കിലും തുടങ്ങുന്നതിന് യാതൊരു പരിധിയുമില്ല.
- നിങ്ങൾക്ക് എത്ര ഡിപികളുടെ അടുത്ത് വേണമെങ്കിലും അക്കൗണ്ടുകൾ തുടങ്ങാം.
- ഒന്നിലധികം പേർക്ക് പ്രവർത്തിപ്പിയ്ക്കാവുന്ന മൾട്ടിപ്പിൾ-സൈൻ ഡീമാറ്റ് അക്കൗണ്ടുകളും തുടങ്ങാം, ബാങ്കിൽ ജോയിന്റ് സേവിംഗ്സ് അക്കൗണ്ട് തുടങ്ങുന്നതു പോലെ തന്നെ.
- നിങ്ങളുടെ ആദ്യഷെയർ വാങ്ങുന്നതിനു മുമ്പു തന്നെ നിങ്ങൾക്ക് ഡീമാറ്റ് അക്കൗണ്ട് തുടങ്ങാം.

ആവശ്യമായ രേഖകൾ

രേഖകളുടെ ആവശ്യകത ഡിപികളുമായി നിങ്ങൾക്കുള്ള

ബന്ധമനുസരിച്ച് വ്യത്യാസപ്പെട്ടിരിയ്ക്കും. നിങ്ങളൊരു ബാങ്കിൽ ഡീമാറ്റ് അക്കൗണ്ട് തുടങ്ങാൻ തീരുമാനിയ്ക്കുകയാണെങ്കിൽ, ഒരു സേവിംഗ്സ് അക്കൗണ്ട് ഉള്ളയാൾക്ക് ഇല്ലാത്ത ആളേക്കാൾ കൂടുതൽ സൗകര്യങ്ങൾ ലഭ്യമായിരിയ്ക്കും. സാധാരണയായി ബാങ്കുകൾ അവരുടെ ഡീമാറ്റ് അക്കൗണ്ട് തുടങ്ങുന്ന ഇടപാടുകാർക്ക് കൂടുതൽ പ്രോത്സാഹനപദ്ധതികൾ വാഗ്ദാനം ചെയ്യുന്നുണ്ട്.

അപ്ലിക്കേഷൻ ഫോമിനോടൊപ്പം നിങ്ങളുടെ ഫോട്ടോ (കൂടെ അപേക്ഷിയ്ക്കുന്നവരുടേയും), തിരിച്ചറിയൽ രേഖ, വിലാസം തെളിയിയ്ക്കുന്ന രേഖ, വയസ്സു തെളിയിയ്ക്കുന്ന രേഖ എന്നിവ സമർപ്പിയ്ക്കണം. ഒരു കോടതിയിതര (നോൺ-ജുഡീഷ്യൽ) മുദ്രപത്രത്തിൽ ഡിപി-ഇടപാടുകാരൻ എന്നിവർ ചേർന്ന ഒരു കരാറും ഡിപികൾ ആവശ്യപ്പെടും.

മറ്റു ഫീസുകൾ കൂടാതെ, ഷെയറുകൾ ഇലക്ട്രോണിക് രൂപത്തിൽ നിന്നും കടലാസു രൂപത്തിലേയ്ക്കു തിരിച്ചും മാറ്റുന്നതിന്, ഡിപികൾ ഫീസുകൾ ചുമത്തുന്നുണ്ട്. ഈ ഫീസുകൾ ഡീമാറ്റിനും റീമാറ്റിനും പലവിധമാണ്. ഡീമാറ്റിന് ചില ഡിപികൾ ഓരോ സർട്ടിഫിക്കറ്റിനും ചുമത്തുന്ന വ്യത്യസ്തങ്ങളായ ഫീസിനു പുറമെ, എപ്പോഴും ഒരു നിശ്ചിത ഫീസും ചുമത്തുന്നു. ഉദാ: സ്റ്റോക്ക് ഹോൾഡിങ് കോർപ്പറേഷൻ 25ക ഓരോ അപേക്ഷയ്ക്കും ചുമത്തുന്നതോടൊപ്പം, ഓരോ സർട്ടിഫിക്കറ്റിനും 3ക വെച്ച് വേറെയും ചുമത്തും. അതേസമയം എസ്.ബി.ഐ സർട്ടിഫിക്കറ്റ് ഒന്നിന് മൂന്നു രൂപ വെച്ചു മാത്രം ചുമത്തുന്നു, അപേക്ഷാഫീസ് വാങ്ങുന്നില്ല. റീമാറ്റ് അപേക്ഷകൾക്കും ഇതേ രീതിയിൽ ഫീസുകൾ ബാധകമാണ്. പക്ഷേ സർട്ടിഫിക്കറ്റിനുള്ള ഫീസുകൾ ഡീമാറ്റിനെ അപേക്ഷിച്ച് കൂടുതലാണ്.

ചില അധിക സൗകര്യങ്ങൾ (സാധാരണയായി ബാങ്കുകൾ വാഗ്ദാനം ചെയ്യുന്നവ):

• ചില ഡിപികൾ ഫ്രീക്വന്റ് ട്രേഡർ അക്കൗണ്ട് നൽകുന്നു, സാധാരണ ചുമത്തുന്ന നിരക്കിനെക്കാൾ കുറഞ്ഞ നിരക്കിൽ അടിക്കടി ഇടപാടു നടത്തുന്നവർക്ക് നൽകുന്ന സേവനമാണ് ഇത്.

• സാധാരണയായി ഡിപികൾ വിവിധ സർവ്വീസ് ചാർജ്ജുകൾക്കായി ഒരു മുൻകൂർ തുക ഇടപാടുകാരന്റെ കൈയിൽ നിന്നും വാങ്ങും. ഈ തുക ഡിപി നിശ്ചയിച്ച നിശ്ചിതപരിധി വിട്ടു താഴുമ്പോൾ ഇടപാടുകാരൻ വീണ്ടും പണം അടയ്ക്കണം. പക്ഷേ നിങ്ങൾക്ക് ഡിപിയുടെ അടുത്ത് ഒരു സേവിംഗ്സ് അക്കൗണ്ട് ഉണ്ടെങ്കിൽ, ആ അക്കൗണ്ടിൽ നിന്ന് പണമെടുത്തുകൊള്ളാൻ ഡിപിയെ അധികാരപ്പെടുത്താവുന്നതാണ്.

• അവസാനമായി, ഒരിക്കൽ നിങ്ങളൊരു ഡിപിയെ തിരഞ്ഞെടുത്തു കഴിഞ്ഞാൽ, അതേ ഡിപിയുടെ അടുത്ത് നിങ്ങളുടെ എല്ലാ അക്കൗണ്ടുകളും സൂക്ഷിയ്ക്കുന്നതാണ് ബുദ്ധി, കാരണം നിങ്ങളുടെ മൂലധനനേട്ടവും കടബാദ്ധ്യതകളും എല്ലാം കണക്കു കൂട്ടുന്നതിനും അറിയുന്നതിനും എളുപ്പമതാണ്. മൂലധനനേട്ടത്തിന്മേലുള്ള (കാപ്പിറ്റൽ ഗെയ്ൻസ് ടാക്സ്) നികുതി കണക്കാക്കുന്നതിന് ഷെയറുകൾ കൈവശം വയ്ക്കുന്ന കാലം ഡിപികൾ കണക്കുകൂട്ടും, ഇത് വിവിധ ഡിപികൾ തമ്മിൽ വ്യത്യാസപ്പെട്ടിരിയ്ക്കും. ഉദാഹരണത്തിന് ഐ.സി.ഐ.സി.ഐ ബാങ്ക് ഫസ്റ്റ് ഇൻ ഫസ്റ്റ് ഔട്ട് (ഫിഫോ) എന്ന രീതിയാണ് ഷെയറുകൾ കൈവശം വെയ്ക്കുന്ന കാലം കണക്കുകൂട്ടുവാൻ

ഉപയോഗിയ്ക്കുന്നത്. കോൺട്രാക്റ്റ് നോട്ടായിരിയ്ക്കും വാങ്ങിയ വിലയുടെ രേഖ അക്കൗണ്ടുകൾക്കു വെവ്വേറെയാണ് കാപ്പിറ്റൽ ഗെയ്ൻസ് കണക്കു കൂട്ടുന്നത്.

തുടങ്ങാനും മറ്റുമുള്ള ചെലവുകൾ

ഒരു ഡീമാറ്റ് അക്കൗണ്ട് തുടങ്ങുന്നതിനും കൈവശം വെയ്ക്കുന്നതിനുമുള്ള ചെലവുകൾ. നാലു മുഖ്യ ചെലവുകൾ ഒരു ഡീമാറ്റ് അക്കൗണ്ടിന്റെ പുറത്ത് ചുമത്തപ്പെടുന്നുണ്ട്. അക്കൗണ്ട് തുറക്കാനുള്ള ഫീസ്, വാർഷിക കൈകാര്യ ഫീസ്, കസ്റ്റോഡിയൻ ഫീസ്, ട്രാൻസാക്ഷൻ ഫീസ് എന്നിവ. എല്ലാത്തിന്റെയും നിരക്കുകൾ ഡിപികൾ തമ്മിൽ വ്യത്യാസപ്പെട്ടിരിയ്ക്കും.

ചില ഡിപികളിൽ അക്കൗണ്ട് തുറക്കുന്നതിന് ഫീസ് ചുമത്താറില്ല. ഐ.സി.ഐ.സി.ഐ ബാങ്ക്, എച്.ഡി.എഫ്.സി ബാങ്ക്, യു.ടി.ഐ ബാങ്ക് തുടങ്ങിയ സ്വകാര്യബാങ്കുകൾ ഈ ഫീസ് ചുമത്തുന്നില്ല. പക്ഷേ കാർവി കൺസൾട്ടൻസും സ്റ്റേറ്റ് ബാങ്ക് ഓഫ് ഇന്ത്യയും ഫീസ് വാങ്ങുന്നുണ്ട്. ഒരു ഡീമാറ്റ് അക്കൗണ്ട് പുനരാരംഭിയ്ക്കുമ്പോൾ മിക്ക ഡിപികളും ഈ തുക വസൂലാക്കും. പക്ഷേ സ്റ്റോക്ക് ഹോൾഡിങ് കോർപ്പറേഷൻ ഒരു ജീവിതകാലത്തേയ്ക്കുള്ള അക്കൗണ്ട് തുറക്കുന്ന ഫീസാണ് ചുമത്തുന്നത്. അതിനാൽ തന്നെ അവരുടെ അടുത്ത് ഡീമാറ്റ് അക്കൗണ്ട് ഏറെക്കാലത്തേയ്ക്ക് സുരക്ഷിതമായിരിയ്ക്കും. ഈ ഫീസ് മടക്കിക്കിട്ടുന്നതുമാണ്.

വാർഷിക കൈകാര്യ ഫീസ്: ഫോളിയോ മെയ്ന്റനൻസ് ചാർജ്ജുകൾ എന്നു പറയുന്ന ഈ ഫീസ്, സാധാരണയായി മുൻകൂറായി തന്നെ അടയ്ക്കണം.

കസ്റ്റോഡിയൻ ഫീസ്: അക്കൗണ്ടിൽ സൂക്ഷിയ്ക്കുന്ന സെക്യൂരിറ്റികളുടെ എണ്ണത്തിന് (ഇന്റർനാഷണൽ സെക്യൂരിറ്റീസ് ഐഡന്റിഫിക്കേഷൻ നമ്പർ - ഐ.എസ്.ഐ.എൻ) മാസാമാസം ചുമത്തുന്ന ഫീസാണ് ഇത്. സാധാരണയായി ഒരു ഐ.എസ്.ഐ.എൻ-ന് മാസം 50 പൈസ മുതൽ ഒരു രൂപ വരെ വരും.

കമ്പനികൾ അവരുടെ ഒരുവട്ട കസ്റ്റഡി ചാർജ്ജുകൾ ഡെപ്പോസിറ്ററിയിൽ അടച്ചിട്ടുണ്ടെങ്കിൽ, ഡിപികൾ ഐ.എസ്.ഐ.എൻ ഫീസ് ചുമത്തുകയില്ല.

ട്രാൻസാക്ഷൻ ഫീസ്: അക്കൗണ്ടിൽ സെക്യൂരിറ്റികൾ പോക്കുവരവു ചെയ്യുന്നതിനാണ് മാസത്തിലൊരിയ്ക്കൽ ട്രാൻസാക്ഷൻ ഫീസ് ചുമത്തുന്നത്. എസ്.ബി.ഐ പോലുള്ള ചില ഡിപികൾ എല്ലാ ട്രാൻസാക്ഷനും ഒരേ ഫീസ് ചുമത്തുമ്പോൾ, എച്.ഡി.എഫ്.സി ബാങ്ക് ഐ.സി.ഐ.സി.ഐ ബാങ്ക്

മുതലായവ ട്രാൻസാക്ഷൻ തുകയുടെ ഒരു നിശ്ചിതശതമാനമാണ് ചുമത്തുന്നത്, ഏറ്റവും ചുരുങ്ങിയ തുകയും നിശ്ചയിച്ചിട്ടുണ്ട്.

ടാൻസാക്ഷന്റെ സ്വഭാവമനുസരിച്ചും തുക വ്യത്യാസപ്പെട്ടിരിക്കും (വാങ്ങലോ വിൽക്കലോ). ചില ഡിപികൾ ഡെബിറ്റ് ചെയ്യുന്നതിനു മാത്രം വിലയീടാക്കുമ്പോൾ ചിലത് രണ്ടിനും ഈടാക്കും. വിൽക്കുവാനും വാങ്ങുവാനുമുള്ള നിങ്ങളുടെ നിർദ്ദേശങ്ങൾ നടക്കാതെ വന്നാലും ഏതെങ്കിലും കാരണവശാൽ അവ നിരസിക്കപ്പെട്ടാലും ഡിപികൾ വിലയീടാക്കും.

കൂടാതെ, ഡിപികൾ സേവനനികുതിയും ഈടാക്കും.

സ്റ്റോക്ക് മാർക്കറ്റ് കച്ചവടം

സ്റ്റോക്ക് വിപണിയിലേയ്ക്ക് ഇറങ്ങുന്നതിനു മുമ്പ് നിങ്ങൾ ചില തയ്യാറെടുപ്പുകൾ നടത്തേണ്ടതായിട്ടുണ്ട്. സ്റ്റോക്ക് മാർക്കറ്റ് കച്ചവടത്തിനിറങ്ങുന്നതിനു മുമ്പുള്ള ആദ്യപടികൾ ഇവയാണ്. ആദ്യം നിങ്ങൾക്ക് ഒരു ബാങ്ക് അക്കൗണ്ട് വേണം. നിങ്ങൾക്ക് നിലവിലുള്ള സേവിംഗ്സ് അക്കൗണ്ട് തന്നെ മതിയാകും. ഇതിനു വേണ്ടി പ്രത്യേകതരം അക്കൗണ്ടുകളൊന്നുമില്ല. ഷെയർ വാങ്ങുമ്പോൾ ഡെബിറ്റ് ചെയ്യാനും വിൽക്കുമ്പോൾ ക്രെഡിറ്റ് ചെയ്യാനും പിന്നെ ഷെയർ കൈമാറ്റ ചെലവുകൾ എടുക്കാനും എല്ലാം ഒരു സേവിംഗ്സ് അക്കൗണ്ട് അവശ്യമാണ്.

രണ്ടാമതായി നിങ്ങൾക്കൊരു ഡീമാറ്റ് അക്കൗണ്ട് വേണം. ഇക്കാലത്ത് ഒരുവിധം എല്ലാ ബാങ്കുകളും ഡീമാറ്റ് അക്കൗണ്ട് സൗകര്യം തരുന്നുണ്ട്. നിങ്ങൾക്കിഷ്ടമുള്ള ബാങ്കിൽ അക്കൗണ്ട് തുടങ്ങാം. ബാങ്ക് ഓഫീസർമാരെ ഫോണിൽ വിളിച്ചാലോ, നേരിട്ട് ഒരു ബാങ്കിൽ കയറിച്ചെന്നാലോ, ബാങ്കിന്റെ വെബ് സൈറ്റിൽ കയറിനോക്കിയാലോ, ആവശ്യമുള്ള കാര്യങ്ങളും നിരക്കുകളും നടപടിക്രമങ്ങളും എല്ലാം അറിയാൻ സാധിയ്ക്കും. ഒരു സേവിംഗ്സ് അക്കൗണ്ട് തുടങ്ങുന്നതു പോലെ തന്നെ എളുപ്പമാണ് ഡീമാറ്റ് അക്കൗണ്ട് തുടങ്ങുന്നതും, പ്രധാനവ്യത്യാസം സേവിംഗ്സ് അക്കൗണ്ടിൽ പണമിടപാട് നടത്തുമ്പോൾ ഡീമാറ്റ് അക്കൗണ്ടിൽ ഷെയറുകളുടെ ഇടപാട് നടത്തുന്നു. അവസാനമായി സ്റ്റോക്ക് മാർക്കറ്റിൽ വാങ്ങുവാനും വിൽക്കുവാനും നിങ്ങൾക്കൊരു ട്രേഡിങ് അക്കൗണ്ട് വേണം. ട്രേഡിങ് അക്കൗണ്ട് ഒരു ബാങ്കിലോ മറ്റു സാമ്പത്തിക സ്ഥാപനങ്ങളിലോ തുടങ്ങാം. നിരവധി സാമ്പത്തിക സ്ഥാപനങ്ങൾ ട്രേഡിങ് അക്കൗണ്ട് സൗകര്യം നൽകുന്നു. ഇപ്പോൾ നിങ്ങൾ സ്റ്റോക്ക് മാർക്കറ്റ് കച്ചവടത്തിനു തയ്യാറായിക്കഴിഞ്ഞു.

കച്ചവടത്തിലെ സൂത്രങ്ങൾ

താഴ്ന്നിരിയ്ക്കുമ്പോൾ വാങ്ങുകയും കയറിയിരിയ്ക്കുമ്പോൾ വിൽക്കുകയും ചെയ്യുക – ഇതാണ് ഇന്ത്യൻ സ്റ്റോക്ക് മാർക്കറ്റിൽ നിന്ന് പണമുണ്ടാക്കുവാനുള്ള അടിസ്ഥാനസൂത്രം. പണമുണ്ടാക്കുവാൻ എല്ലാവരും കുറഞ്ഞ വിലകളിൽ ഷെയർ വാങ്ങുകയും ഉയർന്ന വിലകളിൽ എത്തുമ്പോൾ വിൽക്കുകയും ചെയ്യുന്നു.

ഉയർച്ചയും താഴ്ചനും ഏതു സ്റ്റോക്ക് മാർക്കറ്റിന്റെയും ഒരു സ്വഭാവമാണ്. സ്റ്റോക്ക് മാർക്കറ്റ് ഉയരുകയാണെങ്കിൽ അതു താഴോട്ട് വരുമെന്നത് ഉറപ്പാണ്, അതുപോലെ അതു താഴോട്ടു പോവുകയാണെങ്കിൽ പിന്നീടൊരിയ്ക്കൽ ഉയരുമെന്നതും ഉറപ്പാണ്. അതിന്റെ ഈ സ്വഭാവം കൃത്യമായി മനസ്സിലാക്കാൻ സാധിയ്ക്കുന്ന ആർക്കും ചുരുങ്ങിയ സമയത്തിനുള്ളിൽ വിജയിയ്ക്കാം, ഇതു മനസ്സിലാകാത്തവർക്ക് വിജയിയ്ക്കാൻ വളരെയധികം സമയം വേണ്ടിവരും. സ്റ്റോക്കുകൾ വളരെ ഉയർന്ന വിലയിൽ വാങ്ങി ചിലർ വലിയ മണ്ടത്തരങ്ങൾ കാണിയ്ക്കും. അതിനാൽ ഷെയറുകൾ ഉയർന്ന വിലകളിൽ വാങ്ങാതിരിയ്ക്കുവാൻ ശ്രദ്ധിയ്ക്കുക, അല്ലെങ്കിൽ നിങ്ങളെന്താണ് ചെയ്യുന്നതെന്ന് നിങ്ങൾക്ക് കൃത്യമായ ബോധ്യമുണ്ടായിരിയ്ക്കണം, എന്നുവെച്ചാൽ നിങ്ങൾ സ്റ്റോക്ക് മാർക്കറ്റ് കച്ചവടത്തിൽ ഒരു വിദഗ്ദ്ധനായിരിയ്ക്കണം. സ്റ്റോക്ക് മാർക്കറ്റിൽ ദീർഘ കാലനിക്ഷേപങ്ങളാണ് ഹ്രസ്വകാലനിക്ഷേപങ്ങളേക്കാൾ നല്ലതെന്ന് കാണാം.

Enter Stock Exchange With Full Precaution

നിങ്ങൾക്ക് നിരവധി സ്റ്റോക്ക് മാർക്കറ്റ് ഏജന്റുമാരേയും, ഉപദേശകരേയും സാമ്പത്തിക സ്ഥാപനങ്ങളെയും കാണാൻ കഴിയും. ഒരിക്കലും അവരുടെ ഉപദേശങ്ങൾക്ക് വേണ്ടി പണം ചെലവാക്കിക്കളയരുത്. വിപണിയിൽ ഗവേഷണം നടത്തുക, വിശകലനങ്ങൾ നടത്തുക, എന്നിട്ട് ഒരു ഷെയറിൽ നിക്ഷേപിക്കുന്നത് ലാഭകരമാണോ എന്ന് സ്വയം തീരുമാനിക്കുക.

ഇതൊരുതരം കച്ചവടമാണ് അതിനാൽ മറ്റു കച്ചവടങ്ങളെ പോലെ തന്നെ ഇതിലും നഷ്ടസാദ്ധ്യതകൾ ഉണ്ട്. വലിയ സാഹസങ്ങൾ പ്രവർത്തിക്കുന്നവർക്ക് വൻലാഭം ഉണ്ടാക്കാൻ കഴിയുമെന്ന് ഓർക്കുക. പക്ഷേ ഇത് എല്ലായ്പോഴും പ്രാവർത്തികമായിക്കൊള്ളണമെന്നില്ല. നിങ്ങളൊരു ചെറിയ നിക്ഷേപകനാണെങ്കിൽ, വളരെ കുറച്ചു പണമാണ് നിങ്ങളുടെ കൈവശമുള്ളതെങ്കിൽ, നിങ്ങളൊരിക്കലും സാഹസങ്ങൾക്കു മുതിരരുത്, കാരണം പിന്നെ നിങ്ങളുടെ കൈയിൽ വീണ്ടും തുടങ്ങാൻ ഒന്നും ബാക്കിയുണ്ടായെന്നു വരില്ല. അതല്ല നിങ്ങൾക്ക് ഒരു കൈ നോക്കിയേ തീരൂവേങ്കിൽ അതു നിങ്ങളുടെ ഇഷ്ടം. എന്തൊക്കെയായാലും ഇത് **നിങ്ങളുടെ** ജീവിതമാണ്).

വിപണിക്ക് ഒരു സ്റ്റോക്കിന്റെ വില ശരിക്കു മനസ്സിലായിട്ടില്ലെന്നു നിങ്ങൾ അനുമാനിക്കുന്നു, അതിനാൽ തന്നെ അതു വാങ്ങുന്നതു ബുദ്ധിയാണെന്നു നിങ്ങൾ കരുതുന്നു. പക്ഷേ, കമ്പനിക്ക് എന്തെങ്കിലും പുരോഗതിയുണ്ടാവാനും അതിന്റെ സ്റ്റോക്കിന് ഡിമാന്റ് കൂടാനും വില വർദ്ധിക്കാനും ചിലപ്പോൾ മാസങ്ങളോ വർഷങ്ങളോ തന്നെ വേണ്ടിവന്നേക്കും. അതേസമയം, നിങ്ങളുടെ കൈയിലുള്ള വിലകുറഞ്ഞ സ്റ്റോക്കിന്റെ വില കൂടുവാൻ നിങ്ങൾ കാത്തിരിക്കുമ്പോൾ, പുതുതായി വില കൂടാൻ തുടങ്ങുന്ന സ്റ്റോക്കുകൾ ഉടനെ വാങ്ങുന്ന കച്ചവടക്കാർ ലാഭം ഉണ്ടാക്കും.

ഒരു സ്റ്റോക്ക് കഴിഞ്ഞ 52 ആഴ്ചക്കു ശേഷം ഏറ്റവും നല്ല വിലയിലെത്തുമ്പോൾ, ആ സ്റ്റോക്ക് കൈവശം വെച്ചിരിക്കുകയും കുറെ വിലയിടിവുകൾ കാണേണ്ടിയും വന്ന നിക്ഷേപകർ സന്തോഷിക്കുകയും, നഷ്ടമൊഴിവാകുന്ന രീതിയിൽ പെട്ടെന്നു തന്നെ അതു വിറ്റഴിച്ച് കൈയൊഴിക്കുകയും ചെയ്യുന്നു. ഈ നിക്ഷേപകർ രംഗമൊഴിഞ്ഞു കഴിഞ്ഞാൽ,

വിൽക്കുവാൻ ആരും ഇല്ലാതെ വരികയും അങ്ങിനെ സ്റ്റോക്കിന്റെ വിലകൂടാതിരിയ്ക്കുവാനുള്ള പ്രതിരോധം ഇല്ലാതാവുകയും ചെയ്യുന്നു.

ഉയർന്ന വിലയിൽ ഒരു സ്റ്റോക്ക് വാങ്ങാൻ ചിലപ്പോൾ നിങ്ങൾ ഭയപ്പെട്ടേക്കാം. വളരെ വൈകിയെന്നും ഉയർന്നത് ഉടനെ താഴുമെന്നും നിങ്ങൾ വിചാരിയ്ക്കുന്നു. കൂടിയ വിലകൾ കുറയുന്നത് സാധാരണമാണ്, പക്ഷേ നിങ്ങൾ പുതുതായി വില കൂടുന്ന സ്റ്റോക്കുകൾ അങ്ങിനെ ചുമ്മാ വാങ്ങുകയല്ല വേണ്ടത്. ചില നിദാനങ്ങൾ മനസ്സിൽവെച്ചു കൊണ്ട് അവയെ യോഗ്യതാനിർണ്ണയം നടത്തണം, കൂടാതെ പ്രതീക്ഷിച്ച പോലെ കാര്യങ്ങൾ പോകുന്നില്ലെങ്കിൽ നഷ്ടം സംഭവിയ്ക്കുന്നതിനു മുമ്പു തന്നെ സ്റ്റോക്ക് വിറ്റ് കൈയൊഴിയ്ക്കണം.

ഒരു കച്ചവടം നടത്തുന്നതിനു മുമ്പ്, വിപണിയുടെ മൊത്തത്തിലുള്ള പോക്ക് എങ്ങോട്ടാണെന്നു നോക്കണം. അത് മുകളിലേയ്ക്കു പോവുകയാണെങ്കിൽ ഒരു നല്ല ലക്ഷണമാണ്, കാരണം സ്റ്റോക്കുകളും അതേ വഴി പിന്തുടരും.

കൂടാതെ നിങ്ങളുടെ വിജയത്തിനു വേണ്ടി, മുൻനിര വ്യവസായങ്ങളുടെ മുൻനിര സ്റ്റോക്കുകൾ മാത്രം വാങ്ങുക. അവിടെ നിന്ന്, നിങ്ങൾ സ്റ്റോക്കിന്റെ ഫണ്ടമന്റലുകൾ പരിശോധിയ്ക്കണം. കഴിഞ്ഞ അഞ്ചു വർഷക്കാലത്തും കഴിഞ്ഞ രണ്ടു കാൽവർഷത്തിലും ഇ.പി.എസ് അല്ലെങ്കിൽ ഏണിംഗ്സ് പെർ ഷെയർ കൂടുന്നുണ്ടോ എന്നു അന്വേഷിയ്ക്കുക.

എന്നിട്ട് സ്റ്റോക്കിന്റെ ആർ.എസ് (റിലേറ്റീവ് സ്ട്രെങ്ങ്ത്) പരിശോധിയ്ക്കുക. മറ്റു സ്റ്റോക്കുകളുമായി താരതമ്യം ചെയ്യുമ്പോൾ ഈ സ്റ്റോക്കിന്റെ വിലയുടെ പോക്ക് ഇതിലൂടെ അറിയാൻ സാധിയ്ക്കും. ഒരു ഉയർന്ന നമ്പറുള്ള സ്റ്റോക്ക് മറ്റു സ്റ്റോക്കുകളെക്കാളും ഉയരത്തിൽ നിൽക്കുന്നു. ഓരോ സ്റ്റോക്കുകളുടെയും ആർ.എസ്, ഇൻവെസ്റ്റേഴ്സ് ബിസിനസ് ഡെയിലിയിൽ നിന്ന് അറിയാം. മ്യൂച്ചൽ ഫണ്ട്, പെൻഷൻ ഫണ്ട് മുതലായ നിക്ഷേപകസ്ഥാപനങ്ങൾ വാങ്ങാൻ തുടങ്ങുന്ന സ്റ്റോക്കുകൾക്ക് വലിയ മുൻതൂക്കമുണ്ട്. താമസിയാതെ വൻതോതിലുള്ള വാങ്ങൽ അവയുടെ വില വളരെപ്പെട്ടെന്ന് തന്നെ ഉയർത്തും. ഫണ്ടമന്റലുകളിൽ മാത്രം നോക്കുന്നതുകൊണ്ട് പൂർണ്ണമായില്ല. സ്റ്റോക്ക് ചാർട്ടുകൾ പരതിയാൽ, വാങ്ങാൻ പറ്റുന്ന ഏറ്റവും സുരക്ഷിതമായ വില കണക്കു കൂട്ടാൻ പറ്റും. ഒരു സ്റ്റോക്കു വാങ്ങുമ്പോൾ വിശ്വസിയ്ക്കാവുന്ന അഞ്ചു ബേസുകൾ അല്ലെങ്കിൽ പാറ്റേണുകൾ, കപ്പ് വിത് ഹാന്റിൽ, ദി ഫ്ളാറ്റ് ബേസ്, ദി ഫ്ളാഗ്, ദി റൗണ്ടഡ് ബോട്ടം, ഡബിൾ ബോട്ടം എന്നിവയാണ്.

ഈ ബേസുകളിൽ നിന്ന് വില പുറത്തു ചാടുമ്പോൾ, സ്റ്റോക്കിന്റെ അളവും കൂടുന്നുവെന്ന് ഉറപ്പവരുത്തണം. പഴയ കച്ചവടവിശ്വാസങ്ങൾ തിരുത്തുവാൻ ബുദ്ധിമുട്ടാണ്. പക്ഷേ നിങ്ങൾ അവയെ കൂടുതൽ ഫലപ്രദവും തെളിയിയ്ക്കപ്പെട്ടതുമായ പുതിയവയെക്കൊണ്ട് മാറ്റി സ്ഥാപിയ്ക്കുമ്പോൾ, നിങ്ങൾ വിജയത്തിലേയ്ക്കുള്ള പാതയിൽ വരുന്നു. എന്തുകൊണ്ട് കൂടുതൽ വിലയ്ക്ക് വാങ്ങി അതിലുംകൂടിയ വിലയ്ക്കു വിൽക്കണമെന്ന്, സമയമെടുത്തു പഠിച്ച് മനസ്സിലാക്കുക - ഒരിക്കൽ ഈ തത്വം നിങ്ങൾക്കുറച്ചു കഴിഞ്ഞാൽ, നിങ്ങൾക്കിനിയെങ്ങിനെ മറ്റൊരു രീതി അനുകരിയ്ക്കാൻ സാധിയ്ക്കുമെന്ന് നിങ്ങൾ അത്ഭുതപ്പെടും. ഈ സ്റ്റോക്ക് മാർക്കറ്റ് സൂത്രങ്ങൾ, ഇന്ത്യൻ സ്റ്റോക്ക് മാർക്കറ്റ്, ന്യൂയോർക്ക് സ്റ്റോക്ക് എക്സ്ചേഞ്ച്, ബോംബെ സ്റ്റോക്ക് എക്സ്ചേഞ്ച് തുടങ്ങി എതൊരു സ്റ്റോക്ക് മാർക്കറ്റിലും നിക്ഷേപിയ്ക്കേണ്ടതെങ്ങിനെയെന്ന് നിങ്ങൾക്ക് കാണിച്ചു തരുന്നു.

ഓൺലൈൻ കച്ചവടം

നിക്ഷേപത്തിന്റെ കാര്യത്തിൽ, ഓരോ നീക്കവും ഓരോ പോർട്ട്ഫോളിയോവും വിപണിയുടെ നിലപാടുകളനുസരിച്ച് നടത്തുന്നതും, നഷ്ടസാധ്യതകളെ നേരിടാൻ കഴിവുള്ളതും, സ്റ്റോക്ക് നിക്ഷേപങ്ങൾക്ക് മാത്രമാണ്. സ്റ്റോക്കുകൾ ഓൺലൈനിലൂടെ വാങ്ങുന്നത് ഒരു പുതിയ ആശയമല്ല. അതിന്റെ ചിലവുകൾ എല്ലാവർക്കും വഹിയ്ക്കാൻ കഴിയുന്നതുമാണ്. ലാഭകരമായി വാങ്ങുക എന്നതിലാണ് മൊത്തം സ്റ്റോക്ക് ലോകവും ആശ്രയിച്ചിരിയ്ക്കുന്നത്. ഒരിക്കൽ കൃത്യമായി ചിന്തിച്ച് വാങ്ങിക്കഴിഞ്ഞാൽ, അത് തീർച്ചയായും നല്ല ഫലങ്ങൾ തരും. ഒരു സ്റ്റോക്ക് വാങ്ങാനുള്ള തീരുമാനം എടുക്കുന്നത് അത്ര എളുപ്പമുള്ള കാര്യമല്ല; എന്നിരുന്നാലും, അടുത്തപടികളിൽ നിന്ന് നിങ്ങൾക്ക് ഏതു വഴിയേ പോകണമെന്ന് ഒരു ഏകദേശ ധാരണ ലഭിയ്ക്കും.

• **അന്വേഷണവും പഠനവും:** ഡേ ട്രേഡിങ് അല്ലെങ്കിൽ സ്റ്റോക്കിൽ നിക്ഷേപിയ്ക്കൽ – പൂർണ്ണമായും വാർത്തകളിൽ ശ്രദ്ധിച്ചിരിയ്ക്കേണ്ടതും, മനസ്സ് ജാഗ്രത്താക്കി വെയ്ക്കേണ്ടതുമായ ഒരു പ്രവർത്തിയാണ്. ചുരുക്കം ചിലർക്കേ ഇതറിയുകയുള്ളൂ. സ്റ്റോക്ക് മാർക്കറ്റിലെ ചുഴികളും തിരിവുകളും നല്ലവണ്ണം പഠിച്ചിരിയ്ക്കേണ്ടതാണ്. കഴിഞ്ഞകാല നീക്കങ്ങളും ചരിത്രപരമായ വിശകലനങ്ങളും പഠിയ്ക്കുന്നത് തീർച്ചയായും ഉപകരിയ്ക്കും. അനുഭവജ്ഞാനവും വലിയ ഗുണം ചെയ്യും. ഒരിക്കൽ ഗഹനമായ ഗവേഷണം നടത്തിക്കഴിഞ്ഞാൽ, യഥാർത്ഥ നിക്ഷേപപദ്ധതികൾ ആസൂത്രണം ചെയ്യാം.

• **ഒരു സങ്കേതം നിങ്ങൾക്ക് വേണ്ടി പ്രവർത്തിയ്ക്കട്ടെ:** ഇവിടെ സങ്കേതമെന്ന് ഉദ്ദേശിച്ചതു ഒരു ബ്രോക്കറെയോ ഒരു ബ്രോക്കറിങ് സ്ഥാപനത്തെയോ ആണ്. അവരിലൂടെ നിങ്ങൾക്ക് സ്റ്റോക്ക് എക്സ്ചേഞ്ചിലേയ്ക്കു പ്രവേശിയ്ക്കാം. എത്ര ബ്രോക്കർഫീസ് കൊടുക്കണം എന്നും എന്തെല്ലാം സൗകര്യങ്ങൾ നിങ്ങൾക്ക് വേണമെന്നും ആദ്യം തീരുമാനമെടുക്കുക. ഒരിക്കലും ഏറ്റവും വില കുറഞ്ഞ ബ്രോക്കറെ നോക്കി പോകരുത്, കാരണം അവർ നിങ്ങൾക്ക് പല വിലപ്പെട്ട സേവനങ്ങളും തരികയില്ല. നിങ്ങൾക്കാവശ്യമുള്ള സേവനങ്ങൾക്ക് എന്തു മൂല്യമുണ്ടെന്ന് നിങ്ങൾ എപ്പോഴും വിലയിരുത്തണം.

• **നിയമങ്ങൾ പഠിയ്ക്കുക:** ഏതൊരു സ്റ്റോക്ക് മാർക്കറ്റിലും കച്ചവടം ചെയ്യാൻ അവയുടേതായ നിയമങ്ങളും ചിട്ടകളുമുണ്ട്. സ്റ്റോക്ക് മാർക്കറ്റിന്റെ ക്രയവിക്രയനിയമങ്ങൾ അറിഞ്ഞിരിയ്ക്കണം. കുറച്ചു നാൾ വിപണിയെ നിരീക്ഷിച്ചതിനു ശേഷം, പേപ്പർ ട്രേഡിങ് ചെയ്യുക. യഥാർത്ഥത്തിൽ സ്റ്റോക്കുകൾ വാങ്ങാതെ, തത്വത്തിൽ മാത്രം (കടലാസിൽ മാത്രം) കച്ചവടം ചെയ്യുന്നതിനെയാണ് പേപ്പർ ട്രേഡിങ് എന്നു പറയുന്നത്. ഇതിലൂടെ നിങ്ങൾക്ക് ലാഭമുണ്ടാക്കാനുള്ള കഴിവ് വർദ്ധിപ്പിയ്ക്കുവാനും, കൂടുതൽ ആത്മവിശ്വാസം കൈവരിയ്ക്കുവാനും കഴിയും. തത്വത്തിലാണെങ്കിലും നിങ്ങൾക്ക് മുൻകൂട്ടികാണാനുള്ള കഴിവുകൾ വർദ്ധിയ്ക്കുകയും കൂടുതൽ പരിചയം സിദ്ധിയ്ക്കുകയും ചെയ്യും. നിങ്ങൾക്ക് ആത്മവിശ്വാസം തോന്നുന്ന ഘട്ടത്തിൽ, വിപണിയിലിറങ്ങി യഥാർത്ഥകച്ചവടം ചെയ്യാൻ തുടങ്ങാം.

- **ബ്രോക്കറുടെ നടപടിക്രമങ്ങൾ പൂർത്തിയാക്കുക:** യഥാർത്ഥകച്ചവടത്തിനിറങ്ങുന്നതിനു മുമ്പ് ബ്രോക്കറുടെ അടുത്ത് ചില കടലാസുകൾ ശരിയാക്കേണ്ടതായിട്ടുണ്ട്. സ്റ്റോക്ക് എക്സ്ചേഞ്ചുകളിൽ രജിസ്റ്റർ ചെയ്തിട്ടുള്ള ഏതെങ്കിലും ഒരു സ്ഥാപനത്തിൽ ചേരുക. കച്ചവടം തുടങ്ങുന്നതിനാവശ്യമായ മുൻകൂർ തുകകൾ നൽകുകയും ഓൺലൈൻ കച്ചവടത്തിനാവശ്യമായ പ്രോഗ്രാമുകൾ അവരുടെ കൈയിൽ നിന്നും വാങ്ങി നിങ്ങളുടെ കമ്പ്യൂട്ടറിൽ സ്ഥാപിയ്ക്കുകയും ചെയ്യുക.
- **പോർട്ട്ഫോളിയോ സന്തുലിതമാക്കുക:** തിരിച്ചടികളും നഷ്ടങ്ങളും നേരിടാൻ എപ്പോഴും തയ്യാറായിരിയ്ക്കണം. പക്ഷേ, നൈരന്തര്യമുള്ള നീക്കങ്ങൾ ദീർഘകാലയളവിലേയ്ക്ക് ഗുണം ചെയ്യുന്ന തരം സന്തുലിതമായ ഒരു പോർട്ട്ഫോളിയോ സൂക്ഷിയ്ക്കാൻ നിങ്ങളെ സഹായിയ്ക്കും. തുടങ്ങുമ്പോഴേയ്ക്കും പറക്കാൻ ശ്രമിയ്ക്കാതെ സ്ഥിരമായ സൂക്ഷ്മമായ വേഗതയോടെ മുന്നേറുന്നത് കൂടുതൽ അർത്ഥവത്താണ്. പരിചയമില്ലാതെ പറക്കാൻ പോയാൽ നിങ്ങൾ എവിടെയും എത്തില്ല. അതിനാൽ, നിങ്ങളുടെ പോർട്ട്ഫോളിയോ വളരുന്നതിനോടൊപ്പം നിങ്ങളുടെ കച്ചവടത്തിന്റെ വേഗതയും കൂട്ടുന്നതാണ് നല്ലത്.
- **ഇൻഡക്സ് ഫണ്ടുകൾ അടക്കമുള്ള എല്ലാ സാധ്യതകളും ഉപയോഗിയ്ക്കുക:** താങ്ങാവുന്നതിലും വലിയ നഷ്ടങ്ങൾ ഒഴിവാക്കാൻ ഉള്ള ഏറ്റവും നല്ല മാർഗ്ഗം, നിക്ഷേപങ്ങളിൽ വൈവിധ്യവൽക്കരണം നടത്തുന്നതാണ്. നിങ്ങളുടെ നഷ്ടസാധ്യതകളെ അത് വികേന്ദ്രീകരിയ്ക്കുന്നതിനാൽ ഗുണകരമായി ഭവിയ്ക്കും. കൂടാതെ, ഇൻഡക്സ് ഫണ്ടുകൾ നിക്ഷേപിയ്ക്കുവാൻ നല്ലതുമാണ്. അവ സന്തുലിതമായ ചെലവുകുറഞ്ഞ നിക്ഷേപരീതിയാണ്, ദീർഘകാലനിക്ഷേപങ്ങളിൽ നല്ല ലാഭവും നേടിത്തരുന്നതാണ്. അതിനാൽ, സ്റ്റോക്ക് നിക്ഷേപത്തിൽ ബുദ്ധിപൂർവ്വമായ തിരഞ്ഞെടുക്കലിനും നല്ലവണ്ണം ചിന്തിച്ച് എടുക്കുന്ന തീരുമാനങ്ങൾക്കും നല്ല സ്ഥാനമുണ്ട്. എല്ലാ അവസരങ്ങളെയും അന്വേഷിച്ച് പരിശോധിയ്ക്കുന്നത് നിങ്ങൾക്ക് കൂടുതൽ നല്ലത് തിരഞ്ഞെടുക്കാനുള്ള സാധ്യതകൾ തരുന്നു.

ഓൺലൈൻ കച്ചവടം ഇന്ത്യയിൽ അതിവേഗത്തിൽ പ്രചാരം നേടിവരികയാണ്. ഒരുപാട് പേരുകേട്ടവയും അല്ലാത്തവയും ആയ കമ്പനികളും സാമ്പത്തിക ഇടപാടുകാരും സ്ഥാപനങ്ങളും ഓൺലൈൻ കച്ചവടസൗകര്യങ്ങൾ നൽകുന്നുണ്ട്. അതിൽ നിന്ന് ഏതെങ്കിലും ഒന്നിൽ രജിസ്റ്റർ ചെയ്യുക മാത്രമാണ് നിങ്ങൾ ചെയ്യേണ്ടത്.

ഓൺലൈൻ ട്രേഡിങ്ങിനെ സംബന്ധിച്ച ചില പൊതുസംശയങ്ങൾ:

ഇന്റർനെറ്റിലൂടെയുള്ള കച്ചവടം സുരക്ഷിതമാണോ?

ഇന്റർനെറ്റിലൂടെയുള്ള കച്ചവടത്തിന്റെ സുരക്ഷിതത്വം അതിനുപയോഗിയ്ക്കുന്ന എൻക്രിപ്ഷൻ വിദ്യയെ ആശ്രയിച്ചിരിയ്ക്കുന്നു. എൻക്രിപ്ഷനുപയോഗിയ്ക്കുന്ന വിദ്യ എത്രയും നല്ലതാണോ, അത്രയും സുരക്ഷിതമായിരിയ്ക്കും കച്ചവടം. ഒരു മോഷ്ടാവിന് സൈറ്റിനെ പൊളിച്ച് അകത്തുകടക്കുവാൻ (ഹാക്ക് ചെയ്യുവാൻ) അത്രയും ബുദ്ധിമുട്ടുമായിരിയ്ക്കും.

അന്താരാഷ്ട്രതലത്തിൽ ഇന്ന് ലഭ്യമായതിൽ ഏറ്റവും ഉറപ്പേറിയത് 128–ബിറ്റ് എൻക്രിപ്ഷനാണ്.

രണ്ടാമതായി, ഓൺലൈൻ കച്ചവടങ്ങളുടെ സുരക്ഷിതത്വത്തിന് നിങ്ങളും വലിയൊരു പങ്കു വഹിയ്ക്കേണ്ടതായിട്ടുണ്ട്. നിങ്ങൾക്ക് ലഭിയ്ക്കുന്ന യൂസർ ഐഡിയും പാസ്‌വേഡും പരമാവധി രഹസ്യമാക്കി സൂക്ഷിയ്ക്കേണ്ടത് നിങ്ങളുടെ മാത്രം ഉത്തരവാദിത്വമാണ്.

മൂന്നാമതായി, ട്രാൻസാക്ഷൻ സിസ്റ്റം മനുഷ്യസാന്നിദ്ധ്യം ആവശ്യമില്ലാത്ത തരത്തിലുള്ളതാണെങ്കിൽ, ട്രാൻസാക്ഷനുകളുടെ സുരക്ഷിതത്വം കുറച്ചുകൂടി കൂടുതലായിരിയ്ക്കും. ഇന്ത്യൻ സൈറ്റുകളിൽ വളരെ കുറച്ചു മാത്രമേ സമ്പൂർണ്ണമായി സ്വയം പ്രവർത്തിയ്ക്കുന്നതായിട്ടുള്ളൂ (ആട്ടോമാറ്റിക്). ഈ രീതി മാനുഷിക- ഇടപെടലുകൾക്കുള്ള സാധ്യതകളെ ഒഴിവാക്കുന്നതിനാൽ ഓർഡറുകൾ നേരിട്ട് എക്സ്ചേഞ്ചുകളിലേയ്ക്കു പോവുകയും നിങ്ങൾക്ക് ഏറ്റവും നല്ല വില കിട്ടുകയും ചെയ്യുന്നു.

എന്റെ പണത്തിനും ഡീമാറ്റ് ഷെയറുകൾക്കും എന്റെ കൈമാറ്റക്കരാറുകൾക്കും എന്ത് സുരക്ഷിതത്വമാണുള്ളത്?

ബ്രോക്കറിങ്ങും, ബാങ്കിങ്ങും, ഡീമാറ്റ് അക്കൗണ്ടുകളും എല്ലാം തമ്മിൽ സമ്പൂർണ്ണമായി യോജിച്ചു പ്രവർത്തിയ്ക്കുന്ന ഒരു സിസ്റ്റത്തിൽ, നിങ്ങളുടെ പണം എപ്പോഴും നിങ്ങളുടെ ബാങ്ക് അക്കൗണ്ടിൽ മാത്രം കിടക്കുന്നു, അത് ബ്രോക്കറുടെ പൂൾ അക്കൗണ്ടിലേയ്ക്കു ഒരിയ്ക്കലും പോകുന്നില്ല.

ഇന്റർനെറ്റിലൂടെയുള്ള കച്ചവടം ബുദ്ധിമുട്ടേറിയതാണോ?

ഇന്റർനെറ്റിലൂടെയുള്ള കച്ചവടം നിങ്ങൾക്കെങ്ങിനെ അനുഭവപ്പെടുന്നു എന്നുള്ളത്, സൈറ്റ് നിങ്ങൾക്ക് ലഭ്യമാക്കിയ പ്രോഗ്രാമിനെ ആശ്രയിച്ചിരിയ്ക്കുന്നു. ഉദാഹരണത്തിന്, ചിലപ്പോൾ നിങ്ങളെ വളരെയധികം ബുദ്ധിമുട്ടിയ്ക്കുന്ന ഒരുകാര്യം, ഓരോ കച്ചവടം കഴിയുമ്പോഴും ചെയ്യേണ്ട കടലാസുപണികളുടെ

Online Trading Is Safe But With Certain Cautions

ആധിക്യമാവാം, ചെക്കുകളെഴുതുന്നതു മുതലായവ.

അങ്ങിനെയുള്ള ഘട്ടങ്ങളിൽ ഇത്തരം പ്രശ്നങ്ങൾ ഇല്ലാത്ത ഒരു സിസ്റ്റം നിങ്ങൾ അന്വേഷിച്ചു കണ്ടുപിടിയ്ക്കണം.

ഒരു ഓൺലൈൻ കച്ചവടസൈറ്റിലെ പിന്നാമ്പുറപ്രവർത്തനങ്ങൾ എത്രയും കൂടുതലാണോ അത്രയും കൂടുതൽ ജോലികൾ നിങ്ങൾക്ക് വേണ്ടി ആ സൈറ്റു ചെയ്യും എന്നു കണക്കാക്കാം, അതിനാൽ നിങ്ങൾക്ക് കൂടുതൽ സൗകര്യങ്ങളും ലഭ്യമാകുന്നു.

വൻകിട സാമ്പത്തികസ്ഥാപനങ്ങളിൽ നിങ്ങളുടെ ബ്രോക്കിങ് അക്കൗണ്ടും ബാങ്ക് അക്കൗണ്ടും ഡീമാറ്റ് അക്കൗണ്ടും എല്ലാം ഇലക്ട്രോണിക് സങ്കേതങ്ങളുപയോഗിച്ച് പരസ്പരബന്ധിതമാക്കിയിരിയ്ക്കും. അതിനാൽ നിങ്ങൾ വാങ്ങുവാനോ വിൽക്കുവാനോ വേണ്ടിയുള്ള ഒരു ഓർഡർ അടിച്ചു കഴിയുമ്പോൾ, ഫണ്ടുകളുടെയും സ്റ്റോക്കുകളുടെയും ലഭ്യത കണ്ടുപിടിയ്ക്കുകയും ഒരിയ്ക്കൽ ഓർഡർ നടപ്പാക്കിക്കഴിഞ്ഞാൽ സിസ്റ്റം തനിയെ അതിന്റെ കണക്കുകൾ നിങ്ങളുടെ അക്കൗണ്ടിൽ പോക്കുവരവു ചെയ്യുകയും ചെയ്യും.

പക്ഷേ എനിയ്ക്ക് ഇന്റർനെറ്റും ധനവിനിമയകാര്യങ്ങളും അത്രകണ്ടു വഴങ്ങിയിട്ടില്ല, ഓൺലൈൻ ട്രേഡിങ് എനിയ്ക്ക് എളുപ്പമായിരിയ്ക്കുമോ?

പൊതുവായി എല്ലാവർക്കുമുള്ള ഈ ധാരണയ്ക്കു വിപരീതമായി, ഇന്റർനെറ്റിലൂടെയുള്ള കച്ചവടത്തിന് കമ്പ്യൂട്ടർ വിദഗ്ദ്ധനോ അല്ലെങ്കിൽ ധന്യകാര്യവിദഗ്ദ്ധനോ ആവശ്യമില്ല.

ഓൺലൈൻ കച്ചവടസൈറ്റുകളിലെ ഡെമോൺസ്ട്രേഷൻ ഉപയോഗിയ്ക്കുവാൻ ശ്രമിച്ചു നോക്കുക, എന്തുകൊണ്ടാണ് നിങ്ങളെപ്പോലെത്തന്നെ യാതൊരു ഇന്റർനെറ്റു-ധനകാര്യവൈദഗ്ദ്ധ്യവും ഇല്ലാത്തവർ പോലും ഓൺലൈൻ കച്ചവടത്തിലേയ്ക്കു മാറിയതെന്ന് അപ്പോൾ നിങ്ങൾക്ക് മനസ്സിലാകും. അല്ലെങ്കിൽ ഇത്തരം വെബ്സൈറ്റുകൾ നിങ്ങളുടെ പട്ടണത്തിൽ പരിശീലനശിൽപശാലകൾ നടത്തുമ്പോൾ അതിൽ പങ്കെടുക്കുക.

ഇന്റർനെറ്റിലൂടെയുള്ള കച്ചവടം ചെലവേറിയതാണോ?

ഇന്റർനെറ്റിലൂടെയുള്ള കച്ചവടം നിങ്ങൾക്ക് തരുന്ന സൗകര്യങ്ങളുമായി തട്ടിച്ചു നോക്കുമ്പോൾ ചെലവുകൾ വളരെ കുറവാണ്.

അതുമാത്രമല്ല, ഓൺലൈൻ കച്ചവടസൈറ്റുകൾ അത്ര ചെലവേറിയതുമല്ല. ഉദാഹരണത്തിന്, ഏറ്റവും കുറഞ്ഞത് 0.10 ശതമാനം മാർജ്ജിനിൽ പോലും നിങ്ങൾക്ക് ഷെയറുകൾ കച്ചവടം ചെയ്യാം, അതല്ല നിങ്ങൾക്ക് ഉടനടി പണം കൊടുക്കുന്ന ഇടപാടാണു (കാഷ് ട്രേഡിങ്) നടത്തേണ്ടതെങ്കിൽ അതിനും ഏറ്റവും കുറഞ്ഞത് 0.4 ശതമാനം മാത്രമേ കൊടുക്കേണ്ടു.

എന്തായാലും, നിരവധി ഓൺലൈൻ ട്രേഡിങ് സൈറ്റുകളുടെ ബ്രോക്കർ നിരക്കുകളും മറ്റു ചെലവുകളുമെല്ലാം താരതമ്യം ചെയ്യേണ്ടത് ആവശ്യമാണ്.

എന്റെ നിലവിലുള്ള ഓഫ്ലൈൻ ബ്രോക്കറുടെ സേവനങ്ങളിൽ ഞാൻ വളരെ സംതൃപ്തനാണ്. പിന്നെ ഞാനെന്തിന് ഓൺലൈനിൽ പോയി ഷെയർകച്ചവടം ചെയ്യണം?

ഇന്ന് ഓൺലൈൻ കച്ചവടരംഗത്തുള്ള പലരും, ഇന്ന് നിങ്ങളെങ്ങിനെയാണോ അതുപോലെ തന്നെ ഒരിക്കൽ ഓഫ്ലൈൻ

ബ്രോക്കർമാരുടെ അടുത്താണ് കച്ചവടം നടത്തിയിരുന്നത്. അവർ ഒരു പരീക്ഷണമെന്ന നിലയിൽ ഓൺലൈനിൽ കച്ചവടം ചെയ്തുനോക്കുവാൻ തീരുമാനിക്കുകയാണുണ്ടായത്. ഓൺലൈനായി ഷെയറുകൾ കച്ചവടം ചെയ്യുന്നതിന്റെ ഗുണങ്ങൾ മനസ്സിലാക്കിയ അവർ പിന്നെ സ്ഥിരമായി ഓൺലൈൻ കച്ചവടത്തിലേയ്ക്കു മാറി. ഏതെങ്കിലും ഒരു ഓൺലൈൻ ട്രേഡിങ് സൈറ്റിൽ ചേർന്നുകൊണ്ട് ആദ്യം ഒരു പരീക്ഷണം എന്ന നിലയിൽ കുറച്ചു കച്ചവടം ചെയ്തുനോക്കുക. എന്തായാലും, ഓൺലൈൻ ട്രേഡിങ് സൈറ്റ് തിരഞ്ഞെടുക്കുന്നതിന് മുമ്പ് ഇത്തരം സൈറ്റുകൾ തമ്മിൽ താരതമ്യപഠനം നടത്തുക, എന്നിട്ടു മാത്രം തീരുമാനമെടുക്കുക.

ഈ ഓൺലൈൻ സൈറ്റുകൾ എത്ര വേഗത്തിൽ വിലകൾ പുതുക്കിയെഴുതും?

ഓൺലൈൻ ട്രേഡിങ് സൈറ്റുകളിലെ ടിക്കറുകൾ (തുടർച്ചയായി ഷെയറുകളുടെ വിലനിലവാരം എഴുതികാണിയ്ക്കുന്ന, ചലിച്ചുകൊണ്ടിരിയ്ക്കുന്ന ഒരു സങ്കേതം) നിമിഷാർദ്ധത്തിനുള്ളിൽ വിലകൾ പുതുക്കിക്കൊണ്ടിരിയ്ക്കും. കൂടാതെ, ചില സൈറ്റുകളിൽ അന്നേരം തന്നെ വളരെ അനായാസമായി ഷെയറുകൾ ഉടനടി വാങ്ങുവാനും ഉതകുന്ന സൗകര്യങ്ങളുണ്ട്.

ഞാൻ തീരുമാനിച്ച വിലയിലോ, അല്ലെങ്കിൽ സൈറ്റിൽ കാണപ്പെട്ട വിലയിലോ തന്നെയാണ് എന്റെ കച്ചവടം നടക്കുന്നതെന്ന് എനിയ്ക്കെങ്ങിനെ ഉറപ്പിക്കാൻ കഴിയും?

നിങ്ങളുടെ ഈ പ്രശ്നത്തിനുള്ള പരിഹാരം വിവിധ ഓൺലൈൻ ഷെയർ ട്രേഡിങ് സൈറ്റുകളിൽ വിവിധ രീതിയിലാണ് പരിഹരിച്ചിരിയ്ക്കുന്നത്. ഏതൊരു ട്രേഡ് ഓർഡറും സമർപ്പിയ്ക്കുന്നതിനായി 'പ്രോസീഡ്' എന്നതിൽ ക്ലിക്ക് ചെയ്യുന്നതിന് മുമ്പ് ഓർഡർ വേരിഫിക്കേഷൻ ഫോറം മുഴുവനും പരിശോധിയ്ക്കുന്നതിനുള്ള അവസരം ഉപഭോക്താവിനുണ്ട്.

അതുകൂടാതെ, എക്സ്ചേഞ്ചിൽ ഓർഡർ നടപ്പിലാക്കുന്നതിനു തൊട്ടുമുമ്പുള്ള നിമിഷം വരെ ഓർഡറിൽ മാറ്റം വരുത്താനോ അതു വേണ്ടെന്നു വെയ്ക്കുവാനോ ഉള്ള സൗകര്യവും നിങ്ങൾക്കുണ്ട്.

അവസാനമായി, നാലു മിനിട്ടിനുള്ളിൽ ഓൺലൈൻ കച്ചവടത്തിന്റെ നടന്നതായി തീർപ്പ് ലഭിയ്ക്കുന്നു, കരാർകടലാസുകൾ ആ ദിവസത്തിന്റെ അവസാനം അയയ്ക്കുകയും 24–36 മണിക്കൂറിനുള്ളിൽ നിങ്ങൾക്ക് ലഭിയ്ക്കുകയും ചെയ്യുന്നു.

ഷെയറുകൾ ഓൺലൈനിൽ കച്ചവടം ചെയ്യുന്നതിലൂടെ എനിയ്ക്ക് വേറെന്തെല്ലാം സേവനങ്ങൾ ലഭിയ്ക്കും?

വൻകിട നിക്ഷേപകരും വലിയ ബ്രോക്കറേജ് കമ്പനികളും മാത്രം ആസ്വദിച്ചിരുന്ന സൗകര്യങ്ങളാണ് ഇന്റർനെറ്റിന്റെ ആവിർഭാവത്തോടെ ചെറുകിട നിക്ഷേപർക്കും ലഭിയ്ക്കുന്നത്.

മുതലാളിത്തത്തിന്റെ യുഗത്തിൽ, അതിനെ മാറ്റി സോഷ്യലിസം നടപ്പാവുമോ എന്നുള്ള വാദപ്രതിവാദങ്ങൾക്കിടയിലാണ്, സ്റ്റോക്ക് എന്ന ആശയവും അതിനെ പിൻപറ്റി സ്റ്റോക്ക് മാർക്കറ്റുകളും ഉടലെടുത്തത്. ഡെഫിസിറ്റ് ഫൈനാൻസിങ് എന്ന് നമ്മൾ വിളിച്ചുപോന്ന, സർക്കാരുകൾ ഇറക്കിയിരുന്ന ബോണ്ടുകളും അവയുടെ സുരക്ഷിതത്വവും എല്ലാം നമുക്കു സുപരിചിതമായിരുന്നു. കൈവശം പണമില്ലാതിരിയ്ക്കുമ്പോഴും വ്യവസായത്തിൽ മൂലധനം ഇറക്കേണ്ടിവരുമ്പോൾ, അതു സ്വരൂപിയ്ക്കാനായി സ്വകാര്യ

വ്യവസായങ്ങൾക്കും ഈ രീതി ബാധകമായിരിയ്ക്കുന്നുവെന്നു മാത്രം. അവർ ഷെയറുകൾ ഇറക്കിവിടുകയും (അതിൽ കുറേ ഷെയറുകളെ ഒരുമിച്ച് സ്റ്റോക്ക് എന്നു വിളിയ്ക്കുന്നു) നിങ്ങൾ എടുക്കുന്ന ഷെയറുകൾക്കു പകരമായി നിങ്ങളുടെ കൈയിൽ നിന്നും പണം വാങ്ങുകയും ചെയ്യുന്നു. ഇതുവഴി ചെറിയ തുണ്ടുകളും കഷ്ണങ്ങളുമായിട്ടാണെങ്കിൽ പോലും നിങ്ങൾ ആ കമ്പനിയുടെ ഉടമയാവുകയാണ്. കമ്പനി നഷ്ടം നേരിടുകയാണെങ്കിൽ തീർച്ചയായും നിങ്ങളുടെ പണം നഷ്ടപ്പെടാനും സാധ്യതകൾ ഉണ്ട്. പക്ഷേ, ലാഭമുണ്ടാക്കാനുള്ള സാധ്യതകളും അത്ര കുറവല്ല. മിക്കപ്പോഴും ഷെയറുകൾ വലിയ ലാഭം കിട്ടാവുന്ന, എന്നാൽ അതോടൊപ്പം നഷ്ടസാധ്യതയുമുള്ള നിക്ഷേപമായിട്ടാണ് കാണുന്നത്. അപകടസാദ്ധ്യതയെ വിതരണം ചെയ്ത് അപകടം കുറയ്ക്കുന്ന ഇൻഷുറൻസ് മേഖലയേപ്പോലെ തന്നെയാണ് ഇതും പ്രവർത്തിയ്ക്കുന്നതെന്ന് നിങ്ങൾക്ക് പറയാം.

നിങ്ങൾക്ക് മനസ്സിലാക്കേണ്ടുന്ന ഒരു പ്രധാനകാര്യം, സ്റ്റോക്ക് വിപണിയിലെ വഴികളെക്കുറിച്ച് കൃത്യമായ ബോധമില്ലെങ്കിൽ, നിങ്ങൾ അവസാനം നഷ്ടത്തിൽ ചെന്നു കൂപ്പുകുത്തും. സാധാരണക്കാർ ചിന്തിയ്ക്കുന്നതു പോലെ, ഇത് പണത്തിനു വേണ്ടിയുള്ള ഒരു ചൂതുകളിയല്ല. മറിച്ച്, ശുദ്ധമായ ഗണിതവും, സ്റ്റാറ്റിസ്റ്റിക്കൽ സംജ്ഞയിൽ പറഞ്ഞാൽ ഇക്കണോമെട്രിക്സും ആണ്. അതിനാൽ, നിങ്ങൾ സ്റ്റോക്ക് വിപണിയിൽ നിക്ഷേപിയ്ക്കുന്ന പുതുമുഖമാണെങ്കിൽ, എങ്ങിനെ എന്ത് ചെയ്യണം എന്ന് ചിന്തിച്ചുകൊണ്ടിരിയ്ക്കുമ്പോൾ, രാഷ്ട്രീയവും സാമ്പത്തികവുമായ സംഭവവികാസങ്ങൾക്കനുസരിച്ച് വിപണി എങ്ങിനെ പെരുമാറും എന്നതിനെക്കുറിച്ച് നല്ല ധാരണയുള്ള ഒരു സ്റ്റോക്ക് ബ്രോക്കറുടെ സഹായത്തോടെ നിങ്ങൾക്ക് തീർച്ചയായും പലതുംചെയ്യാം. അങ്ങിനെ ഒരിക്കൽ നിങ്ങൾക്ക് നിങ്ങളുടെ വഴി സ്വയം കണ്ടുപിടിയ്ക്കാൻ കഴിയുമ്പോൾ, കുറഞ്ഞ നിരക്കിലുള്ള ഡിസ്കൗണ്ട് ബ്രോക്കറേജുകൾ ഉപയോഗിയ്ക്കാം. യാഥാസ്ഥിതികരായ ബ്രോക്കർമാരേക്കാൾ വളരെ കുറച്ച് പണം മാത്രമേ പുതിയവർ കുറച്ച് ഉപദേശങ്ങൾക്ക് ഈടാക്കുകയുള്ളൂ. ഡിസ്കൗണ്ട് ബ്രോക്കറേജുകൾ, സ്റ്റോക്ക് ബ്രോക്കർമാരുടെ സ്വൽപം സഹായത്തോടെയോ തീരെ സഹായമില്ലാതെയോ, (നിങ്ങളുടെ താൽപര്യമനുസരിച്ച്) നിങ്ങൾക്ക് സ്വയം തീരുമാനങ്ങളെടുക്കാനുള്ള അവസരം തരുന്നു.

നിങ്ങൾക്ക് സ്റ്റോക്കുകളോ സാമ്പത്തിക ആസ്തികളോ ഒരു ദിവസത്തിനുള്ളിൽ മാത്രം ഒതുങ്ങുന്ന കച്ചവടം നടത്തണമെന്നുണ്ടെങ്കിൽ, അതിനെയാണ് ഡേ ട്രേഡിങ് എന്നു പറയുന്നത്. ലോകത്തെ ഒരു കൊച്ചുസ്ഥലമാക്കി മാറ്റിയ ഇന്റർനെറ്റ് വന്നതോടുകൂടി, ഓൺലൈൻ സ്റ്റോക്ക് മാർക്കറ്റ് ട്രേഡിങ്ങിന് വളരെ പ്രചാരമേറി. ആരുടെയും പറ്റിപ്പിനിരയായി ഏതെങ്കിലും സ്റ്റോക്കുകൾ വാങ്ങുവാനോ വിൽക്കുവാനോ ഇടയാവാതെ, സുരക്ഷിതമായി സ്റ്റോക്ക് കച്ചവടം ചെയ്യണമെന്നുണ്ടെങ്കിൽ, ഓൺലൈനിലൂടെ നേരിട്ട് വിപണിയിൽ പ്രവേശിയ്ക്കുന്നതാണ് നല്ലത്. പണം വെറുതെ നഷ്ടപ്പെടുത്താതിരിയ്ക്കാൻ ഡിസ്ക്കൗണ്ട്, സ്റ്റോക്ക് ട്രേഡിങ് സഹായിയ്ക്കുന്നു. ഏറ്റവും ചെലവു കുറഞ്ഞ സ്റ്റോക്ക് കച്ചവടം ചെയ്യാനുള്ള അവസരവും ഇത് തരുന്നു. ഇന്റർനെറ്റിന്റെ വരവോടെയും നിയമങ്ങളിൽ വന്ന മാറ്റങ്ങളാലും ആധുനിക സാങ്കേതികവിദ്യയുടെ ഉപയോഗത്താലും നിരവധി സാധാരണക്കാർ

ഡേ ട്രേഡിങ്ങിന്റെ മേഖലയിലേയ്ക്ക് ഇറങ്ങിയിരിയ്ക്കുന്നു. പരമ്പരാഗതമായി, ഡേ ട്രേഡിങ് സാമ്പത്തിക സ്ഥാപനങ്ങളുടെയും നിക്ഷേപകരുടെയും ഊഹക്കച്ചവടക്കാരുടെയും മാത്രം കളിക്കളമായിരുന്നു.

ഡിസ്ക്കൗണ്ട് ബ്രോക്കർമാർ നിങ്ങളുടെ സ്വന്തം പോർട്ട്ഫോളിയോ സൃഷ്ടിക്കുന്നതിനുള്ള സൗകര്യവും, മ്യൂച്ചൽ ഫണ്ടുകളും ബോണ്ടുകളും, സ്റ്റോക്കുകളും മറ്റുമായി നിങ്ങളുടെ പണം പങ്കിടുന്നതിനും അനുവദിയ്ക്കുന്നു. ഡിസ്ക്കൗണ്ട് ബ്രോക്കറിങ് ചെയ്യുന്ന മിക്ക കമ്പനികളും, ചെക്കുകൾ, സേവിംഗ്സ് അക്കൗണ്ട്, ക്രഡിറ്റ് കാർഡ്, ഡെപ്പോസിറ്റുകളുടെ സർട്ടിഫിക്കറ്റ്, പണയവസ്തുവകകൾ, മണി മാർക്കറ്റ് അക്കൗണ്ട് പോലുള്ള ബാങ്കിങ് സൗകര്യവും നൽകുന്നു. ഇത്തരം കമ്പനികളാണ് ഓൺലൈൻ ട്രേഡിങ്ങിലെ ഏറ്റവും നല്ല സൗകര്യങ്ങൾ വാഗ്ദാനം ചെയ്യുന്നത്.

ഓൺലൈനും ഓഫ്ലൈനും

ഇന്റർനെറ്റിന്റെ അരങ്ങേറ്റം നമ്മുടെ സമൂഹത്തിന്റെ ജീവിതശൈലി തന്നെ അത്ഭുതകരമാംവിധം മാറ്റിമറിച്ചു. നമ്മുടെ കച്ചവടവും ആശയവിനിമയവുമെല്ലാം ഇപ്പോൾ ഇന്റർനെറ്റ് നിശ്ചയിക്കുന്ന രീതിയിലാണ് നടക്കുന്നത്. ഓൺലൈൻ കച്ചവടത്തിനുള്ള അനേകം സാധ്യതകൾ അത് തുറന്ന് തന്നു. ഇപ്പോൾ സാമ്പത്തികവിപണി ഇന്റർനെറ്റിനെ വലംവെയ്ക്കുന്നു. എല്ലാം ഏതാനും ക്ലിക്കുകൾക്കകലെ മാത്രം. ഇത് ഓൺലൈൻ ട്രേഡിങ്ങിനെ ഏറ്റവും സൗകര്യപ്രദമാക്കി. പക്ഷേ ഇപ്പോഴും ചില നിക്ഷേപകർ പഴയ ഫാഷനായ ഓഫ്ലൈൻ ട്രേഡിങ്ങിനെ തന്നെ ഇഷ്ടപ്പെടുന്നു, മുഖ്യമായും ഇത് സുരക്ഷാകാരണങ്ങളാലാണ്.

ഇടപാടുകാർക്ക് പണം ഓൺലൈനായി കൈകാര്യം ചെയ്യാനുള്ള വഴി ഇന്റർനെറ്റ് തുറന്നു. പറയാതെ തന്നെ അറിയാം, നിക്ഷേപകമ്പനികൾ പ്രവർത്തിയ്ക്കുന്ന രീതിയെ തന്നെ ഇന്റർനെറ്റ് മാറ്റിമറിയ്ക്കുകയും, സ്വകാര്യനിക്ഷേപകർക്ക് നിരവധി വിപണികളിലേയ്ക്ക് നേരിട്ട് പ്രവേശനം ലഭിയ്ക്കുകയും ചെയ്തു. ഒരിക്കൽ വിദഗ്ദ്ധന്മാർ മാത്രം ഉപയോഗിച്ചിരുന്ന ഓൺലൈൻ ഉപകരണങ്ങൾ ഇപ്പോൾ ഏവർക്കും ലഭ്യമാണ്. ഉപഭോക്താക്കളുടെ നിക്ഷേപപ്രവണതകളും ഓൺലൈൻ കച്ചവടവും എല്ലാം നാടകീയമായ മാറ്റങ്ങൾക്കാണ് ഈ കഴിഞ്ഞ ദശകത്തിൽ സാക്ഷ്യം വഹിച്ചതു. ഓൺലൈൻ കച്ചവടം നിരന്തരമായി പുനർനിർവ്വചനം നടത്തിക്കൊണ്ടിരിയ്ക്കുകയാണ്. കൂടുതൽ സാമ്പത്തിക അക്കൗണ്ടുകൾ ഒന്നിച്ചു ചേർത്ത് ഉപയോഗിയ്ക്കുവാൻ തക്ക രീതിയിൽ സേവനങ്ങൾ വികസിച്ചിരിയ്ക്കുന്നു. കൂടാതെ, പരമ്പരാഗത കച്ചവടസൗകര്യമായിരുന്ന ടെലഫോണിൽ കച്ചവടത്തിനു വിപ്ലവകരമായ സൗകര്യങ്ങൾ ഏർപ്പെടുത്തിക്കൊണ്ട് അതിന്റെ മേഖല വളരെയധികം വികസിപ്പിച്ചിരിയ്ക്കുന്നു.

തീർച്ചയായും, ഓൺലൈൻ ട്രേഡിങ്ങിന് വളരെയധികം ഗുണവശങ്ങളുണ്ട്. ഓൺലൈനിൽ നിക്ഷേപം നടത്താനും ട്രേഡിങ് നടത്താനും ഒരുപാട് അത്ഭുതകരമായ കാരണങ്ങളുമുണ്ട്.

1.പണം ലാഭിയ്ക്കാനുള്ള അവസരങ്ങൾ: ഏത് ഓൺലൈൻ ബ്രോക്കറേജ് സ്ഥാപനത്തെയാണോ നിങ്ങൾ തിരഞ്ഞെടുത്തത് എന്നതിനെ ആശ്രയിച്ചിരിയ്ക്കും നിങ്ങൾ എത്രത്തോളം പണം ലാഭിയ്ക്കുന്നു എന്നുള്ളത്. ഒരിക്കലും രണ്ടു സ്ഥാപനങ്ങൾ ഒരേ തരമായിരിയ്ക്കുകയില്ല. ബാങ്കുകളെപ്പോലെ തന്നെ വ്യത്യസ്തതരം നിയമാവലികളുണ്ടായിരിയ്ക്കും. അക്കൗണ്ടിൽ നിർബന്ധമായും നിലനിർത്തേണ്ട ഏറ്റവും കുറഞ്ഞ തുക നിശ്ചയിച്ചിരിയ്ക്കും (മിനിമം ബാലൻസ്). മുൻപറഞ്ഞത് പോലെ ഇതെല്ലാം നിങ്ങൾ തിരഞ്ഞെടുത്ത ഓൺലൈൻ ബ്രോക്കറേജ് സ്ഥാപനത്തെ ആശ്രയിച്ചിരിയ്ക്കുന്നു.

2.ഞൊടിയിടയിലുള്ള ഓൺലൈൻ പ്രവേശനം: നിങ്ങളുടെ അക്കൗണ്ടിലേയ്ക്ക് നിങ്ങൾക്ക് നിമിഷാർദ്ധത്തിൽ പ്രവേശനം കിട്ടുന്നു, നിങ്ങളുടെ പോർട്ട്ഫോളിയോയുടെ മൂല്യം കൺമുന്നിൽ വെച്ച് പുതുക്കിക്കൊണ്ടിരിയ്ക്കുന്നു.

3.ഏതു സമയത്തും ഓൺലൈൻ കച്ചവടം ചെയ്യുക: നിങ്ങൾക്ക് ഏതു

സമയത്തും എവിടെനിന്നും ഓൺലൈൻ കച്ചവടം ചെയ്യാം. നിങ്ങൾ കച്ചവടം ചെയ്യുന്ന രാജ്യത്തിന്റേതിൽ നിന്നു വ്യത്യസ്തമായ ഒരു സമയമേഖലയിലാണ് നിങ്ങൾ ജീവിയ്ക്കുന്നതെങ്കിൽ ഇത് വളരെ സൗകര്യപ്രദമാണ്. കൂടാതെ, വളരെ തിരക്കുപിടിച്ച നിക്ഷേപകർക്ക് ഇതൊരു അനുഗ്രഹമാണ്.

4.ഓൺലൈൻ ട്രേഡിങ് ചെയ്യുമ്പോൾ നിങ്ങളുടെ കൈയിലാണ് നിയന്ത്രണം: നിങ്ങളുടെ നിക്ഷേപങ്ങളിൽ നിങ്ങൾക്ക് പരിപൂർണ്ണ നിയന്ത്രണം ഉണ്ട്. വിൽപനസമ്മർദ്ദമോ മറ്റു ശല്ല്യങ്ങളോ ഇല്ല. നിങ്ങളുടെ പണം എവിടെ നിക്ഷേപിയ്ക്കണമെന്ന് നിങ്ങൾ തീരുമാനിയ്ക്കുന്നു.

എന്നിരുന്നാലും, ഓൺലൈൻ ട്രേഡിങ്ങിനെ എന്തെല്ലാം ഗുണങ്ങളുണ്ടായിരുന്നാലും, ഇപ്പോഴും പഴയ ഫാഷൻ ഓഫ്ലൈൻ ട്രേഡിങ്ങിനെ മാത്രം ഇഷ്ടപ്പെടുന്ന നിക്ഷേപകർ ഇപ്പോഴും ഉണ്ട്. പ്രചാരം കുറേ നഷ്ടപ്പെട്ടെങ്കിലും ഇപ്പോഴും ഓഫ്ലൈൻ ട്രേഡിങ് തന്നെയാണ് പ്രധാനപ്പെട്ട നിക്ഷേപരീതി. ഓഫ്ലൈൻ ട്രേഡിങ്ങും കുറേ ഗുണങ്ങൾ വാഗ്ദാനം ചെയ്യുന്നുണ്ട്.

1.പ്രധാനമായും ഒരു നിക്ഷേപകൻ ഇഷ്ടപ്പെടുന്ന കാര്യം, നിക്ഷേപങ്ങളിൽ തീരുമാനമെടുക്കുമ്പോൾ അയാൾ ഒറ്റയ്ക്കല്ലെന്നുള്ളതാണ്.

2.പരിചയസമ്പന്നരും പ്രൊഫഷണലുകളുമായ ബ്രോക്കറേജ് കമ്പനികൾ അവരുടെ നിക്ഷേപങ്ങൾ കൈകാര്യം ചെയ്യാനുണ്ട്.

3.പ്രധാനപ്പെട്ട നിക്ഷേപതീരുമാനങ്ങളെടുക്കേണ്ട ഭാരിച്ച ചുമതല നിക്ഷേപകനില്ല, പ്രത്യേകിച്ച് അവർക്ക് അതിന് അത്യാവശ്യമായിട്ടുള്ള പരിചയസമ്പത്ത് ഇല്ലാതിരിക്കുമ്പോൾ.

4.കൂടാതെ, ഏതു പ്രധാനപ്പെട്ട സംശയങ്ങൾക്കും ഉത്തരം തരാൻ ആരെങ്കിലും ഉണ്ടായിരിയ്ക്കും.

ഓഫ്ലൈൻ ട്രേഡിങ്ങിൽ തെറ്റുകൾ സംഭവിയ്ക്കാൻ സാധ്യത തീരെ കുറവാണ്. സ്വന്തം പണം വലിച്ചെറിയാൻ ആരും ആഗ്രഹിയ്ക്കുന്നില്ല, അല്ലെങ്കിൽ സ്വന്തം പണം ആരാനും വലിച്ചെറിയുന്നതു കണ്ടുനിൽക്കാനും ആരും ആഗ്രഹിയ്ക്കുന്നില്ല. നിങ്ങൾക്ക് ആവശ്യമായ പരിചയസമ്പത്തില്ലെങ്കിൽ, ശരിയായ നിക്ഷേപതീരുമാനങ്ങളെടുക്കാൻ ഒരു പ്രൊഫഷണലിനെ പ്രതിഫലം കൊടുത്ത് ഉപയോഗപ്പെടുത്തുന്നത് ബുദ്ധി തന്നെ.

കരടികളും കാളക്കൂറ്റന്മാരും

സ്റ്റോക്ക് മാർക്കറ്റിൽ നിക്ഷേപിച്ചു തുടങ്ങിയ മിക്ക ആളുകൾക്കും, അല്ലെങ്കിൽ അതിനെ നിരീക്ഷിയ്ക്കുന്നവർക്കും 'ബെയർ' അല്ലെങ്കിൽ 'ബുൾ' മാർക്കറ്റ് എന്നത് പരിചിതമായിരിയ്ക്കും. യഥാർത്ഥത്തിൽ എന്താണിവയുടെ അർത്ഥം?

വിപണിയിൽ കൂടുതൽ സ്റ്റോക്കുകൾക്കും വിലകൂടിക്കൊണ്ടിരിയ്ക്കുന്ന അവസ്ഥയെയാണ് ബുൾ മാർക്കറ്റ് എന്നു പറയുന്നത്. സ്റ്റോക്ക് മാർക്കറ്റിലെ ഷെയറുകളുടെ വിലയിൽ ഉള്ള നിരന്തരമായ ഉയർച്ചയാണ് ഇതിന്റെ ലക്ഷണം. ഇത്തരം സമയങ്ങളിൽ, ഈ ഉയർച്ച കുറേക്കാലത്തേയ്ക്ക് ഇങ്ങനെ തന്നെ തുടരുമെന്ന് നിക്ഷേപകർ വിശ്വസിയ്ക്കുന്നു. രാജ്യത്തിന്റെ സാമ്പത്തികസ്ഥിതി ശക്തവും, തൊഴിലില്ലായ്മ കുറഞ്ഞും ഇരിയ്ക്കും. ബുൾമാർക്കറ്റ് മുകളിലേയ്ക്ക് കുതിച്ചുകൊണ്ടിരിയ്ക്കുന്ന ഒരു മാർക്കറ്റാണ്. നേരേമറിച്ച്, ബെയർ മാർക്കറ്റ് വിലകൾ താഴുന്ന പ്രതിഭാസമാണ്. ബെയർ മാർക്കറ്റിൽ, സ്റ്റോക്ക് ഷെയറുകൾക്ക് തുടർച്ചയായി വിലയിടിഞ്ഞുകൊണ്ടിരിയ്ക്കും, ഇത് അധികകാലം തുടരുമെന്ന പേടിയിൽ നിക്ഷേപകർ സ്റ്റോക്കുകൾ വിറ്റുകൊണ്ട് പ്രതികരിയ്ക്കുകയും, അങ്ങിനെ അത് കൂടുതൽ വേഗത്തിൽ താഴോട്ടു പതിയ്ക്കുകയും ചെയ്യും. ബെയർ മാർക്കറ്റിന്റെ അവസരത്തിൽ, രാജ്യത്തിന്റെ സാമ്പത്തികസ്ഥിതി മോശമാവുകയും, തൊഴിലില്ലായ്മ വർദ്ധിയ്ക്കുകയും, കമ്പനികൾ ജോലിക്കാരെ പിരിച്ചുവിടാൻ തുടങ്ങുകയും ചെയ്യും. സാധാരണമായി പറഞ്ഞാൽ, നിക്ഷേപകരുടെ നിലപാടുകളാണ് വിപണിയുടെ അവസ്ഥകൾ തീരുമാനിയ്ക്കുന്നത്, കൂടാതെ നിക്ഷേപകർ വിപണിയെക്കുറിച്ച് എന്തു ചിന്തിയ്ക്കുന്നു എന്നും, തുടർന്ന് വരുന്ന ട്രെന്റ് എന്തായിരിയ്ക്കുമെന്നും, ഇതിൽ നിന്നു മനസ്സിലാക്കാം.

മൊത്തത്തിൽ വിപണി കാളക്കൂറ്റനാണോ കരടിയാണോ എന്നു മനസ്സിലാക്കാൻ നിരവധി ലക്ഷണങ്ങളുണ്ട്. ഒരു ബുൾ മാർക്കറ്റിൽ, സ്റ്റോക്കുകൾക്ക് കൂടിയ ആവശ്യക്കാരും, എന്നാൽ വളരെ കുറഞ്ഞ വിൽപനക്കാരും മാത്രമേ കാണൂ. ഇതിന്റെ മറുപടിയായി, വാങ്ങാനുള്ളവരുടെ മത്സരം മൂക്കുന്നതോടെ സ്റ്റോക്കുകളുടെ വില അനിയന്ത്രിതമായി ഉയരും. ഇതിന്റെ നേരേ വിപരീതമാണ് ബെയർ മാർക്കറ്റിന്റെ സ്ഥിതി. വിപണിയും മൊത്തത്തിലുള്ള സാമ്പത്തികാവസ്ഥകളും തമ്മിൽ, വളരെ ശക്തമായ ബന്ധമാണുള്ളത്. എക്സ്ചേഞ്ചുകളിൽ കച്ചവടം ചെയ്യപ്പെടുന്ന സ്റ്റോക്കുകളുടെ കമ്പനികൾ, രാജ്യത്തിന്റെ സാമ്പത്തികമേഖലയിലെ പങ്കാളികളായതിനാൽ, സ്റ്റോക്ക് മാർക്കറ്റും സാമ്പത്തികസ്ഥിതിയും ശക്തമായി ബന്ധപ്പെട്ടിരിക്കുന്നു. ഉപഭോക്താക്കൾ ആവശ്യത്തിനു പണം ചെലവാക്കാതെയിരിയ്ക്കുമ്പോൾ, കമ്പനികൾക്ക് വലിയ ലാഭങ്ങൾ നേടാൻ കഴിയാതെ വരികയും ചെയ്യുമ്പോൾ (ഈ ലാഭത്തിലുള്ള ഇടിവ്, വിപണി സ്റ്റോക്കിന്റെ മൂല്യം കണക്കാക്കുന്നതിനെയും ബാധിയ്ക്കുന്നു), ബെയർ മാർക്കറ്റ് ക്ഷീണിതമായ ഒരു സാമ്പത്തികസ്ഥിതിയെ കാണിയ്ക്കുന്നു. ബുൾ മാർക്കറ്റിൽ നേരേവിപരീതമായി, ജനങ്ങളുടെ കൈയിൽ ചെലവഴിയ്ക്കാൻ ധാരാളം പണം ഉണ്ടാവുകയും അവരത് ചെലവഴിയ്ക്കാൻ തയ്യാറാവുകയും ചെയ്യുമ്പോൾ, അത് രാജ്യത്തിന്റെ സാമ്പത്തിക

സ്ഥിതിയെ മുന്നോട്ടു കൊണ്ടുപോവുകയും ശക്തിപ്പെടുത്തുകയും ചെയ്യുന്നു.

ബുൾ മാർക്കറ്റിൽ, സ്റ്റോക്ക് മാർക്കറ്റിൽ നിക്ഷേപിയ്ക്കുന്ന ഒരാൾക്ക് ചെയ്യാൻ പറ്റിയ ഏറ്റവും നല്ല കാര്യം, ഉയർച്ചയുടെ ആദ്യഘട്ടങ്ങളിൽ തന്നെ സ്റ്റോക്ക് ഷെയറുകൾ വാങ്ങുകയും ഉയർച്ചയുടെ ഏറ്റവും ഉന്നതിയിൽ വെച്ചു വിൽക്കുകയും ആണ്. തീർച്ചയായും, ഉയർച്ചയുടെ തുടക്കവും ഒടുക്കവും എപ്പോഴാണ് സംഭവിയ്ക്കുന്നതെന്ന് കണ്ടുപിടിക്കാൻ സാധ്യമല്ല. കാരണം, വിപണി ഉയരുമെന്ന് നിക്ഷേപകർക്ക് എപ്പോഴുമൊരു വിശ്വാസമുണ്ട്, ഉയരുന്ന വിപണിയിൽ നിക്ഷേപകർക്ക് ലാഭമുണ്ടാക്കാനും സാധിയ്ക്കും. വിലകൾ ഉയർന്നുകൊണ്ടിരിയ്ക്കുമ്പോൾ, നഷ്ടങ്ങളുണ്ടാവുകയാണെങ്കിൽ തന്നെ അവ ചെറുതും താൽക്കാലികവുമായിരിയ്ക്കും. ബുൾ മാർക്കറ്റിൽ നിക്ഷേപിയ്ക്കുകയാണെങ്കിൽ, ഒരു നിക്ഷേപകന് ഉഷാറായും ധൈര്യമായും കൂടുതൽ ഇക്വിറ്റികളിൽ നിക്ഷേപിയ്ക്കാറാവുകയും, കൂടുതൽ ലാഭമുണ്ടാക്കാനുള്ള സാധ്യതകൾ ഉണ്ടായിരിയ്ക്കുകയും ചെയ്യും.

ബെയർ മാർക്കറ്റിൽ നിക്ഷേപിയ്ക്കുമ്പോൾ നഷ്ടമുണ്ടാകാനുള്ള സാധ്യതകൾ വളരെയധികമാണ്, കാരണം, അവസാനമില്ലാത്ത നിലയിൽ സ്റ്റോക്കുകളുടെ വില താഴ്ന്നുകൊണ്ടേയിരിയ്ക്കും. ഒരു തിരിച്ചുവരവുണ്ടാകുമെന്ന ആശയിൽ നിങ്ങൾ നിക്ഷേപിയ്ക്കുകയാണെങ്കിൽ തന്നെ, തിരിച്ചു വരവുണ്ടാകുന്നതിനു മുമ്പ് നിങ്ങൾ നഷ്ടം നേരിടാൻ സാധ്യതകളേറെയുണ്ട്. അങ്ങിനെ, ബെയർ മാർക്കറ്റ് അവസ്ഥകളിൽ ലാഭമുണ്ടാക്കാനുള്ള എല്ലാ സാധ്യതകളും, ഷോർട്ട് സെല്ലിങ്ങിലും, പിന്നെ സുരക്ഷിതനിക്ഷേപങ്ങളായ സ്ഥിരവരുമാനസെക്യൂരിറ്റികളിലും ആണ് കാണാവുന്നത്. കരടികൾ കളിയ്ക്കുമ്പോൾ, സ്റ്റോക്ക് മാർക്കറ്റ് ഉലച്ചിലുകൾ അധികം ബാധിയ്ക്കാതെ നല്ലകാലത്തും കെട്ടകാലത്തും സുസ്ഥിരമായ നിൽക്കുന്ന 'പ്രതിരോധശേഷിയുള്ള' സ്റ്റോക്കുകളിലേയ്ക്കു നിക്ഷേപകർ ചുവടുമാറ്റും. ഇത് ഗവൺമന്റിന്റെ കൈവശമുള്ള വ്യവസായങ്ങളോ, ഏതു സാമ്പത്തികപരിതസ്ഥിതികളിലും ജനങ്ങൾ വാങ്ങിയുപയോഗിയ്ക്കുന്ന അവശ്യവസ്തുക്കൾ ഉത്പാദിപ്പിയ്ക്കുന്ന വ്യവസായങ്ങളോ വ്യാപാരങ്ങളോ ആയിരിയ്ക്കും.

സാമ്പത്തിക വിപണികളിൽ, 'ഭൂരിപക്ഷത്തിന് എപ്പോഴും പിഴയ്ക്കും'. നിക്ഷേപഭൂരിപക്ഷം വളരെയധികം കൂടിയ കരടിസ്വഭാവമാണ് കാണിയ്ക്കുന്നതെങ്കിൽ, സ്റ്റോക്ക് വാങ്ങാനുള്ള ഏറ്റവും പറ്റിയ സമയം അതാണ്. ജനക്കൂട്ടം അത്യാഹ്ലാദത്തോടെ വാങ്ങുവാൻ പരക്കം പായുമ്പോഴാണ്, സ്റ്റോക്കുകൾ വിൽക്കുവാൻ പറ്റിയ സമയം. സാമ്പത്തിക വിപണികൾ ഇങ്ങനെ വൈരുദ്ധ്യാത്മകമായിട്ടാണ് പ്രവർത്തിയ്ക്കുന്നത്, കാരണം എല്ലാവർക്കും വിപണിയിൽ വിജയിയ്ക്കുക സാധ്യമല്ല.

ബുൾ മാർക്കറ്റ്

വിലക്കയറ്റത്തിന്റെ ആരംഭം സ്റ്റോക്ക് മാർക്കറ്റ് ക്ഷീണിതമായിരിയ്ക്കുമ്പോഴും സാധാരണജനങ്ങൾക്ക് ശുഭാപ്തിവിശ്വാസമില്ലാതിരിയ്ക്കുമ്പോഴും ആണ്. ഈ ഘട്ടത്തിൽ മിക്ക നിക്ഷേപകരും ദീർഘകാലമായി ബെയർ മാർക്കറ്റിനെ സഹിച്ച് നഷ്ടം നേരിട്ടതിനാൽ കൈയിലുള്ളതെല്ലാം വിറ്റൊഴിയ്ക്കും. അടിവാരത്തു കാണപ്പെടുന്ന ഈ അശുഭാപ്തിവിശ്വാസത്തിന്റെ അങ്ങേയറ്റം യാതൊരുവിധത്തിലും

ന്യായീകരിയ്ക്കത്തക്കതല്ലാത്തതും വേണ്ടാത്തതുമാണ്. ഇപ്പോൾ വിപണിയുടെ മൂല്യം വളരെ വിലകുറച്ച് കണ്ടിരിയ്ക്കുകയാണ്, വാങ്ങാൻ പറ്റിയ വിലയുമാണ്. പരിചയസമ്പന്നരായ നിക്ഷേപകർ, 'സ്മാർട്ട് മണി'കൾ, ഈ വിലകുറഞ്ഞിരിയ്ക്കുന്ന സ്റ്റോക്കുകൾ അടുത്ത ഭാവിയിൽ തന്നെ നല്ല വിലയ്ക്കു വിൽക്കാമെന്ന ഉദ്ദേശത്തിൽ വാങ്ങുകയും ചെയ്യും. സ്മാർട്ട് മണി ബയിങ്, അല്ലെങ്കിൽ അക്യൂമുലേഷൻ, സ്റ്റോക്കുകൾക്ക് വില കൂടുവാൻ കാരണമാവുകയും ചെയ്യും.

സ്മാർട്ട് മണികളുടെ കൂട്ടത്തിൽ ഓപ്പറേറ്റർമാർ, കോർപ്പറേറ്റ് കമ്പനികളുടെ ഉള്ളിലുള്ളവർ (കമ്പനികളുടെ പ്രമോട്ടർമാർ) തുടങ്ങിയവരാണ് ഉള്ളത്. സാധാരണ ജനങ്ങൾക്ക് കിട്ടാത്ത പല പ്രധാനപ്പെട്ട വിവരങ്ങളും ഇവർക്ക് ലഭ്യമാണ്.

തുടർന്ന്, ഉയരുന്ന സ്റ്റോക്കുകൾ നിക്ഷേപസ്ഥാപനങ്ങളുടെ ശ്രദ്ധയാകർഷിയ്ക്കുകയും ബില്ല്യൺകണക്കിന് രൂപ വിപണിയിലേയ്ക്കു തള്ളുകയും ചെയ്യുന്നു. മ്യൂച്വൽ ഇൻവെസ്റ്റ്മന്റ് ഫണ്ടുകളുടെ നിക്ഷേപം സ്റ്റോക്ക് മാർക്കറ്റിനെ ശക്തമായ രീതിയിൽ മുന്നോട്ട് തള്ളുന്നു. നിരന്തരമായ വൻചലനങ്ങൾ എപ്പോഴും ഇത്തരം നിക്ഷേപസ്ഥാപനങ്ങളുടെ ബലത്തിലാണ് സംഭവിയ്ക്കുന്നത്. സ്റ്റോക്ക് മാർക്കറ്റ് ഉയരങ്ങളിലെത്തിക്കഴിഞ്ഞാൽ, സ്റ്റോക്കുകളുടെ വില ഏതാണ്ട് ന്യായമായ നിലയിലായിരിയ്ക്കും, അതുകൊണ്ട് തന്നെ ഇപ്പോൾ വാങ്ങുന്നതു കൊണ്ട് വലിയ ലാഭമൊന്നും പ്രതീക്ഷിയ്ക്കേണ്ട. സ്മാർട്ട് മണികൾ ഇപ്പോൾ തന്നെ വലിയ ലാഭം ഉണ്ടാക്കിക്കഴിഞ്ഞു. പക്ഷേ, ഒരു സാധാരണ നിക്ഷേപകൻ ഇപ്പോഴും സംശയാലുവാണ്.

ബുൾ മാർക്കറ്റ് ലക്ഷണങ്ങൾ കണ്ടുതുടങ്ങിയാൽ ചില്ലറ നിക്ഷേപകർ സ്റ്റോക്കുകളിൽ താൽപര്യം കാണിയ്ക്കുവാൻ തുടങ്ങും. ചില്ലറ നിക്ഷേപകർ, അല്ലെങ്കിൽ കളിയധികം അറിയാത്തവർ ആണ് നിക്ഷേപകരിൽ ഭൂരിപക്ഷവും. ഇവർ ഒരു നിത്യവരുമാനത്തിനു വേണ്ടിയല്ല നിക്ഷേപിയ്ക്കുന്നത്. സാമ്പത്തികമാസികകളിൽ നിന്നും അവരുടെ ബ്രോക്കറുകളിൽ നിന്നും സുഹൃത്തുക്കളിൽ നിന്നുമെല്ലാം കിട്ടുന്ന വിവരങ്ങളുടെ അടിസ്ഥാനത്തിലാണ് ചില്ലറനിക്ഷേപകർ തീരുമാനങ്ങളെടുക്കുന്നത്. ചില്ലറക്കാരുടെ മൂലധനമെല്ലാം വന്നുകഴിയുമ്പോഴേയ്ക്കും അമിതമായ ആഹ്ലാദം സൃഷ്ടിച്ചുകൊണ്ട് മാർക്കറ്റ് വളരെയധികം ഉയരുന്നു. ചക്രത്തിന്റെ ഈ ഘട്ടത്തിൽ, കുറേ കമ്പനികൾ പബ്ലിക്കായി മാറുന്നു, അല്ലെങ്കിൽ ഐ.പി.ഒ ഇറക്കുന്നു. സ്റ്റോക്കിന് പരമാവധി വില ലഭിയ്ക്കുവാൻ വേണ്ടി നിക്ഷേപകർ ഏറ്റവും ശുഭാപ്തി വിശ്വാസികളായിരിയ്ക്കുന്ന അവസരത്തിൽ കമ്പനികൾ പബ്ലിക്കാവുന്നു. ഐ.പി.ഓകൾ കൂടുതൽ ശുഭാപ്തിവിശ്വാസം സൃഷ്ടിയ്ക്കുകയും നിമിഷനേരം കൊണ്ട് ലക്ഷപ്രഭുക്കളാവാനുള്ള ത്വരയിൽ നിഷ്കളങ്കരായ നിക്ഷേപകർ വാങ്ങിക്കൂട്ടുകയും ചെയ്യുന്നു. ഇവിടെയാണ് പല ചെറിയ നിക്ഷേപകരും സമ്പന്നരാവുന്നത്. ഈ ഘട്ടത്തിൽ, സ്റ്റോക്കുകളുടെ വില രണ്ടിരട്ടിയും മൂന്നിരട്ടിയും എന്ന നിലയിൽ വർദ്ധിയ്ക്കുമ്പോൾ മാധ്യമങ്ങൾ ഉയർന്നുയർന്നു പോകുന്ന ബുൾ മാർക്കറ്റിനെ കൈയ്യടിച്ചു പ്രോത്സാഹിപ്പിയ്ക്കുകയും ചെയ്യുന്നു.

ഈ ഘട്ടത്തിലാണ്, വളരെയധികം വില കയറിയ സ്റ്റോക്കുകൾ അമിതാത്മവിശ്വാസികളായ ചില്ലറനിക്ഷേപകർക്ക് സ്മാർട്ട് മണികൾ വിൽക്കാൻ തുടങ്ങുന്നത്. യഥാർത്ഥമൂല്യത്തിലും കൂടുതൽ വിലയുള്ള സ്റ്റോക്കുകൾ

ഇനിയൊരിയ്ക്കലും ഒരു നല്ല നിക്ഷേപമല്ല എന്നും അതിന് വേഗം വിലകുറയുമെന്നും സ്മാർട്ട് മണികൾക്കറിയാം. മാർക്കറ്റ് ഉയരത്തിലെത്തുമ്പോൾ പല രൂപത്തിൽ വ്യാപകമായ അത്യാർത്തി എപ്പോഴും ഉണ്ടാകും. ചിലപ്പോൾ ഈ അത്യാർത്തി സ്റ്റോക്ക് മാർക്കറ്റ് തട്ടിപ്പുകളുടേയും കുംഭകോണങ്ങളുടേയും രൂപമെടുക്കും. ഈ വഴിപിഴച്ച പ്രവർത്തനങ്ങൾ സംഭവിയ്ക്കുന്നത്, വിവേകരഹിതരായ ചില്ലറനിക്ഷേപകർ, ആകർഷകമാണെന്ന ഒറ്റക്കാരണത്താൽ മാത്രം സ്റ്റോക്ക് വാങ്ങിക്കൂട്ടുന്നതുകൊണ്ടു കൂടിയാണ്. പ്രശ്നങ്ങൾ കൂടുതൽ വഷളാക്കാൻ, നിക്ഷേപകർ ലാഭം കൂട്ടുവാനായി മാർജിൻ അല്ലെങ്കിൽ ലീവറേജ് ഉപയോഗിയ്ക്കുവാനും തുടങ്ങുന്നു. എല്ലാ മുന്നറിയിപ്പുകളും കാറ്റിൽ പറത്തിക്കൊണ്ട്, പഴയ 'നിയമങ്ങൾക്ക് ഇവിടെ പ്രസക്തിയില്ലെന്ന' മട്ടിൽ നിക്ഷേപകർ പെരുമാറുന്നു.

ബെയർ മാർക്കറ്റ്

മ്യൂച്ചൽ ഫണ്ടുകളും ചില്ലറ നിക്ഷേപകരും മുഴുവനും നിക്ഷേപിച്ചു കഴിയുമ്പോൾ, മാർക്കറ്റ് ഓവർബോട്ട് (ആവശ്യത്തിലധികം വാങ്ങിയത്) ആവുന്നു. ഇതിനർത്ഥം ഈ ഓട്ടം തുടരാനുള്ള പണം തീർന്നു എന്നാണ്. പിന്നെ വിപണിയ്ക്ക് പോകാൻ ഒരു വഴിയേ ഉള്ളൂ, താഴോട്ട്. ഒരു ചെറിയ കെട്ടവാർത്ത മതി, വിപണി അതിന്റെ സ്വന്തം ഭാരത്താൽ തകർന്നു വീഴാൻ. തട്ടിപ്പുകളും കുംഭകോണങ്ങളും പുറത്തുവരുമ്പോൾ വെറും കടലാസുകൊട്ടാരമാണ് വിപണിയെന്ന് നിക്ഷേപകർ പെട്ടെന്ന് തിരിച്ചറിയുന്നു.

വിറളിപിടിച്ച വിൽപന ആരംഭിയ്ക്കുമ്പോൾ, വിപണി ഉയർന്നതിനേക്കാൾ പെട്ടെന്നായിരിയ്ക്കും വീഴുന്നത്. എല്ലായ്പോഴും, എല്ലാവരും ഒരേ സമയം രക്ഷപ്പെടാനായി നോക്കുമ്പോൾ, ആരും സ്റ്റോക്ക് വാങ്ങാനാഗ്രഹിയ്ക്കുന്നവരായി ഉണ്ടാവില്ല. ഇത് മാർജിൻ ഉപയോഗിയ്ക്കുന്നവർക്കാണ് ഏറെ നാശകരമായി ഭവിയ്ക്കുന്നത്, കാരണം അവർ ബ്രോക്കർമാരുടെ അടുത്ത് വൻകടക്കെണിയിലാകുന്നു. ഈ ബുദ്ധികെട്ട ചൂതാട്ടക്കാരുടെ അന്ത്യം, പാപ്പരായി മാറലാണ്. വിപണി നിലംപതിയ്ക്കുകയാണെങ്കിൽക്കൂടി ഭൂരിഭാഗം ചില്ലറ നിക്ഷേപകരും അവരുടെ ഷെയറുകൾ വിൽക്കുകയില്ല. വിപണി തിരിച്ചുവരും എന്ന കണക്കുകൂട്ടലിൽ ജനക്കൂട്ടം സ്റ്റോക്കുകൾ കൈയിൽ തന്നെ വെയ്ക്കും. വിപണി 25%-വും പിന്നെ 50%-വും വില താഴ്ന്നാലും സാധാരണ ചില്ലറ നിക്ഷേപകൻ വിഡ്ഢ്യാസുരനെപ്പോലെ സ്റ്റോക്കും കെട്ടിപ്പിടിച്ചുകൊണ്ടിരിയ്ക്കും, ബുൾ മാർക്കറ്റിന്റെ സമയം കഴിഞ്ഞത് സ്വയം അംഗീകരിയ്ക്കാതെ. പക്ഷേ അവസാനം വിപണിയെ കൂടുതൽ മുക്കുകുത്തിച്ചുകൊണ്ട് എല്ലാ ചില്ലറ

നിക്ഷേപകരും കൈയിലുള്ള മുഴുവൻ സ്റ്റോക്കും വിറ്റുതീർക്കും. ഈ കൂട്ടപലായനത്തിനെയാണ് കാപിറ്റുലേഷൻ (അടിയറവു പറയൽ) എന്നു വിളിയ്ക്കുന്നത്.

ചക്രം വീണ്ടും തിരിയാൻ തുടങ്ങുന്നു

ഈ ഘട്ടത്തിലാണ് മൂല്യത്തേക്കാൾ വളരെ കുറഞ്ഞ വിലയിൽ (അണ്ടർവാല്യൂഡ്) സ്റ്റോക്ക് വീണ്ടും എത്തുന്നത്. ഈ അവസരത്തിൽ സ്മാർട്ട് മണികൾ വാങ്ങിച്ചു കൂട്ടുകയാണ്, അങ്ങിനെ വീണ്ടും വില വർദ്ധിയ്ക്കുവാൻ തുടങ്ങുന്നു. ഭൂരിഭാഗം ചില്ലറനിക്ഷേപകരും ഉയരത്തിൽ വാങ്ങിയിട്ട് ഏറ്റവും താഴെയെത്തിയപ്പോൾ വിറ്റു. 'ഡമ്പ് മണി'യുടെ സാരം ഇതാണ്. അവർ എപ്പോഴും കളിയിൽ വളരെ വൈകിയാണ് ഇറങ്ങുക. ഈ ചക്രം ഇങ്ങിനെ തിരിഞ്ഞുകൊണ്ടേയിരിയ്ക്കും. സ്മാർട്ട് മണികൾ മാത്രമാണ് 'കുറവിൽ വാങ്ങി കൂടിയപ്പോൾ വിറ്റവർ'. ഇങ്ങനെ കച്ചവടം ചെയ്തിട്ട് ഡമ്പ് മണികൾ, 'സ്റ്റോക്ക് മാർക്കറ്റ് അപകടകരമാണ്' എന്ന ആപ്തവാക്യവും ഉരുവിട്ടു നടക്കും. യഥാർത്ഥത്തിൽ, സ്റ്റോക്ക് മാർക്കറ്റ് അപകടകരമാകുന്നത്, ഈ ചിന്തിക്കാത്ത ഭൂരിപക്ഷത്തിന്റെ രീതിയിൽ കച്ചവടം ചെയ്യുമ്പോഴാണ്!

ഒരു ബുൾ മാർക്കറ്റിൽ, ഒരാൾക്ക് ചെയ്യാവുന്ന ഏറ്റവും ബുദ്ധിപൂർവ്വമായ കാര്യം, വില ഉയരാൻ തുടങ്ങുന്ന ആദ്യ ഘട്ടങ്ങളിൽ സ്റ്റോക്കിൽ പണം നിക്ഷേപിയ്ക്കുകയും ഉയർന്ന് ഏറ്റവും മുകളിലെത്തുമ്പോൾ സ്റ്റോക്ക് വിൽക്കുകയും ചെയ്യുക എന്നുള്ളതാണ്. തീർച്ചയായും, ഉയർച്ചയുടെ തുടക്കവും ഒടുക്കവും എപ്പോഴാണ് സംഭവിയ്ക്കുന്നതെന്ന് കണ്ടുപിടിക്കാൻ സാധ്യമല്ല. കാരണം, വിപണി ഉയരുമെന്ന് നിക്ഷേപകർക്ക് എപ്പോഴുമൊരു വിശ്വാസമുണ്ട്, ഉയരുന്ന വിപണിയിൽ നിക്ഷേപകർക്ക് ലാഭമുണ്ടാക്കാനും സാധിയ്ക്കും. വിലകൾ ഉയർന്നുകൊണ്ടിരിയ്ക്കുമ്പോൾ, നഷ്ടങ്ങളുണ്ടാവുകയാണെങ്കിൽ തന്നെ അവ ചെറുതും താൽക്കാലികവുമായിരിയ്ക്കും. ബുൾ മാർക്കറ്റിൽ നിക്ഷേപിയ്ക്കുകയാണെങ്കിൽ, ഒരു നിക്ഷേപകന് ഉഷാറായും ധൈര്യമായും കൂടുതൽ ഇക്വിറ്റികളിലും നിക്ഷേപിയ്ക്കാം, കൂടുതൽ ലാഭമുണ്ടാക്കാനുള്ള സാധ്യതകൾ ഉണ്ടായിരിയ്ക്കുകയും ചെയ്യും.

ബെയർ മാർക്കറ്റിൽ നിക്ഷേപിയ്ക്കുമ്പോൾ നഷ്ടമുണ്ടാകാനുള്ള സാധ്യതകൾ വളരെയധികമാണ്, കാരണം അവസാനമില്ലാത്ത നിലയിൽ സ്റ്റോക്കുകളുടെ വില താഴ്ന്നുകൊണ്ടേയിരിയ്ക്കും. ഒരു തിരിച്ചുവരവുണ്ടാകുമെന്ന ആശയിൽ നിങ്ങൾ നിക്ഷേപിയ്ക്കുകയാണെങ്കിൽ തന്നെ, തിരിച്ചു വരവുണ്ടാകുന്നതിനു മുമ്പ് നിങ്ങൾ നഷ്ടം നേരിടാൻ സാധ്യതകളേറെയുണ്ട്. അങ്ങിനെ, ബെയർ മാർക്കറ്റ് അവസ്ഥകളിൽ ലാഭമുണ്ടാക്കാനുള്ള എല്ലാ സാധ്യതകളും, ഷോർട്ട് സെല്ലിങ്ങിലും സുരക്ഷിതനിക്ഷേപങ്ങളായ സ്ഥിരവരുമാനസെക്യൂരിറ്റികളിലും ആണ് കാണാവുന്നത്. കരടികൾ കളിയ്ക്കുമ്പോൾ, സ്റ്റോക്ക് മാർക്കറ്റ് ഉലച്ചിലുകൾ അധികം ബാധിയ്ക്കാതെ നല്ലകാലത്തും കെട്ടകാലത്തും സുസ്ഥിരമായ നിൽക്കുന്ന 'പ്രതിരോധശേഷിയുള്ള' സ്റ്റോക്കുകളിലേയ്ക്കു നിക്ഷേപകർ ചുവടുമാറ്റും. ഇത് ഗവൺമന്റിന്റെ കൈവശമുള്ള വ്യവസായങ്ങളോ, ഏതു സാമ്പത്തികപരിതസ്ഥിതികളിലും ജനങ്ങൾ വാങ്ങിയുപയോഗിയ്ക്കുന്ന അവശ്യവസ്തുക്കൾ നിർമ്മിയ്ക്കുന്ന വ്യവസായങ്ങളോ വ്യാപാരങ്ങളോ ആയിരിയ്ക്കും.

സ്റ്റോക്ക് മാർക്കറ്റിലെ കളിക്കാർ

നിക്ഷേപിയ്ക്കാൻ താൽപര്യമുള്ള ഒരാൾ, സ്റ്റോക്ക് മാർക്കറ്റ് കളിയിലെ പ്രധാനകളിക്കാർ ആരെല്ലാമാണെന്ന് ആദ്യം മനസ്സിലാക്കണം. സ്റ്റോക്ക് മാർക്കറ്റിലെ മുഖ്യകളിക്കാർ എക്സ്ചേഞ്ചുകളാണ്. വിൽപനക്കാരേയും വാങ്ങലുകാരനെയും തമ്മിൽ കൂട്ടിമുട്ടിയ്ക്കുകയും കച്ചവടം സാധ്യമാക്കുകയും സ്റ്റോക്ക് ഷെയറുകളുടെ വില നിശ്ചയിയ്ക്കുകയും ചെയ്യുകയാണ് സ്റ്റോക്ക് മാർക്കറ്റുകളുടെ കടമ. ഒന്നാംകിട എക്സ്ചേഞ്ചുകൾ എൻ.എ.എസ്.ഡി.എ.ക്യൂ (നാസ്ഡാക്), ദി ന്യൂയോർക്ക് സ്റ്റോക്ക് എക്സ്ചേഞ്ച് (എൻ.വൈ.എസ്.ഇ), എല്ലാ ഇ.സി.എന്നുകളും (ഇലക്ട്രോണിക് കമ്മ്യൂണിക്കേഷൻ നെറ്റ്‌വർക്കുകൾ) കൂടാതെ നിരവധി പ്രദേശിക എക്സ്ചേഞ്ചുകൾ ഒക്കെയാണ്. ഈ അടുത്തകാലം വരെ, എല്ലാ കച്ചവടങ്ങളും നടന്നിരുന്നത് (എൻ.വൈ.എസ്.ഇ, അമേരിക്കൻ ആന്റ് പസഫിക് എക്സ്ചേഞ്ചസ് മുതലായവ) പരമ്പരാഗത എക്സ്ചേഞ്ചുകളിലായിരുന്നു, പക്ഷേ ഇന്ന് കൂടുതലും സ്റ്റോക്കുകൾ കച്ചവടം നടത്തുന്നത് ഇസിഎന്നുകൾ ഉപയോഗിയ്ക്കുന്ന നാസ്ഡാക് വഴിയും, കച്ചവടം നടത്താനായി നാസ്ഡാക്കിലേയ്ക്കു പ്രവേശനമുള്ള മറ്റു ഫേമുകൾ വഴിയുമാണ്.

നിക്ഷേപിയ്ക്കുന്നതിന് പറ്റിയ ഏറ്റവും പാരമ്പര്യമുള്ളതും പ്രധാനപ്പെട്ടതുമായ സ്റ്റോക്ക് മാർക്കറ്റ് ന്യൂയോർക്ക് സ്റ്റോക്ക് എക്സ്ചേഞ്ച് (എൻ.വൈ.എസ്.ഇ) ആണ്. ലോകത്തിലെ ഏറ്റവും വലിയ സ്റ്റോക്ക് മാർക്കറ്റ് എക്സ്ചേഞ്ചുകളിൽ ഒന്നുമാണ് ഇത്. അമേരിയ്ക്കയിലെ ന്യൂയോർക്ക് സിറ്റിയിലെ വാൾസ്ട്രീറ്റിൽ പ്രധാനകെട്ടിടത്തിൽ പ്രവർത്തിയ്ക്കുന്ന ലാഭേച്ഛയില്ലാത്ത ന്യൂയോർക്ക് സ്റ്റോക്ക് മാർക്കറ്റ് ഇൻകോർപ്പറേറ്റഡ് എന്ന കോർപ്പറേഷനാണ് എൻ.വൈ.എസ്.ഇ-യുടെ പ്രവർത്തനച്ചുമതല മുഴുവനും. 2,800 കമ്പനികളുടെ 15 ട്രില്ല്യൺ ഡോളർ വിലവരുന്ന ഷെയറുകളുടെ കച്ചവടം ഇവിടെ നടക്കുന്നു. എൻ.വൈ.എസ്.ഇ-യിൽ പണം നിക്ഷേപിയ്ക്കുമ്പോൾ, മറ്റു കൂടുതൽ 'വിർച്ചൽ' സ്വഭാവമുള്ള എക്സ്ചേഞ്ചുകളിൽ നിന്നു. വിഭിന്നമായി എല്ലായ്പോഴും മുഖാമുഖം ആശയവിനിമയം നടത്തേണ്ടതുണ്ട്. സ്റ്റോക്ക് എക്സ്ചേഞ്ച് ആംഗങ്ങൾക്ക് ഒരു മേശയോ പോഡിയമോ കച്ചവടം നടക്കുന്ന സ്ഥലത്ത് ഉണ്ടായിരിയ്ക്കും.

നിക്ഷേപകർക്ക് വേണ്ടി ഒരു സ്റ്റോക്ക് വാങ്ങുവാനോ വിൽക്കുവാനോ താൽപര്യമുള്ള എക്സ്ചേഞ്ച് അംഗങ്ങൾ, ഒരു മുൻനിശ്ചിത സ്ഥലത്ത് വെച്ച് കണ്ടുമുട്ടുന്നു, അവിടെ വെച്ച് എൻ.വൈ.എസ്.ഇ ഉദ്യോഗസ്ഥൻ വിൽപനക്കാരനും വാങ്ങലുകാരനും തമ്മിലുള്ള വിലപേശലിനു സൗകര്യമൊരുക്കുന്നു. ഇരുപതാം നൂറ്റാണ്ടിന്റെ അവസാനഘട്ടങ്ങളിൽ സ്റ്റോക്ക് മാർക്കറ്റിന്റെ ഭൂമികയെ തന്നെ മാറ്റിമറിച്ച ഒരു വ്യത്യസ്തതരം സ്റ്റോക്ക് മാർക്കറ്റ് എക്സ്ചേഞ്ച് ജന്മമെടുത്തു. നാഷണൽ അസോസിയേഷൻ ഓഫ് സെക്യൂരിറ്റീസ് ഡീലേഴ്സിനാൽ നടപ്പിലാക്കപ്പെട്ട നാസ്ഡാക് സ്റ്റോക്ക് മാർക്കറ്റ് (എൻ.എ.എസ്.ഡി.എ.ക്യൂ, നാഷണൽ അസോസിയേഷൻ ഓഫ് സെക്യൂരിറ്റീസ് ഡീലേഴ്സ് ആട്ടോമേറ്റഡ് ക്വട്ടേഷൻസ് എന്നതിന്റെ ചുരുക്കപ്പേര്). നാസ്ഡാക് നാഷണൽ മാർക്കറ്റിൽ ദേശീയവും അന്തർദ്ദേശീയവുമായ നിക്ഷേപക പിന്തുണയുള്ള 3000-ത്തിലധികം കമ്പനികളുണ്ട്, കൂടാതെ കടുത്ത

സാമ്പത്തിക നിയന്ത്രണങ്ങളും പിന്നെ കോർപ്പറേറ്റ് ഭരണനിർവ്വഹണ ഗുണനിലവാരവും.1971-ലെ ഫെബ്രുവരി 8-ന് ലോകത്തിലെ ആദ്യത്തെ ഇലക്ട്രോണിക് സ്റ്റോക്ക് മാർക്കറ്റായി കച്ചവടം ആരംഭിച്ചു. ഇന്റർനെറ്റ് സ്റ്റോക്ക് കച്ചവടത്തിന്റെ വളർച്ചയാൽ പ്രചോദിതമായി നാസ്ഡാക് 1999-ൽ അമേരിക്കയിലെ പകതി കമ്പനികളുടെയും ഷെയറുകൾ കച്ചവടം ചെയ്യുന്ന അമേരിക്കയിലെ ഏറ്റവും വലിയ സ്റ്റോക്ക് എക്സ്ചേഞ്ചായി മാറി. നാസ്ഡാക് നാഷണൽ മാർക്കറ്റും നാസ്ഡാക് സ്മോൾകാപ് മാർക്കറ്റും കൂടിച്ചേർന്നതാണ് നാസ്ഡാക്. പ്രധാനമായി ഈ മാർക്കറ്റ് അമേരിക്ക അടിസ്ഥാനമാക്കിയ കമ്പനിയാണെങ്കിലും, അവർക്ക് ലോകം മുഴുവനം സഹകാരികൾ ഉള്ളതിനാൽ, സ്റ്റോക്ക് മാർക്കറ്റിൽ നിക്ഷേപിക്കുന്നത് ഒരു സാർവ്വലൗകികമായ പ്രവർത്തനമായി മാറി. നിരവധി സ്റ്റോക്ക് മാർക്കറ്റ് പങ്കാളികൾക്ക് ഒരേ സമയം കച്ചവടം നടത്താൻ അതിന്റെ ഇലക്ട്രോണിക് കമ്മ്യൂണിക്കേഷൻ നെറ്റുവർക്കുകളിലൂടെ സാധിക്കുന്ന (ഇ.സി. എന്നുകൾ). വിപണിയുടെ പരിഭ്രാന്തമായ അവസ്ഥകളിൽ, ചെറിയ ഓർഡറുകൾ അവഗണിക്കപ്പെടാതിരിക്കുവാൻ, സ്മോൾ ഓർഡർ എക്സിക്യൂഷൻ സിസ്റ്റം (എസ്.ഒ. ഇ.എസ്) എന്നൊരു സൗകര്യം നാസ്ഡാക് സൃഷ്ടിച്ചു.

ഇന്റർനെറ്റിന്റെ അരങ്ങേറ്റത്തിനു മുമ്പ്, മെറിൽ ലിഞ്ചിനെ പോലെ സമ്പൂർണ്ണ സേവനങ്ങൾ തരുന്ന ബ്രോക്കറേജ് (ഫുൾ സർവ്വീസ് ബ്രോക്കറേജ്) സ്ഥാപനങ്ങളായിരുന്നു വിപണി കൈയടക്കിവച്ചിരുന്നത്. ഡിസ്കൗണ്ട് ബ്രോക്കർമാർ ഇന്റർനെറ്റ് മാർക്കറ്റിനെ കൈയ്യേറിയപ്പോൾ, ഫുൾ സർവ്വീസ് ബ്രോക്കർമാർ ആ സംഭവവികാസങ്ങളെ അവഗണിച്ചു തള്ളി. സേവനങ്ങൾക്ക് ചുമത്തുന്ന വിലയുടെ പുറത്താണ് മത്സരം എന്നവർക്ക് തോന്നിയില്ല. മറിച്ച്, തങ്ങൾ വ്യത്യസ്തരായിരിക്കുന്നത് ഗവേഷണ ഉപദേശങ്ങൾക്കും ഇടപാടുകാരുമായുള്ള ബന്ധത്തിലുമാണെന്നായിരുന്നു. നിക്ഷേപിക്കുന്ന ഇടപാടുകാരെ സംബന്ധിച്ചിടത്തോളം അതിനുള്ള ചെലവുകൾ വലിയ കാര്യമാണെന്ന് അവർ വിശ്വസിച്ചില്ല. കൂടാതെ, വിലകുറഞ്ഞ ഇന്റർനെറ്റ് സേവനങ്ങൾ തങ്ങളുടെ ബിസിനസ്സിലും എങ്ങിനെ നടപ്പിലാക്കാം എന്നത് അവർക്ക് പരിഹരിക്കാൻ കഴിയുന്നതിലും വലിയ പ്രശ്നമായിരുന്നു. മിക്ക ഫുൾ സർവ്വീസ് ബ്രോക്കർമാരും കനത്ത കമ്മീഷനുകളും മറ്റും നൽകിയിരുന്നത് ഇടപാടുകാരിൽ നിന്ന് ഈടാക്കിയിരുന്ന വലിയ ട്രാൻസാക്ഷൻ ഫീസിൽ നിന്നുമായിരുന്നു. ചെലവു കുറഞ്ഞ സേവനങ്ങൾ നടപ്പാക്കിയാൽ അവരെങ്ങിനെ അവരുടെ ബ്രോക്കർമാർക്ക് വൻപ്രതിഫലം നൽകും? ഇതിന്റെ ഫലമായി, നിക്ഷേപകർ ഫുൾ സർവ്വീസ് ബ്രോക്കർമാരുടെ അടുത്ത് നിന്ന് ചെലവു കുറഞ്ഞ ഇന്റർനെറ്റ് കച്ചവടസേവനങ്ങൾ നൽകുന്നവരുടെ അടുത്തേയ്ക്ക് ഒഴുകി.

ഇന്റർനെറ്റ് സ്റ്റോക്ക് മാർക്കറ്റിൽ ഉണ്ടായ അനിയന്ത്രിതമായ വളർച്ച, ഇ-ട്രേഡ്, ടിഡിവാട്ടർഹസ് മുതലായ പല പുതിയ കമ്പനികളേയും മുൻനിരയിലേയ്ക്കു കൊണ്ടുവന്നു.

വിവിധതരം സ്റ്റോക്കുകൾ

നിങ്ങളുടെ ധനസ്ഥിതിയനുസരിച്ചും, സാഹസങ്ങൾ കാണിക്കാനുള്ള നിങ്ങളുടെ മനോധൈര്യത്തെ ആശ്രയിച്ചും, നിക്ഷേപങ്ങളിലൂടെ നിങ്ങൾ ലക്ഷ്യം വെയ്ക്കുന്ന നേട്ടങ്ങളെ ആശ്രയിച്ചും, നിങ്ങൾക്ക് നിക്ഷേപിയ്ക്കാനാവുന്നതായി നിരവധി തരം സ്റ്റോക്കുകളുണ്ട്. ഏതു തരം സ്റ്റോക്കിൽ നിക്ഷേപിയ്ക്കണം എന്ന തീരുമാനിയ്ക്കുന്നതിന്, സ്റ്റോക്ക് നിങ്ങൾക്ക് വേണ്ടി എന്തുചെയ്യണമെന്ന് നിങ്ങൾ ആദ്യം തീരുമാനിയ്ക്കണം. സെക്യൂരിറ്റികൾ ദീർഘകാലത്തേയ്ക്ക് കൈവശം വെയ്ക്കാനാണോ നിങ്ങളുടെ ആഗ്രഹം, അതോ ഡേ ട്രേഡിങ്ങിലാണോ താൽപര്യം? നിക്ഷേപങ്ങളിന്മേൽ മൂല്യവർദ്ധനയാണോ നിങ്ങളുടെ താൽപര്യം, അതോ വരുമാനമാണോ നിങ്ങളുടെ ലക്ഷ്യം? നിങ്ങളുടെ പോർട്ട്ഫോളിയോയ്ക്കു വേണ്ടി എന്തുതരം സ്റ്റോക്കുകൾ വാങ്ങണം എന്നത്, ഈ ചോദ്യങ്ങൾക്കുള്ള നിങ്ങളുടെ ഉത്തരങ്ങളിൽ നിന്ന് കിട്ടും.

ബ്ലു ചിപ്പ് സ്റ്റോക്കുകൾ

സ്റ്റോക്ക് മാർക്കറ്റിലെ സംജ്ഞയായ 'ബ്ലു ചിപ്പ്' വന്നത് പോക്കർ കളിയിൽ (ഒരു തരം ചീട്ടുകളി) നിന്നാണ്, അവിടെ ബ്ലു ചിപ്പിനാണ് ഏറ്റവും വില. വലിയ, ദീർഘകാലമായി സുസ്ഥിരമായ ലാഭവും വളർച്ചയും കാഴ്ചവെയ്ക്കുന്ന, സ്ഥിരപ്രതിഷ്ഠനേടിയ, ഡിവിഡന്റുകൾ വിതരണം ചെയ്യുകയും ഗുണനിലവാരത്തിനും ഉൽപന്നങ്ങൾക്കും സേവനങ്ങൾക്കും പേരുകേട്ടതുമായ കമ്പനികളെ ബ്ലു ചിപ്പ് കമ്പനികൾ എന്ന പറയുന്നു. സ്വന്തം മേഖലകളിൽ നായകരായി നിൽക്കുന്ന കമ്പനികളായിരിയ്ക്കും ഇവ, കൂടാതെ ദീർഘകാല വളർച്ചയ്ക്ക് ഏറ്റവും സാധ്യതകളുള്ള കമ്പനികളും. ബ്ലു ചിപ്പ് കമ്പനികൾ വലിയ മതിപ്പുള്ളവയാവുമ്പോൾ, അവരാണ് മറ്റു കമ്പനികളെ അളക്കാനുള്ള നിലവാരം നിശ്ചയിയ്ക്കുന്നത്. ചില പ്രശസ്തമായ അമേരിക്കൻ ബ്ലു ചിപ്പ് കമ്പനികൾ ഐബിഎം, കൊക്കോകോള, ജനറൽ ഇലക്ട്രിക്, മക് ഡൊണാൾഡ് എന്നിവയാണ്. റിലയൻസ് ഇൻഡസ്ട്രീസ്, ഡിഎൽഎഫ്, ടാറ്റാ, യുണിടെക്, ഭാരതി ടെലികോം തുടങ്ങിയവയാണ് ഇന്ത്യയിലെ ബ്ലു ചിപ്പുകൾ.

ബ്ലു ചിപ്പ് സ്റ്റോക്കുകളാൽ ആകർഷിയ്ക്കപ്പെടുന്ന നിക്ഷേപകർ, അത്യാഗ്രഹമില്ലാതെ ഉചിതമായ ലാഭവിഹിതവും വളർച്ചയും ആഗ്രഹിയ്ക്കുന്നവരായിരിയ്ക്കും. ഇത്തരം സ്റ്റോക്കുകൾക്ക് വില കൂടുതലായിരിയ്ക്കും. കാരണങ്ങൾ, അവയ്ക്കുള്ള വർദ്ധിച്ച ആവശ്യക്കാർ, അധികസ്ഥിരത, കൂടാതെ നിരന്തരമായ ലാഭവിഹിതം ലഭിയ്ക്കൽ എന്നിവയാണ്. അവയുടെ പോരായ്മകൾ, അവയുടെ മൂല്യം വളരെ വലുതാകയാൽ ചെറുതും പുതിയതുമായ സ്റ്റോക്കുകളെ അപേക്ഷിച്ച് കൂടുതൽ മൂല്യവർദ്ധനയ്ക്കുള്ള സാദ്ധ്യത വളരെ കുറവാണ്.

പെന്നി സ്റ്റോക്കുകൾ

വില കുറഞ്ഞ, സന്ദിഗ്ദ്ധസ്റ്റോക്കുകളായ പെന്നി സ്റ്റോക്കുകൾ വളരെ അപകടകാരികളാണ്. വളരെ ചുരുങ്ങിയ ചരിത്രവും, വരുമാനത്തിനും ലാഭത്തിനും ഒരു നിശ്ചിയവുമില്ലാത്തവയും ആയ കമ്പനികളാണ് സാധാരണ ഇത്തരം സ്റ്റോക്കുകൾ ഇറക്കുന്നത്. ഇത്തരം സ്റ്റോക്കുകൾക്ക് തീരെ വില കുറവായിരിയ്ക്കും, കൂടാതെ മിക്ക സ്റ്റോക്ക് എക്സ്ചേഞ്ചുകളും ഇവയുടെ കച്ചവടം വേണ്ടെന്ന വെയ്ക്കാറുമുണ്ട്.

വിലക്കുറവ് തന്നെയാണ് അവയുടെ ആകർഷണീയതയും. സാധ്യതകൾ വളരെ വിരളമാണെങ്കിലും, ഇറക്കിയ കമ്പനി പെട്ടെന്ന് അതിന്റെ വളർച്ചയുടെ പാത കണ്ടെത്തിയാൽ, അതിനനുസരിച്ച് കമ്പനിയുടെ സ്റ്റോക്കിന്റെ വില പെട്ടെന്നു കതിച്ചുയരും. ഇത്തരം സ്റ്റോക്കുകൾ ചെറിയ ഊഹക്കച്ചവടക്കാരുടെ ഇടയിൽ വലിയ പ്രചാരമാണ്.

ഇൻകം സ്റ്റോക്കുകൾ

സാധാരണയിൽ കൂടുതൽ ലാഭവിഹിതം സ്ഥിരമായി നൽകുന്ന സ്റ്റോക്കുകളെയാണ് ഇൻകം സ്റ്റോക്കുകൾ എന്നു പറയുന്നത്. ഈ വലിയ ലാഭവിഹിതം നൽകുന്ന കമ്പനികൾ വളരെ വലുതും, സ്ഥിരമായ വരുമാനം നേടുന്നവയും സ്ഥിരപ്രതിഷ്ഠ നേടിയവയുമായിരിക്കും. യൂട്ടിലിറ്റി കമ്പനികളും ടെലിഫോൺ കമ്പനികളും ഇത്തരം സ്റ്റോക്കുകൾക്കു ദാഹരണമാണ്.

സ്റ്റോക്കിന്റെ വിലയിൽ വലിയ ഉയർച്ച ഉണ്ടായില്ലെങ്കിലും (വളർച്ച എന്തായാലും ഉണ്ടാവും), ഒരു സ്ഥിരവരുമാനം ആഗ്രഹിക്കുന്ന വ്യക്തികൾ ഇത്തരം സ്റ്റോക്കുകളിൽ നിക്ഷേപിക്കുന്നതിൽ തൽപരരായിരിക്കും. ഈ അർത്ഥത്തിൽ, ഇവ വാങ്ങുന്ന നിക്ഷേപകരും ബോണ്ടുകൾ വാങ്ങുന്ന നിക്ഷേപകരും തമ്മിൽ സാമ്യമുണ്ട്. ബോണ്ടുകളേക്കാളും ലാഭകരമായിരിക്കും ഇൻകം സ്റ്റോക്കുകൾ. പരമാവധി വരുമാനം കിട്ടാൻ, ഇടയ്ക്കിടെ ഡിവിഡന്റുകൾ കൂട്ടുന്നവയും, കടങ്ങളാൽ ബുദ്ധിമുട്ടുന്നവയുമല്ലാത്ത കമ്പനികളുടെ സ്റ്റോക്കുകളിൽ, ചില നിക്ഷേപകർ നിക്ഷേപിക്കുന്നു.

വാല്യൂ സ്റ്റോക്കുകൾ

നിലവിൽ മൂല്യം കുറഞ്ഞിരിക്കുന്ന ഒരു സ്റ്റോക്കിനെയാണ് വാല്യൂ സ്റ്റോക്ക് എന്നു പറയുന്നത്. നല്ല വരുമാനവും വളർച്ചയും എല്ലാം ഉള്ള കമ്പനിയാണെങ്കിലും അതിന്റെ സ്റ്റോക്ക് വിലകളിൽ ഇവയൊന്നും പ്രതിഫലിക്കുന്നില്ലെങ്കിൽ, ഇത്തരം കമ്പനികളെ വാല്യൂ കമ്പനികൾ എന്നു പറയുന്നു. സ്റ്റോക്ക് മാർക്കറ്റ് മൊത്തത്തിലും, മാർക്കറ്റിൽ പണമെറിയുന്ന നിക്ഷേപകരും, ഇത്തരം സ്റ്റോക്കുകളെ അവഗണിക്കും. ഇത്തരം സ്റ്റോക്കുകൾ വാങ്ങുന്നവർ, അവയുടെ ഇപ്പോഴത്തെ വില താൽക്കാലികമാണെന്നും താമസിയാതെ അവയുടെ വളർച്ച കാണാമെന്നും പ്രതീക്ഷിക്കുന്നു. പുതിയ ഭരണാധികാരികൾ, പുതിയ ഉൽപന്നം, പുതിയ പ്രവർത്തനമേഖലകൾ എന്നിങ്ങനെ ഒരുപാടു കാര്യങ്ങളിൽ ഏതെങ്കിലും ഒന്നായിരിക്കും ഇത്തരം കമ്പനികളുടെ സ്റ്റോക്കുകൾക്ക് പെട്ടെന്ന് ഉണർവ്വ് നൽകുന്നതും, വില കൂട്ടുന്നതും.

ഒരു പാടു കമ്പനികൾ മൂല്യത്തിനും വളർച്ചയ്ക്കും ഇടയിൽ കിടന്ന് ചാഞ്ചാടിക്കൊണ്ടിരിക്കുന്നു. ഇത് ബിസിനസ് ചക്രത്തിലെ സാധാരണമായ

കാര്യമാണ്. മൂല്യം കുറവ് കാണിയ്ക്കുന്ന സ്റ്റോക്കുകൾക്ക് വേണ്ടി വിപണിയെ സൂക്ഷ്മമായി നിരീക്ഷിയ്ക്കുന്നവർക്ക് ഇത്തരം വാല്യൂ സ്റ്റോക്കുകളിൽ നിക്ഷേപിയ്ക്കുന്നത് പിന്നീട് അവയുടെ വില കയറും എന്ന വസ്തുതയാൽ ആകർഷകമായി തോന്നും.

മറ്റു തരം സ്റ്റോക്കുകൾ

വിപണി തകരുമ്പോഴും വില കുറയാതെ പിടിച്ചു നിൽക്കുന്ന സ്റ്റോക്കുകളെയാണ് ഡിഫൻസിവ് സ്റ്റോക്കുകൾ എന്നു വിളിയ്ക്കുന്നത്. ഏതു സാമ്പത്തികമാന്ദ്യത്തിലും തളരാത്ത കമ്പനികളുടെ സ്റ്റോക്കുകളായിരിയ്ക്കും അവ. ഭക്ഷണവും നിത്യോപയോഗസാധനങ്ങളും നിർമ്മിയ്ക്കുന്ന കമ്പനികളുടെ സ്റ്റോക്കുകൾ ഡിഫൻസിവ് ആണ്. വായ്പ പിരിയ്ക്കുന്ന കമ്പനികളും വിപണി തകരുമ്പോൾ നല്ല പ്രകടനം കാഴ്ചവെയ്ക്കാറുണ്ട്.

ബിസിനസ് സൈക്കിളിനനുസരിച്ച് മുകളിലോട്ടും താഴോട്ടും നീങ്ങുന്ന സ്റ്റോക്കുകൾ ആണ് സൈക്ക്ളിക്കൽ സ്റ്റോക്കുകൾ. ഉദാഹരണങ്ങളായി പറയാവുന്നത് ഭവനനിർമ്മാണമേഖലയും വ്യവസായോപകരണനിർമ്മാണ മേഖലയും ആണ്, കാരണം ഇവ രണ്ടും വളരുന്ന സാമ്പത്തിക അവസ്ഥയിൽ മാത്രം നല്ല പ്രകടനം കാഴ്ചവെയ്ക്കുന്ന കമ്പനികളാണ്. വിപണി ചാഞ്ചാടിക്കൊണ്ടിരിയ്ക്കുമ്പോൾ പോലും വാങ്ങാനും വിൽക്കാനും മടിയില്ലാത്ത നിക്ഷേപകർക്ക് സൈക്കളിക്കൽ സ്റ്റോക്കുകളോട് ആഭിമുഖ്യമുണ്ടാവും. സ്റ്റോക്കിന്റെ വിലയിലുണ്ടാവുന്ന കയറ്റിറക്കങ്ങൾ നേരിടാൻ കഴിയില്ലെങ്കിൽ, ദീർഘകാലത്തേയ്ക്ക് ഒരു സ്റ്റോക്ക് കൈവശം വെയ്ക്കണമെന്ന് തീരുമാനമുള്ള നിക്ഷേപകർക്ക് ഇത്തരം സ്റ്റോക്കുകൾ ഇഷ്ടപ്പെടില്ല.

സ്വർണ്ണം ഖനനം ചെയ്യുന്ന കമ്പനികളുടെ സ്റ്റോക്കുകളാണ് ഗോൾഡ് സ്റ്റോക്ക്കൾ. സ്വർണ്ണത്തിന്റെ വിലയനുസരിച്ച് അവയുടെ വിലയും ചാഞ്ചാടും.

ഇറക്കിയ കമ്പനി തന്നെ തിരിച്ചു വാങ്ങിയ്ക്കുന്ന തരം സ്റ്റോക്കുകളെയാണ് ട്രഷറി സ്റ്റോക്കുകൾ എന്നു വിളിയ്ക്കുന്നത്. വിപണിയിൽ യഥാർത്ഥത്തിലുള്ളതിനേക്കാൾ വളരെ മൂല്യം കുറവാണ് കാണിയ്ക്കുന്നതെങ്കിൽ ഇത്തരം കമ്പനികൾ അവരുടെ സ്റ്റോക്കുകൾ നിക്ഷേപകന്റെ കൈയിൽ നിന്നു തിരിച്ചു വാങ്ങിച്ചേക്കാം. കമ്പനിയ്ക്ക് സ്റ്റോക്കുകൾ ഭാവിയിലെ എന്തെങ്കിലും ആവശ്യത്തിനു വേണ്ടി എടുത്തുവെയ്ക്കാം (കടം വീട്ടാനോ, സ്റ്റോക്ക് ഓപ്ഷൻ നൽകാനോ ഒക്കെ ആയി).

ഐ.പി.ഒ (ആദ്യത്തെ പൊതുവിൽപന)

സ്റ്റോക്ക് മാർക്കറ്റിലിറങ്ങുമ്പോൾ, നിങ്ങൾ പലപ്പോഴും കണ്ടുമുട്ടിയേക്കാവുന്ന ഒരു വാക്കാണ് 'ഐ.പി.ഒ'. ഒരു കമ്പനിയുടെ സ്റ്റോക്ക്, പൊതുജനങ്ങൾക്കിടയിൽ ആദ്യമായി വിൽക്കുന്നതിനെയാണ്, 'ഇനിഷ്യൽ പബ്ലിക് ഓഫറിങ്' എന്നു വിളിയ്ക്കുന്നത് (ചുരുക്കപ്പേര് ഐ.പി.ഒ).

ഒരു കമ്പനിയ്ക്ക് പബ്ലിക് ലിമിറ്റഡാവാനും സ്റ്റോക്ക് ഇറക്കാനും അതിന്റേതായ നടപടിക്രമങ്ങൾ നടത്തേണ്ടതായിട്ടുണ്ട്. പബ്ലിക്കായി മാറാൻ ആഗ്രഹിയ്ക്കുന്ന കമ്പനി ആദ്യമായി ഒരു ഇൻവെസ്റ്റ്മന്റ് ബാങ്കിനെയും ഒരു അണ്ടർറൈട്ടറേയും നിയമിയ്ക്കുന്നു. കമ്പനികളെയും നിക്ഷേപകരായ പൊതുജനങ്ങളെയും പരസ്പരം ബന്ധിപ്പിയ്ക്കുന്ന ഒരു മദ്ധ്യസ്ഥനാണ് അണ്ടർറൈട്ടർ. മെറിൽ ലിഞ്ച്, മോർഗൻ സ്റ്റാൻലി തുടങ്ങിയവയാണ് ഈ മേഖലയിലെ വൻകിടക്കാർ. ഇന്ത്യയിൽ ഐ.സി.ഐ.സി.ഐ, കൊടക് മഹീന്ദ്ര, എച്.ഡി.എഫ്.സി തുടങ്ങിയവരും മുമ്പന്മാരാണ്. കമ്പനിയും അണ്ടർറൈട്ടറും ചർച്ച ചെയ്ത്, ഏതു തരം സ്റ്റോക്ക് ഇറക്കണം, എത്ര സ്റ്റോക്ക് ഷെയറുകൾ ഇറക്കണം, തുടങ്ങിയ വിശദാംശങ്ങൾ തീരുമാനിച്ചു കഴിഞ്ഞാൽ, പൊതുജനങ്ങൾക്ക് മറിച്ച് വിൽക്കുന്നതിനു മുമ്പ്, അണ്ടർറൈട്ടർ അതെല്ലാം വാങ്ങാമെന്നു വാഗ്ദാനം ചെയ്യുന്നു. അതിനു ശേഷം ഇൻവെസ്റ്റ്മന്റ് ബാങ്ക്, എസ്.ഇ.സി യിൽ നൽകാനുള്ള രജിസ്ട്രേഷൻ തയ്യാറാക്കുന്നു. എസ്.ഇ.സി വിവരങ്ങൾ പരിശോധിച്ച് ഓഫറിങ്ങിന് അനുമതി നൽകുന്നു, ഐ.പി.ഒ യ്ക്കു വേണ്ടി ഒരു ദിവസവും തീരുമാനിയ്ക്കുന്നു. ഐ.പി.ഒ ഇറക്കുന്നതിന് മുമ്പു തന്നെ കമ്പനിയും അണ്ടർറൈട്ടറും തമ്മിൽ പേശി സ്റ്റോക്കിന്റെ വിലയുടെ കാര്യത്തിൽ ഒരു തീരുമാനത്തിലെത്തിയിരിയ്ക്കും.

ഒരു ഐ.പി.ഒ നല്ല ചൂടപ്പം പോലെ വിറ്റുപോകുമെന്ന് അണ്ടർ റൈട്ടേഴ്സിനു ബോധ്യപ്പെട്ടാൽ, അവരത് ആദ്യം അവരുടെ ഇഷ്ടക്കാരായ വലിയ ഇൻസ്റ്റിറ്റിയൂഷണൽ നിക്ഷേപകർക്കും,

വളരെ സജീവമായ വ്യക്തിഗതനിക്ഷേപകർക്കും നൽകുന്നു. അണ്ടർറൈട്ടറായി ചമയുന്ന ഇൻവെസ്റ്റ്മന്റ് ബാങ്കിൽ, വലിയ തുകയ്ക്കുള്ള അക്കൗണ്ട് ഉണ്ടായിരിയ്ക്കുക എന്നത് മാത്രമാണ് ഒരു സാധാരണക്കാരനെ സംബന്ധിച്ച് ഐ.പി.ഒ യിൽ നിക്ഷേപിയ്ക്കുവാനുള്ള ഏകമാർഗ്ഗം. നിങ്ങൾക്ക് ഐ.പി.ഒ യിലെ സ്റ്റോക്ക് ഷെയറുകൾ കിട്ടാനുള്ള സാധ്യത തുലോം കുറവാണ്, മിക്കവാറും തീരെ ലഭിയ്ക്കുകയുണ്ടാവില്ല. അഥവാ കിട്ടിയാൽ തന്നെ അത് തീരെ അപ്രശസ്തമായ ഏതെങ്കിലും കമ്പനിയുടേതായിരിയ്ക്കും.

ഐ.പി.ഒ വിപണി തീരെ താഴ്ന്നിരിയ്ക്കുമ്പോഴാണ് വ്യക്തിഗത നിക്ഷേപകർക്ക് മികച്ച ലാഭങ്ങളുണ്ടാക്കുവാനുള്ള അവസരം. കാരണം, അപ്പോൾ ഇൻസ്റ്റിറ്റിയൂഷണൽ നിക്ഷേപകർ വളരെ കുറഞ്ഞ വിലയിൽ കൊടുക്കാൻ ആവശ്യപ്പെടുകയും, വ്യക്തിഗത നിക്ഷേപകർക്ക് ഐ.പി.ഒ ലഭിയ്ക്കാൻ ഇതൊരു അവസരമാവുകയും, പിന്നീട് (ആഫ്റ്റർ മാർക്കറ്റിൽ) സ്റ്റോക്ക് മാർക്കറ്റിൽ ഓൺലൈനായോ പരമ്പരാഗത ഫുൾസർവ്വീസ് ബ്രോക്കർമാർ മുഖാന്തിരമോ വിറ്റഴിയ്ക്കാം. ആഫ്റ്റർ മാർക്കറ്റ് കച്ചവടത്തിന്റെ ആദ്യ ഏതാനും ആഴ്ചകൾ ഐ.പി.ഒ കളെ സംബന്ധിച്ചിടത്തോളം വളരെ നിർണ്ണായകമാണ്, കൂടാതെ

സ്റ്റോക്ക് അതിന്റെ പൊതുജീവിതത്തിന്റെ തുടക്കത്തിൽ വളരെയധികം മുകളിലേയ്ക്കു കുതിയ്ക്കുകയും ചെയ്യും.

ഒരു ഇനിഷ്യൽ പബ്ലിക് ഓഫറിങ്, അല്ലെങ്കിൽ ഐ.പി.ഒ എന്നത്, ഒരു കമ്പനി പൊതുജനത്തിന് നൽകുന്ന അവരുടെ സ്റ്റോക്കിന്റെ ആദ്യത്തെ കച്ചവടമാണ്. കമ്പനിയ്ക്ക് കടപത്രമോ ഇക്വറ്റിയോ ഇറക്കി പണം സ്വരൂപിയ്ക്കാവുന്നതാണ്. കമ്പനി ഒരിയ്ക്കലും ഇക്വറ്റി ഇറക്കിയിട്ടില്ലെങ്കിൽ, അതിനെയാണ് ഐ.പി.ഒ എന്നു പറയുന്നത്.

കമ്പനികൾ വിശാലമായ രണ്ടു വകുപ്പുകളിൽപ്പെടുന്നു: പ്രൈവറ്റും പബ്ലിക്കും. ഒരു പ്രൈവറ്റ് കമ്പനിയ്ക്ക് വളരെ കുറച്ച് ഓഹരി യുടമകളേ ഉണ്ടായിരിയ്ക്കുകയുള്ളൂ, കൂടാതെ കമ്പനിയെക്കുറിച്ച് ഒരുപാട് കാര്യങ്ങ ളൊന്നും പുറത്തു പറയേണ്ട കാര്യ വുമില്ല. ആർക്കും പോയി ഒരു കമ്പനി തുടങ്ങാവുന്നതേ ഉള്ളൂ, കുറച്ചു പണം ഇറക്കുക, നിയമപരമായി ചെയ്യാ നുള്ള കടലാസു പണികൾ ചെയ്യുക, ന്യായാധികാരങ്ങൾക്കുള്ളിൽ നിന്നു കൊണ്ട് പ്രവർത്തി യ്ക്കുക. മിക്ക ചെറു ബിസിനസ്സുകളും സ്വകാര്യസംരംഭങ്ങളാണ്. പക്ഷേ വലിയ കമ്പനികൾക്കും സ്വകാര്യകമ്പനികളായി നിലനിൽക്കാം.

പ്രൈവറ്റ് കമ്പനിയിൽ ഷെയർ വാങ്ങുന്നത് സാധാരണായി സാധ്യമല്ല. കമ്പനിയുടെ മുതലാളിമാരെ സമീപിച്ച് നിങ്ങൾക്ക് നിക്ഷേപിയ്ക്കാൽ താൽപര്യമുള്ളതായി അറിയിയ്ക്കാം, പക്ഷേ അവർ നിങ്ങൾക്ക് കമ്പനിയുടെ ഷെയറുകൾ വിൽക്കണമെന്ന് യാതൊരു നിർബന്ധവുമില്ല. പബ്ലിക് കമ്പനികൾ, നേരേ വിപരീതമായി, കമ്പനിയുടെ ഒരു ഭാഗമെങ്കിലും പൊതുജനങ്ങൾക്ക് (പബ്ലിക്കിന്) വിറ്റിരിയ്ക്കും, അത് സ്റ്റോക്ക് എക്സ്ചേഞ്ചിൽ കച്ചവടം ചെയ്യപ്പെടുകയും ചെയ്യുന്നുണ്ടായിരിയ്ക്കും. അതിനാലാണ് ഒരു ഐ.പി.ഒ ഇറക്കുന്നതിനെ 'പബ്ലിക്കാവുന്നു' എന്നും പറയുന്നത്.

പബ്ലിക് കമ്പനികൾക്ക് ആയിരക്കണക്കിന് ഓഹരിയുടമകളുണ്ടായിരിയ്ക്കും, അവർ പൂർണ്ണമായും ചില നിയമാവലികൾക്കനുസരിച്ച് നിയന്ത്രിതരായിരിയ്ക്കും. അവർക്ക് ഒരു ബോർഡ് ഓഫ് ഡയറക്ടേഴ്സ് ഉണ്ടായിരിയ്ക്കണം, കൂടാതെ എല്ലാ കാൽവർഷത്തിലും അവരുടെ സാമ്പത്തികാവലോകനം പ്രസിദ്ധീകരിച്ചിരിയ്ക്കണം. അമേരിയ്ക്കയിൽ, പബ്ലിക് കമ്പനികൾ സെക്യൂരിറ്റീസ് ആന്റ് എക്സ്ചേഞ്ച് ബോർഡിന്റെ അടുത്താണ് കാൽവർഷക്കണക്കുകൾ ബോധിപ്പിയ്ക്കുന്നത്. മറ്റു രാജ്യങ്ങളിലും ഇതിനു തത്തുല്യമായ സർക്കാർ സംവിധാനങ്ങൾ ഉണ്ടായിരിയ്ക്കും. ഒരു നിക്ഷേപകനെ സംബന്ധിച്ചിടത്തോളം ഏറ്റവും താൽപര്യജനകമായിട്ടുള്ളത്, കമ്പനിയുടെ സ്റ്റോക്കുകൾ തുറന്ന മാർക്കറ്റിൽ മറ്റേതൊരു വസ്തുവിനെയുമെന്ന പോലെ കച്ചവടം ചെയ്യപ്പെടുമെന്നുള്ളതാണ്. നിങ്ങളുടെ കൈയിൽ രൊക്കം പണമുണ്ടെങ്കിൽ, നിങ്ങൾക്ക് നിക്ഷേപിയ്ക്കാം. കമ്പനിയുടെ സിഇഒ-യ്ക്ക് നിങ്ങളുടെ

ധൈര്യത്തിൽ വെറുപ്പു തോന്നിയേക്കാം, പക്ഷേ അയാൾക്കോ അവൾക്കോ സ്റ്റോക്ക വാങ്ങുന്നതിൽ നിന്ന നിങ്ങളെ തടയാൻ യാതൊരു നിർവ്വാഹവുമില്ല.

•പബ്ലിക്കാവുമ്പോൾ പണം ലഭിയ്ക്കുന്നു, കൂടാതെ അതു പൊതുവിപണിയിൽ കച്ചവടം ചെയ്യപ്പെടുമ്പോഴും കൂടുതൽ സാമ്പത്തിക അവസരങ്ങളിലേയ്ക്കു വാതിൽ തുറക്കുന്നു.

•സൂക്ഷ്മമമായ പരിശോധന മൂലം, പബ്ലിക് കമ്പനികൾക്ക് കടപ്പത്രം ഇറക്കുമ്പോൾ കൂടുതൽ മെച്ചപ്പെട്ട നിരക്കുകൾ ലഭിയ്ക്കുന്നു.

•മാർക്കറ്റിൽ ആവശ്യക്കാരുണ്ടായിരിയ്ക്കുന്നേടത്തോളം കാലം, ഒരു പബ്ലിക് കമ്പനിയ്ക്ക് കൂടുതൽ സ്റ്റോക്കുകൾ ഇറക്കാം. അങ്ങിനെ മറ്റുകമ്പനികളുമായുള്ള ലയിയ്ക്കലുകളും കൈവശപ്പെടുത്തലുകളും എളുപ്പമാക്കാം, കാരണം ആ കച്ചവടത്തിന്റെ ഭാഗമായി സ്റ്റോക്ക് ഇറക്കാനും സാധിയ്ക്കും.

തുറന്ന വിപണിയിലുള്ള കച്ചവടം, ഷെയറുകൾ അനായാസേന പണമാക്കി മാറ്റാൻ സൗകര്യമുള്ളതാക്കുന്നു(ലിക്വിഡിറ്റി). വിദഗ്ദ്ധരായ തൊഴിലാളികളെ ആകർഷിയ്ക്കാൻ എംപ്ലോയീ സ്റ്റോക്ക് ഓണർഷിപ് പ്ലാനുകൾ മുതലായവ നടപ്പാക്കാൻ സാധ്യമാണ്.

അണ്ടർറൈറ്റിങ് നടപടിക്രമം

പൊതുജനങ്ങൾക്ക് പ്രിയങ്കരമായ ഒരു ഐ.പി.ഒ–യുടെ കുറച്ച് നമുക്കും കിട്ടുന്നത് അസാധ്യമല്ലെങ്കിലും എളുപ്പമല്ല. അതിന്റെ കാരണം മനസ്സിലാക്കാൻ, ഐ.പി.ഒ എങ്ങിനെയാണ് ചെയ്യുന്നതെന്ന്, അണ്ടർറൈറ്റിങ് എന്നു വിളിയ്ക്കുന്ന പരിപാടി എങ്ങിനെയാണെന്ന് എന്നെല്ലാം മനസ്സിലാക്കണം.

ഒരു കമ്പനിയ്ക്ക് പബ്ലിക്കാവണമെന്നുണ്ടെങ്കിൽ, ആദ്യം ഈ കാര്യത്തിലേയ്ക്കായി ഒരു ഇൻവെസ്റ്റ്മന്റ് ബാങ്കിനെ നിയമിയ്ക്കുന്നു. സങ്കേതികമായി, കമ്പനിയ്ക്കു സ്വന്തമായി ഷെയറുകൾ വിൽക്കാമെങ്കിലും, യഥാർത്ഥത്തിൽ ഒരു ഇൻവെസ്റ്റ്മന്റ് ബാങ്ക് ആവശ്യമാണ്. കടപ്പത്രമോ ഇക്വിറ്റിയോ ഉപയോഗിച്ച് പണം ഉണ്ടാക്കുന്നതിനെയാണ് അണ്ടർറൈറ്റിങ് എന്നു പറയുന്നത് (ഇവിടെ നമ്മൾ ഇക്വിറ്റിയെയാണ് പരിശോധിയ്ക്കുന്നത്). കമ്പനിയ്ക്കും നിക്ഷേപിയ്ക്കുന്ന പൊതുജനങ്ങൾക്കും ഇടയിലെ ഒരു ഇടനിലക്കാരനായി അണ്ടർറൈറ്ററെ കാണാം. കമ്പനിയും ഇൻവെസ്റ്റ്മന്റ് ബാങ്കും ആദ്യം കരാർ തീരുമാനിയ്ക്കാൻ യോഗം ചേരുന്നു. സാധാരണയായി ചർച്ച ചെയ്യുന്നത്, കമ്പനി സ്റ്റോക്ക് ഇറക്കി എത്ര പണം ഉണ്ടാക്കും, എന്തു തരം സെക്യൂരിറ്റിയാണ് ഇറക്കുന്നത്, കൂടാതെ അണ്ടർറൈറ്റിങ് അഗ്രിമന്റിലെ മറ്റെല്ലാ വിശദാംശങ്ങളും. ഈ കരാർ ഒരുപാടു തരത്തിൽ ഉണ്ടാക്കാം. ഉദാഹരണത്തിന്, ഉറപ്പുള്ള പ്രതിജ്ഞാബദ്ധത അഗ്രിമന്റ്, ഇവിടെ എല്ലാ സ്റ്റോക്കുകളും വാങ്ങി പൊതുജനങ്ങൾക്ക് മറിച്ച് വിറ്റുകൊണ്ട് കമ്പനിയ്ക്ക് ഒരു നിശ്ചിതതുക ഉണ്ടാക്കികൊടുക്കാമെന്ന് അണ്ടർറൈറ്റർ ഉറപ്പുകൊടുക്കുന്നു. പരമാവധി പ്രയത്നിയ്ക്കാം അഗ്രിമന്റ്, എന്ന രീതിയിലുള്ള അഗ്രിമന്റിൽ കമ്പനിയ്ക്കു വേണ്ടി സെക്യൂരിറ്റികൾ അണ്ടർറൈറ്റർ വിൽക്കുമെങ്കിലും തുകയുടെ കാര്യത്തിൽ യാതൊരു ഉറപ്പും കൊടുക്കുന്നില്ല. മാത്രമല്ല, ഇൻവെസ്റ്റ്മന്റ് ബാങ്കുകൾ എല്ലാ അപകടസാദ്ധ്യതകളും ഏറ്റെടുക്കാൻ സംശയത്തിന്റെ പേരിൽ സന്നദ്ധരാവാറില്ല. അതിനുപകരം അവർ അണ്ടർറൈറ്റർമാരുടെ ഒരു സംഘം രൂപീകരിയ്ക്കുന്നു, എന്നിട്ട് ഒരു അണ്ടർറൈറ്റർ നയിയ്ക്കുകയും മറ്റുള്ളവർ ഒരോ ഭാഗങ്ങൾ വിൽക്കുകയും ചെയ്യുന്നു.

കരാറിനെ സംബന്ധിച്ച് എല്ലാവരും സമവായത്തിലെത്തിക്കഴിഞ്ഞാൽ, സെബിയിൽ സമർപ്പിയ്ക്കുവാനുള്ള ഒരു രജിസ്ട്രേഷൻ സ്റ്റേറ്റ്മെന്റ് ഇൻവെസ്റ്റ്മെന്റ് ബാങ്ക് തയ്യാറാക്കുന്നു. ഈ പ്രമാണത്തിൽ ഓഫറിങ്ങിനെക്കുറിച്ചും കമ്പനിയെക്കുറിച്ചും ഉള്ള വിവരങ്ങൾ, വാർഷിക വരവുചെലവു കണക്കുകൾ, കമ്പനി ഭരണസംവിധാനത്തെക്കുറിച്ചുള്ള വിവരങ്ങൾ, നിയമപരമായ പ്രശ്നങ്ങൾ ഉണ്ടെങ്കിൽ അവ, പണം എങ്ങിനെയാണ് ഉപയോഗിയ്ക്കാൻ പോകുന്നത്, കൂടാതെ സ്ഥാപനം കൈവശം വെയ്ക്കുന്ന സ്റ്റോക്കുകൾ തുടങ്ങി എല്ലാം ഉണ്ടാവും. സെബി കുറച്ചു നാൾ അതിനെ തണുക്കാൻ വിടുന്നു (കൂളിങ് ഓഫ് പിരീഡ്). ഈ സമയത്ത് എല്ലാ വിവരങ്ങളും തുറന്നു പറഞ്ഞിട്ടുണ്ടോ എന്നെല്ലാം സെബി അന്വേഷിയ്ക്കുന്നു. എല്ലാം ശരിയാണെന്നു അന്വേഷിച്ച് ഉറപ്പുവരുത്തിയതിനു ശേഷം, സെബി ഓഫറിങ്ങിന് സമ്മതം കൊടുക്കുന്നു, പൊതുജനങ്ങൾക്കിടയിൽ ഇറക്കുന്ന ഒരു ദിവസവും (ഇഫക്ടീവ് ഡേറ്റ്) നിശ്ചയിയ്ക്കുന്നു.

കൂളിങ് ഓഫ് സമയത്ത്, കമ്പനിയെക്കുറിച്ചുള്ള എല്ലാ വിവരങ്ങളും അടങ്ങുന്ന (ഓഫർ വിലയും ഇഫക്ടീവ് ഡേറ്റും ഒഴികെ) ഒരു ഇനിഷ്യൽ പ്രോസ്പക്ടസ് അണ്ടർറൈറ്റർ തയ്യാറാക്കുന്നു.

ഇഫക്ടീവ് ദിവസം അടുക്കുമ്പോൾ, അണ്ടർറൈറ്ററും കമ്പനിയും ചേർന്നിരുന്ന് വില നിശ്ചയിയ്ക്കുന്നു. ഇത് എളുപ്പം എടുക്കാവുന്ന ഒരു തീരുമാനമല്ല, അത് കമ്പനിയെ ആശ്രയിച്ചിരിയ്ക്കുന്നു, റോഡ് ഷോയുടെ വിജയത്തെ ആശ്രയിച്ചിരിയ്ക്കുന്നു, എല്ലാത്തിലും ഉപരിയായി, വിപണിയുടെ അവസ്ഥയെയും. തീർച്ചയായും രണ്ടു കൂട്ടർക്കും പരമാവധി ഗുണം കിട്ടണമെന്നുള്ളതാണ് അതിന്റെ അടിസ്ഥാനം.

സ്ഥിരപ്രതിഷ്ഠ നേടിയ ഒരു കമ്പനിയുടെ സ്റ്റോക്കിനെ വിശകലനം ചെയ്യുന്നത് തന്നെ കഠിനമാണ്. അപ്പോൾ ഒരു ഐ.പി.ഒ യുടെ മൂല്യം നിർണ്ണയിയ്ക്കുന്നത് അതികഠിനമാണ്, കാരണം ഇവിടെ അധികം ഭൂതകാലവിവരങ്ങൾ ഇല്ലല്ലോ. നിങ്ങളുടെ മുഖ്യവിവരസ്രോതസ് കമ്പനി തരുന്ന 'റെഡ് ഹെറിങ് ഡോക്യുമെന്റ്' മാത്രമാണ്, അതിനാൽ ഈ പ്രമാണപത്രം നല്ലവണ്ണം പരിശോധിയ്ക്കണം, കൂടാതെ കമ്പനിയുടെ ഭരണനിർവ്വഹണം നടത്തുന്ന സംഘത്തിനെ കുറിച്ചും അവർ ഈ ഐപിഒയിലൂടെ ഉണ്ടാക്കുന്ന പണം എന്തുചെയ്യാനാണ് തീരുമാനം എന്നും പഠിയ്ക്കണം.

പുതിയ സ്റ്റോക്ക് ഇറക്കുന്നതിനെ നന്നായി വിപണനം ചെയ്യാൻ കഴിവുള്ള വലിയ ബ്രോക്കറേജുകളുടെ പിന്തുണ, വിജയകരമായ എല്ലാ ഐപിഒകളുടെ പിന്നിലും കണ്ടെത്താം.

ഫ്ളിപ്പിങ്

ഒരു ചൂടേറിയ ഐപിഒ സ്റ്റോക്ക് ആദ്യത്തെ ഏതാനും ദിവസങ്ങൾക്കുള്ളിൽ തന്നെ വിറ്റ് പെട്ടെന്ന് പണമുണ്ടാക്കുന്നതിനെയാണ് ഫ്ളിപ്പിങ് എന്നു പറയുന്നത്. ഇത് ചെയ്യാൻ പക്ഷേ എളുപ്പമല്ല, നിങ്ങളുടെ ബ്രോക്കർ നിങ്ങളെ വളരെ ശക്തമായി നിരുത്സാഹപ്പെടുത്തും. ഇതിന് കാരണം, കമ്പനികൾക്ക് വേണ്ടത് വെറും കച്ചവടക്കാരെയല്ല, മറിച്ച് അവരുടെ സ്റ്റോക്ക് ദീർഘകാലത്തേയ്ക്ക് കൈവശം വെയ്ക്കുന്ന നല്ല നിക്ഷേപകരെയാണ്. ഫ്ളിപ്പിങ്ങിനെ തടയാൻ നിയമങ്ങളൊന്നുമില്ല, പക്ഷേ ചിലപ്പോൾ നിങ്ങളുടെ ബ്രോക്കർ നിങ്ങളെ അവരുടെ കരിമ്പട്ടികയിൽപ്പെടുത്തിയേക്കാം, അല്ലെങ്കിൽ നിങ്ങളെ കാണുമ്പോഴുണ്ടായിരുന്ന അയാളുടെ സന്തോഷം മേലിൽ ഇല്ലാതായേക്കാം.

തീർച്ചയായും, വമ്പൻ നിക്ഷേപകർ എല്ലായ്പോഴും സ്റ്റോക്കുകൾ ഫ്ളിപ്പ് ചെയ്ത് കൊള്ളലാഭങ്ങൾ ഉണ്ടാക്കാറുണ്ട്. ഇക്കാര്യത്തിലുള്ള ഇരട്ടത്താപ്പിനെതിരെ നമുക്ക് ഒന്നും

ചെയ്യാനാവില്ല, കാരണം വൻഇടപാടുകൾ നടത്തുന്നതിനാൽ അവർക്ക് വലിയ ശക്തിയുണ്ട്. ഫ്ളിപ്പിങ് ഉള്ളതു കാരണം, ഒരു ഐപിഒ ഇറക്കുമ്പോൾ നിങ്ങൾക്ക് കിട്ടിയില്ലെങ്കിൽ പിന്നെ ആ ഷെയറുകൾ മാർക്കറ്റിൽ നിന്ന് ഉടനെ വാങ്ങരുത് എന്നത് ഒരു നല്ല ചിട്ടയാണ്. ഒരുപാട് ഐപിഒ-കൾ ആദ്യത്തെ ദിവസം തന്നെ വലിയ ലാഭങ്ങൾ ഉണ്ടാക്കിയിട്ടുണ്ടെങ്കിലും, നിക്ഷേപകസ്ഥാപനങ്ങൾ അവരുടെ ലാഭം എടുത്ത് പിന്മാറിക്കഴിയുമ്പോൾ, അവ ഭൂമിയിലേയ്ക്കു തന്നെ ഇറങ്ങി വന്നിട്ടുമുണ്ട്.

പ്രചാരണക്കൊഴുപ്പിൽ മയങ്ങരുത്

അണ്ടർറൈറ്റേഴ്സ് വിൽപനക്കാരാണെന്ന് മനസ്സിലാക്കേണ്ടത് വളരെ പ്രധാനമാണ്. മുഴുവൻ അണ്ടർറൈറ്റിങ് പ്രക്രിയയേയും മനഃപൂർവ്വമായിട്ടുള്ള പ്രചാരണത്തിലൂടെ ജനങ്ങളുടെ ഇടയിൽ ശ്രദ്ധിയ്ക്കപ്പെടാൻ വേണ്ടി ശ്രമിയ്ക്കും. ഓരോ കമ്പനിയ്ക്കും ഒരിയ്ക്കൽ മാത്രമേ ഐപിഒ ഉണ്ടാവുകയുള്ളൂ എന്നതിനാൽ, ഇവയെ 'ജീവിതത്തിലൊരിയ്ക്കൽ' മാത്രം കിട്ടുന്ന അവസരം എന്ന രീതിയിലാണ് അവതരിപ്പിയ്ക്കുന്നത്. തീർച്ചയായും, ചില ഐപിഒകൾ കുത്തനെ ഉയരുകയും അങ്ങിനെ തുടരുകയം ചെയ്യും. പക്ഷേ കൂടുതൽ ഐപിഒകളും ഇറങ്ങിയ വർഷം തന്നെ ഓഫറിങ് വിലയിലും താഴ്ന്ന് കച്ചവടം ചെയ്യുന്ന അവസ്ഥയിൽ എത്താറുണ്ട്. ഐപിഒ ആണെന്നതു കൊണ്ടുമാത്രം ഒരിയ്ക്കലും ഒരു സ്റ്റോക്ക് വാങ്ങരുത്, നല്ലൊരു നിക്ഷേപമെന്ന നിലയ്ക്കു മാത്രമേ സ്റ്റോക്ക് വാങ്ങാവൂ.

ട്രാക്കിങ് സ്റ്റോക്ക്

ഒരു വലിയ കമ്പനി അതിന്റെ ഒരു ഘടകത്തെ തന്നിൽ നിന്ന് വേർപെടുത്തി പുതിയൊരു കമ്പനി രൂപീകരിയ്ക്കുമ്പോൾ പ്രത്യക്ഷപ്പെടുന്നതാണ് ട്രാക്കിങ് സ്റ്റോക്കുകൾ. കമ്പനിയ്ക്ക് മൊത്തത്തിൽ കാണുന്നതിനേക്കാൾ വിലയുണ്ടാവും, ആ കമ്പനിയുടെ ഘടകങ്ങളെ ഒറ്റയൊറ്റയായിട്ട് നോക്കിയാൽ, എന്നതാണ് ട്രാക്കിങ് സ്റ്റോക്കുകൾ സൃഷ്ടിയ്ക്കുന്നതിനു പിന്നിലുള്ള യുക്തി. കമ്പനിയുടെ കാഴ്ചപ്പാടിൽ, ട്രാക്കിങ് സ്റ്റോക്കുകൾ ഇറക്കുന്നതിൽ ഒരുപാട് ഗുണങ്ങളുണ്ട്. ഉപാംഗത്തിന്റെ (സബ്സിഡിയറി) മേലുള്ള എല്ലാ നിയന്ത്രണങ്ങളും സൂക്ഷിയ്ക്കുമ്പോഴും, ഉപാംഗത്തിന്റെ എല്ലാ വരവുചെലവുകളും മാതൃകമ്പനിയുടെ വരവുചെലവു കണക്കുകളിൽപ്പെടുത്താതെ ട്രാക്കിങ് സ്റ്റോക്കുകളിൽ ചുമത്തുകയാണ് ചെയ്യുക. വലിയ നഷ്ടങ്ങളനുഭവിയ്ക്കുന്ന വൻവളർച്ചയുള്ള ഒരു ഘടകത്തെ, മാതൃകമ്പനിയുടെ ലാഭനഷ്ടകണക്കുകളിൽ നിന്ന് വേർതിരിയ്ക്കുവാനാണ് ഇത് കൂടുതലും ചെയ്യുന്നത്. ഏറ്റവും പ്രധാനമായി, ട്രാക്കിങ് സ്റ്റോക്ക് കുതിച്ചുയരുകയാണെങ്കിൽ, മാതൃകമ്പനിയ്ക്ക് ഏറ്റെടുക്കലുകൾ (അക്വിസിഷൻ) നടത്താനായി പണത്തിനു പകരം ഉപാംഗത്തിന്റെ സ്റ്റോക്കുകൾ ഉപയോഗിയ്ക്കുകയും ചെയ്യാം.

ഐപിഒ വഴി ട്രാക്കിങ് സ്റ്റോക്കുകൾ ഇറക്കാമെങ്കിലും, ഒരു സ്വകാര്യകമ്പനി പബ്ലിക്കായി മാറുന്ന ഐപിഒയും ഇതും ഒരുപോലെയല്ല. അതിനു കാരണം, ട്രാക്കിങ് സ്റ്റോക്കുകൾക്ക് വോട്ടവകാശമില്ല എന്നതുമാത്രമല്ല, മിക്കപ്പോഴും നോക്കിനടത്താനായി ട്രാക്കിങ് സ്റ്റോക്കുകൾക്ക് പ്രത്യേകം ഡയറക്ടർ ബോർഡും ഉണ്ടാവില്ല. നിങ്ങൾ ഏതാണ്ട് ഒരു രണ്ടാംതരം ഷെയർഹോൾഡർ

പോലെയാകും. ട്രാക്കിങ് സ്റ്റോക്കുകൾ നല്ല നിക്ഷേപങ്ങളല്ല എന്ന് ഇതിന് അർത്ഥമില്ല. ട്രാക്കിങ് സ്റ്റോക്കുകൾ, സാധാരണ ഐപിഒ അല്ല എന്നു മാത്രം ഓർക്കുക.

•ഒരു കമ്പനിയുടെ സ്റ്റോക്കിന്റെ ആദ്യത്തെ പൊതുജനങ്ങൾക്കുള്ള വിൽപനയെയാണ് ഇനിഷ്യൽ പബ്ലിക് ഓഫറിങ് (ഐപിഒ) എന്നു വിളിക്കുന്നത്.

•കമ്പനികളെ സാധാരണയായി സ്വകാര്യകമ്പനികളെന്നും പൊതുഉടമസ്ഥതയിലുള്ള കമ്പനികളെന്നും രണ്ടായി തരംതരിക്കാം. പബ്ലിക്കാവുക എന്നുവെച്ചാൽ, സ്വകാര്യ ഉടമസ്ഥതയിൽ നിന്ന് പൊതുഉടമസ്ഥതയിലേക്കു മാറുക എന്നർത്ഥം.

•പബ്ലിക്കാവുന്ന പ്രക്രിയയിലൂടെ പണം വരുന്നു എന്നതു മാത്രമല്ല, മറ്റു പല ഗുണങ്ങളും കമ്പനിക്കുണ്ട്.

•ഇന്റർനെറ്റിന്റെ കുതിച്ചുയരൽ (ഡോട്ട്കോം ബൂം) മൂലം കമ്പനികൾക്ക് ഐപിഒ ഇറക്കാനുള്ള പരിധി വളരെ കുറച്ചു. ഒരുപാട് തുടക്കക്കാരായ കമ്പനികൾ, എന്തെങ്കിലും ലാഭമോ, ഒരു കച്ചവടരൂപരേഖയിൽ കൂടുതലെന്തെങ്കിലുമോ, ഇല്ലാതെ തന്നെ പബ്ലിക്കായി.

•ഒരു അടിപൊളി ഐപിഒ കിട്ടുന്നത് അസാധ്യമല്ലെങ്കിലും തീർത്തും ബുദ്ധിമുട്ടാണ്.

•പുതിയ സെക്യൂരിറ്റികൾ നൽകി നിക്ഷേപകരിൽ നിന്ന് പണം സ്വരൂപിക്കുന്ന പ്രക്രിയ അടങ്ങിയതാണ് അണ്ടർറൈറ്റിങ്.

•ഐപിഒ അണ്ടർറൈറ്റ് ചെയ്യുന്നതിനായി കമ്പനികൾ ഇൻവെസ്റ്റ്മന്റ് ബാങ്കുകളെ നിയമിക്കുന്നു.

•ഐപിഒ ഇറക്കുന്നതിലേക്കുള്ള ചവിട്ടുപടികളിൽ പ്രധാനം, സെബിയിൽ സമർപ്പിക്കേണ്ട പ്രമാണങ്ങൾ തയ്യാറാക്കുന്നതും, ഇടപാടുസ്ഥാപനങ്ങൾക്ക് ഇഷ്യൂ വിൽക്കുന്നതുമാണ്.

•അണ്ടർറൈറ്റിങ് ചെയ്യുന്ന ഇൻവെസ്റ്റ്മന്റ് ബാങ്കിൽ സ്ഥിരമായി ഇടപാടു നടത്തുന്ന ഒരു വലിയ എക്കൗണ്ട് ഉണ്ടായിരിക്കുക എന്നതാണ്, ഒരു ഐപിഒയിൽ ഷെയർ കിട്ടുന്നതിനുള്ള ഏകമാർഗ്ഗം.

•യാതൊരുവിധ ഭൂതകാലവിവരങ്ങളും ലഭ്യമായിരിക്കുകയില്ലെന്നതിനാൽ, ഒരു ഐപിഒ കമ്പനിയെ വിശകലനം ചെയ്യുന്നത് വളരെ ബുദ്ധിമുട്ടാണ്.

•ലോക്ക്-അപ് കാലയളവ്, കമ്പനികളിലുള്ളവരെ ഷെയറുകൾ വിൽക്കുന്നതിൽ നിന്ന് ഒരു നിശ്ചിതകാലത്തേക്ക് തടയുന്നു. ലോക്ക്-അപ് കാലയളവിന്റെ അവസാനം സ്റ്റോക്കിന്റെ മേലെ വളരെ ശക്തമായ താഴോട്ടുള്ള വലിച്ചിൽ അനുഭവപ്പെടും.

•ഒരു വലിയ കമ്പനി അതിന്റെ ഒരു ഘടകത്തെ തന്നിൽ നിന്ന് വേർപെടുത്തി പുതിയൊരു കമ്പനി രൂപീകരിക്കുമ്പോൾ പ്രത്യക്ഷപ്പെടുന്നതാണ് ട്രാക്കിങ് സ്റ്റോക്കുകൾ. ട്രാക്കിങ് സ്റ്റോക്കുകളെ ഒരിക്കലും സാധാരണ ഐപിഒകളെപ്പോലെ കണക്കാക്കരുത്, കാരണം അടിസ്ഥാനപരമായി നിങ്ങളൊരു രണ്ടാംതരം ഓഹരിയുടമ മാത്രമായിരിക്കും.

ഇന്ത്യയിലെ മ്യൂച്ചൽ ഫണ്ടുകൾ

ഇന്ത്യയിൽ ആദ്യമായി മ്യൂച്ചൽ ഫണ്ട് അവതരിപ്പിച്ചതു 1963–ൽ സർക്കാർ നിയന്ത്രണത്തിലുള്ള യൂണിറ്റ് ട്രസ്റ്റ് ഓഫ് ഇന്ത്യയാണ്. ഇന്ത്യയിലെ മ്യൂച്ചൽ ഫണ്ടുകളെ കുറിച്ചുള്ള ഉപകാരപ്രദമായ ചില വിവരങ്ങൾ ഇവിടെ ഞങ്ങൾ നൽകാം.

•മ്യൂച്ചൽ ഫണ്ടുകളിൽ ഒന്നാമൻ യുടിഐ ആണ്, 1963–ൽ.

•1987–ലാണ് യഥാർത്ഥവളർച്ച ആരംഭിച്ചതു.

•ഗുണത്തിലും എണ്ണത്തിലും വലിയ പുരോഗതിയാണ് ഉണ്ടായത്.

•രാജ്യത്ത് ഇതൊരു പുതിയ ആശയമായതിനാലാണ് ഇതിന്റെ വളർച്ച മന്ദീഭവിച്ചത്.

•ഇന്ത്യൻ നിക്ഷേപകരിലെ വലിയൊരു വിഭാഗത്തിനും ഈ ആശയം ഇനിയും മനസ്സിലാകേണ്ടതായിട്ടുണ്ട്.

•അതിനാൽ, ഉൽപന്നത്തെ അതിന്റെ വിൽപനയുമായി ഒപ്പം നിർത്തുകയെന്നതാണ് മ്യൂച്ചൽ ഫണ്ട് കമ്പനികളുടെ പ്രധാന കടമ.

•ഈ മേഖലയുടെ വളർച്ചയിൽ നാലു ഘട്ടങ്ങൾ കാണാം.

ആദ്യഘട്ടം (1964–1987)

•1964 മുതൽ 1987: ഒരു പാർലമന്റ് നിയമനിർമ്മാണത്തിലൂടെ യൂണിറ്റ് ട്രസ്റ്റ് ഓഫ് ഇന്ത്യ (യുടിഐ) 1963–ൽ സ്ഥാപിയ്ക്കപ്പെട്ടു.

•ഇന്ത്യൻ റിസർവ്വ് ബാങ്കാണ് അതിന്റെ പ്രവർത്തനങ്ങൾ ചിട്ടപ്പെടുത്തിയത്. അതിന്റെ പ്രവർത്തനങ്ങൾ റിസർവ്വ് ബാങ്കിന്റെ നിയന്ത്രണത്തിലും നിർവ്വഹണത്തിനും കീഴിലായിരുന്നു.

•1978–ൽ യുടിഐ റിസർവ്വ് ബാങ്കിൽ നിന്ന് വേർപെടുകയും ഇന്റസ്ട്രിയൽ ഡെവലപ്മന്റ് ബാങ്ക് ഓഫ് ഇന്ത്യ (ഐഡിബിഐ) അതിന്റെ നിയന്ത്രണങ്ങളും ഭരണനിർവ്വഹണവും റിസർവ്വ് ബാങ്കിൽ നിന്ന് ഏറ്റെടുക്കുകയും ചെയ്തു.

•1964–ലെ യൂണിറ്റ് സ്കീമാണ് യുടിഐ ആദ്യമായി ഇറക്കിയ സ്കീം. 1988 അവസാനത്തോടെ യുടിഐ 6,700 കോടി രൂപയുടെ ആസ്തി നേടിക്കഴിഞ്ഞു.

രണ്ടാം ഘട്ടം (1987–1993)

•പബ്ലിക് സെക്ടർ ഫണ്ടുകളുടെ പ്രവേശനം

•1987–ൽ യുടിഐ ഇതര ഫണ്ടുകളുടെ അവതാരം, ലൈഫ് ഇൻഷുറൻസ് കോർപ്പറേഷൻ ഓഫ് ഇന്ത്യയും (എൽ.ഐ.സി) ജനറൽ ഇൻഷുറൻസ് കോർപ്പറേഷൻ ഓഫ് ഇന്ത്യയും(ജി.ഐ.സി) പൊതുമേഖല മ്യൂച്ചൽ ഫണ്ടുകൾ ഇറക്കി.

•1987 ജൂണിൽ ഇറങ്ങിയ എസ്.ബി.ഐ മ്യൂച്ചൽ ഫണ്ടാണ് ആദ്യത്തെ യുടിഐ ഇതര മ്യൂച്ചൽ ഫണ്ട്. പിന്നാലെ കാൻബാങ്ക് മ്യൂച്ചൽ ഫണ്ട് (ഡിസം 87), പഞ്ചാബ് നാഷണൽ ബാങ്ക് മ്യൂച്ചൽ ഫണ്ട് (ആഗസ്റ്റ് 89), ഇന്ത്യൻ ബാങ്ക് മ്യൂച്ചൽ ഫണ്ട് (നവം 89), ബാങ്ക് ഓഫ് ഇന്ത്യ (ജൂൺ 90), ബാങ്ക് ഓഫ് ബറോഡ മ്യൂച്ചൽ ഫണ്ട് (ഒക്ടോ 92).

•എൽ.ഐ.സി അതിന്റെ മ്യൂച്ചൽ ഫണ്ട് ഇറക്കിയത് 1989–ലും ജി.ഐ.സി 1990 ഡിസംബറിലുമാണ്.

•1993 വർഷാവസാനത്തിൽ, മ്യൂച്ചൽ ഫണ്ട് വ്യവസായം 47,004 കോടിയുടെ ആസ്തി കൈകാര്യം ചെയ്യുന്ന ഉയരത്തിലേക്ക് വളർന്നു.

മൂന്നാം ഘട്ടം (1993–2003)

•(സ്വകാര്യമേഖലാ ഫണ്ടുകളുടെ പ്രവേശനം)

•1993–ലെ സ്വകാര്യമേഖലാഫണ്ടുകളുടെ പ്രവേശനത്തോടെ, ഇന്ത്യൻ മ്യൂച്ചൽ ഫണ്ട് വ്യവസായത്തിൽ ഒരു പുതിയ യുഗപ്പിറവിയുണ്ടായി, ഇന്ത്യൻ നിക്ഷേപകർക്ക് തിരഞ്ഞെടുക്കാൻ വിപുലമായ ഫണ്ട് ശ്രേണികൾ ഉണ്ടായി. കൂടാതെ, 1993–ലാണ് ആദ്യത്തെ മ്യൂച്ചൽ ഫണ്ട് റഗുലേഷൻ നടപ്പാക്കിയതും, യുടിഐ ഒഴിച്ചുള്ള എല്ലാ മ്യൂച്ചൽ ഫണ്ടുകളും രജിസ്റ്റർ ചെയ്യാനും നിയന്ത്രിക്കപ്പെടാനും നിയമമുണ്ടായതും.

•മുമ്പത്തെ കോത്താരി പയനീർ (ഇപ്പോൾ ഫ്രാങ്ക്ലിൻ ടെംപിൾടണിൽ ലയിച്ചു) ആണ് ആദ്യം രജിസ്റ്റർ ചെയ്ത സ്വകാര്യമേഖലാ മ്യൂച്ചൽ ഫണ്ട്, 1993 ജൂലൈയിൽ.

•1993–ലെ സെബി (മ്യൂച്ചൽ ഫണ്ട്) റേഗുലേഷൻസിനു പകരമായി, 1996–ൽ, കൂടുതൽ സമഗ്രവും പുനഃപരിശോധിച്ചതുമായ മ്യൂച്ചൽ ഫണ്ട് റഗുലേഷൻസ് നിയമം നിലവിൽ വന്നു. അന്നു മുതൽ ഈ വ്യവസായം മ്യൂച്ചൽ ഫണ്ട് റഗുലേഷൻസ്–1996 നിയമത്തിനു കീഴിലാണ്.

•മ്യൂച്ചൽ ഫണ്ട് വ്യാപാരികളുടെ എണ്ണം നാൾക്കുനാൾ വർദ്ധിയ്ക്കുകയും, വിദേശ മ്യൂച്ചൽ ഫണ്ടുകളുടെ അരങ്ങേറ്റമുണ്ടാവുകയും, കൂടാതെ വ്യവസായം ഏറെ ലയനങ്ങൾക്കും ഏറ്റെടുക്കലുകൾക്കും സാക്ഷിയാവുകയും ചെയ്തു.

•2003 ജനുവരിയുടെ അവസാനത്തോടെ, 1,21,805 കോടി രൂപയുടെ ആസ്തിയുമായി 33 മ്യൂച്ചൽ ഫണ്ടുകൾ ഉണ്ടായിരുന്നു.

•44,451 കോടി രൂപയുടെ ആസ്തിയോടെ യൂണിറ്റ് ട്രസ്റ്റ് ഓഫ് ഇന്ത്യയാണ് മറ്റെല്ലാ മ്യൂച്ചൽ ഫണ്ടുകളെക്കാളും ഏറെ മുന്നിൽ നിലയുറപ്പിച്ചത്.

നാലാം ഘട്ടം (ഫെബ്രുവരി 2003 മുതൽ)

•2003 ഫെബ്രുവരിയിൽ, യൂണിറ്റ് ട്രസ്റ്റ് ഓഫ് ഇന്ത്യ ആക്ട്–1963 എന്ന നിയമത്തെ പൊളിച്ചെഴുതി, യുടിഐയെ രണ്ടു സ്വതന്ത്ര സ്ഥാപനങ്ങളാക്കി മാറ്റി. ഒന്ന് സ്പെസിഫൈഡ് അണ്ടർടേക്കിങ് ഓഫ് ദി യൂണിറ്റ് ട്രസ്റ്റ് ഓഫ് ഇന്ത്യ എന്ന പേരിൽ 2003–ജനുവരി അവസാനത്തിൽ 29,835 കോടി രൂപയുടെ ആസ്തിയോടെ, യു.എസ് 64 സ്കീമിൽപ്പെട്ട നിക്ഷേപങ്ങളും, പ്രതിഫലം ഉറപ്പുള്ള നിക്ഷേപങ്ങളും മറ്റു ചില സ്കീമുകളും മാത്രമാക്കി.

•ഒരു അഡ്മിനിസ്ട്രേറ്ററുടെ കീഴിൽ, ഇന്ത്യൻ സർക്കാർ രൂപീകരിച്ച നിയമങ്ങളുടെ അടിസ്ഥാനത്തിൽ, മ്യൂച്ചൽ ഫണ്ട് റഗുലേഷൻസിന്റെ കീഴിൽ വരാതെ, സ്പെസിഫൈഡ് അണ്ടർടേക്കിങ് ഓഫ് ദി യൂണിറ്റ് ട്രസ്റ്റ് ഓഫ് ഇന്ത്യ നിലകൊണ്ടു.

•രണ്ടാമത്തേത് യുടിഐ മ്യൂച്ചൽ ഫണ്ട് ലിമിറ്റഡ് എന്ന പേരി എസ്.ബി.ഐ, പി.എൻ.ബി, ബി.ഒ.ബി, എൽ.ഐ.സി തുടങ്ങിയവയുടെ സഹകരണത്തിൽ,

സെബിയിൽ രജിസ്റ്റർ ചെയ്യപ്പെട്ട് മ്യൂച്ചൽ ഫണ്ട് റഗുലേഷൻസ് നിയമത്തിനു കീഴിൽ പ്രവർത്തിക്കുന്നു.

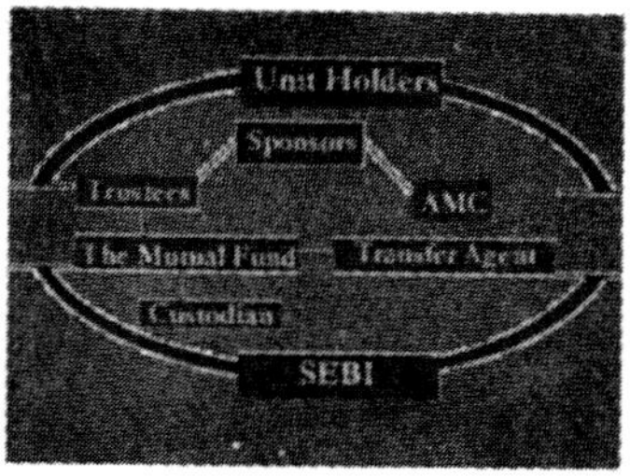

•2000–ൽ 76,000 കോടി രൂപയ്ക്കു മുകളിൽ ആസ്തി കൈയിലുണ്ടായിരുന്ന മുമ്പത്തെ യുടിഐ വിഭജിച്ച് സെബി മ്യൂച്വൽ ഫണ്ട് റഗുലേഷൻസിനു അടിപ്പെട്ട് യുടിഐ മ്യൂച്വൽ ഫണ്ട് സ്ഥാപിച്ചതോടെ, സ്വകാര്യമേഖലാ ഫണ്ടുകളുടെ ഇടയിലുണ്ടായിക്കൊണ്ടിരിക്കുന്ന പല ലയനങ്ങളുടെ അവസരത്തിൽ, മ്യൂച്വൽ ഫണ്ട് വ്യവസായം അതിന്റെ ഉരുക്കൂടലുകളുടേയും വളർച്ചയുടേയും ഘട്ടത്തിലേയ്ക്ക് ഇപ്പോൾ കടന്നിരിക്കുകയാണ്.

ഇന്ത്യയിലെ മ്യൂച്വൽ ഫണ്ടുകളുടെ വളർച്ചയിലെ ചില വസ്തുതകൾ

•നമ്മുടെ 'പണം സൂക്ഷിക്കുന്ന നിരക്ക്' 23% ആണ്, ലോകത്തിലെ ഏറ്റവും വലുത്. മ്യൂച്ചൽ ഫണ്ട് മേഖലയിൽ സൂക്ഷിച്ചിരിക്കുന്ന ഈ പണം നേർവഴി തിരച്ചു വിട്ടാൽ മാത്രം മതി.

•കഴിഞ്ഞ ആറു വർഷമായി 100% വളർച്ച.

•ഏകദേശം 29 മ്യൂച്വൽ ഫണ്ടുകൾ (800 എണ്ണമുള്ള അമേരിക്കയേക്കാളും വളരെ കുറവ്). വികസനത്തിനുള്ള വലിയ സാദ്ധ്യതയുണ്ട്. 'ബി'ക്ലാസും 'സി'ക്ലാസും നഗരങ്ങളിൽ അതിവേഗമാണ് വളർച്ച.

•ഇന്ന് കൂടുതൽ മ്യൂച്വൽ ഫണ്ടുകളും 'എ'ക്ലാസ് നഗരങ്ങളിലാണ് ശ്രദ്ധ കേന്ദ്രീകരിക്കുന്നത്. അടുത്തു തന്നെ അവർ വളർന്നു വരുന്ന നഗരങ്ങളിലും സാദ്ധ്യതകൾ കണ്ടെത്തും.

•ലളിതമായ ചുരുക്കം ഉൽപന്നങ്ങളുമായി ഇന്ത്യൻ ഇൻഷുറസ് വ്യവസായം പോലുള്ളവയ്ക്ക് ഗ്രാമങ്ങളിലേയ്ക്ക് ഇറങ്ങിച്ചെല്ലാൻ കഴിയും.

നിയന്ത്രണങ്ങൾ: ഇന്ത്യയിലെ മ്യൂച്വൽ ഫണ്ടുകൾ കാലാകാലങ്ങളിൽ മാറ്റങ്ങൾ വരുത്തിക്കൊണ്ടിരിക്കുന്ന സെബി (മ്യൂച്വൽ ഫണ്ട്) റഗുലേഷൻസ് 1996 എന്ന നിയമത്തിനു കീഴിലാണ്.

ഘടന

മ്യൂച്വൽ ഫണ്ട് പ്ലാനുകളുടെ ഘടന ഇപ്രകാരമാണ്.

സ്പോൺസർ: സ്വയമോ അതോ മറ്റേതെങ്കിലും കോർപ്പറേറ്റുമായോ ചേർന്ന് ഒരു മ്യൂച്വൽ ഫണ്ട് സ്ഥാപിക്കുന്ന ആളെയാണ് സ്പോൺസർ എന്നു പറയുന്നത്. നിയന്ത്രിക്കുവാൻ ഉദ്ദേശിക്കുന്ന നിക്ഷേപത്തിന്റെ 40% എങ്കിലും സ്പോൺസർ സ്വന്തം കൈയിൽ നിന്ന് ഇറക്കണം, കൂടാതെ സെബി (മ്യൂച്വൽ ഫണ്ട്) റഗുലേഷൻസ് 1996 നിയമത്തിന്റെ എല്ലാ ചട്ടങ്ങളും പാലിക്കണം. മ്യൂച്വൽ ഫണ്ട് തുടങ്ങാൻ സ്പോൺസർ ഇറക്കുന്ന തുക അല്ലാതെ, ഏതെങ്കിലും നഷ്ടത്തിനോ ലാഭക്കുറവിനോ സ്പോൺസർക്ക് ചുമതലയോ ബാദ്ധ്യതയോ ഇല്ല.

ട്രസ്റ്റ്: ഇന്ത്യൻ ട്രസ്റ്റ്സ് ആക്ട്, 1882 നിയമപ്രകാരമുള്ള ഒരു ട്രസ്റ്റായിട്ടാണ് സ്പോൺസർ മ്യൂച്വൽ ഫണ്ട് രൂപീകരിക്കുന്നത്. 1908–ലെ ഇന്ത്യൻ രജിസ്ട്രേഷൻ

ആക്ട് പ്രകാരം ട്രസ്റ്റ് ഡീഡ് രജിസ്റ്റർ ചെയ്യുന്നു.

ട്രസ്റ്റീ: സാധാരണയായി ഒരു കമ്പനിയോ (കോർപ്പറേറ്റ് ചട്ടക്കൂടുള്ള) അല്ലെങ്കിൽ ട്രസ്റ്റീകളുടെ ഒരു ബോർഡോ (വ്യക്തികളുടെ ഒരു ചട്ടക്കൂട്) ആകാം. യൂണിറ്റ് ഉടമകളുടെ താൽപര്യം സംരക്ഷിയ്ക്കുകയും, നിക്ഷേപകരുടെ താൽപര്യങ്ങൾക്കും സെബിയുടെ മ്യൂച്ചൽ ഫണ്ട് റഗുലേഷനും, ട്രസ്റ്റ് ഡീഡിലെ വ്യവസ്ഥകൾക്കും, പ്രസ്തുത സ്കീമുകളുടെ ഓഫർ ഡോക്യുമന്റുകൾക്കും അനുസൃതമായി എ.എം.സി പ്രവർത്തിയ്ക്കുന്നുവെന്ന് ഉറപ്പുവരുത്തുകയാണ് ട്രസ്റ്റീയുടെ മുഖ്യ ചുമതല. ട്രസ്റ്റീയിലെ രണ്ടിൽ മൂന്നു ഭാഗം ഡയറക്ടർമാരും സ്പോൺസറുമായി യാതൊരു ബന്ധവുമില്ലാത്ത സ്വതന്ത്രരായിരിയ്ക്കണം.

അസറ്റ് മാനേജ്മന്റ് കമ്പനി (എ.എം.സി): മ്യൂച്ചൽ ഫണ്ടിന്റെ ഇൻവെസ്റ്റ്മന്റ് മാനേജർ എന്ന നിലയിൽ ട്രസ്റ്റീ ഒരു എ.എം.സിയെ നിയമിയ്ക്കുന്നു. ഒരു അസറ്റ് മാനേജ്മന്റ് കമ്പനിയെന്ന നിലയിൽ സെബിയുടെ അംഗീകാരം എ.എം.സി നേടേണ്ടതായിട്ടുണ്ട്. സ്പോൺസറുമായി യാതൊരു വിധ ബന്ധവുമില്ലാത്തവരായിരിയ്ക്കണം എ.എം.സിയിലെ ചുരുങ്ങിയത് 50% ഡയറക്ടർമാരും. എ.എം.സിയ്ക്ക് എല്ലാ കാലത്തും കുറഞ്ഞത് 50 കോടി രൂപയുടെ അറ്റആസ്തിയെങ്കിലും ഉണ്ടായിരിയ്ക്കണം.

രജിസ്ട്രാറും ട്രാൻസ്ഫർ ഏജന്റും: ട്രസ്റ്റ് ഡീഡിൽ പറഞ്ഞിട്ടുണ്ടെങ്കിൽ, രജിസ്ട്രാറേയും ട്രാൻസ്ഫർ ഏജന്റിനെയും എ.എം.സി നിയമിയ്ക്കുന്നു. അപേക്ഷകളിന്മേലും റിഡംഷൻ അപേക്ഷകളിന്മേലും നടപടിയെടുക്കുകയും അക്കൗണ്ട് സ്റ്റേറ്റ്മെന്റുകൾ യൂണിറ്റുടമകൾക്ക് അയയ്ക്കുകയുമെല്ലാമാണ് രജിസ്ട്രാറുടെ ചുമതലകൾ. നിക്ഷേപകരുമായുള്ള ആശയവിനിമയം നടത്തുന്നതും നിക്ഷേപകരുടെ കണക്കുകൾ സൂക്ഷിയ്ക്കുന്നതും രജിസ്ട്രാറും ട്രാൻസ്ഫർ ഏജന്റും ആണ്.

വിവിധതരം മ്യൂച്ച്വൽ ഫണ്ടുകൾ

ഇക്വിറ്റി അടിസ്ഥാനമാക്കിയ സ്കീമുകൾ: ഭൂരിഭാഗവും ഇക്വിറ്റികളിലും വളരെക്കുറച്ചു മാത്രം മണി മാർക്കറ്റിലും നിക്ഷേപിയ്ക്കുന്ന, ഗ്രോത്ത് സ്കീം എന്ന് പരക്കെ വിളിയ്ക്കപ്പെടുന്നവയാണ് ഇത്തരം സ്കീമുകൾ. ദീർഘകാലയളവിൽ ശ്രേഷ്ഠമായ ലാഭം നൽകാൻ ശേഷിയുള്ളവയാണ് ഇവ. എന്നിരുന്നാലും, ഇക്വിറ്റികളിൽ നിക്ഷേപിയ്ക്കുന്നു എന്ന കാരണത്താൽ, ഈ സ്കീമുകൾ മൂല്യത്തിന്റെ കയറ്റിറക്കങ്ങൾക്ക് സാധ്യതയുള്ളതാണ്, പ്രത്യേകിച്ച് ഹ്രസ്വകാലത്തേയ്ക്കാവുമ്പോൾ.

സ്ഥിരവരുമാനം പ്രതീക്ഷിയ്ക്കുന്നവരോ, ഹ്രസ്വകാല നിക്ഷേപം നടത്താൻ ആഗ്രഹിയ്ക്കുന്നവർക്കോ അതിനാൽ ഇക്വിറ്റി സ്കീമുകൾ അനുയോജ്യമല്ല. ദീർഘകാലനിക്ഷേപങ്ങൾക്ക് കഴിവുള്ളവർക്ക് ഏറ്റവും പറ്റിയതാണ് ഇവ. ഇക്വിറ്റി ഫണ്ടുകളുടെ നെറ്റ് അസെറ്റ് വാല്യൂ വിലകൾ, അതിന്റെ അടിസ്ഥാനമായിരിയ്ക്കുന്ന സ്റ്റോക്കുകളുടെ വിലകൾ മാറുന്നതിനനുസരിച്ച് മാറിക്കൊണ്ടിരിയ്ക്കും. അതിനാൽ ഇത് പുറംഘടകങ്ങളായ സാമൂഹിക, രാഷ്ട്രീയ, സാമ്പത്തിക അവസ്ഥകളെയും ആശ്രയിച്ചിരിയ്ക്കുന്നു.

ഇൻഡക്സ് സ്കീമുകൾ: ബി.എസ്.ഇ സെൻസിറ്റീവ് ഇൻഡക്സ്, എസ്&പി എൻ.എസ്.ഇ 50 ഇൻഡക്സ് (നിഫ്റ്റി) തുടങ്ങിയവയിൽ ഏതെങ്കിലും ഒന്നിന്റെ .പോർട്ട്ഫോളിയോ അനുകരിയ്ക്കുന്നവയാണ് ഇൻഡക്സ് ഫണ്ടുകൾ. ഇൻഡക്സ് അടിസ്ഥാനമാക്കിയ ഇൻഡെക്സിന്റെ അതേ നിലവാരമുള്ള സെക്യൂരിറ്റികളിലാണ് ഈ സ്കീമുകൾ ഇൻവെസ്റ്റ് ചെയ്യുന്നത്. ഇവയുടെ നെറ്റ് അസെറ്റ് വാല്യൂ വിലകൾ, ഇൻഡക്സ് ഉയരുന്നതിനും താഴുന്നതിനും അനുസരിച്ച് കൂടുകയും കുറയുകയും ചെയ്യും. അത് കൃത്യമായ അനുപാതത്തിലായിരിയ്ക്കില്ല, ട്രാക്കിങ് എറർ എന്നു പറയുന്ന ചില ഘടകങ്ങളാണ് കാരണം. മ്യൂച്ച്വൽ ഫണ്ട് സ്കീമിന്റെ ഓഫർ ഡോക്യുമന്റിൽ ഇതിനാവശ്യമായ വിവരങ്ങൾ നൽകിയിട്ടുണ്ടായിരിയ്ക്കും.

എക്സ്ചേഞ്ചിൽ കച്ചവടം നടത്തുന്ന ഇൻഡക്സ് ഫണ്ടുകളും മ്യൂച്ച്വൽ ഫണ്ടുകൾ ഇറക്കുന്നുണ്ട്.

സെക്ടർ സ്പെസിഫിക് സ്കീമുകൾ: ഓഫർ ഡോക്യുമെന്റിൽ പ്രസ്താവിച്ച പ്രകാരമുള്ള മേഖലകളിലോ വ്യവസായങ്ങളിലോ നിന്നുള്ള സെക്യൂരിറ്റികളിൽ മാത്രം നിക്ഷേപിയ്ക്കുന്ന ഫണ്ടുകളാണ് ഇവ. ഉദാഹരണത്തിന്, ഫാർമസ്യൂട്ടിക്കൽസ്, സോഫ്റ്റ്വെയർ, എഫ്.എം.സി.ജി, പെട്രോളിയം സ്റ്റോക്കുകൾ മുതലായവ. പ്രസ്തുത മേഖലയുടെ അല്ലെങ്കിൽ വ്യവസായത്തിന്റെ പ്രകടനത്തിനനുസരിച്ചായിരിയ്ക്കും ഇത്തരം ഫണ്ടുകളിൽ നിന്നുള്ള പ്രതിഫലവും. ഇത്തരം ഫണ്ടുകൾ വളരെ നല്ല ഫലം തരുന്നവയാണെങ്കിൽ പോലും, വൈവിധ്യവത്കൃതഫണ്ടുകളേക്കാൾ ഇവയ്ക്ക് അപകടസാദ്ധ്യത കൂടുതലാണ്. നിക്ഷേപകർ പ്രസ്തുത മേഖലയുടെ അല്ലെങ്കിൽ വ്യവസായത്തിന്റെ പ്രകടനം സൂക്ഷ്മം നിരീക്ഷിയ്ക്കുകയും കൃത്യമായ സമയത്ത് വിറ്റ് കൈയൊഴിയ്ക്കുകയും വേണം. ഒരു വിദഗ്ദ്ധന്റെ ഉപദേശം തേടുന്നതും നല്ലതാണ്.

നികുതിലാഭമുള്ള സ്കീമുകൾ: ചില മേഖലകളിലെ നിക്ഷേപങ്ങൾക്ക് നികുതിയിളവു വാഗ്ദാനം ചെയ്യുന്ന ഇൻകം ടാക്സ് നിയമം

1961–ന്റെ ചില വകപ്പുകൾ പ്രകാരം ഇത്തരം സ്കീമുകളിൽ നിക്ഷേപിയ്ക്കുന്നതിന് നികതിയിളവുകൾ ലഭിയ്ക്കും. ഉദാഹരണത്തിന് ഇക്വിറ്റി ലിങ്ക്ഡ് സേവിംഗ്സ് സ്കീമുകൾ (ഇ.എൽ.എസ്.എസ്). മ്യൂച്ചൽ ഫണ്ടുകൾ ഇറക്കുന്ന പെൻഷൻ സ്കീമുകൾക്കും നികതിയിളവുകൾ ലഭ്യമാണ്. ഈ സ്കീമുകൾ നല്ല വളർച്ച ലക്ഷ്യംവെയ്ക്കുന്നവയും ഇക്വിറ്റികളിൽ കൂടുതലായി നിക്ഷേപിയ്ക്കുന്നവയുമാണ്. അവയുടെ വളർച്ചാസാദ്ധ്യതകളും അപകടസാദ്ധ്യതകളും ഇക്വിറ്റി അടിസ്ഥാനമാക്കിയ സ്കീമുകൾക്കൊപ്പമാണ്.

ഇൻകം–ഡെബ്റ്റ് ഓറിയന്റഡ് സ്കീം: ഇൻകം ഫണ്ടുകളുടെ ലക്ഷ്യം നിക്ഷേപകർക്ക് സ്ഥിരമായതും നിരന്തരമായതുമായ വരുമാനം ഉറപ്പുവരുത്തലാണ്. ഇത്തരം സ്കീമുകൾ സാധാരണയായി നിക്ഷേപിയ്ക്കുന്നത് സ്ഥിരവരുമാനസെക്യൂരിറ്റികളായ ബോണ്ടുകൾ, കോർപ്പറേറ്റ് കടപ്പത്രങ്ങൾ, സർക്കാർ സെക്യൂരിറ്റികൾ, മണി മാർക്കറ്റ് ഉപകരണങ്ങൾ തുടങ്ങിയവയിലാണ്. ഇക്വിറ്റി സ്കീമുകളുമായി താരതമ്യം ചെയ്യുമ്പോൾ ഇവയുടെ അപകടസാദ്ധ്യതകൾ കുറവാണ്. ഇക്വിറ്റി മാർക്കറ്റിലെ ചാഞ്ചാട്ടങ്ങൾ ഇവയെ ബാധിയ്ക്കുന്നില്ല. മൂലധനനേട്ടത്തിനുള്ള സാദ്ധ്യതകൾ ഇത്തരം ഫണ്ടുകളിൽ വളരെ പരിമിതമാണ്. ഇത്തരം ഫണ്ടുകളുടെ എൻ.എ.വി ആശ്രയിച്ചിരിയ്ക്കുന്നത് രാജ്യത്തെ പലിശനിരക്കിനെയാണ്. പലിശനിരക്ക് കുറഞ്ഞാൽ, ഇത്തരം ഫണ്ടുകളുടെ എൻ.എ.വി ഹ്രസ്വകാലത്തേയ്ക്ക് കൂടും, അതുപോലെ തിരിച്ചും. അതെന്തായാലും ദീർഘകാല നിക്ഷേപകർ ഈ ചാഞ്ചാട്ടങ്ങളെ കണക്കിലെടുക്കാറില്ല.

ഹൈബ്രിഡ്/ബാലൻസ്ഡ് സ്കീമുകൾ: ഇവയെ സാധാരണയായി ബാലൻസ്ഡ് സ്കീമുകൾ എന്നാണ് പറയുന്നത്. ഇത്തരം സ്കീമുകൾ ഇക്വിറ്റിയിലും കടപ്പത്രങ്ങളിലും നിക്ഷേപിയ്ക്കും. ഇങ്ങനെ കലർത്തി നിക്ഷേപിയ്ക്കുന്നതിലൂടെ ലക്ഷ്യം വെയ്ക്കുന്നത്, വരുമാനവും വലിയ മോശമില്ലാത്ത മൂലധനനേട്ടവും ആണ്, ഇവ യാഥാസ്ഥിതികരായ ദീർഘകാലനിക്ഷേപകർക്ക് അനുയോജ്യവുമാണ്. ബാലൻസ്ഡ് ഫണ്ടും ഗിഫ്റ്റ് ഫണ്ടും ഹൈബ്രിഡ് സ്കീമിനു ഉദാഹരണങ്ങളാണ്.

മണി മാർക്കറ്റ് / ലിക്വിഡ് സ്കീമുകൾ: ഈ ഫണ്ടുകളും ഇൻകം ഫണ്ടുകളാണ്, അവയുടെ ലക്ഷ്യം എളുപ്പം പണമാക്കി മാറ്റാനുള്ള സൗകര്യവും, മൂലധനത്തിന്റെ സംരക്ഷണവും, വലിയ മോശമില്ലാത്ത വരുമാനവുമാണ്. ഇത്തരം സ്കീമുകൾ മുഴുവനുമായും ഹ്രസ്വകാലനിക്ഷേപങ്ങളായ ട്രഷറി ബില്ലുകൾ, സർട്ടിഫിക്കറ്റ്സ് ഓഫ് ഡെപ്പോസിറ്റ്സ്, കൊമേഴ്സ്യൽ പേപ്പർ, ഇന്റർ–ബാങ്ക് കോൾ മണി, സർക്കാർ സെക്യൂരിറ്റികൾ തുടങ്ങിയവയിൽ നിക്ഷേപിയ്ക്കുന്നു. മറ്റു ഫണ്ടുകളുമായി താരതമ്യം ചെയ്യുമ്പോൾ ഇവയുടെ

വരുമാനത്തിൽ ചാഞ്ചാട്ടം വളരെ കുറവാണ്. വ്യക്തികൾക്കും കോർപ്പറേറ്റുകൾക്കും കൈയിലധികമുള്ള പണം കുറച്ചു കാലത്തേയ്ക്ക് സൂക്ഷിയ്ക്കാൻ പറ്റിയ ഫണ്ടുകളാണ് ഇവ.

ഗിൽറ്റ് സ്കീമുകൾ: ഈ ഫണ്ടുകൾ തീർത്തും സർക്കാർ സെക്യൂരിറ്റികളിലാണ് നിക്ഷേപിയ്ക്കുന്നത്. സർക്കാർ സെക്യൂരിറ്റികൾക്ക് സ്വതവേ അപകടസാദ്ധ്യതയില്ല. പലിശനിരക്കുകൾ മാറുന്നതിനനുസരിച്ചും, ഇൻകം-ഡെബ്റ്റ് ഓറിയന്റഡ് സ്കീമുകളെപ്പോലെ മറ്റു സാമ്പത്തിക ഘടകങ്ങളെ ആശ്രയിച്ചും മാത്രമേ ഇത്തരം സ്കീമുകളുടെ എൻ.എ.വി ചാഞ്ചാടുകയുള്ളൂ.

ആർബിട്രേജ് ഫണ്ട്: വിപണിയുടെ അനിശ്ചിതത്വത്തിൽ നിന്നും തീർത്തും രക്ഷ നേടുന്നതിനു പറ്റിയതാണ് ഇത്. ആർബിട്രേജ് ഫണ്ട് കാഷ് മാർക്കറ്റിൽ നിന്നും ഇക്വിറ്റികൾ വാങ്ങുകയും ഫ്യൂച്ചർ മാർക്കറ്റിൽ വിൽക്കുകയും ചെയ്യുന്നു, അങ്ങിനെ വിപണിനിഷ്പക്ഷത നേടുകയും ചെയ്യുന്നു. മറ്റൊരു തരത്തിൽ പറഞ്ഞാൽ, കാഷ് മാർക്കറ്റിന്റെയും ഫ്യൂച്ചർ മാർക്കറ്റിന്റെയും വിലവ്യത്യാസത്തിൽ നിന്ന് വരുമാനം ഉണ്ടാക്കുന്ന ഇതൊരു അനുപമമായ നിക്ഷേപരീതിയാണ്. വരുമാനത്തെ വിപണിയുടെ അനിശ്ചിതത്വം ബാധിയ്ക്കാത്ത ഇതിനെ, വിപണി-നിഷ്പക്ഷ (മാർക്കറ്റ് ന്യൂട്രൽ) ഫണ്ടെന്നും വിളിയ്ക്കുന്നു.

ഏതു ആർബിട്രേജ് ഫണ്ടിനും, ബുൾ മാർക്കറ്റും അനിശ്ചിതത്വത്തിലുള്ള മാർക്കറ്റും വളരെ നല്ലതാണ്. ബുൾ മാർക്കറ്റിൽ ഈ ഫണ്ട് വളരെ നന്നായി പ്രവർത്തിയ്ക്കുമ്പോൾ, ഒരു വൊളാറ്റയിൽ മാർക്കറ്റ് ഇതിന് നേരത്തേ രക്ഷപ്പെടാനുള്ള അവസരവും തരുന്നു, അങ്ങിനെ പോർട്ട്ഫോളിയോയുടെ മൊത്തത്തിലുള്ള വരുമാനം കൂട്ടുന്നു. പക്ഷേ ദീർഘകാലം നീണ്ടുനിൽക്കുന്ന ഒരു കരടിമാർക്കറ്റ് ഇത്തരം ഉൽപന്നത്തിന് തീരെ അനുയോജ്യമല്ല.

അപകടസാദ്ധ്യതയുടേയും ലാഭത്തിന്റെയും കാര്യത്തിൽ ആർബിട്രേജ് ഫണ്ടിനും ഇൻകം ഫണ്ടിനും തമ്മിലുള്ള വ്യത്യാസങ്ങൾ:

ലാഭത്തിന്റെ കാര്യത്തിൽ ഇൻകം ഫണ്ടിനേക്കാളും മുന്നിൽ ആർബിട്രേജ് ഫണ്ടുകളാണ്. ഒരു ഇൻകം ഉൽപന്നത്തിന് കാലാവധി പൂർത്തിയാവുമ്പോൾ കിട്ടുന്ന ലാഭം നിശ്ചിതമാണ്. പക്ഷേ ഒരു ആർബിട്രേജ് ഉൽപന്നത്തിന് അതിന്റെ ചുരുങ്ങിയ ചെലവു കാരണം കൂടുതൽ നല്ല ഫലം തരുന്നു, സാധാരണ 10-14% ഇടയിൽ.

രണ്ടാമതായി, അപകടസാദ്ധ്യത ഇൻകം ഉൽപന്നത്തേക്കാൾ കുറവാണ് ആർബിട്രേജ് ഉൽപന്നത്തിന്. ഒരു ആർബിട്രേജ് ഫണ്ടിനെ ക്രെഡിറ്റ് റേറ്റിങ് റിസ്ക്, ഇന്ററസ്റ്റ് റേറ്റ് റിസ്ക് തുടങ്ങിയവ ബാധിയ്ക്കുന്നില്ല, അതേസമയം ഇൻകം ഫണ്ടിനെക്കാൾ അധികം ലാഭവും തരുന്നു. ഇതെല്ലാം കൂടാതെ, ഒരു മ്യൂച്ചൽ ഫണ്ട് ആർബിട്രേജ് ഉൽപന്നത്തിന് മറ്റു മ്യൂച്ചൽ ഫണ്ട് ഉൽപന്നങ്ങളെപ്പോലെ തന്നെ നികുതിയിളവും ലഭിയ്ക്കുന്നുണ്ട്. ഹെഡ്ജിങ്ങിനും ആർബിട്രേജിനും ഉപയോഗിയ്ക്കുന്നതിലും അധികം ഊഹക്കച്ചവടത്തിനാണ് ഇന്ത്യയിൽ ഡെറിവേറ്റീവുകൾ കൂടുതലും ഉപയോഗിയ്ക്കുന്നത്. ഇതിനെക്കുറിച്ച് നിങ്ങളുടെ അഭിപ്രായം എന്താണ്? ഇന്ത്യയിലും ലോകത്തെല്ലായിടത്തും, ഡെറിവേറ്റീവുകളെ ഒരു ഉത്തോലകഉൽപന്നമായിട്ടാണ് ഉപയോഗിയ്ക്കുന്നത്, പ്രവണതകൾ മാറിമാറി വരുമ്പോഴും, നിക്ഷേപകർ കൂടുതൽ പക്വത

കൈവരിയ്ക്കുമ്പോഴും, ഹെഡ്ജിങ്ങും റിസ്ക് ഫ്രീ ആർബിട്രേജും അടക്കമുള്ള ഉപകരണങ്ങൾ കൂടുതൽ കൂടുതൽ ഉപയോഗിയ്ക്കപ്പെടുന്നുണ്ട്.

ഗോൾഡ് എക്സ്ചേഞ്ച് ട്രേഡഡ് സ്കീമുകൾ: സ്റ്റോക്കുകളെപ്പോലെ എക്സ്ചേഞ്ചിൽ കച്ചവടം നടത്തുന്ന മ്യൂച്ചൽ ഫണ്ടുകളെയാണ് എക്സ്ചേഞ്ച് ട്രേഡഡ് ഫണ്ടുകൾ (ഇ.ടി.എഫുകൾ) എന്നു വിളിയ്ക്കുന്നത്. ഇ.ടി.എഫുകളുടെ കച്ചവടമൂല്യം ആശ്രയിച്ചിരിയ്ക്കുന്നത്, അത് അടിസ്ഥാനപ്പെടുത്തിയിരിയ്ക്കുന്ന ആസ്തികളുടെ നെറ്റ് അസെറ്റ് വാല്യൂവിനെ (എൻ.എ.വി) ആണ്. പൊതുവായി പറഞ്ഞാൽ, ഒരു കൂട്ടം സ്റ്റോക്കുകളിൽ (ഊർജ്ജം, ടെക്നോളജി അല്ലെങ്കിൽ സ്വർണ്ണം പെട്രോളിയം തുടങ്ങിയവയിൽ) നിക്ഷേപിച്ച് ഏതെങ്കിലും ഒരു സ്റ്റോക്ക് മാർക്കറ്റ് ഇൻഡക്സിനെ (സെൻസക്സ്, നിഫ്റ്റി തുടങ്ങിയവ) അനുകരിയ്ക്കുവാൻ ശ്രമിയ്ക്കുകയാണ് ഇ.ടി.എഫുകൾ ചെയ്യുന്നത്.

അടുത്തിടെയായി, സെബി അതിന്റെ നിയമങ്ങളിൽ ഭേദഗതി വരുത്തി, മ്യൂച്ചൽ ഫണ്ടുകൾക്ക് ഗോൾഡ് എക്സ്ചേഞ്ച് ട്രേഡഡ് ഫണ്ടുകൾ (ജി.ഇ.ടി.എഫ്) ഇറക്കാനുള്ള അനുമതി നൽകുകയുണ്ടായി. രണ്ടു മ്യൂച്ചൽ ഫണ്ടുകൾ, യുടിഐ മ്യൂച്ചൽ ഫണ്ടും, ബെഞ്ച് മാർക്ക് മ്യൂച്ചൽ ഫണ്ടും അതിനു ശേഷം ഇറങ്ങുകയുണ്ടായി. ഈ ഫണ്ടുകൾ നാഷണൽ സ്റ്റോക്ക് എക്സ്ചേഞ്ചിലും (എൻ.എസ്.ഇ) ലിസ്റ്റ് ചെയ്യപ്പെട്ടു.

കൂടുതലും ഡീമാറ്റ് രീതിയിൽ കൈകാര്യം ചെയ്യുന്ന, സ്വർണ്ണം അടിസ്ഥാന ആസ്തിയായി പിന്തുണയുള്ള ഒരു മ്യൂച്ചൽ ഫണ്ടിനെപ്പോലെയാണ് ഒരു ഗോൾഡ് എക്സ്ചേഞ്ച് ട്രേഡഡ് ഫണ്ട്. ഒരു നിശ്ചിത അളവ് സ്വർണ്ണത്തിന്റെ ഉടമസ്ഥാവകാശത്തിന് ഗോൾഡ്-ഇ.ടി.എഫ് നടത്തുന്ന മ്യൂച്ചൽ ഫണ്ടിൽ നിന്ന് നിക്ഷേപകന് ഒരു സർട്ടിഫിക്കറ്റ് ലഭിയ്ക്കുന്നു. ഭൗതികമായി സ്വർണ്ണം കൈവശം എടുക്കാതെ സ്റ്റോക്ക് എക്സ്ചേഞ്ചിൽ സെക്യൂരിറ്റികൾ കച്ചവടം ചെയ്യുന്ന അതേ രീതിയിൽ നിക്ഷേപകന് സ്വർണ്ണവിപണിയിൽ സ്വർണ്ണം കച്ചവടം ചെയ്യാൻ ഉതകുന്ന രീതിയിലാണ് ജി.ഇ.ടി.എഫുകൾ രൂപീകരിച്ചിരിയ്ക്കുന്നത്. സ്വർണ്ണം ഏറ്റവും നല്ല നിക്ഷേപമായിട്ടിരിയ്ക്കുന്ന കാലത്തോളം, ബുള്ളിയൻ, സ്വർണ്ണനാണയങ്ങൾ, ആഭരണങ്ങൾ തുടങ്ങിയ തത്തുല്ല്യമായ മറ്റു നിക്ഷേപങ്ങളുമായി താരതമ്യം ചെയ്യുമ്പോൾ, ജി.ഇ.ടി.എഫുകൾ വളരെ നല്ലതും, എളുപ്പവും, ഏറ്റവും ചെലവു കുറഞ്ഞതുമാണ്.

യൂണിറ്റ്-ലിങ്ക്ഡ് പ്ലാൻ: ലൈഫ് ഇൻഷുറൻസിന്റെ സംരക്ഷണവും നികുതിയിളവും നേടുന്നതിനോടൊപ്പം തന്നെ ഇക്വിറ്റികളിൽ നിക്ഷേപിയ്ക്കുന്നതിന്റെ ആകർഷകത്വവും ഒരുമിച്ച് അടങ്ങിയ ഒന്നാണ്

യൂണിറ്റ്–ലിങ്ക്ഡ് ലൈഫ് ഇൻഷുറൻസ്. മിനിമം പ്രീമിയം അടിസ്ഥാനമാക്കിയാണ് യൂണിറ്റ് ലിങ്ക്ഡ് പ്ലാനുകൾ പ്രവർത്തിയ്ക്കുന്നത്, മറിച്ച് ഇൻഷുർ ചെയ്യുന്ന തുക അടിസ്ഥാനമാക്കിയല്ല. നിശ്ചിത ഇടവേളകളിൽ നിങ്ങൾക്ക് മുടക്കാവുന്ന തുക നിങ്ങൾ നിശ്ചയിയ്ക്കുന്നു. നിങ്ങളുടെ ഇൻഷുറൻസ് ആവശ്യങ്ങൾ നിറവേറും വരെ യു.എൽ.ഐ.പി നിങ്ങൾക്ക് ഇൻഷുറൻസ് സംരക്ഷണം നൽകുന്നു, അതിനപ്പുറം അത് നല്ലോരു നിക്ഷേപമാർഗ്ഗമായി മാറുന്നു.

ഫിക്സ്ഡ് മെച്യൂരിറ്റി പ്ലാൻ (എഫ്.എം.പി): സുരക്ഷിതം, മുൻകൂട്ടി അറിയാവുന്നത്, നികുതി കഴിച്ചതിന് ശേഷവും ബാങ്ക് ഫിക്സഡ് ഡെപ്പോസിറ്റുകളേക്കാൾ നല്ല ലാഭം.

ഉയരുന്ന പലിശനിരക്കുകൾക്ക്, ഉയരുന്ന മാസഗഡുക്കൾ എന്നു മാത്രമല്ല അർത്ഥം, കൂടുതൽ ലാഭം നേടാനുള്ള അവസരം കൂടിയെന്നാണ്. ഡെബ്റ്റ് സ്കീമുകൾ ഹ്രസ്വകാലത്തേയ്ക്ക് 8–10% എന്ന നിരക്കിൽ വാഗ്ദാനം ചെയ്യുന്നു. മുറുക്കിയ ലിക്വിഡിറ്റി നിയന്ത്രണങ്ങൾ മൂലം കാൾ മണി നിരക്കുകൾ 7.5–8% എന്ന നിരക്കിലേയ്ക്ക് ഉയർന്നു. കാഷ് റിസർവ്വ് റേഷ്യോ (സി.ആർ.ആർ) ഉയർത്താൻ ആർ.ബി.ഐ തീരുമാനിച്ചതോടെ, ലിക്വിഡിറ്റി അവസ്ഥ വളരെ പരിതാപകരമായി. ഈ സാമ്പത്തിക വർഷത്തിന്റെ അവസാനം വരെ പണവിപണിയിൽ മുറുക്കം അനുഭവപ്പെടുമെന്നാണ് പ്രതീക്ഷിയ്ക്കുന്നത്, അതിനാൽ ഹ്രസ്വകാലനിക്ഷേപങ്ങളായ എഫ്.എം.പികളിലോ ഫ്ളോട്ടിങ് റേറ്റ് സ്കീമുകളിലോ നിക്ഷേപിയ്ക്കുന്നത് നിക്ഷേപകർക്ക് ഗുണം ചെയ്യും. ഫിക്സഡ് മെച്ചൂരിറ്റി പ്ലാനുകൾ അല്ലെങ്കിൽ എഫ്.എം.പികൾ, മുൻനിശ്ചിത കാലയളവുള്ള, സ്വന്തം കാലയളവുമായി ഒത്തുപോകുന്ന കാലയളവുള്ള കടപ്പത്രങ്ങളിൽ നിക്ഷേപിയ്ക്കുന്ന ക്ലോസ് എന്റഡ് (അറ്റം അടഞ്ഞത്) ഫണ്ടുകളാണ്.

കടപ്പത്രങ്ങളുടെയും പണവിപണിയിലെ സെക്യൂരിറ്റികളുടെയും ഒരു പോർട്ട്ഫോളിയോയിൽ നിക്ഷേപിയ്ക്കുന്ന എഫ്.എം.പികളുടെ മുഖ്യലക്ഷ്യം, വരുമാനം സൃഷ്ടിയ്ക്കുകയും അതോടൊപ്പം തന്നെ മൂലധനത്തെ സംരക്ഷിയ്ക്കുകയുമാണ്. ഒരു മാസം മുതൽ അഞ്ചുവർഷം വരെ നീളുന്ന നിരവധി തരത്തിലുള്ള പ്രായപൂർത്തി കാലാവധികൾ ഇവയ്ക്കുണ്ട്. ഒരു ബാങ്കിലെ സ്ഥിരനിക്ഷേപവുമായി എഫ്.എം.പികൾക്ക് സാദൃശ്യം കാണാം. സ്ഥിരനിക്ഷേപങ്ങൾക്ക് ലാഭത്തിൽ ഉറപ്പുണ്ടെങ്കിൽ, എഫ്.എം.പിയ്ക്ക് കിട്ടാവുന്ന ലാഭത്തെക്കുറിച്ച് ഒരു സൊാചനമാത്രമേ തരികയുള്ളൂ. സാധാരണയായി ഫണ്ടു വ്യാപാരികൾ സ്കീം തുടങ്ങുന്നതിന് മുമ്പുതന്നെ സ്കീമിന് ഒരു ലക്ഷ്യം നിശ്ചയിച്ച് അത് കടം വാങ്ങുന്നവരുമായി അനൗപചാരികമായി ബന്ധിയ്ക്കുന്നു. അപ്രകാരം അവർക്ക് കിട്ടാവുന്ന പലിശനിരക്ക് മുന്നേ അറിവുണ്ടായിരിയ്ക്കുകയും, നിക്ഷേപകർക്ക് കൊടുക്കാവുന്ന ലാഭത്തിനെ കുറിച്ച് ഒരു രൂപം നൽകാൻ സാധിയ്ക്കുകയും ചെയ്യുന്നു.

മാസവരുമാന പ്ലാനുകൾ: പ്രധാനമായും കടപ്പത്രങ്ങളിൽ നിക്ഷേപിയ്ക്കുന്ന വിഭാഗം മ്യൂച്വൽ ഫണ്ടുകളാണ് മന്ത്‌ലി ഇൻകം പ്ലാനുകൾ അല്ലെങ്കിൽ എം.ഐ.പികൾ. 10–20% മാത്രമാണ് ഇക്വിറ്റികളിൽ നിക്ഷേപിയ്ക്കുന്നത്. ഇതിന്റെ പേര് (മാസവരുമാന പ്ലാനുകൾ) തെറ്റിദ്ധാരണാജനകമാണ്, കാരണം ഈ ഫണ്ടുകൾ കൃത്യമായ ഒരു മാസവരുമാനം ഉറപ്പുതരുന്നില്ല. മറ്റേതൊരു ഫണ്ടിനെയും പോലെ ഇതും വിപണി നിയന്ത്രിതമാണ്. മിക്ക ഫണ്ടു

വ്യാപാരികളും എല്ലാമാസവും ഡിവിഡന്റുകൾ പ്രഖ്യാപിയ്ക്കാൻ പരമാവധി ശ്രമിയ്ക്കുമെങ്കിലും, അവർ അതിനു ബാദ്ധ്യസ്ഥരല്ല. എല്ലാമാസവും വരുമാനം ലഭ്യമാക്കണം എന്ന ഉദ്ദേശത്തിലാണ് എം.ഐ.പികൾ ഇറക്കിയിരിയ്ക്കുന്നതെങ്കിലും, എത്രകാലം കൂടുമ്പോഴാണ് വരുമാനം ലഭിയ്ക്കേണ്ടതെന്നത് നിക്ഷേപകന് തീരുമാനിയ്ക്കാവുന്നതാണ്. സാധാരണയായി അവ മാസത്തിലോ, ത്രൈമാസത്തിലോ, അർദ്ധവാർഷികമായോ, വർഷത്തിലോ ഒക്കെയാണ്. നിക്ഷേപകൻ ഇടയ്ക്കിടെ ഡിവിഡന്റുകൾ വാങ്ങാതെ മൂലധനത്തിൽ ചേർത്ത് മൂലധനവർദ്ധനയുടെ രൂപത്തിൽ ലാഭം നേടാവുന്ന ഒരു ഗ്രോത്ത് ഓപ്ഷനും ലഭ്യമാണ്.

മ്യൂച്ചൽ ഫണ്ടുകളുടെ അടിസ്ഥാനതത്വം

ഒരു പൊതു സാമ്പത്തിക ലക്ഷ്യമുള്ള ഒരു കൂട്ടം നിക്ഷേപകരുടെ പണം ഒന്നിച്ചു ചേർക്കുന്ന ഒരു ട്രസ്റ്റാണ് മ്യൂച്ചൽ ഫണ്ട്; നിക്ഷേപങ്ങൾ ഷെയറുകളിലോ, കടപ്പത്രങ്ങളിലോ, മണി മാർക്കറ്റ് സെക്യൂരിറ്റികളിലോ അല്ലെങ്കിൽ ഇവയുടെ സംയുക്തങ്ങളിലോ ആകാം. യൂണിറ്റ് ഉടമകൾക്കു വേണ്ടി സെക്യൂരിറ്റികളെ കൈകാര്യം ചെയ്യുന്നത് പ്രൊഫഷണലുകളാണ്, ഓരോ നിക്ഷേപകനും പോർട്ട്ഫോളിയോയുടെ ഒരു പ്രോ–റാറ്റാ പങ്ക് കൈവശം ഉണ്ട്, പോർട്ട്ഫോളിയോയിലെ ഏത് സെക്യൂരിറ്റികൾ വിറ്റാലും ഉണ്ടാകുന്ന ലാഭത്തിനും നഷ്ടത്തിനും അത് നിക്ഷേപകനെ അവകാശിയാക്കുന്നു.

ഈ നിക്ഷേപങ്ങളിലൂടെ നേടുന്ന വരുമാനവും മൂലധനവർദ്ധനവും എല്ലാം യൂണിറ്റ് ഉടമകളുടെ ഇടയിൽ അവരുടെ കൈയിലുള്ള യൂണിറ്റുകളുടെ അനുപാതത്തിൽ വിതരണം ചെയ്യുന്നു. താരതമ്യേന കുറഞ്ഞ ചിലവിൽ, പ്രൊഫഷണലുകൾ കൈകാര്യം ചെയ്യുന്ന ഒരു കൂട്ടം സെക്യൂരിറ്റികളിൽ നിക്ഷേപിച്ച്, നല്ല ലാഭം നേടുവാൻ സാധാരണക്കാരനെ പ്രാപ്തനാക്കുന്ന ഏറ്റവും നല്ല നിക്ഷേപപദ്ധതിയാണ് മ്യൂച്ചൽ ഫണ്ട്.

മ്യൂച്ചൽ ഫണ്ടുകളെ ലളിതമായി, ഏതാനും സ്റ്റോക്കുകളുടേയോ ബോണ്ടുകളുടെയോ ശേഖരം എന്ന നിലയിലും കാണാം. സ്റ്റോക്കുകളിലും ബോണ്ടുകളിലും മറ്റു സെക്യൂരിറ്റികളിലും പണം ചേർത്തുവയ്ക്കണമെന്നു ആഗ്രഹിയ്ക്കുന്ന ഒരു കൂട്ടം ആളുകളെ ഒന്നിച്ചു ചേർക്കുന്ന ഒരു കമ്പനിയായും മ്യൂച്ചൽ ഫണ്ടുകളെ കാണാം. ഇക്വിറ്റികളുടെയും ബോണ്ടുകളുടെയും മറ്റു സെക്യൂരിറ്റികളുടെയും വൈവിദ്ധ്യപൂർണ്ണമായ ഒ്രു പോർട്ട്ഫോളിയോയിലേയ്ക്ക് സാധാരണ നിക്ഷേപകർക്ക് പ്രവേശനം നൽകുന്ന ഒരു സ്റ്റോക്കായും മ്യൂച്ചൽ ഫണ്ടിനെ കാണാം. നിക്ഷേപിയ്ക്കുന്ന എല്ലാ ഓഹരിയുടമകൾക്കും ഫണ്ടിന്റെ ലാഭത്തിലും നഷ്ടത്തിലും പങ്കുണ്ട്. പ്രകടനപത്രികയിൽ പറഞ്ഞിരുന്ന പ്രകാരമുള്ള നിക്ഷേപലക്ഷ്യങ്ങൾ നേടാൻ കഴിയുന്ന വിധത്തിലാണ് മ്യൂച്ചൽ ഫണ്ടുകളുടെ പോർട്ട്ഫോളിയോകൾ ക്രമീകരിയ്ക്കുന്നത്. മ്യൂച്ചൽ ഫണ്ടിന്റെ നെറ്റ് അസറ്റ് വാല്യൂ (എൻ.എ.വി) ദിവസേന കണക്കാക്കപ്പെടുന്നു.

ഫണ്ടു കമ്പനികളുമായി നേരിട്ടു ബന്ധപ്പെട്ടു കൊണ്ട്, മ്യൂച്ചൽ ഫണ്ടുകളിൽ (നോ ലോഡ്) താൽപര്യമുള്ളവർക്ക് നിക്ഷേപം നടത്താം. ബ്രോക്കർമാർ, ബാങ്കുകൾ, സാമ്പത്തിക ആസൂത്രകർ, ഇൻഷുറൻസ് ഏജന്റുമാർ, തുടങ്ങിയവരുടെ കൈയിൽ നിന്ന് മറ്റു ഫണ്ടുകൾ വാങ്ങാം. സാധാരണയായി ഒരു വിൽപനഫീസ് ('ലോഡ്' എന്നും പറയും) വാങ്ങിക്കൊണ്ട് മ്യൂച്ചൽ ഫണ്ടുകൾ വിൽപന നടത്തുന്നത് ഒരു മൂന്നാമനാണ്. ഇക്കാലത്ത്, കൂടുതൽ കൂടുതൽ ഫണ്ടുകൾ യാതൊരു കൈമാറ്റഫീസും ഈടാക്കാതെ തന്നെ നിരവധി കമ്പനികളിൽ നിന്ന് വാങ്ങുവാൻ കഴിയും. 'ഫണ്ട് സൂപ്പർമാർക്കറ്റ്' എന്ന പേരിൽ വിളിയ്ക്കുന്ന ഇത്തരം പരിപാടികൾ, നിങ്ങളുടെ ഫണ്ടുകൾ ഒന്നിച്ചു ചേർത്തു കൃത്യമായി കണക്കുകൾ സൂക്ഷിയ്ക്കാനും, വ്യത്യസ്ത കമ്പനികളിൽ നിന്ന് വിൽപനഫീസുകൾ ഇല്ലാതെ ഇഷ്ടം പോലെ ഫണ്ടുകൾ വാങ്ങാനും നിങ്ങളെ സഹായിയ്ക്കുന്നു. ഷ്വാബ്സ് വൺ സോഴ്സ്, ഫിഡലിറ്റി നെറ്റ്‌വർക്ക് തുടങ്ങിയവയാണ് മ്യൂച്ചൽ ഫണ്ട് ബിസിനസ്സിലെ ചില വമ്പന്മാർ.

നിക്ഷേപകരുടെ ഇടയിൽ മ്യൂച്ചൽ ഫണ്ട് വിപണിയെ ആകർഷകമാക്കുന്ന നിരവധി പ്രധാന ഘടകങ്ങളുണ്ട്. സ്റ്റോക്ക് മാർക്കറ്റിൽ നിക്ഷേപിയ്ക്കാൻ സമയമോ വൈദഗ്ദ്ധ്യമോ ഇല്ലാത്ത വ്യക്തികളുടെ പണം, അതിവിദഗ്ദ്ധരായ ഒരു കൂട്ടം പ്രൊഫഷണലുകളാൽ കൈകാര്യം ചെയ്യപ്പെടാൻ മ്യൂച്ചൽ ഫണ്ടുകൾ അവസരം ഒരുക്കുന്നു. ഒറ്റയൊറ്റ സ്റ്റോക്കുകളിലോ ബോണ്ടുകളിലോ നിങ്ങളുടെ പണം നിക്ഷേപിയ്ക്കാതെ മ്യൂച്ചൽ ഫണ്ടുകളിൽ ഷെയർ എടുക്കുമ്പോൾ, നിങ്ങളുടെ നിക്ഷേപം നേരിടുന്ന അപകടസാദ്ധ്യത വികേന്ദ്രീകരിയ്ക്കപ്പെടുകയും അത് കൂടുതൽ ഉറപ്പാർന്നതുമാകുന്നു. ഒരു സ്റ്റോക്കിൽ നിന്ന് ഒരു നിക്ഷേപകൻ നേരിടുന്ന നഷ്ടത്തെ മറ്റൊരു സ്റ്റോക്കിൽ നിന്നുണ്ടാകുന്ന ലാഭം കൊണ്ട് നേരിടാം, എന്നതാണ് വൈവിധ്യവത്കരണത്തിന്റെ അടിസ്ഥാനതത്വം. സ്വന്തമായി ഇത്തരം ഒരു പോർട്ട്ഫോളിയോ നിർമ്മിച്ചെടുക്കുവാൻ വ്യക്തികൾക്ക് വളരെയധികം പണം മുടക്കേണ്ടി വരും. സ്റ്റോക്കുകളെപ്പോലെ തന്നെ മ്യൂച്ചൽ ഫണ്ടുകളും എളുപ്പം പണമാക്കി മാറ്റാൻ സൗകര്യമുള്ളവയാണ്.

ഇന്ത്യയിലെ മ്യൂച്ചൽ ഫണ്ടുകൾ

പണം നിക്ഷേപിയ്ക്കുവാനുള്ള ഒരു ഉപകരണമാണ് മ്യൂച്ചൽ ഫണ്ടുകൾ. ഇക്കാലത്ത്, ബാങ്ക് നിരക്കുകൾ കുറഞ്ഞ് കുറഞ്ഞ് നാണയപ്പെരുപ്പനിരക്കിന്റെ താഴെയെത്തി നിൽക്കുകയാണ്. അതിനാൽ ബാങ്കിൽ വൻതുകകൾ സൂക്ഷിയ്ക്കുന്നത് ബുദ്ധിയല്ല, കാരണം, സമയം കഴിയുന്തോറും പണത്തിന്റെ മൂല്യം കുറഞ്ഞുകൊണ്ടിരിയ്ക്കും.

സ്റ്റോക്ക് മാർക്കറ്റിൽ നിക്ഷേപിയ്ക്കുക എന്നതാണ് ചെയ്യാവുന്ന ഒരു കാര്യം. പക്ഷേ സാധാരണക്കാരനായ ഒരു നിക്ഷേപകന് അതിനുള്ള വിവരമോ സ്റ്റോക്ക് മാർക്കറ്റിൽ കളിയ്ക്കാനുള്ള വൈദഗ്ദ്ധ്യമോ ഉണ്ടാവുകയില്ല. ഇത്തരുണത്തിലാണ് മ്യൂച്ചൽ ഫണ്ടുകൾ രക്ഷയ്ക്കെത്തുന്നത്.

വൈവിധ്യമാർന്ന സ്റ്റോക്കുകളുടെയും ബോണ്ടുകളുടെയും ഒരു സഞ്ചയം വാങ്ങുവാനായി ഒരു ഫണ്ടു മാനേജരെ ഉപയോഗപ്പെടുത്തിക്കൊണ്ട്

പ്രവർത്തിയ്ക്കുന്ന ഒരു കൂട്ടം നിക്ഷേപകരാണ് ഒരു മ്യൂച്ചൽ ഫണ്ട്. മ്യൂച്ചൽ ഫണ്ടുകൾ, അനാവശ്യചെലവുകൾ വളരെയധികം കുറഞ്ഞതും, നിക്ഷേപിയ്ക്കാൻ വളരെ എളുപ്പമുള്ളതുമാണ്. സ്വന്തമായി വാങ്ങുന്നതിനേക്കാൾ വളരെ കുറഞ്ഞ ചെലവിൽ സ്റ്റോക്കുകളും ബോണ്ടുകളും വാങ്ങുവാൻ, നിക്ഷേപകരുടെ പണം എല്ലാം ഒരു മ്യൂച്ചൽ ഫണ്ടിൽ ഒന്നിച്ചു കൂട്ടുന്നതിലൂടെ സാധിയ്ക്കുന്നു. കൂടാതെ, ഏതു സ്റ്റോക്ക് വാങ്ങണം ഏതു ബോണ്ട് വാങ്ങണം എന്നെല്ലാം ആലോചിച്ച് ആരും തലപുണ്ണാക്കേണ്ടതില്ല. പക്ഷേ മ്യൂച്ചൽ ഫണ്ടിന്റെ ഏറ്റവും വലിയ ഗുണമെന്നു പറയുന്നത് വൈവിധ്യവത്കരണമാണ്.

നിരവധി വ്യത്യസ്തതരം നിക്ഷേപങ്ങളിലേയ്ക്ക് പണം വികേന്ദ്രീകരിയ്ക്കുന്നതിനെയാണ് വൈവിധ്യവത്കരണം കൊണ്ട് ഉദ്ദേശിയ്ക്കുന്നത്. ഒരു സ്റ്റോക്കിന്റെ വില തീരെ താണുപോയാലും വേറെ ഏതെങ്കിലും സ്റ്റോക്കുകൾക്ക് വില കൂടിയിട്ടുണ്ടാകും. വൈവിധ്യവത്കൃത നിക്ഷേപങ്ങൾക്ക് അപകടസാദ്ധ്യത തീരെ കുറവാണ്. ഘടനയെയും ലക്ഷ്യത്തെയും മുൻനിർത്തിക്കൊണ്ട് മ്യൂച്ചൽ ഫണ്ടുകളെ താഴെപ്പറയുന്ന രീതിയിൽ തരംതിരിയ്ക്കാം:

1.ഇക്വിറ്റി മ്യൂച്ചൽ ഫണ്ടുകൾ: ഇവയെ സ്റ്റോക്ക് മ്യൂച്ചൽ ഫണ്ടുകൾ എന്നും വിളിയ്ക്കുന്നു. ഇക്വിറ്റി മ്യൂച്ചൽ ഫണ്ടുകൾ നിക്ഷേപകരുടെ പണം സ്വരൂപിച്ച് ചേർത്ത്, പബ്ലിക് കമ്പനികളുടെ സ്റ്റോക്കുകളിൽ നിക്ഷേപിയ്ക്കുന്നു.

കമ്പനികളിലുള്ള ഉടമസ്ഥാവകാശത്തിന്റെ ഒരു ഭാഗത്തെയാണ് സ്റ്റോക്കുകൾ അല്ലെങ്കിൽ ഇക്വിറ്റികൾ പ്രതിനിധീകരിയ്ക്കുന്നത്, കാലം ചെല്ലുമ്പോൾ കമ്പനിയുടെ മൂല്യം വർദ്ധിയ്ക്കുന്നതിനാണ് സ്റ്റോക്ക് ഉടമ ലക്ഷ്യം വെയ്ക്കുന്നത്. ചെറുത്, ഇടത്തരം, വലുത് എന്നീ വിഭാഗങ്ങളായി, മാർക്കറ്റ് കാപ്പിറ്റലൈസേഷന്റെ (കേപ്സ്) അടിസ്ഥാനത്തിലാണ് സ്റ്റോക്കുകളെ മിക്കപ്പോഴും തരംതിരിയ്ക്കുന്നത്. മിക്ക മ്യൂച്ചൽ ഫണ്ടുകളും ഇതിൽ ഏതെങ്കിലും ഒരു വിഭാഗത്തിൽപ്പെടുന്ന കമ്പനികളിലാണ് മുഖ്യമായും നിക്ഷേപിയ്ക്കുക, അങ്ങിനെ മ്യൂച്ചൽ ഫണ്ടുകളെയും ലാർജ്-കേപ്, മിഡ്-കേപ്, സ്മോൾ-കേപ് എന്നിങ്ങനെ തരംതിരിയ്ക്കുന്നു.

തങ്ങളുടെ പോർട്ട്ഫോളിയോയ്ക്കു വേണ്ടി നിക്ഷേപതീരുമാനങ്ങളെടുക്കുമ്പോൾ, ഇക്വിറ്റി ഫണ്ടു മാനേജർമാർ സ്റ്റോക്കുകൾ തിരഞ്ഞെടുക്കുന്നതിൽ വ്യത്യസ്തതരം രീതികൾ കൈക്കൊള്ളുന്നു. ചിലർ സ്റ്റോക്കുകളുടെ മൂല്യം (വാല്യൂ) കണക്കിലെടുക്കുന്നു, അതായത് സാമ്യമുള്ള കമ്പനികളുമായി താരതമ്യം ചെയ്യുമ്പോൾ സ്റ്റോക്കിനു മൂല്യം കുറഞ്ഞിരിയ്ക്കുന്നവ തിരഞ്ഞെടുക്കുന്നു. മറ്റൊരു രീതി മുഖ്യമായും വളർച്ചയെ (ഗ്രോത്ത്) കണക്കിലെടുക്കുന്നതാണ്, എതിരാളികളെയോ, അല്ലെങ്കിൽ വിപണിയെ മൊത്തിലോ അപേക്ഷിച്ച്, വളരെ വേഗത്തിൽ വളരുന്ന സ്റ്റോക്കുകളെ തിരഞ്ഞെടുക്കുന്നു. ചില മാനേജർമാർ രണ്ടുതരം സ്റ്റോക്കുകളും വാങ്ങാനായി തിരഞ്ഞെടുക്കും, അങ്ങിനെ വളർച്ചയും മൂല്യവുമുള്ള പോർട്ട്ഫോളിയോ നിർമ്മിയ്ക്കും.

2.ഗ്രോത്ത് ഫണ്ടുകൾ: ഗ്രോത്ത് സ്റ്റോക്കുകളിൽ നിക്ഷേപിച്ചുകൊണ്ട് മൂലധനവർദ്ധന ലക്ഷ്യം വെയ്ക്കുന്ന മ്യൂച്ചൽ ഫണ്ടുകളാണ് ഗ്രോത്ത് ഫണ്ടുകൾ. നല്ല സമ്പാദ്യമുണ്ടാക്കുന്ന അല്ലെങ്കിൽ വരുമാനമുണ്ടാക്കുന്ന കമ്പനികളെയാണ് ഇവ ലക്ഷ്യം വെയ്ക്കുന്നത്, മറിച്ച് ലാഭവിഹിതം നൽകുന്ന കമ്പനികളെയല്ല.

വിപണിയിലെ ഏറ്റവും വേഗതയിൽ വളരുന്ന കമ്പനികളെയാണ് ഗ്രോത്ത് ഫണ്ടുകൾ അന്വേഷിയ്ക്കുക. ശരാശരിയിലധികം വരുമാനമോ വിലവർദ്ധനവോ ഉണ്ടാക്കുന്ന കമ്പനികളുടെ ഒരു പോർട്ട്ഫോളിയോ നിർമ്മിയ്ക്കുന്നതിനായി ഗ്രോത്ത് മാനേജർമാർ കൂടുതൽ സാഹസമെടുക്കാനും നഷ്ടം സഹിയ്ക്കാനും തയ്യാറാണ്. പൊതുവിൽ, മറ്റു ഫണ്ടുകളെ അപേക്ഷിച്ച് ഗ്രോത്ത് ഫണ്ടുകൾ കൂടുതൽ അസ്ഥിരമാണ്, ബുൾ മാർക്കറ്റിൽ മറ്റു ഫണ്ടുകളേക്കാൾ കൂടുതൽ വിലവർദ്ധിയ്ക്കുകയും, ബെയർ മാർക്കറ്റിൽ കൂടുതൽ തകരുകയും ചെയ്യും. അത്യുത്സാഹമുള്ള നിക്ഷേപകർ, അല്ലെങ്കിൽ ഹ്രസ്വകാലവിപണിനഷ്ടങ്ങളെ നേരിടാൻ തയ്യാറുള്ളവർ മാത്രമേ ഇത്തരം ഫണ്ടുകളിൽ നിക്ഷേപിയ്ക്കാവൂ.

3.മണി മാർക്കറ്റ് ഫണ്ട്: മണി മാർക്കറ്റ് ഉപകരണങ്ങളിൽ മാത്രം നിക്ഷേപിയ്ക്കുന്ന ഒരു മ്യൂച്ച്വൽ ഫണ്ടാണിത്. ഒരു വർഷത്തിനുള്ളിൽ കാലാവധി പൂർത്തിയാക്കുന്ന വളരെ പെട്ടെന്ന് പണമാക്കി മാറ്റാവുന്ന കടപ്പത്രരൂപത്തിലുള്ളവയെയാണ് മണി മാർക്കറ്റ് ഉപകരണങ്ങളായി കണക്കാക്കുന്നത്. ട്രഷറി ബില്ലുകളാണ് മണി മാർക്കറ്റിന്റെ ഭൂരിഭാഗവും. മണി മാർക്കറ്റിലെ സെക്യൂരിറ്റികൾ തീരെ നഷ്ടസാദ്ധ്യതയില്ലാത്തവയാണ്.

എല്ലാ മ്യൂച്ച്വൽ ഫണ്ട് നിക്ഷേപങ്ങളിലും വെച്ച് ഏറ്റവും സുരക്ഷിതവും അപായരഹിതവുമാണ് മണി മാർക്കറ്റ് ഫണ്ടുകൾ. മൂലധനം സംരക്ഷിയ്ക്കുന്നതോടൊപ്പം വലിയ മോശമില്ലാത്ത ലാഭവും ലക്ഷ്യം വെയ്ക്കുന്നതാണ് ഇവ. വലിയ പലിശകിട്ടുന്ന ഒരു ബാങ്ക് നിക്ഷേപത്തിനോട് മണി മാർക്കറ്റ് മ്യൂച്ച്വൽ ഫണ്ടിന് സാമ്യമുണ്ട്, പക്ഷേ അത് തീർത്തും അപായരഹിതമല്ല. മണി മാർക്കറ്റ് ഫണ്ടിൽ നിക്ഷേപിയ്ക്കുമ്പോൾ, വാഗ്ദാനം ചെയ്യപ്പെട്ട പലിശനിരക്ക് ശ്രദ്ധിയ്ക്കണം.

വാല്യൂ ഫണ്ടുകൾ: വളർച്ചയെക്കാളധികം സുരക്ഷിതത്വത്തിന് പ്രാധാന്യം കൽപിയ്ക്കുന്ന മ്യൂച്ച്വൽ ഫണ്ടുകളാണ് വാല്യൂ ഫണ്ടുകൾ, പലപ്പോഴും ലാഭവിഹിതം കൊടുക്കുന്നതും മൂലധനവർദ്ധന ഉണ്ടാകുന്നതുമായ നിക്ഷേപങ്ങളെയാണ് അവ തിരഞ്ഞെടുക്കുക. വിപണിയ്ക്ക് ചെറുതായി തോന്നിയ്ക്കുകയും, മുഖ്യധാരാ നിക്ഷേപകർക്ക് നഷ്ടമായി വരികയും (നിക്ഷേപകരുടെ താൽപര്യങ്ങളിലുണ്ടായ മാറ്റങ്ങൾ മൂലോ, കുറഞ്ഞ വരുമാനം മൂലമോ, പ്രസ്തുത വ്യവസായത്തിൽ ഉണ്ടായ തിരിച്ചടികൾ മൂലമോ) ചെയ്ത കമ്പനികളിലാണ് അവ നിക്ഷേപിയ്ക്കുന്നത്.

വരുമാനത്തിൽ നിന്ന് ലാഭവിഹിതം കൊടുക്കുന്ന, വളർച്ച നിലച്ച, പാകം വന്ന കമ്പനികളിലാണ് വാല്യൂ സ്റ്റോക്കുകൾ നിക്ഷേപിയ്ക്കുന്നത്. നിലവിൽ വരുമാനം ഉണ്ടാക്കുകയും (ഡിവിഡന്റുകളിൽ നിന്ന്), ദീർഘകാലവളർച്ച നേടുകയും (സ്റ്റോക്കിന് വീണ്ടും പ്രചാരം കിട്ടുമ്പോൾ ഉണ്ടാകുന്ന മൂലധനവർദ്ധനയിൽ നിന്ന്) ചെയ്യാൻ ഈ ഫണ്ടിനു കഴിയുന്നു. ഗ്രോത്ത് ഫണ്ടുകളെ അപേക്ഷിച്ച് ഇവ കൂടുതൽ യാഥാസ്ഥിതികവും, ലാഭത്തിൽ അനിശ്ചിതത്വം കുറഞ്ഞവയുമാണ്.

മ്യൂച്ചൽ ഫണ്ടുകളെ മെരുക്കാം

അമേരിക്കയിൽ

പത്തോ അതിലധികമോ വർഷമായി, ധനവും മറ്റു സാമ്പത്തികലക്ഷ്യങ്ങളും കൈവരിച്ചു കൊണ്ട്, വർദ്ധിച്ചു വരുന്ന അമേരിക്കൻ നിക്ഷേപകർ അവരുടെ റിട്ടയർമെന്റ് പദ്ധതികൾക്ക് പണം സ്വരൂപിക്കുന്നതിന് മ്യൂച്ചൽ ഫണ്ടുകളെയാണ് ആശ്രയിക്കുന്നത്. വൈവിധ്യവത്കരണത്തോടൊപ്പം വിദഗ്ദ്ധരുടെ സേവനവും ലഭ്യമാക്കുവാൻ മ്യൂച്ചൽ ഫണ്ടുകൾ സഹായിക്കുന്നു.

മ്യൂച്ചൽ ഫണ്ടിനുള്ളിൽ തന്നെ വൈവിധ്യവത്കരണം അടങ്ങിയിരിക്കുന്നു. വിവിധതരം വിപണികളിൽ നിന്ന് സ്റ്റോക്കുകൾ വാങ്ങുന്നതിലൂടെ ഫണ്ട് മാനേജർമാർ ഫണ്ടിനുള്ളിലെ വൈവിധ്യവത്കരണം സാധ്യമാക്കുന്നു. ഏതൊരു നിക്ഷേപത്തേയും പോലെ നിങ്ങൾ മ്യൂച്ചൽ ഫണ്ടിൽ ഇൻവെസ്റ്റ് ചെയ്യുമ്പോഴും ഒരു സാഹസം എടുക്കുകയാണ്. മ്യൂച്ചൽ ഫണ്ടുകളിൽ, പക്ഷേ, വൈവിധ്യവത്കരണത്തിലൂടെ അപകടസാദ്ധ്യതകൾ കുറച്ചിരിക്കുകയാണ് ചെയ്യുന്നത്. വ്യത്യസ്ത വിപണിയിൽ നിന്നും വിവിധതരം സ്റ്റോക്കുകൾ വാങ്ങുന്നതിലൂടെ, ഒറ്റയൊറ്റ സ്റ്റോക്കുകൾക്ക് അനുഭവപ്പെടുന്ന വലിയ ചാഞ്ചാട്ടങ്ങളുടേയും അതിലൂടെ വന്നുചേരുന്ന നഷ്ടങ്ങളുടേയും ബുദ്ധിമുട്ടുകൾ കുറയ്ക്കാൻ മ്യൂച്ചൽ ഫണ്ടുകൾക്കു കഴിയും.

മ്യൂച്ചൽ ഫണ്ടിൽ നിക്ഷേപിക്കുമ്പോൾ ചില ഉയർച്ചകളും താഴ്ചകളുമെല്ലാം ഉണ്ടാവുമെന്ന് ജ്ഞാനിയായ നിക്ഷേപകൻ മനസ്സിലാക്കുന്നു. നിങ്ങളുടെ സാമ്പത്തിക ലക്ഷ്യങ്ങളും സാഹസത്തിനുള്ള കഴിവും അനുസരിച്ചുള്ള മ്യൂച്ചൽ ഫണ്ടു വേണം നിങ്ങൾ തിരഞ്ഞെടുക്കാൻ. മ്യൂച്ചൽ ഫണ്ടിൽ നിക്ഷേപിക്കുന്നതിനു മുമ്പ്, ഫണ്ടിന്റെ പ്രകടനപത്രിക (പ്രോസ്പെക്ടസ്) വാങ്ങി, നിക്ഷേപതന്ത്രവും നിക്ഷേപിക്കുവാൻ പോകുന്ന മാർക്കറ്റ് വിഭാഗവും ഏതെന്നെല്ലാം പഠനം നടത്തണം. എവിടെ എങ്ങിനെ നിക്ഷേപിക്കുന്നു എന്നുള്ള കാര്യങ്ങളിൽ നിങ്ങൾ തൃപ്തനാണെങ്കിൽ, ആ ഫണ്ട് നിങ്ങൾക്കു അനുയോജ്യമായിരിക്കും. അതല്ല, നിങ്ങൾക്ക് അത് തീരെ

സുഖപ്രദമായി തോന്നുന്നില്ലെങ്കിൽ, ആശങ്കാകുലനാകാതെ വേറൊരു നല്ല ഫണ്ട് കണ്ടുപിടിയ്ക്കുക. തിരഞ്ഞെടുക്കാൻ നൂറുകണക്കിനു ഫണ്ടുകളുണ്ട്, അതിനാൽ ഭാവിയിൽ നിങ്ങൾക്ക് മനഃസമാധാനം തരാൻ കഴിവുള്ള ഒരു ഫണ്ട് കണ്ടുപിടിയ്ക്കുക.

ഫീസുകളും നികുതികളും ഒരു മ്യൂച്ചൽ ഫണ്ടിൽ നിന്നുള്ള ലാഭത്തിൽ കുറവുകൾ വരുത്തും. മിക്ക മ്യൂച്ചൽ ഫണ്ടുകള്ക്കും ഏതെങ്കിലും തരം ഫീസുകളുണ്ടായിരിയ്ക്കും, ചിലപ്പോൾ ഇതിനെ 'ലോഡ്' എന്നും വിളിയ്ക്കുന്നു. ഫണ്ട് കൈകാര്യം ചെയ്യുന്നതിനുള്ള ചിലവുകൾ നേടാനാണ് ഈ ഫീസ് വാങ്ങുന്നത്. ഒരുപാട് മ്യൂച്ചൽ ഫണ്ടുകൾ 'നോ ലോഡ്' ആണ്. ലോഡഡ് ഫണ്ടുകളെപ്പോലെ നിക്ഷേപത്തിന്റെ ഒരു നിശ്ചിത ശതമാനം ഇവ വാങ്ങുന്നില്ല, എന്നിരുന്നാലും ചില ഫീസുകൾ ഉണ്ടായിരിയ്ക്കും. നിക്ഷേപകർക്ക് വിതരണം ചെയ്യുന്നതിനു മുമ്പ് ലാഭത്തിൽ നിന്നാണ് ഫീസുകൾ കണക്കുകൂട്ടി എടുക്കുന്നത്. ഫീസുകൾ വാങ്ങുന്നുണ്ടെങ്കിലും, ഫണ്ടിന് പ്രവർത്തിയ്ക്കണമെങ്കിൽ അത് അത്യാവശ്യമാണ്. ഫണ്ടിന് നല്ല രീതിയിലുള്ള വളർച്ച അല്ലെങ്കിൽ ലാഭം ഉണ്ടാകുന്നുവേന്ന് ഉറപ്പുവരുത്താനായി ഫണ്ട് മാനേജർമാർ രാപകലില്ലാതെ വളരെയധികം മാനസികസമ്മർദ്ദം അനുഭവിയ്ക്കുന്നുണ്ട്, അതിനാൽ അവർക്ക് ഈ ഉത്തരവാദിത്വം ഏറ്റെടുക്കുന്നതിനായി നല്ല പ്രതിഫലം നൽകേണ്ടതായിട്ടുണ്ട്.

നിരവധി നിക്ഷേപകരിൽ നിന്ന് പണം സ്വരൂപിച്ച്, ഹ്രസ്വകാല മണി–മാർക്കറ്റ് നിക്ഷേപങ്ങളായ സ്റ്റോക്കുകൾ, ബോണ്ടുകൾ, മറ്റു സെക്യൂരിറ്റികൾ എന്നിവയിൽ നിക്ഷേപിയ്ക്കുന്ന ഒരു കമ്പനിയാണ് മ്യൂച്ചൽ ഫണ്ട്. മ്യൂച്ചൽ ഫണ്ട് കൈവശം വെയ്ക്കുന്ന സ്റ്റോക്കുകളെ മൊത്തത്തിലാണ് പോർട്ട്ഫോളിയോ എന്ന് വിളിയ്ക്കുന്നത്. നിങ്ങളൊരു മ്യൂച്ചൽ ഫണ്ടിൽ നിക്ഷേപിയ്ക്കുമ്പോൾ, ആ ഫണ്ടിന്റെ പോർട്ട്ഫോളിയോയുടെ ഒരു ഭാഗത്തിലാണ് നിങ്ങൾ നിക്ഷേപിയ്ക്കുന്നത്. ഫണ്ടിലും അത് ഉൽപാദിപ്പിയ്ക്കുന്ന വരുമാനത്തിലും നിക്ഷേപകനുള്ള ആനുപാതിക ഉടമസ്ഥാവകാശമാണ് ഒരോ ഷെയറും സൂചിപ്പിയ്ക്കുന്നത്. മ്യൂച്ചൽ ഫണ്ടുകളുടെ ചില പരമ്പരാഗതവും വ്യതിരിക്തവുമായ സ്വഭാവങ്ങൾ ആണ് താഴെ കൊടുക്കുന്നത്:

- നിക്ഷേപകർ മ്യൂച്ചൽ ഫണ്ട് വാങ്ങുമ്പോൾ, അത് ഫണ്ടിൽ നിന്ന് നേരിട്ടോ, അല്ലെങ്കിൽ ഒരു സ്റ്റോക്ക് ബ്രോക്കറിൽ നിന്നോ ആണ്, മറിച്ച് നാസ്ഡാക്ക് അല്ലെങ്കിൽ ന്യൂയോർക്ക് സ്റ്റോക്ക് എക്സ്ചേഞ്ച് പോലുള്ള സെക്കന്ററി മാർക്കറ്റിലെ നിക്ഷേപകരിൽ നിന്നല്ല.

- ഒരു ഫണ്ട് ഷെയറിന്റെ എൻ.എ.വിയും പിന്നെ എന്തെങ്കിലും ഷെയർഹോൾഡർ ഫീസുകളുണ്ടെങ്കിൽ അതും കൂടിയ ഒരു തുകയാണ് നിങ്ങൾ ഒരു മ്യൂച്ചൽ ഫണ്ടിൽ നിക്ഷേപിയ്ക്കുമ്പോൾ നൽകേണ്ട തുക.

- മ്യൂച്ചൽ ഫണ്ട് ഷെയറുകൾ റിഡീം ചെയ്യാവുന്നതാണ്, അതായത്, നിക്ഷേപകർക്ക് ഷെയറുകൾ ഫണ്ടിനു തിരിച്ചു നൽകി പണം കൈപ്പറ്റാവുന്നതാണ്. ഫണ്ടുകൾ പുതിയ ഷെയറുകൾ സൃഷ്ടിയ്ക്കുകയും പുതിയ നിക്ഷേപകർക്ക് വിൽക്കുകയും ചെയ്യുന്നു. മ്യൂച്ചൽ ഫണ്ടുകൾ ഷെയറുകൾ നിരന്തരമായി വിൽക്കുന്നു. ഫണ്ട് അനിയന്ത്രിതമായി വളരുമ്പോൾ ചില മ്യൂച്ചൽ ഫണ്ടുകൾ വിൽപന നിർത്താറുമുണ്ട്.

- മ്യൂച്ചൽ ഫണ്ടുകളുടെ ഇൻവെസ്റ്റ്മന്റ് പോർട്ട്ഫോളിയോകൾ

കൈകാര്യം ചെയ്യുന്നത് പ്രത്യേകം പ്രവർത്തിയ്ക്കുന്ന നിക്ഷേപ ഉപദേശകരാണ്. വൈവിധ്യമാർന്ന ഫണ്ടുകളിൽ നിന്ന് തിരഞ്ഞെടുക്കാൻ സൗകര്യമുള്ള ഒരു പ്രിയപ്പെട്ട നിക്ഷേപപദ്ധതിയാണ് മ്യൂച്വൽ ഫണ്ടുകൾ. അവയിൽ അടങ്ങിയിരിയ്ക്കുന്ന അപകടസാദ്ധ്യതകളുടെ ഏറ്റക്കുറച്ചിലുകൾക്കനുസരിച്ചാണ് തിരഞ്ഞെടുക്കലുകൾ നടത്തുന്നത്. നിങ്ങൾക്ക് ഏറ്റെടുക്കാവുന്ന സാഹസത്തിന്റെ നിലവാരത്തിനനുസരിച്ചുള്ള ഒരു ഫണ്ടിൽ നിങ്ങൾക്ക് നിക്ഷേപിയ്ക്കാം. വർഷം മുഴുവനും എപ്പോൾ വേണമെങ്കിലും അങ്ങോട്ടുമിങ്ങോട്ടും മാറ്റാവുന്ന തരത്തിൽ നിങ്ങൾക്ക് ഒന്നിലധികം ഫണ്ടുകൾ വാങ്ങാനുള്ള സൗകര്യവും ചിലർ തരുന്നുണ്ട്.

ഇത്തരം ദീർഘകാലനിക്ഷേപങ്ങളിൽ മാറ്റങ്ങൾ വളരെ അപൂർവ്വമായിട്ടേ വരുത്താറുള്ളൂ, സാധാരണയായി വർഷത്തിൽ ഒന്നോ രണ്ടോ തവണമാത്രമേ നിക്ഷേപകർ ഫണ്ടിന്റെ പ്രകടനം വിലയിരുത്താറുള്ളൂ. നിങ്ങളുടെ നിക്ഷേപലക്ഷ്യങ്ങൾ എന്തുതന്നെയായാലും, ഒരു നല്ല പോർട്ട്ഫോളിയോയിൽ വൈവിധ്യമുള്ള സ്റ്റോക്കുകളും ബോണ്ടുകളും മ്യൂച്വൽ ഫണ്ടുകളും ഉണ്ടായിരിയ്ക്കും. നിങ്ങൾക്കും നിങ്ങളുടെ കുടുംബത്തിനും വേണ്ടി സമ്പത്തുണ്ടാക്കുക എന്നുവെച്ചാൽ, അവർക്ക് സ്റ്റോക്കുകളെക്കുറിച്ചും ബോണ്ടുകളെക്കുറിച്ചും മ്യൂച്വൽ ഫണ്ടുകളെക്കുറിച്ചും എല്ലാം ആഴത്തിലുള്ള സാമ്പത്തികവിദ്യാഭ്യാസം നൽകുക എന്നതാണ്. കുട്ടികൾക്ക് സാമ്പത്തിക ഉൽപന്നങ്ങളെക്കുറിച്ച് ഏറ്റവും നേർത്തേ അറിവു നൽകണം. സമ്പത്തുണ്ടാക്കുന്നതിനുള്ള നിങ്ങളുടെ പദ്ധതികൾ കുടുംബത്തിനുള്ളിൽ ധനകാര്യങ്ങളും മറ്റും ചർച്ച ചെയ്ത് തീരുമാനിച്ചുകൊണ്ടായിരിയ്ക്കുമെന്ന് പ്രതീക്ഷിയ്ക്കുന്നു.

ഇന്ത്യയിൽ

ഇന്ത്യയിൽ മ്യൂച്വൽ ഫണ്ടുകളുടെ ആശയം ആദ്യമായി വന്നത് 1963–ലാണ്. 1963–നും 1987–നും ഇടയിലുള്ള കാലഘട്ടം ഇന്ത്യയിൽ ഒരേയൊരു മ്യൂച്വൽ ഫണ്ടു കമ്പനിയുടെ സാന്നിദ്ധ്യമേ ഉണ്ടായിരുന്നുള്ളൂ, അതാണ് യൂണിറ്റ് ട്രസ്റ്റ് ഓഫ് ഇന്ത്യ (യു.ടി.ഐ), അതിന്റെ കുത്തകകാലഘട്ടം അവസാനിയ്ക്കുമ്പോൾ 67 ബില്ല്യൺ രൂപയുടെ ആസ്തി (അസറ്റ്സ് അണ്ടർ മാനേജ്മന്റ് -എ.യു.എം) അതിന്റെ പ്രവർത്തനത്തിനു കീഴിൽ ഉണ്ടായിരുന്നു. എൺപതുകളുടെ അവസാനത്തോടെ, ഏതാനും ചില മ്യൂച്വൽ ഫണ്ടു കമ്പനികൾ കൂടി മ്യൂച്വൽ ഫണ്ട് വിപണിയിൽ കാലുകുത്തി. അതിനു ശേഷം, ഇന്ത്യയിൽ മ്യൂച്വൽ ഫണ്ട് മേഖലയിൽ ഇറങ്ങിയ കമ്പനികൾ എസ്.ബി.ഐ മ്യൂച്വൽ ഫണ്ട്, കാൻബാങ്ക് മ്യൂച്വൽ ഫണ്ട്, പഞ്ചാബ് നാഷണൽ ബാങ്ക് മ്യൂച്വൽ ഫണ്ട്, ഇന്ത്യൻ ബാങ്ക് മ്യൂച്വൽ ഫണ്ട്, ബാങ്ക് ഓഫ് ഇന്ത്യ മ്യൂച്വൽ ഫണ്ട് എന്നിവയാണ്.

തുടർന്ന് വന്ന ദശകം, ഇന്ത്യയിലെ മ്യൂച്വൽ ഫണ്ട് വ്യവസായത്തിൽ ഒരു പുതിയ ചക്രവാളം കാണിച്ചുതന്നു. 1993–ന്റെ അവസാനത്തോടെ, ഈ വ്യവസായത്തിന്റെ മൊത്തം സഞ്ചിത എ.യു.എം 470.04 ബില്ല്യൺ രൂപയായിരുന്നു. ഫണ്ട് കുടുംബങ്ങളിൽ സ്വകാര്യമേഖലയിൽ നിന്നുള്ള ഫണ്ടുകൾ കയറിവരുവാൻ തുടങ്ങി. അതേവർഷം തന്നെ യു.ടി.ഐ ഒഴിച്ചുള്ള എല്ലാ മ്യൂച്വൽ ഫണ്ടുകളെയും പുനർരജിസ്റ്റർ ചെയ്തുകൊണ്ട് ആദ്യത്തെ മ്യൂച്വൽ ഫണ്ട് റഗുലേഷൻസ് നിലവിൽ വന്നു. 1996–ൽ റഗുലേഷൻസിനെ കൂടുതൽ നവീകരിയ്ക്കുകയും ചെയ്തു.

ഇപ്പോൾ ഫ്രാങ്ക്ളിൻ ടെംപിൾടണുമായി ലയിച്ച കോത്താരി പയനീർ

ആയിരുന്ന ഇന്ത്യയിലെ ആദ്യത്തെ സ്വകാര്യമേഖലയിലെ മ്യൂച്ചൽ ഫണ്ട് കമ്പനി. സ്വകാര്യ മേഖലയുടെ തള്ളിക്കയറ്റത്തോടെ പത്തുവർഷത്തിനുള്ളിൽ മൊത്തം സഞ്ചിത ആസ്തി 1218.05 ബില്ല്യൺ രൂപയിലേയ്ക്ക് ഉയർന്നു. ഇന്ന് 33 മ്യൂച്ചൽ ഫണ്ട് കമ്പനികൾ ഇന്ത്യയിലുണ്ട്.

എബിഎൻ അമ്രോ മ്യൂച്ചൽ ഫണ്ട്:
എബിഎൻ അമ്രോ ട്രസ്റ്റീ (ഇന്ത്യ) പ്രൈ. ലി. ട്രസ്റ്റീ കമ്പനിയായി 2004 ഏപ്രിൽ 15–ന് എബിഎൻ അമ്രോ മ്യൂച്ചൽ ഫണ്ട് നിലവിൽ വന്നു. 2003 നവംബർ 4–ന് എ.എം.സി, എ.ബി.എൻ അമ്രോ അസറ്റ് മാനേജ്മെന്റ് (ഇന്ത്യ) ലി. സ്ഥാപിതമായി. എബിഎൻ അമ്രോ മ്യൂച്ചൽ ഫണ്ടിന്റെ കസ്റ്റോഡിയൻ ഡ്യൂഷ് ബാങ്ക് എ.ജി. ആണ്.

ബിർള സൺ ലൈഫ് മ്യൂച്ചൽ ഫണ്ട്: അദിത്യ ബിർള ഗ്രൂപ്പിന്റെയും സൺ ലൈഫ് ഫൈനാൻഷ്യലിന്റെയും ഒരു സംയുക്തസംരംഭമാണ് ബിർള സൺ ലൈഫ് മ്യൂച്ചൽ ഫണ്ട്. 1871–ൽ ജനിയ്ക്കുകയും ഇന്ത്യയെക്കൂടാതെ കാനഡ, അമേരിയ്ക്ക, ഫിലിപ്പീൻസ്, ജാപ്പാൻ, ഇന്തോനേഷ്യ, ബർമുഡ തുടങ്ങിയ രാജ്യങ്ങളിലും പ്രവർത്തനങ്ങളുള്ള ഒരു അന്താരാഷ്ട്ര കമ്പനിയാണ് സൺ ലൈഫ് ഫൈനാൻഷ്യൽ. ദീർഘകാല, യാഥാസ്ഥിതിക വീക്ഷണമുള്ള ഒരു രീതിയാണ് നിക്ഷേപങ്ങളോട് ബിർള സൺ ലൈഫ് മ്യൂച്ചൽ ഫണ്ട് അനുപാലിയ്ക്കുന്നത്. ഈയടുത്ത കാലത്ത് 10,000 കോടി രൂപയുടെ എ.യു.എം കടന്നു.

ബാങ്ക് ഓഫ് ബറോഡ മ്യൂച്ചൽ ഫണ്ട് (ബി.ഒ.ബി മ്യൂച്ചൽ ഫണ്ട്):
ബാങ്ക് ഓഫ് ബറോഡയുടെ സ്പോൺസർഷിപ്പിൽ 1992 ഒക്ടോബർ 30–ന് ബാങ്ക് ഓഫ് ബറോഡ മ്യൂച്ചൽ ഫണ്ട് (ബി.ഒ.ബി മ്യൂച്ചൽ ഫണ്ട്) നിലവിൽ വന്നു. 1992 നവംബർ 5–ന് നിലവിൽ വന്ന ബി.ഒ.ബി അസറ്റ് മാനേജ്മെന്റ് കമ്പനി ലിമിറ്റഡാണ് ബി.ഒ.ബി മ്യൂച്ചൽ ഫണ്ടിന്റെ എ.എം.സി. കസ്റ്റോഡിയൻ ഡ്യൂഷ് ബാങ്ക് എ.ജി. ആണ്.

എച്.ഡി.എഫ്.സി മ്യൂച്ചൽ ഫണ്ട്: ഹൗസിങ് ഡെവലപ്മെന്റ് ഫൈനാൻസ് കോർപ്പറേഷനും സ്റ്റാൻഡേഡ് ലൈഫ് ഇൻവെസ്റ്റ്മെന്റ്സ് ലിമിറ്റഡും ചേർന്ന് 2000 ജൂൺ 30–ന് സ്ഥാപിച്ചതാണ് എച്.ഡി.എഫ്.സി മ്യൂച്ചൽ ഫണ്ട്.

എച്.എസ്.ബി.സി മ്യൂച്ചൽ ഫണ്ട്: എച്.എസ്.ബി.സി സെക്യൂരിറ്റീസ് ആന്റ് കാപിറ്റൽ മാർക്കറ്റ്സ് (ഇന്ത്യ) പ്രൈവറ്റ് ലിമിറ്റഡ് എന്ന കമ്പനിയെ സ്പോൺസറാക്കിക്കൊണ്ട് 2002 മേയ് 27–ന് നിലവിൽ വന്നതാണ് എച്.എസ്.ബി.സി മ്യൂച്ചൽ ഫണ്ട്. ട്രസ്റ്റികളുടെ ബോർഡായ എച്.എസ്.ബി.സി മ്യൂച്ചൽ ഫണ്ട് ആണ് എച്.എസ്.ബി.സി മ്യൂച്ചൽ ഫണ്ടിന്റെ ട്രസ്റ്റീ കമ്പനി.

ഐ.എൻ.ജി വൈശ്യ മ്യൂച്ചൽ ഫണ്ട്: അതേ പേരിലുള്ള ട്രസ്റ്റീ കമ്പനിയുമായി 1999 ഫെബ്രുവരി 11–ന് ഐ.എൻ.ജി വൈശ്യ മ്യൂച്ചൽ ഫണ്ട് നിലവിൽ വന്നു. ഇത് വൈശ്യയും ഐ.എൻ.ജിയും ചേർന്നുള്ള ഒരു സംയുക്തസംരംഭമാണ്. ഐ.എൻ.ജി ഇൻവെസ്റ്റ്മെന്റ് മാനേജ്മെന്റ് (ഇന്ത്യ) പ്രൈവറ്റ് ലിമിറ്റഡ് എ.എം.സി യായി നിലവിൽ വന്നത് 1998 ഏപ്രിൽ 6–നാണ്.

പ്രുഡൻഷ്യൽ ഐ.സി.ഐ.സി.ഐ മ്യൂച്ചൽ ഫണ്ട്: അമേരിക്കയിലെ വലിയ ലൈഫ് ഇൻഷുറൻസ് കമ്പനികളിൽ ഒന്നായ പ്രുഡൻഷ്യൽ പി.എൽ.സി ഓഫ് അമേരിക്കയുമായി ചേർന്നുകൊണ്ടാണ് ഐ.സി.ഐ.സി.ഐ അതിന്റെ മ്യൂച്ചൽ ഫണ്ട് ഇറക്കിയത്. 1993 ഒക്ടോബർ 13-നാണ് പ്രുഡൻഷ്യൽ ഐ.സി.ഐ.സി.ഐ മ്യൂച്ചൽ ഫണ്ട് നിലവിൽ വന്നത്. പ്രുഡൻഷ്യൽ ഐ.സി.ഐ.സി.ഐ ട്രസ്റ്റ് ലിമിറ്റഡ് ആണ് ട്രസ്റ്റീ കമ്പനി. 1993 ജൂൺ 22-ന് സ്ഥാപിതമായ പ്രുഡൻഷ്യൽ ഐ.സി.ഐ.സി.ഐ അസറ്റ് മാനേജ്മന്റ് കമ്പനി ലിമിറ്റഡ് ആണ് എ.എം.സി.

സഹാറാ മ്യൂച്ചൽ ഫണ്ട്: സഹാറാ ഇന്ത്യ ഫൈനാൻഷ്യൽ കോർപ്പറേഷൻ ലിമിറ്റഡ് സ്പോൺസറായിക്കൊണ്ട് 1996 ജൂലൈ 18-ന് സഹാറാ മ്യൂച്ചൽ ഫണ്ട് നിലവിൽ വന്നു. 1995 ആഗസ്റ്റ് 31-ന് സ്ഥാപിതമായ സഹാറാ അസറ്റ് മാനേജ്മന്റ് കമ്പനി പ്രൈവറ്റ് ലിമിറ്റഡ് ആണ് സഹാറാ മ്യൂച്ചൽ ഫണ്ടിന്റെ എ.എം.സി. എ.എം.സിയുടെ പെയ്ഡ്-അപ് കാപ്പിറ്റൽ 25.8 കോടി രൂപയാണ്.

സ്റ്റേറ്റ് ബാങ്ക് ഓഫ് ഇന്ത്യ മ്യൂച്ചൽ ഫണ്ട്: ഒരു ബാങ്ക് സ്പോൺസർ ചെയ്യുന്ന ആദ്യത്തെ ഓഫ്ഷോർ ഫണ്ട് (അതിന്റെ കോർപ്പസ് ഏകദേശം 225 കോടി രൂപയാണ്) ഇറക്കിയത് സ്റ്റേറ്റ് ബാങ്ക് ഓഫ് ഇന്ത്യ മ്യൂച്ചൽ ഫണ്ട് ആണ്. ഇന്ന് ഇന്ത്യയിലെ ഒരു ബാങ്ക് സ്പോൺസർ ചെയ്യുന്ന ഏറ്റവും വലിയ മ്യൂച്ചൽ ഫണ്ട് ഇതാണ്. ഇതുവരെ അവർ 35 സ്കീമുകൾ ഇറക്കയതിൽ 15 എണ്ണം ഇപ്പോഴേ നിക്ഷേപകർക്ക് കൈനിറയെ ലാഭം നേടിക്കൊടുത്തു. സ്റ്റേറ്റ് ബാങ്ക് ഓഫ് ഇന്ത്യ മ്യൂച്ചൽ ഫണ്ടിന് 5,500 കോടി രൂപയുടെ എ.യു.എം ഉണ്ട്. 18 സ്കീമുകളിലായി 8 ലക്ഷത്തോളം നിക്ഷേപകരാണ് ഈ ഫണ്ടിന്റെ അടിത്തറ.

ടാറ്റാ മ്യൂച്ചൽ ഫണ്ട്: 1882-ലെ ഇന്ത്യൻ ട്രസ്റ്റ് ആക്റ്റ് പ്രകാരമുള്ള ഒരു ട്രസ്റ്റാണ് ടാറ്റാ മ്യൂച്ചൽ ഫണ്ട്. ടാറ്റാ സൺസ് ലിമിറ്റഡും ടാറ്റാ ഇൻവെസ്റ്റ്മന്റ് കോർപ്പറേഷൻ ലിമിറ്റഡും ആണ് ടാറ്റാ മ്യൂച്ചൽ ഫണ്ടിന്റെ സ്പോൺസർമാർ. ടാറ്റാ അസറ്റ് മാനേജ്മന്റ് ലിമിറ്റഡാണ് ഈ ഫണ്ടിന്റെ ഇൻവെസ്റ്റ്മന്റ് മാനേജർ. ടാറ്റാ ട്രസ്റ്റീ കമ്പനി പ്രൈ. ലിമിറ്റഡാണ് ട്രസ്റ്റീ. ടാറ്റാ അസറ്റ് മാനേജ്മന്റ് ലിമിറ്റഡ് രാജ്യത്തെ ഏറ്റവും വേഗം വളരുന്ന ഒന്നാണ്, 2005 ഏപ്രിലിലെ കണക്കനുസരിച്ച് 7,703 കോടിയിലധികമാണ് അതിന്റെ എ.യു.എം.

കൊടക് മഹീന്ദ്ര മ്യൂച്ചൽ ഫണ്ട്: കെ.എം.ബി.എൽ-ന്റെ ഒരു ഉപസംരംഭമാണ് കൊടക് മഹീന്ദ്ര അസറ്റ് മാനേജ്മന്റ് കമ്പനി. വിവിധ സ്കീമുകളിലായി അതിനിപ്പോൾ 1,99,818-ലധികം നിക്ഷേപകർ ഉണ്ട്. 1998 ഡിസംബറിൽ കെ.എം.എ.എം.സി പ്രവർത്തനം ആരംഭിച്ചു. വിവിധ തരത്തിൽ ലാഭവും അപകടവും ഉള്ള പ്രോഫൈലുകൾ കൊടക് മഹീന്ദ്ര മ്യൂച്ചൽ ഫണ്ട് നിക്ഷേപകർക്ക് വാഗ്ദാനം ചെയ്യുന്നു. സർക്കാർ സെക്യൂരിറ്റികളിൽ മാത്രം നിക്ഷേപിക്കുന്ന ഗിൽറ്റ് സ്കീം ആദ്യമായി ഇറക്കിയ കമ്പനിയും ഇതാണ്.

യൂണിറ്റ് ട്രസ്റ്റ് ഓഫ് ഇന്ത്യ മ്യൂച്ചൽ ഫണ്ട്: യു.ടി.ഐ ട്രസ്റ്റ് കമ്പനി പ്രൈവറ്റ് ലിമിറ്റഡിന്റെ സഹായത്തോടെ യു.ടി.ഐ മ്യൂച്ചൽ ഫണ്ട് നിയന്ത്രിക്കുന്ന യു.ടി.ഐ അസറ്റ് മാനേജ്മന്റ് കമ്പനി പ്രൈവറ്റ് ലിമിറ്റഡ്, 2003 ജനുവരി 14-നാണ് സ്ഥാപിതമായത്. യു.ടി.ഐ അസറ്റ് മാനേജ്മന്റ് കമ്പനി ഇപ്പോൾ കൈകാര്യം ചെയ്തുകൊണ്ടിരിക്കുന്ന ആസ്തിയെന്നു പറയുന്നത് 20,000 കോടി രൂപയുടേതാണ്. ബാങ്ക് ഓഫ് ബറോഡയും, പഞ്ചാബ് നാഷണൽ ബാങ്കും, സ്റ്റേറ്റ് ബാങ്ക് ഓഫ് ഇന്ത്യയും, ലൈഫ് ഇൻഷുറൻസ് കോർപ്പറേഷൻ ഓഫ് ഇന്ത്യയും

കൂടിയതാണ് യു.ടി.ഐ മ്യൂച്ചൽ ഫണ്ടിന്റെ സ്പോൺസർമാർ. യു.ടി.ഐ മ്യൂച്ചൽ ഫണ്ടിന്റെ സ്കീമുകളിൽ ലിക്വിഡ് ഫണ്ടുകൾ, ഇൻകം ഫണ്ടുകൾ, അസറ്റ് മാനേജ്മെന്റ് ഫണ്ടുകൾ, ഇൻഡക്സ് ഫണ്ടുകൾ, ഇക്വിറ്റി ഫണ്ടുകൾ, ബാലൻസ് ഫണ്ടുകൾ എന്നിവ ഉൾപ്പെടുന്നു.

റിലയൻസ് മ്യൂച്വൽ ഫണ്ട്: 1882-ലെ ട്രസ്റ്റ് ആക്ട് പ്രകാരം രജിസ്റ്റർ ചെയ്ത ഒരു ട്രസ്റ്റാണ് റിലയൻസ് മ്യൂച്ചൽ ഫണ്ട് (ആർ.എം.എഫ്). റിലയൻസ് കാപ്പിറ്റൽ ലിമിറ്റഡാണ് സ്പോൺസർ, റിലയൻസ് കാപ്പിറ്റൽ ട്രസ്റ്റീ കമ്പനി ലിമിറ്റഡ് ആണ് ട്രസ്റ്റീ.1995 ജൂൺ 30-ന് റിലയൻസ് കാപ്പിറ്റൽ മ്യൂച്ചൽ ഫണ്ട് എന്ന പേരിൽ രജിസ്റ്റർ ചെയ്തുവെങ്കിലും 2004 മാർച്ച് 11-ന് പേരുമാറ്റി. മൂലധനവിപണിയ്ക്ക് സംഭാവനകൾ ചെയ്യുകയും നിക്ഷേപകർക്ക് വൈവിധ്യവത്കൃതനിക്ഷേപങ്ങൾ നടത്താൻ അവസരമൊരുക്കുകയും ചെയ്യുന്ന തരത്തിൽ പൊതുജനങ്ങൾക്ക് യൂണിറ്റുകൾ വിൽക്കാൻ വേണ്ടി ഉദ്ദേശിച്ചു കൊണ്ട് വിവിധതരം സ്കീമുകൾ ഇറക്കിക്കൊണ്ട് സ്ഥാപിതമായതാണ് റിലയൻസ് മ്യൂച്ചൽ ഫണ്ട്.

സ്റ്റാൻഡേഡ് ചാർട്ടേഡ് മ്യൂച്ചൽ ഫണ്ട്: സ്റ്റാൻഡേഡ് ചാർട്ടേഡ് ബാങ്കിന്റെ സ്പോൺസർഷിപ്പിനു കീഴിൽ 2000 മാർച്ച് 13-നാണ് സ്റ്റാൻഡേഡ് ചാർട്ടേഡ് മ്യൂച്ചൽ ഫണ്ട് സ്ഥാപിതമായത്. സ്റ്റാൻഡേഡ് ചാർട്ടേഡ് ട്രസ്റ്റീ കമ്പനി പ്രൈവറ്റ് ലിമിറ്റഡ് ആണ് ഇതിന്റെ ട്രസ്റ്റീ. സെബിയിൽ 1999 ഡിസംബർ 20-ന് രജിസ്റ്റർ ചെയ്ത സ്റ്റാൻഡേഡ് ചാർട്ടേഡ് അസറ്റ് മാനേജ്മെന്റ് കമ്പനി പ്രൈവറ്റ് ലിമിറ്റഡ് ആണ് എ.എം.സി.

ഫ്രാങ്ക്ലിൻ ടെംപിൾടൺ ഇന്ത്യ മ്യൂച്ചൽ ഫണ്ട്: കാലിഫോർണിയായിലെ ഫ്രാങ്ക്ലിൻ ടെംപിൾടൺ ഇൻവെസ്റ്റ്മെന്റ്സ് എന്ന ഗ്രൂപ്പിന് ആഗോളതലത്തിൽ 409.2 ബില്ല്യൺ ഡോളറിന്റെ എ.യു.എം ഉണ്ട്. ലോകത്തിലെ ഏറ്റവും വലിയ സാമ്പത്തികസേവനകമ്പനികളിൽ ഒന്നാണ് അത്. അവരുടെ സാമ്പത്തിക ഉപദേഷ്ടാവിന്റെ അടുക്കൽ നിന്നോ, തപാൽ വഴിയോ, അവരുടെ വെബ്സൈറ്റിൽ നിന്നോ മ്യൂച്ചൽ ഫണ്ടുകൾ വാങ്ങുകയും വിൽക്കുകയും ചെയ്യാം. ഓപ്പൺ എൻഡഡ് ഡൈവേഴ്സിഫൈഡ് ഇക്വിറ്റി സ്കീമുകൾ, ഓപ്പൺ എൻഡ് സെക്ടർ ഇക്വിറ്റി സ്കീമുകൾ, ഓപ്പൺ എൻഡ് ഹൈബ്രിഡ് സ്കീമുകൾ, ഓപ്പൺ എൻഡ് ടാക്സ് സേവിങ് സ്കീമുകൾ, ഓപ്പൺ എൻഡ് ഇൻകം ആന്റ് ലിക്വിഡ് സ്കീമുകൾ, ക്ലോസ്ഡ് എൻഡ് ഇൻകം സ്കീമുകൾ, ഓപ്പൺ എൻഡ് ഫണ്ട് ഓഫ് ഫണ്ട്സ് സ്കീമുകൾ എന്നിവ അവർ നൽകുന്നു.

മോർഗൻ സ്റ്റാൻലി മ്യൂച്ചൽ ഫണ്ട് ഇന്ത്യ: സെക്യൂരിറ്റികളുടെയും ഇൻവെസ്റ്റ്മെന്റ് മാനേജ്മെന്റിന്റേയും ക്രെഡിറ്റ് സേവനങ്ങളുടേയും മേഖലയിൽ മുന്നിൽ നിൽക്കുന്ന ഒരു അന്താരാഷ്ട്ര സാമ്പത്തിക സേവന കമ്പനിയാണ് മോർഗൻ സ്റ്റാൻലി. 1975-ലാണ് മോർഗൻ സ്റ്റാൻലി ഇൻവെസ്റ്റ്മെന്റ് മാനേജ്മെന്റ് (എം.ഐ.എസ്.എം) സ്ഥാപിതമായത്. സർക്കാരുകൾക്കും, കോർപ്പറേഷനുകൾക്കും, പെൻഷൻ ഫണ്ടുകൾക്കും, ലാഭേച്ഛയില്ലാത്ത സംഘടനകൾക്കും എല്ലാം നിർദ്ദേശാനുസരണം രൂപകൽപനചെയ്ത അസറ്റ് മാനേജ്മെന്റ് സേവനങ്ങൾ അത് നൽകുന്നു. അതിന്റെ സേവനങ്ങൾ വിലകൂടിയ വ്യക്തികൾക്കും ചെറുകിട നിക്ഷേപകർക്കും ലഭ്യമാണ്. ഇന്ത്യയിൽ ഇവർ മോർഗൻ സ്റ്റാൻലി ഇൻവെസ്റ്റ്മെന്റ് മാനേജ്മെന്റ് പ്രൈവറ്റ് ലിമിറ്റഡ്

(എം.എസ്.ഐ.ഐം ഇന്ത്യ) ആണ്. ഇവരുടെ എ.എം.സി മോർഗൻ സ്റ്റാൻലി മ്യൂച്ചൽ ഫണ്ട് (എം.എസ്.എം.എഫ്) ആണ്. ഇന്ത്യൻ ചെറുകിട നിക്ഷേപകർക്ക് സേവനം നൽകുന്ന ദീർഘകാല മൂലധനവർദ്ധനയിൽ ശ്രദ്ധകേന്ദ്രീകരിക്കുന്ന ആദ്യത്തെ ക്ലോസ് എൻഡ് വൈവിധ്യവത്കൃത ഇക്വിറ്റി സ്കീം ആണ് ഇത്.

എസ്കോർട്ട്സ് മ്യൂച്ചൽ ഫണ്ട്: എസ്കോർട്ട്സ് ഫൈനാൻസ് ലിമിറ്റഡ് സ്പോൺസറായി 1996 ഏപ്രിൽ 15-നാണ് എസ്കോർട്ട്സ് മ്യൂച്ചൽ ഫണ്ട് സ്ഥാപിതമായത്. എസ്കോർട്ട്സ് ഇൻവെസ്റ്റ്മന്റ്സ് ട്രസ്റ്റ് ലിമിറ്റഡ് ആണ് ട്രസ്റ്റീ കമ്പനി. 1995 ഡിസംബർ 1-നാണ് അതിന്റെ എ.എം.സി, എസ്കോർട്ട്സ് അസറ്റ് മാനേജ്മന്റ് ലിമിറ്റഡ് എന്ന പേരിൽ സ്ഥാപിതമായത്.

അലയൻസ് കാപ്പിറ്റൽ മ്യൂച്ചൽ ഫണ്ട്: ഡെലാവെയർ അമേരിക്കയിലെ അലയൻസ് കാപ്പിറ്റൽ മാനേജ്മന്റ് കോർപ്പറേഷൻ സ്പോൺസറായി 1994 ഡിസംബർ 30-നാണ് അലയൻസ് കാപ്പിറ്റൽ മ്യൂച്ചൽ ഫണ്ട് സ്ഥാപിതമായത്. എ.സി.എ.എം ട്രസ്റ്റ് കമ്പനി പ്രൈ. ലി. ആണ് ട്രസ്റ്റീ, മുംബൈയിൽ കോർപ്പറേറ്റ് ഓഫീസ് ഉള്ള അലയൻസ് കാപ്പിറ്റൽ അസറ്റ് മാനേജ്മന്റ് ഇന്ത്യ (പ്രൈ) ലി. ആണ് എ.എം.സി.

ബെഞ്ച്മാർക്ക് മ്യൂച്ചൽ ഫണ്ട്: നീഷ് ഫൈനാൻഷ്യൽ സർവ്വീസസ് പ്രൈ.ലി. സ്പോൺസറായി 2001 ജൂൺ 21-നാണ് ബെഞ്ച്മാർക്ക് മ്യൂച്ചൽ ഫണ്ട് സ്ഥാപിതമായത്. ബെഞ്ച്മാർക്ക് ട്രസ്റ്റീ കമ്പനി പ്രൈ.ലി. ആണ് ട്രസ്റ്റീ കമ്പനി. 2000 ഒക്ടോബർ 16-ന് മുംബൈയിൽ കേന്ദ്ര ഓഫീസുമായി തുടങ്ങിയ ബെഞ്ച്മാർക്ക് അസറ്റ് മാനേജ്മന്റ് കമ്പനി പ്രൈ.ലി. ആണ് എ.എം.സി.

കാൻബാങ്ക് മ്യൂച്ചൽ ഫണ്ട്: കാനറാ ബാങ്ക് സ്പോൺസറായിക്കൊണ്ട് 1987 ഡിസംബർ 19-നാണ് കാൻബാങ്ക് മ്യൂച്ചൽ ഫണ്ട് നിലവിൽ വന്നത്.1993 മാർച്ച് 2-ന് സ്ഥാപിതമായ കാൻബാങ്ക് ഇൻവെസ്റ്റ്മന്റ് മാനേജ്മന്റ് സർവ്വീസസ് ലിമിറ്റഡ് ആണ് എ.എം.സി. ഇവരുടെ കോർപ്പറേറ്റ് ഓഫീസ് മുംബൈയിലാണ്.

ചോള മ്യൂച്ചൽ ഫണ്ട്: 1997 ജനുവരി 3-ന് ചോളമണ്ഡലം ഇൻവെസ്റ്റ്മന്റ് & ഫൈനാൻസ് കമ്പനി ലിമിറ്റഡിന്റെ സ്പോൺസർഷിപ്പിനു കീഴിലാണ് ചോള മ്യൂച്ചൽ ഫണ്ട് നിലവിൽ വന്നത്. ചോളമണ്ഡലം ട്രസ്റ്റീ കമ്പനി ലിമിറ്റഡ് ആണ് ട്രസ്റ്റീ. ചോളമണ്ഡലം എ.എം.സി ലിമിറ്റഡ് ആണ് എ.എം.സി.

എൽ.ഐ.സി മ്യൂച്ചൽ ഫണ്ട്: ലൈഫ് ഇൻഷുറൻസ് കോർപ്പറേഷൻ ഓഫ് ഇന്ത്യ എൽ.ഐ.സി മ്യൂച്ചൽ ഫണ്ട് 1989 ജൂൺ 19-ന് തുടങ്ങി. ഫണ്ടുകളുടെ സഞ്ചയത്തിലേക്ക് അവർ 2 കോടി രൂപ സംഭാവന ചെയ്തു. 1882-ലെ ഇന്ത്യൻ ട്രസ്റ്റ് ആക്ട് പ്രകാരം രജിസ്റ്റർ ചെയ്ത ഒരു ട്രസ്റ്റാണ് എൽ.ഐ.സി മ്യൂച്ചൽ ഫണ്ട്. 1994 ഏപ്രിൽ 29-ന് കമ്പനി പ്രവർത്തനം തുടങ്ങി. ജീവൻ ബീമാ സഹയോഗ് അസറ്റ് മാനേജ്മന്റ് കമ്പനി ലിമിറ്റഡിനെ എൽ.ഐ.സി മ്യൂച്ചൽ ഫണ്ടിന്റെ ഇൻവെസ്റ്റ്മന്റ് മാനേജർമാരായി നിയമിച്ചു.

ജി.ഐ.സി മ്യൂച്ചൽ ഫണ്ട്: ഇന്ത്യൻ സർക്കാർ സംരംഭമായ ജനറൽ ഇൻഷുറൻസ് കോർപ്പറേഷനും നാലു പൊതുമേഖലാ ഇൻഷുറൻസ് കമ്പനികളായ നാഷണൽ ഇൻഷുറൻസ് കമ്പനി ലിമിറ്റഡും, ദി ന്യൂ ഇന്ത്യ അഷ്വറൻസ് കമ്പനി ലിമിറ്റഡും, ഓറിയന്റൽ ഇൻഷുറൻസ് കമ്പനി ലിമിറ്റഡും, യുണൈറ്റഡ് ഇന്ത്യ ഇൻഷുറൻസ് കമ്പനി ലിമിറ്റഡും ചേർന്ന് സ്പോൺസർ ചെയ്യുന്ന ജി.ഐ.സി മ്യൂച്ചൽ ഫണ്ട് 1882-ലെ ഇന്ത്യൻ ട്രസ്റ്റ് ആക്ട് പ്രകാരം ഒരു ട്രസ്റ്റായി സ്ഥാപിക്കപ്പെട്ടു.

മ്യൂച്വൽ ഫണ്ടു നിക്ഷേപം

നിങ്ങളുടെ പണം സ്റ്റോക്ക് മാർക്കറ്റിലോ, ബോണ്ടുകളിലോ, സർക്കാർ സെക്യൂരിറ്റികളിലോ നിക്ഷേപിയ്ക്കുന്നതിനുള്ള ഒരു മാർഗ്ഗമാണ് മ്യൂച്വൽ ഫണ്ട്. നിങ്ങളുടെ പണം കൈകാര്യം ചെയ്യുന്നതിനും അനുയോജ്യമായ മേഖലകളിലും രംഗങ്ങളിലും നിക്ഷേപിയ്ക്കുന്നതിനും എല്ലാ മ്യൂച്വൽ ഫണ്ടുകൾക്കും ഒരു ഫണ്ട് മാനേജർ ഉണ്ട്. നിങ്ങളുടെ പണത്തെ ഓർത്ത് നിങ്ങൾ ഒട്ടും ആശങ്കാകുലരാവേണ്ട ആവശ്യമില്ല, കാരണം അത് ഫണ്ട് മാനേജർ സൂക്ഷിച്ചുകൊള്ളും. എൻ.എ.വി അല്ലെങ്കിൽ യൂണിറ്റ് വിലയിലാണ് മ്യൂച്വൽ ഫണ്ടിനെ കണക്കുകൂട്ടുന്നത്.

എൻ.എ.വി: ഫണ്ടിന്റെ ഓരോ യൂണിറ്റിനും ഉള്ള മൊത്തം ആസ്തി മൂല്യമാണ് എൻ.എ.വി, ഓരോ കച്ചവടം തീരുമ്പോഴും, മ്യൂച്വൽ ഫണ്ട് കമ്പനിയാണ് (അസറ്റ് മാനേജ്മന്റ് കമ്പനി എന്നും പറയും) ഇത് കണക്കുകൂട്ടി നിശ്ചയിയ്ക്കുന്നത്. നിങ്ങളുടെ മ്യൂച്വൽ ഫണ്ടിലെ ഒരു യൂണിറ്റിന്റെ മൂല്യം/ വിലയാണ് എൻ.എ.വി എന്നും പറയാം. ഉദാഹരണത്തിന്, എക്സ് എന്ന മ്യൂച്വൽ ഫണ്ടിന്റെ എൻ.എ.വി പത്തു രൂപയാണെന്നു കരുതുക, നിങ്ങൾ 500 രൂപ നിക്ഷേപിയ്ക്കുകയാണെങ്കിൽ നിങ്ങൾക്ക് എക്സ് എന്ന മ്യൂച്വൽ ഫണ്ടിന്റെ 50 യൂണിറ്റുകൾ ലഭിയ്ക്കും.

ചാർജ്ജുകൾ: എൻട്രി ലോഡ് എന്നും എക്സിറ്റ് ലോഡ് എന്നും ഉള്ള പേരുകളിൽ സാധാരണയായി മ്യൂച്വൽ ഫണ്ടുകൾ ഒറ്റത്തവണ ഫീസ് ഈടാക്കും. ഇത് ഫണ്ടിന്റെ കൈകാര്യച്ചെലവുകൾ നേടാനാണ്.

എൻട്രി ലോഡ് - മ്യൂച്വൽ ഫണ്ട് വാങ്ങുമ്പോൾ ഈടാക്കുന്ന ഫീസാണ് ഇത്.

എക്സിറ്റ് ലോഡ് - മ്യൂച്വൽ ഫണ്ട് തിരിച്ചു വിൽക്കുമ്പോൾ വാങ്ങുന്ന ഫീസാണ് ഇത്.

ഈ രണ്ടും ഫീസുകളും എത്രയെന്നത്, തീർത്തും മ്യൂച്വൽ ഫണ്ട് കമ്പനിയെ അടിസ്ഥാനപ്പെടുത്തിയിരിയ്ക്കുന്നു. ചില മ്യൂച്വൽ ഫണ്ടുകൾ ഇത്തരം ഫീസുകൾ തീരെ ഈടാക്കുന്നില്ല.

വിവിധതരം മ്യൂച്വൽ ഫണ്ടുകൾ

ഓപ്പൺ എൻഡഡ്: വർഷത്തിൽ ഏതു സമയത്തും വാങ്ങാവുന്ന തരത്തിലുള്ള മ്യൂച്വൽ ഫണ്ടുകളാണ് ഇവ. നിങ്ങൾക്ക് ഏപ്പോൾ വേണമെങ്കിലും വാങ്ങുകയോ വിൽക്കുകയോ ചെയ്യാം, അതിനാൽ തന്നെ നിങ്ങളുടെ പണം എവിടെയും തടഞ്ഞുനിൽക്കുകയില്ല.

ക്ലോസ് എൻഡഡ്: ഓപ്പൺ എൻഡഡുകളെപ്പോലെ വർഷം മുഴുവനും ഏതുസമയത്തും വാങ്ങാൻ കഴിയുന്നതല്ല, ചില കാലങ്ങളിൽ മാത്രം ലഭ്യമായവയാണ് ക്ലോസ് എൻഡഡ് ഫണ്ടുകൾ. ഇത്തരം മ്യൂച്വൽ ഫണ്ടുകളിൽ നിക്ഷേപിയ്ക്കുമ്പോൾ നിങ്ങളുടെ പണം നിശ്ചിതകാലങ്ങളിൽ അവിടെ തടഞ്ഞുകിടക്കപ്പെടുന്നു. നിങ്ങളുടെ തടസ്സകാലം (ലോക്ക് ഇൻ പിരീയഡ്) കഴിഞ്ഞതിനു ശേഷം മാത്രമേ നിങ്ങൾക്ക് നിങ്ങളുടെ ഫണ്ടുകൾ വിൽക്കുവാനോ തിരിച്ചുനൽകി പണം വാങ്ങുവാനോ സാധിയ്ക്കുകയുള്ളൂ.

എസ്.ഐ.പി (സിസ്റ്റമാറ്റിക് ഇൻവെസ്റ്റ്മന്റ് പ്ലാൻ): ഒരു എസ്.ഐ.പി ഇൻവെസ്റ്റ്മന്റ് രീതിയുള്ള മ്യൂച്വൽ ഫണ്ടാണെങ്കിൽ നിങ്ങൾക്ക് അതിന് മുൻഗണന കൊടുക്കാം. ഈ പദ്ധതിയിൽ, നിങ്ങൾ തുല്ല്യമാസഗഡുക്കളായി

നിക്ഷേപിക്കണം. ഉദാഹരണത്തിന്, ഒരു വർഷത്തിൽ നിങ്ങൾക്ക് മൊത്തം 12,000 രൂപ നിക്ഷേപിക്കണമെന്നാണ് ഉദ്ദേശമെങ്കിൽ, അത് മാസാമാസം 1,000 രൂപ വെച്ച് നിക്ഷേപിച്ചാൽ മതി. ഇത്തരം നിക്ഷേപങ്ങളിൽ നിങ്ങൾക്ക് രണ്ട് ഗുണങ്ങൾ ലഭിക്കുന്നു, ഒന്ന്, നിങ്ങൾ പണം ഒന്നിച്ച് മുടക്കേണ്ട ആവശ്യമില്ല, ഗഡുക്കളായി അടച്ചാൽ മതി, രണ്ട്, ഇക്വിറ്റി മാർക്കറ്റിനെ അടിസ്ഥാനപ്പെടുത്തിയുള്ള മ്യൂച്വൽ ഫണ്ട് ആണെങ്കിൽ വിപണി താഴെ പോകുന്ന അവസരങ്ങളിൽ നിങ്ങൾക്ക് കുറഞ്ഞ വിലയിൽ യൂണിറ്റുകൾ വാങ്ങാൻ കഴിയുന്നു.

മ്യൂച്വൽ ഫണ്ടിൽ നിന്ന് എന്ത് കിട്ടും

മിക്ക ആളുകളും ഒരു നല്ല നിക്ഷേപമാർഗ്ഗമായി ഇന്ന് മ്യൂച്വൽ ഫണ്ട് തിരഞ്ഞെടുക്കാനുള്ള കാരണങ്ങൾ താഴെപ്പറയുന്നവയാണ്.

- നിങ്ങളുടെ പണം നിങ്ങൾക്ക് വേണ്ടി കൈകാര്യം ചെയ്യുന്നത് പ്രൊഫഷണലുകളായ ഫണ്ടു മാനേജർമാരാണ്. നിങ്ങളുടെ പണത്തിന്റെ ഉത്തരവാദിത്വമേറ്റെടുത്തിട്ടുള്ള ഒരു ഫണ്ട് മാനേജർ എല്ലാ മ്യൂച്വൽ ഫണ്ടുകൾക്കും ഉണ്ട്, ഫണ്ട് മാനേജർ നിങ്ങളുടെ മ്യൂച്വൽ ഫണ്ടിന്റെ പ്രകടനം സമയാസമയങ്ങളിൽ പരിശോധിച്ച് ആവശ്യമെങ്കിൽ വേണ്ട മാറ്റങ്ങൾ പോർട്ട്ഫോളിയോയിൽ നടത്തുന്നു, അതിനാൽ ഇത് ചുമ്മാ നിക്ഷേപിച്ചതിനു ശേഷം മറന്നു കളയാവുന്നതാണ്. എല്ലാ മാസങ്ങളിലും വേണ്ടെങ്കിലും ത്രൈമാസത്തിലൊരിക്കലെങ്കിലും ഒന്നു കണ്ണുവെയ്ക്കുന്നത് നല്ലതായിരിക്കും.
- നിങ്ങൾ ഇക്വിറ്റി അടിസ്ഥാനമാക്കിയ മ്യൂച്വൽ ഫണ്ട് തിരഞ്ഞെടുക്കുകയാണെങ്കിൽ, ഒരൊറ്റ സ്റ്റോക്കിനു പകരം അത് നിരവധി വ്യത്യസ്ത സ്റ്റോക്കുകളിലാണ് പണം നിക്ഷേപിക്കുന്നത്. നിങ്ങൾ വേറെ ഏതൊരു മ്യൂച്വൽ ഫണ്ട് എടുത്താലും, അത് വ്യത്യസ്തമായ നിരവധി മേഖലകളിൽ, രംഗങ്ങളിൽ, സർക്കാർ സെക്യൂരിറ്റി ഫണ്ടുകളിൽ എല്ലാം പണം നിക്ഷേപിക്കും. അതിനാൽ അപകടസാദ്ധ്യതകൾ കുറഞ്ഞിരിക്കുകയും കൂടുതൽ ലാഭം കിട്ടുകയും ചെയ്യുന്നു. ഏതൊരു മുൻനിര മ്യൂച്വൽ ഫണ്ട് എടുത്തു പഴയകണക്കുകൾ പരിശോധിച്ചു നോക്കിയാലും, അവയെല്ലാം ഏറ്റവും കുറഞ്ഞത് 12% മുതൽ 15% വരെ ലാഭം നേടിക്കൊടുത്തിട്ടുണ്ട്, ഇത് ഏതൊരു ബാങ്ക് പലിശയേക്കാളും വളരെയധികം ലാഭകരം തന്നെയാണ്.
- നിക്ഷേപകർക്ക് അവരുടെ മ്യൂച്വൽ ഫണ്ട് യൂണിറ്റുകൾ എപ്പോൾ വേണമെങ്കിലും വാങ്ങുകയോ വിൽക്കുകയോ ചെയ്യാം, പ്രത്യേകിച്ച് ഓപ്പൺ എൻഡഡ് ഫണ്ടുകൾ.
- മ്യൂച്വൽ ഫണ്ടിൽ കുറഞ്ഞത് ഇത്ര നിക്ഷേപിക്കണം എന്നുള്ള നിബന്ധനകളൊന്നുമില്ല. നിങ്ങൾക്ക് 500 രൂപ തൊട്ട് മേലോട്ട് നിക്ഷേപിക്കാം. ചെറിയ തുകകൾ നിക്ഷേപിക്കാമെന്നതു കാരണം മ്യൂച്വൽ ഫണ്ടിൽ നിക്ഷേപിക്കുന്നത് ഏവർക്കും എളുപ്പമുള്ള കാര്യമാണ്.
- ഇക്കാലത്ത് മിക്ക മ്യൂച്വൽ ഫണ്ടുകളും ഓൺലൈൻ സൗകര്യം തരുന്നുണ്ട്. അതിനാൽ വീട്ടിലോ ഒരു സൈബർ കഫേയിലോ ഇരുന്നുകൊണ്ട് ഓൺലൈൻ സൗകര്യം ഉപയോഗിച്ചു, ഫണ്ടുകളുടെ എൻ.എ.വി നിരീക്ഷിക്കാനും, ചാർജ്ജുകൾ അറിയാനും, മ്യൂച്വൽ ഫണ്ട് പദ്ധതികളെപ്പറ്റി അറിയാനും, യൂണിറ്റുകൾ തിരിച്ചു നൽകി പണം വാങ്ങാനും എല്ലാം കഴിയും.

• നിരവധിതരങ്ങളിലുള്ള പലവിധ പേരുകളിലുമുള്ള മ്യൂച്ചൽ ഫണ്ടുകൾ ഇന്ന് ലഭ്യമാണ്. ഏതു വ്യവസായമേഖലയിൽ, അല്ലെങ്കിൽ ഏതു നിക്ഷേപരംഗത്ത്, അതുമല്ലെങ്കിൽ ഏതു രീതിയിൽ നിക്ഷേപിക്കണം എന്നെല്ലാം തിരഞ്ഞെടുക്കാൻ ധാരാളം സൗകര്യമുണ്ട്, അതിനാൽ മ്യൂച്ചൽ ഫണ്ടിൽ നിക്ഷേപിക്കുന്നത് നിങ്ങളുടെ ഇഷ്ടാനുസരണം തന്നെയാവാം.

ഏറ്റവും പ്രധാനപ്പെട്ട കാര്യം, നികുതിയൊഴിവുള്ള മ്യൂച്ചൽ ഫണ്ടുകളിൽ നിക്ഷേപിക്കുന്നതിലൂടെ നിങ്ങൾക്ക് നികുതിയിളവുകൾ ലഭിക്കും, മ്യൂച്ചൽ ഫണ്ട് ഡിവിഡന്റുകളിൽ നിന്ന് 100% നികുതയിളവു നേടാവുന്നതാണ്.

ഏറ്റവും നല്ല മ്യൂച്ചൽ ഫണ്ടിനെ കണ്ടെത്തൽ

എന്തൊക്കെയായാലും നിങ്ങൾ കഷ്ടപ്പെട്ടുണ്ടാക്കിയ പണമാണ്, അതിനാൽ ഏതൊരു മ്യൂച്ചൽ ഫണ്ടിനെ തിരഞ്ഞെടുക്കുന്നതിനു മുമ്പും രണ്ടുവട്ടം ആലോചിക്കുക, കൂടാതെ താഴെപറയുന്ന കാര്യങ്ങളും കണക്കിലെടുക്കുക.

മ്യൂച്ചൽ ഫണ്ടിന്റെ പ്രോഫൈൽ: മ്യൂച്ചൽ ഫണ്ട് നിങ്ങളുടെ പണം എവിടെയാണ് നിക്ഷേപിക്കാൻ പോകുന്നതെന്ന് മനസ്സിലാക്കുക. മ്യൂച്ചൽ ഫണ്ട് നിങ്ങളുടെ പണം ഏത് വ്യവസായ മേഖലയിൽ അല്ലെങ്കിൽ ഏതു നിക്ഷേപരംഗത്ത് ആണ് നിക്ഷേപിക്കാൻ പോകുന്നതെന്ന് അറിഞ്ഞിരിക്കുന്നത് വളരെ പ്രധാനമാണ്.

എല്ലാ പണവും കൊണ്ട് ഒരു മ്യൂച്ചൽ ഫണ്ടിൽ ഇടരുത്: ഒരൊറ്റ മ്യൂച്ചൽ ഫണ്ടിലോ അല്ലെങ്കിൽ ഏതെങ്കിലും ഒരു മേഖലയിൽ മാത്രം നിക്ഷേപിക്കുന്ന ഒരു ഫണ്ടിലോ, നിങ്ങളുടെ കൈയിലുള്ള എല്ലാ പണവും കൊണ്ടുപോയി ഇടരുത്, അത് വലിയ മണ്ടത്തരമാകും. കാരണം, ഏതെങ്കിലും കാരണവശാൽ ആ ഫണ്ടിന് എന്തെങ്കിലും അപകടം സംഭവിച്ചാൽ നിങ്ങളുടെ മൊത്തം പണവും വെള്ളത്തിലാവും. അതിനാൽ, വിവിധങ്ങളായ മേഖലകളിലും വ്യവസായങ്ങളിലും ഷെയറുകളിലും നിക്ഷേപിക്കുന്ന മ്യൂച്ചൽ ഫണ്ടുകളിൽ മാത്രം നിങ്ങളുടെ പണം നിക്ഷേപിക്കുക. വൈവിധ്യവത്കൃതമായ ഇക്വിറ്റി പ്ലാനിൽ ഒരു മ്യൂച്ചൽ ഫണ്ട്, സമതുലിതമായ പ്ലാനിൽ ഒരു മ്യൂച്ചൽ ഫണ്ട്, കടപ്പത്രങ്ങളുടെ മേഖലയിൽ നിന്ന് ഒരു മ്യൂച്ചൽ ഫണ്ട് എന്നീ രീതിയിലും നിങ്ങൾക്ക് നിക്ഷേപിക്കാം. ഇങ്ങനെ ചെയ്യുമ്പോൾ നിങ്ങളുടെ പണം നാനാമേഖലകളിലേക്ക് വിതരണം ചെയ്യപ്പെട്ടു പോവുകയും, അപകടസാദ്ധ്യതകൾ അതിനാൽ കുറഞ്ഞിരിക്കുകയും, വലിയ ലാഭങ്ങൾ

നേടുവാൻ സാധിയ്ക്കുകയും ചെയ്യുന്നു.

ശരിയായ ഫണ്ടിനെ കണ്ടെത്തുക:

• മ്യൂച്ച്വൽ ഫണ്ട് മുൻകാലങ്ങളിൽ നൽകിയ വരുമാനവും ലാഭവിഹിതങ്ങളും എത്രയെന്ന് അന്വേഷിയ്ക്കുക.

• ഫ്രാങ്ക്ലിൻ ടെംപിൾടൺ, എച്ച്.ഡി.എഫ്.സി, റിലയൻസ് എന്നിങ്ങനെ മ്യൂച്ച്വൽ ഫണ്ടിന്റെ ബ്രാന്റ് ഏതെന്ന് നോക്കുക.

• മ്യൂച്ച്വൽ ഫണ്ടിന്റെ വിപണിമൂലധനം (മാർക്കറ്റ് കാപിറ്റലൈസേഷൻ), വിറ്റുവരവ്, തുടങ്ങിയവ എത്ര വലുതാണെന്ന് പരിശോധിയ്ക്കുക, വലിയ വിപണിമൂലധനമുള്ളത് ഒരു ഫണ്ടിനെ സംബന്ധിച്ചിടത്തോളം ഗുണകരമാണ്.

• നിങ്ങൾ ഒരു ഇക്വിറ്റി അല്ലെങ്കിൽ സ്റ്റോക്ക് മാർക്കറ്റ് അടിസ്ഥാനമാക്കിയ മ്യൂച്ച്വൽ ഫണ്ടാണ് തിരഞ്ഞെടുത്തതെങ്കിൽ, എസ്.ഐ.പി (സിസ്റ്റമാറ്റിക് ഇൻവെസ്റ്റ്മന്റ് പ്ലാൻ) രീതിയിൽ നിക്ഷേപിയ്ക്കുന്നതാണ് നല്ലത്.

• ഉപഭോക്തൃസേവനങ്ങൾ (പ്രധാനപ്പെട്ട ഒരു കാര്യമാണ്): മ്യൂച്ച്വൽ ഫണ്ട് കമ്പനിയുമായി എളുപ്പം ബന്ധപ്പെടുവാൻ കഴിയണം, അതായത്, മ്യൂച്ച്വൽ ഫണ്ട് കമ്പനിയെയോ അവരുടെ ഉദ്യോഗസ്ഥരെയോ എളുപ്പം ബന്ധപ്പെടാനുള്ള സൗകര്യങ്ങൾ ഉണ്ടോ എന്നും, നിങ്ങളുടെ ചോദ്യങ്ങൾക്കോ ഫണ്ടുമായി ബന്ധപ്പെട്ട പ്രശ്നങ്ങൾക്കോ എളുപ്പം മറുപടികൾ ലഭ്യമാകുമോ എന്നും ഉറപ്പു വരുത്തുക.

മ്യൂച്ച്വൽ ഫണ്ടുകളെ താരതമ്യം ചെയ്യാം

വൈവിധ്യവത്കൃത ഇക്വിറ്റി മ്യൂച്ച്വൽ ഫണ്ട്: ഈ തരത്തിലുള്ള മ്യൂച്ച്വൽ ഫണ്ടിൽ പണം നിക്ഷേപിയ്ക്കുന്നത് തിരഞ്ഞെടുത്ത വിവിധതരത്തിലുള്ള സ്റ്റോക്ക് മാർക്കറ്റ് ഷെയറുകളിലാണ്. ഒരു സ്റ്റോക്കിൽ മാത്രം നിക്ഷേപിയ്ക്കുന്നതിന്റെ അപകടസാദ്ധ്യത ഇതുമൂലം ഇല്ലാതാവുന്നു.

ഇൻഡക്സ് മ്യൂച്ച്വൽ ഫണ്ട്: സെൻസെക്സ്, നിഫ്റ്റി തുടങ്ങിയ ഇൻഡക്സുകളിലാണ് ഇത്തരം മ്യൂച്ച്വൽ ഫണ്ടുകൾ നിക്ഷേപിയ്ക്കുന്നത്. ഇവ വലിയ അപകടസാദ്ധ്യതകളുള്ളതും വലിയ ലാഭങ്ങൾ നേടിത്തരുന്നതുമാണ്.

മിഡ് കാപ് ഫണ്ടുകൾ: ഇടത്തരം വ്യവസായങ്ങളുടെ ഷെയറുകൾ തിരഞ്ഞെടുത്ത് നിക്ഷേപിയ്ക്കുന്നവയാണ് ഇവ. മ്യൂച്ച്വൽ ഫണ്ടിന്റെ നോട്ടത്തിൽ മിഡ് കാപ് സ്റ്റോക്കുകൾക്ക് വലിയ വളർച്ചാ നിരക്കാണുള്ളത്.

സെക്ടർ ഫണ്ടുകൾ: വാഹനവ്യവസായം, ഐടി, ഔഷധവ്യവസായം, എഫ്.എം.സി.ജി തുടങ്ങിയ തിരഞ്ഞെടുത്ത മേഖലകളിലേതിലെങ്കിലുമൊന്നിൽ നിന്നും തിരഞ്ഞെടുത്ത ഷെയറുകളിൽ നിക്ഷേപിയ്ക്കുന്നവയാണ് ഇവ. ഇത്തരം മ്യൂച്ച്വൽ ഫണ്ടുകളിൽ നിക്ഷേപിയ്ക്കാതിരിയ്ക്കുന്നതാണ് നല്ലത്, കാരണം അവ ഏതെങ്കിലും ഒരു മേഖലയിൽ മാത്രം നിക്ഷേപിയ്ക്കുന്നു.

നികുതിയിളവു നൽകുന്ന മ്യൂച്ച്വൽ ഫണ്ടുകൾ: ഇത്തരം മ്യൂച്ച്വൽ ഫണ്ടുകളിലൂടെ നിങ്ങളുടെ പണം ഇക്വിറ്റി മാർക്കറ്റിലോ ബോണ്ടുകളിലോ നിക്ഷേപിയ്ക്കാം. ഇത്തരം മ്യൂച്ച്വൽ ഫണ്ടുകളിൽ നിക്ഷേപിയ്ക്കുന്നതിലൂടെ നിങ്ങൾക്ക് വരുമാനനികുതിയിളവു ലഭിയ്ക്കുന്നു.

നിങ്ങളുടെ ഫണ്ടിൽ നിന്നുള്ള പണം

സെക്ടർ വെയ്റ്റിങ്ങും ഫണ്ടിന്റെ കോൺസെൻട്രേഷനും പരിശോധിയ്ക്കുക. ഏതെങ്കിലും ഒന്നോ രണ്ടോ മേഖലകളിൽ മാത്രം വലിയ നിക്ഷേപങ്ങളുള്ള ഫണ്ടുകൾ വൈവിധ്യവത്കൃതഫണ്ടുകളേക്കാൾ വളരെയധികം അനിശ്ചിതങ്ങളാണ്. ഇങ്ങനെ നിക്ഷേപങ്ങൾ ഏതെങ്കിലും ഒരു സ്ഥലത്ത് കേന്ദ്രീകരിച്ചിരിയ്ക്കുന്ന പോർട്ട്ഫോളിയോകൾ, സ്റ്റോക്കുകൾ നല്ല പ്രകടനം കാഴ്ചവെയ്ക്കുകയാണെങ്കിൽ, വളരെയധികം വിജയകരമായിരിയ്ക്കുകയും ചെയ്യും. നിങ്ങളുടെ സ്വന്തം പോർട്ട്ഫോളിയിൽ ഇത്തരം ഒരു ഫണ്ട് വാങ്ങിവെയ്ക്കാം, പക്ഷേ നിങ്ങളുടെ ശ്രദ്ധ കൂടുതലും പ്രവചനസാധ്യതയുള്ള വൈവിധ്യവത്കൃത ഫണ്ടുകളിലായിരിയ്ക്കണം.

കറച്ച് ഫണ്ടുകളിൽ നിക്ഷേപിച്ചതിന് ശേഷം ഒരു പദ്ധതി രൂപപ്പെടുത്തുക: പക്ഷേ നിങ്ങൾ ഒരു ഫണ്ടിൽ മാത്രമേ നിക്ഷേപിക്കാവൂ എന്ന് ഇതിനർത്ഥമില്ല. ഫണ്ടുകൾ വൈവിധ്യവത്കൃതമാണെങ്കിൽ കൂടി ചില കൊല്ലങ്ങളിൽ അവ തീരെ മോശം പ്രകടനങ്ങളും കാഴ്ചവെയ്ക്കാറുണ്ട്. നിങ്ങൾ ഒരു ഫണ്ടിൽ മാത്രം നിക്ഷേപിയ്ക്കുകയാണെങ്കിൽ, നിങ്ങൾക്ക് വളരെ വലിയ നഷ്ടമായിരിയ്ക്കും സംഭവിയ്ക്കുക. ഇതിനു കടകവിരുദ്ധമായി നിങ്ങൾ, ഒരുപാടു ഫണ്ടുകളിൽ നിക്ഷേപിയ്ക്കുമ്പോൾ, അത് ഒരേപോലെത്തെ നിരവധി ഫണ്ടുകൾ വാങ്ങിക്കൂട്ടാനും യാതൊരു ലക്ഷ്യവുമില്ലാതെ നിങ്ങളുടെ പോർട്ട്ഫോളിയോയ്ക്ക് സൂക്ഷ്മത നഷ്ടപ്പെടാനും ഇടയാകുന്നു. ദീർഘകാല സാമ്പത്തിക ലക്ഷ്യങ്ങൾക്ക് ഇക്വിറ്റികളാണ് നല്ലത്.

എല്ലാം ലളിതമായിരിയ്ക്കട്ടെ: നിങ്ങളുടെ ഫണ്ടുശേഖരം ലളിതമായിരിയ്ക്കാൻ വേണ്ടി, നല്ല വൈവിധ്യവത്കൃതമായതും സുസ്ഥിരമായതുമായ ഇക്വിറ്റി ഫണ്ടുകളിൽ മാത്രം ശ്രദ്ധചെലുത്തുക, ഇക്വിറ്റിയിൽ നിന്നും ലാഭം നേടുന്നതിന് ഒരു ഇൻഡക്സ് ഫണ്ട് തിരഞ്ഞെടുക്കുക, സ്ഥിരവരുമാനം ഉറപ്പുവരുത്തുന്നതിന് ഒരു ഫ്ളോട്ടിങ് റേറ്റ് ബോണ്ട് ഫണ്ടും തിരഞ്ഞെടുക്കുക. ദീർഘകാലകാഴ്ചപ്പാടിൽ, ഇക്വിറ്റികളാണ് നല്ലപ്രകടനം കാഴ്ചവെയ്ക്കുന്നവ. സ്പെഷ്യൽ ഫണ്ടുകളിൽ നിന്നും സെക്ടർ ഫണ്ടുകളിൽ നിന്നും അകന്നു നിൽക്കുക, കാരണം അവയുടെ കൂടെ വലിയ അപകടസാദ്ധ്യതകളും ഉണ്ട്.

നിങ്ങളുടെ പോർട്ട്ഫോളിയോയെ അറിയുക & ചൂടൻ സ്റ്റോക്കുകളും ഫണ്ടുകളും ഒഴിവാക്കുക: അവേശഭരിതമായ വാങ്ങലുകൾ ഒഴിവാക്കുക. ഇൻഡക്സിനെ രൂപപ്പെടുത്തുന്ന സ്റ്റോക്കുകളിൽ നിക്ഷേപിയ്ക്കുന്ന ഫണ്ടുകളിൽ നിക്ഷേപിയ്ക്കുന്നത് ബുദ്ധിപൂർവ്വമായ നടപടിയാണ്. ഇത്തരത്തിൽ വിപണിയേക്കാൾ കൂടുതൽ നഷ്ടം നിങ്ങൾ ഒരിയ്ക്കലും നേരിടേണ്ടി വരില്ല. കാലക്രമേണ വിപണി പിന്നെയും മുകളിലേയ്ക്കു പോകുമ്പോൾ നിങ്ങളുടെ നിക്ഷേപങ്ങളുടെ മൂല്യവും അതുവഴി ഉയരുന്നു. നിങ്ങൾ കുറച്ചുകൂടി ഉത്സാഹിയാണെങ്കിൽ, വിലകുറഞ്ഞിരിയ്ക്കുന്ന സെക്യൂരിറ്റികളിൽ നിക്ഷേപിയ്ക്കുന്ന സ്ഥിരപ്രതിഷ്ഠനേടിയ വാല്യൂ ഫണ്ടുകളിൽ നിക്ഷേപിയ്ക്കാം.

സ്ഥിരമായി നിക്ഷേപിയ്ക്കുക: എല്ലാ മാസവും സ്ഥിരമായി കുറേശ്ശെ പണം നിക്ഷേപിയ്ക്കുന്നതാണ് നിക്ഷേപങ്ങളിലെ അപകടം ഒഴിവാക്കാനുള്ള

ഏറ്റവും നല്ല മാർഗ്ഗം. കൃത്യമായി ഒരു സംഖ്യ സ്ഥിരം നിക്ഷേപിച്ചു കൊണ്ടിരിയ്ക്കുന്നതാണ് വിജയത്തിലേയ്ക്കുള്ള വഴി. നിങ്ങൾ ഏതു ഫണ്ട് തിരഞ്ഞെടുത്താലും, അതിന്റെ വില കൂടിയും കുറഞ്ഞുമിരിയ്ക്കുമെന്നതാണ് യാഥാർത്ഥ്യം. സ്ഥിരമായി നിക്ഷേപിയ്ക്കുന്നതിലൂടെ ഒരാൾക്ക് ദീർഘകാലാടിസ്ഥാനത്തിൽ വളരെ നല്ല പ്രതിഫലം കിട്ടുമെന്ന് ഉറപ്പാണ്.

വൈവിധ്യവത്കരണമാണ് ഒട്ടുമിക്ക നിക്ഷേപകർക്കും അനുയോജ്യം: വേറേതൊരു ലിക്വിഡ് നിക്ഷേപങ്ങളേക്കാളും വളരെ നന്നായി സ്റ്റോക്കുകൾ വളരുമെന്നത് ഒരു സാമാന്യസത്യമാണ്. അതിനാൽ, ദീർഘകാലാടിസ്ഥാനത്തിലുള്ള നേട്ടങ്ങൾക്കും, സ്റ്റോക്ക് മാർക്കറ്റുമായി ബന്ധപ്പെട്ട അപകടസാദ്ധ്യതകളുമായി ഒത്തുപോകുവാൻ വിഷമവുമില്ലെങ്കിൽ, നിങ്ങൾക്ക് സ്റ്റോക്ക് ഫണ്ടുകളിൽ നിക്ഷേപിയ്ക്കാം. അതല്ല, നിങ്ങൾ കുറച്ച് യാഥാസ്ഥിതികനാണെങ്കിൽ, നിങ്ങൾക്ക് വിവിധ അസറ്റ് വിഭാഗങ്ങളായ സ്റ്റോക്കുകളിലും ബോണ്ടുകളിലും നിക്ഷേപിയ്ക്കാം. ശരിയായ ഫണ്ട് തിരഞ്ഞെടുക്കുന്നതാണ് പ്രധാന വെല്ലുവിളി.

പ്രകടനം ശരിയായി വിലയിരുത്തുക: ഓരോ പ്രാവശ്യവും ഒരു ഫണ്ടിനെ നിക്ഷേപിയ്ക്കാൻ പരിഗണിയ്ക്കുമ്പോൾ, ഭൂതകാലപ്രകടനങ്ങൾ ഒരിയ്ക്കലും ഭാവിയിലേയ്ക്കുള്ള നല്ലൊരു ചൂണ്ടുപലകയായിരിയ്ക്കുകയില്ലെന്നത് എപ്പോഴും മനസ്സിൽവെയ്ക്കണം. ഒരു കോൺസെൻട്രേറ്റഡ് ഫണ്ടിൽ നിക്ഷേപിച്ച് ഹ്രസ്വകാലനേട്ടങ്ങൾക്ക് വേണ്ടി ശ്രമിയ്ക്കുന്നത് ഒഴിവാക്കുക. ഒരു ഫണ്ട് തിരഞ്ഞെടുക്കുമ്പോൾ, ഒരു നീണ്ട കാലയളവിനുള്ളിൽ ശരാശരിയിലും ഉയർന്ന പ്രകടനമായിരിയ്ക്കണം ലക്ഷ്യം വെയ്ക്കേണ്ടത്.

മ്യൂച്ചൽ ഫണ്ടിൽ നിക്ഷേപിയ്ക്കുന്നതിന്റെ ഗുണങ്ങൾ

മ്യൂച്ചൽ ഫണ്ട് നിക്ഷേപകർക്ക് നിരവധി പ്രയോജനങ്ങൾ നൽകുന്നുണ്ട്.

കുറഞ്ഞ ചെലവ്: ഒട്ടുമിക്ക എല്ലാവർക്കും മ്യൂച്ചൽ ഫണ്ടുകൾ വാങ്ങാം. കാപ്പിറ്റൽ മാർക്കറ്റിലെ മറ്റു മേഖലകളുമായി താരതമ്യം ചെയ്യുമ്പോൾ വളരെ കുറഞ്ഞ അളവുകളിലും നിക്ഷേപിയ്ക്കാൻ മ്യൂച്ചൽ ഫണ്ടുകൾ

അവസരമൊരുക്കുന്നു. ബ്രോക്കറേജ് ചാർജ്ജുകൾ, കസ്റ്റോഡിയൻ ഫീസുകൾ തുടങ്ങിയ മറ്റു മേഖലകളേക്കാൾ വളരെ കുറവാണ്, അതും സ്കീമിന്റെ പ്രകടനവുമായി നേരിട്ടു ബന്ധപ്പെടുത്തിയിരിയ്ക്കുകയാണ്.

പ്രൊഫഷണൽ മാനേജ്മന്റ്: ഒരു ശരാശരി നിക്ഷേപകനെ സംബന്ധിച്ചിടത്തോളം, എന്തു വാങ്ങണം, എപ്പോൾ വാങ്ങണം, എത്ര വാങ്ങണം, എപ്പോൾ വിൽക്കണം തുടങ്ങിയ കാര്യങ്ങളിൽ ശരിയായ തീരുമാനമെടുക്കുന്നത് അത്ര എളുപ്പമുള്ള കാര്യമല്ല. വർഷങ്ങളുടെ പ്രവർത്തനപരിചയമുള്ള വിദഗ്ദ്ധരായ പ്രൊഫഷണലുകളാണ് മ്യൂച്ചൽ ഫണ്ടുകളിൽ നിങ്ങളുടെ പണം കൈകാര്യം ചെയ്യുന്നത്. സ്റ്റോക്കുകളും ബോണ്ടുകളും വാങ്ങുന്നതിന് മുമ്പ് സമ്പദ്രംഗത്തും, വ്യവസായങ്ങളിലും, കമ്പനികളിലും എല്ലാം വേണ്ടത്ര ഗവേഷണനിരീക്ഷണങ്ങൾ നടത്തിയിട്ടാണ് ഫണ്ട് മാനേജർമാർ തീരുമാനങ്ങളെടുക്കുന്നത്. ഓരോ നിക്ഷേപപദ്ധതികളുടേയും വരുമാനസാധ്യതകൾ കണ്ടെത്താൻ അവർ കടുത്ത ഗവേഷണ സമ്പ്രദായങ്ങൾ ഉപയോഗിയ്ക്കുന്നു.

ഡൈവേഴ്സിഫിക്കേഷൻ: നിരവധി വ്യത്യസ്ത വ്യവസായങ്ങളിലും മേഖലകളിലും പരന്നുകിടക്കുന്നതിനാൽ നിക്ഷേപങ്ങൾക്ക് വളരെ കുറച്ച് അപകടസാദ്ധ്യതകളേ ഉള്ളൂ. എല്ലാ സ്റ്റോക്കുകളും ഒരു സമയത്ത് ഒരേ ദിശയിൽ നീങ്ങുകയില്ലെന്നതിനാൽ, വൈവിധ്യവത്കരണം അപകടസാധ്യതകൾ കുറയ്ക്കുന്നു. ഒരു സാധാരണ നിക്ഷേപകനേക്കാൾ എളുപ്പത്തിലും ഫലപ്രദമായും ഒരു മ്യൂച്ചൽ ഫണ്ടിന് നിരവധി കമ്പനികളെ ഉൾക്കൊള്ളിച്ചു കൊണ്ട് വൈവിധ്യവത്കരണം സാധ്യമാകുന്നു.

ലിക്വിഡിറ്റി: പബ്ലിക് പ്രോവിഡന്റ് ഫണ്ടുകളെയോ, ദേശീയ സമ്പാദ്യ പദ്ധതികളെയോ അപേക്ഷിച്ച്, ഒരു മ്യൂച്ചൽ ഫണ്ടിൽ നിന്നും നിങ്ങളുടെ പണം നിങ്ങൾക്ക് ക്ഷണത്തിൽ പിൻവലിയ്ക്കാം. ഓപ്പൺ എൻഡ് സ്കീമുകളിൽ, നെറ്റ് അസറ്റ് വാല്യൂ ബന്ധിതമായ വിലയിൽ ഫണ്ട് യൂണിറ്റുകൾ മടക്കിക്കൊടുത്ത് നിങ്ങളുടെ പണം തിരികെ എടുക്കാം. ക്ലോസ് എൻഡഡ് സ്കീമുകളിൽ, യൂണിറ്റുകൾ ഒരു സ്റ്റോക്ക് എക്സ്ചേഞ്ചിൽ നിലവിലുള്ള വിലയിൽ വിൽപന നടത്തിയും നിങ്ങളുടെ പണം തിരിച്ചെടുക്കാം.

നികുതിയിളവുകൾ: നികുതികളുടെ കാഴ്ചപ്പാടിൽ നിന്നു നോക്കിയാൽ മ്യൂച്ചൽ ഫണ്ടുകൾ ചരിത്രപരമായിതന്നെ വളരെ കാര്യപ്രാപ്തിയുള്ളവയാണ്. ഒരു ഡെബ്റ്റ് ഫണ്ട്, വ്യക്തികൾക്ക് ഡിവിഡന്റുകൾ വിതരണം ചെയ്യുന്നതിന് മുമ്പ് ഡിവിഡന്റ് ഡിസ്ട്രിബ്യൂഷൻ നികുതിയായി 12.5% അടയ്ക്കുന്നു, വേറേതൊരു സംരംഭങ്ങള്ക്കും ഇത് 20 ശതമാനമാണ്. വ്യക്തികൾക്ക് ഇക്വിറ്റി ഫണ്ടുകളിൽ നിന്നുള്ള ഡിവിഡന്റുകളുടെ മേൽ യാതൊരുവിധ ഡിവിഡന്റ് നികുതികളും ഇല്ല.

ലാഭസാധ്യതകൾ: ഒരു നിശ്ചിതസമയപരിധിയിൽ വേറേതൊരു നിക്ഷേപങ്ങളേക്കാളും കൂടുതൽ വരുമാനം മ്യൂച്ചൽ ഫണ്ടുകൾ നേടിത്തരുന്നു. പലിശനിരക്ക് വ്യതിയാനങ്ങൾ അവയെ ബാധിയ്ക്കുമെങ്കിലും, സൃഷ്ടിയ്ക്കുന്ന ലാഭങ്ങൾ സാധാരണയായി കൂടുതലാണ്.

നല്ലവണ്ണം നിയന്ത്രിതം: മ്യൂച്ചൽ ഫണ്ട് വ്യവസായം വളരെ നല്ല രീതിയിൽ നിയന്ത്രിയ്ക്കപ്പെടുന്നു. എല്ലാ നിക്ഷേപങ്ങൾക്കും കണക്കു സൂക്ഷിയ്ക്കപ്പെടുന്നു. സെബി ഇക്കാര്യത്തിൽ ഒരു ശരിയായ കാവൽക്കാരനാണ്,

എ.എം.സികൾ വരുത്തുന്ന ഏതൊരു തെറ്റിനും സെബി പിഴകൾ ചുമത്തുന്നു. നിക്ഷേപകരുടെ സംരക്ഷണത്തിനു വേണ്ടിയുള്ള നിയന്ത്രണങ്ങളും വളരെ ഫലവത്തായി നടപ്പാക്കപ്പെടുന്നു.

സുതാര്യത: നിയന്ത്രണചട്ടക്കൂടിനുള്ളിൽ നിന്നു പ്രവർത്തിക്കേണ്ടതു കൊണ്ട്, അവരുടെ കൈയിലുള്ള വസ്തുക്കളും, നിക്ഷേപക്രമങ്ങളും, കൂടാതെ ഏതെല്ലാം വിവരങ്ങൾ സംഗതമാണോ, അതെല്ലാം എല്ലാ നിക്ഷേപകരുടെയും മുന്നിൽ സുതാര്യതയ്ക്കുവേണ്ടി വ്യക്തമാക്കേണ്ടതാണ്. ഇന്ത്യയിലെ മറ്റേതൊരു നിക്ഷേപങ്ങൾക്കും, നിക്ഷേപകൻ ഒന്നും അറിയുന്നില്ല, കാരണം ഒന്നും വെളിപ്പെടുത്തേണ്ട ആവശ്യമില്ല.

തിരഞ്ഞെടുക്കാൻ ഉള്ളവ

ഡിവിഡന്റ് ഓപ്ഷൻ: സെക്യൂരിറ്റികളിൽ നിക്ഷേപിച്ചുകൊണ്ട് നേടുന്ന ലാഭത്തിൽ നിന്നാണ് ഫണ്ടുകൾ സാധാരണയായി വരുമാനം നേടുന്നത്. ആ സെക്യൂരിറ്റികളിൽ നിന്നുള്ള ഡിവിഡന്റുകളും അത് നേടുന്നു. മ്യൂച്ചൽ ഫണ്ട് കമ്പനികൾ ഡിവിഡന്റുകളിലൂടെ ചില വരുമാനങ്ങളും നേടാനുള്ള അവസരം സാധാരണയായി നിക്ഷേപർക്ക് നൽകാറുണ്ട്.

ഗ്രോത്ത് ഓപ്ഷൻ: മുൻപ് പറഞ്ഞത് പോലെ, സെക്യൂരിറ്റികളിൽ നിക്ഷേപിക്കുന്നതിലൂടെ ലഭിക്കുന്ന ലാഭവും, ഡിവിഡന്റുകളുടെ രൂപത്തിൽ ലഭിക്കുന്ന വരുമാനവുമാണ് ഫണ്ടുകളുടെ വരുമാനം. ഗ്രോത്ത് ഓപ്ഷനിൽ, നേടിയ ലാഭങ്ങളെല്ലാം വീണ്ടും മ്യൂച്ചൽ ഫണ്ടിൽ തന്നെ നിക്ഷേപിക്കുന്നതിലൂടെ കൂടുതൽ ലാഭം നേടാനാകുന്നു. മൂലധനനേട്ടമാണ് ഒരു വൈവിധ്യവത്കൃത പോർട്ട്ഫോളിയോയുടെ മുഖ്യലക്ഷ്യം. നേടുന്ന വരുമാനം തിരിച്ച് കമ്പനിയുടെ തന്നെ വികസനത്തിനു വേണ്ടിയും, മറ്റു കമ്പനികളെ വാങ്ങുന്നതിനു വേണ്ടിയും, ഗവേഷണപ്രവർത്തനങ്ങൾക്ക് വേണ്ടിയും ചിലവാക്കുന്ന കമ്പനികളിലാണ് ഇവർ കൂടുതൽ നിക്ഷേപിക്കുന്നത്. ഇത്തരം ഫണ്ടുകളിൽ നിക്ഷേപകർക്ക് വലിയ വളർച്ചാ സാധ്യതകൾ കിട്ടുന്നു, അതോടൊപ്പം ഇവ കൂടുതൽ അപകടസാധ്യതകൾക്ക് വിധേയമാണ്.

ഇക്വിറ്റി ഫണ്ട്: സ്റ്റോക്കുകളുടെ വളരെ വിശാലമായ അടിസ്ഥാനമുള്ളതും, നല്ല വൈവിധ്യമുള്ളതുമായ നിക്ഷേപമാണ് ഇത്തരം മ്യൂച്ചൽ ഫണ്ടുകൾ നടത്തുന്നത്. ഫണ്ടുകൾ ഒന്നുകിൽ റൊക്കപ്പണമായോ സ്റ്റോക്കായോ ആയിരിക്കും നിക്ഷേപിക്കുക. മിക്ക ഇക്വിറ്റി ഫണ്ടുകളും അവയുടെ ധനം കമ്പനികളുടെ സ്റ്റോക്കുകളിൽ നിക്ഷേപിക്കുകയും, അവ വാങ്ങുകയും വിൽക്കുകയും ചെയ്യുമ്പോഴുണ്ടാവുന്ന ലാഭത്തിൽ നിന്നും ഡിവിഡന്റുകളിൽ നിന്നും, മൂലധനവർദ്ധന നേടുകയും ചെയ്യുന്നു. സമതുലിത ഫണ്ടുകളേക്കാളും ഡെബ്റ്റ് ഫണ്ടുകളേക്കാളും അപകടസാധ്യത കൂടുതലാണ് ഇത്തരം ഫണ്ടുകൾക്ക്.

ഡെബ്റ്റ് ഫണ്ട്/ഇൻകം ഫണ്ട്: പലിശ കിട്ടുന്ന സർക്കാർ സെക്യൂരിറ്റികളിലും കോർപ്പറേറ്റ് ബോണ്ടുകളിലും നിക്ഷേപിക്കുന്നതിനാൽ ഇവയെ ബോണ്ട് ഫണ്ടുകൾ എന്നും വിളിക്കുന്നു. ഹ്രസ്വകാലമോ ദീർഘകാലമോ ആയ സെക്യൂരിറ്റി ഉൽപന്നങ്ങളിലോ, മണി മാർക്കറ്റ് ഉപകരണങ്ങളിലോ, ഫ്ളോട്ടിങ് റേറ്റ് ഡെബ്റ്റുകളിലോ ആയിരിക്കും ഇവ നിക്ഷേപിക്കുന്നത്. നിക്ഷേപങ്ങൾക്ക് ലഭിക്കുന്ന പലിശയിൽ നിന്നും, സെക്യൂരിറ്റികൾ കച്ചവടം ചെയ്യുമ്പോൾ കിട്ടുന്ന ലാഭത്തിൽ നിന്നുമാണ് ഇത്തരം ഫണ്ടുകളുടെ വരുമാനം. എല്ലാ ഫണ്ടുകളിലും വെച്ച് ഏറ്റവും അപകടസാധ്യത കുറഞ്ഞത് ഇതിനാണ്. കാപ്പിറ്റൽ സംരക്ഷിക്കുന്നതോടൊപ്പം വരുമാനം നേടിത്തരികയും ചെയ്യുക എന്നതാണ് ഡെബ്റ്റ് ഫണ്ടുകളുടെ മുഖ്യലക്ഷ്യം.

ഹൈബ്രിഡ് ഫണ്ടുകൾ: കമ്പനികളുടെ ഇക്വിറ്റി ഷെയറുകളിലും കടപ്പത്രങ്ങളിലുമാണ് ഇത്തരം ഫണ്ടുകൾ നിക്ഷേപം നടത്തുന്നത്. ഡിവിഡന്റുകളുടെ രൂപത്തിലും പലിശയുടെ രൂപത്തിലും സെക്യൂരിറ്റികൾ കച്ചവടം ചെയ്യുന്നതിലൂടെയുമാണ് ഇത്തരം ഫണ്ടുകളുടെ വരുമാനം. ഇവ

ഡെബ്റ്റ് ഫണ്ടുകളേക്കാൾ അപകടസാധ്യത കൂടിയവയും, ഇക്വിറ്റി ഫണ്ടുകളേക്കാൾ അപകടസാധ്യത കുറഞ്ഞവയുമാണ്.

മ്യൂച്ച്വൽ ഫണ്ടുകളുടെ ചില പ്രത്യേകസ്വഭാവവിശേഷങ്ങൾ താഴെകൊടുക്കുന്നു:

- സെക്കന്ററി മാർക്കറ്റിലെ (സ്റ്റോക്ക് എക്സ്ചേഞ്ച്) മറ്റു നിക്ഷേപകരിൽ നിന്ന് വാങ്ങാതെ, ഫണ്ടിൽ നിന്ന് നേരിട്ടാണ് (അല്ലെങ്കിൽ ഒരു ബ്രോക്കർ മുഖാന്തിരം) നിക്ഷേപകർ മ്യൂച്ച്വൽ ഫണ്ടുകൾ വാങ്ങുന്നത്.
- ഒരു ഷെയറിനുള്ള നെറ്റ് അസറ്റ് വാല്യൂ (എൻ.എ.വി) എത്രയാണോ, ആ വിലയിലാണ് മ്യൂച്ച്വൽ ഫണ്ട് വാങ്ങുന്നത്. അതുകൂടാതെ, ചേരുന്നതിനുള്ള ചാർജ്ജുകൾ എന്ന പേരിൽ നിക്ഷേപകൻ എന്തെങ്കിലും ഫീസുകളും കൊടുക്കേണ്ടതായി വന്നേക്കാം.
- മ്യൂച്ച്വൽ ഫണ്ട് ഷെയറുകൾ 'റിഡീം' ചെയ്യാം, എന്നു വെച്ചാൽ, എപ്പോൾ വേണമെങ്കിലും ഫണ്ടിനോ ബ്രോക്കർക്കോ അവ തിരിച്ച് കൊടുത്ത് കാശു വാങ്ങാം.
- പുതിയ നിക്ഷേപകരെ ആകർഷിയ്ക്കാനും അവസരം കൊടുക്കാനും, മ്യൂച്ച്വൽ ഫണ്ടുകൾ എപ്പോഴും പുതിയ ഫണ്ടുകൾ സൃഷ്ടിച്ചു കൊണ്ടിരിയ്ക്കുന്നു.

Investment In Mutual Funds Is Comparatively Safe

അനുകൂലവും പ്രതികൂലവും

എല്ലാ നിക്ഷേപങ്ങൾക്കും ഗുണങ്ങളും ദോഷങ്ങളും ഉണ്ടായിരിയ്ക്കും. പക്ഷേ പ്രത്യേകം ഓർക്കേണ്ട സംഗതി, ഓരോ നിക്ഷേപകനും തിരഞ്ഞെടുക്കുന്നതും മുൻഗണന നൽകുന്നതുമായ കാര്യങ്ങൾ, നല്ലതോ ചീത്തയോ ആകുന്നത് പരിപൂർണ്ണമായും അയാളുടെ സ്വന്തം അവസ്ഥകളെ ആശ്രയിച്ചിരിയ്ക്കുന്നു. സാധാരണയായി, നിക്ഷേപകർക്ക് വളരെ ആകർഷകമായ ഒരു നിക്ഷേപപദ്ധതിയാണ് മ്യൂച്ച്വൽ ഫണ്ടുകൾ വാഗ്ദാനം ചെയ്യുന്നത്, കാരണം

അവ പൊതുവേ താഴെപ്പറയുന്ന ഗുണങ്ങൾ മുന്നോട്ട് വെയ്ക്കുന്നു, പ്രൊഫഷണൽ മാനേജ്മന്റ്, ഡൈവേഴ്സിഫിക്കേഷൻ (എന്നുവെച്ചാൽ നിക്ഷേപങ്ങൾ വിവിധ കമ്പനികളിലായും വ്യവസായമേഖലകളിലായും പരത്തിയിടുന്നു), അഫോഡബിലിറ്റി (എന്നുവെച്ചാൽ ചെറിയ സമ്പാദ്യങ്ങൾ മാത്രം ഉള്ളവർക്കും മ്യൂച്ചൽ ഫണ്ട് മേഖലയിൽ പ്രവേശിയ്ക്കാം), ലിക്വിഡിറ്റി (എന്നുവെച്ചാൽ ഏതു സമയത്തും എൻ.എ.വിയുടെ നിരക്കിൽ നിങ്ങൾക്ക് ഷെയറുകൾ തിരിച്ചു നൽകി പണം കൈപ്പറ്റാം).

ചില നിക്ഷേപകർ പ്രതികൂലമെന്നു കരുതുന്ന ചില പ്രത്യേകതകളും മ്യൂച്ചൽ ഫണ്ടുകൾക്ക് ഉണ്ട്, ചെലവ്, ഫണ്ടിന്റെ പ്രകടനവുമായി ബന്ധമില്ലാതെ, ഫണ്ട് നഷ്ടം നേരിടുമ്പോഴും അടയ്ക്കേണ്ടിവരുന്ന വിൽപന ചാർജ്ജുകളും, വാർഷികഫീസുകളും, മറ്റു അനുബന്ധചാർജ്ജുകളും, പിന്നെയൊന്ന് നിയന്ത്രണമില്ലായ്മ, കാരണം നിക്ഷേപകന് ഒരു പോർട്ട്ഫോളിയോയുടെ ഉള്ളടക്കം തീരുമാനിയ്ക്കാൻ കഴിയില്ല, അല്ലെങ്കിൽ ഫണ്ട് മാനേജരുടെ വാങ്ങൽ സ്വഭാവത്തിൽ യാതൊരു സ്വാധീനം ചെലുത്തുവാനും സാധിയ്ക്കുകയില്ല, ഒറ്റ സ്റ്റോക്കിനെ അപേക്ഷിച്ച് വിലയിലുള്ള അനിശ്ചിതത്വം, വാങ്ങുന്ന വിലയോ തിരിച്ചു നൽകുമ്പോൾ കിട്ടുന്ന വിലയോ ഫണ്ടിന്റെ എൻ.എ.വിയെ ആശ്രയിച്ചിരിയ്ക്കുന്നു.

മ്യൂച്വൽ ഫണ്ട് നിക്ഷേപത്തിൽ ചില പൊടിക്കൈകൾ

തുടർച്ചയായി വരുന്ന ചെലവുകൾ പരമാവധി കുറയ്ക്കുക. നിങ്ങളുടെ മ്യൂച്വൽ ഫണ്ടിന്റെ വിൽപന ചാർജ്ജുകളും (ലോഡ്) മറ്റു ഫീസുകളും എല്ലായ്പോഴും നിരീക്ഷിച്ചുകൊണ്ടിരിയ്ക്കുക. തുടക്കക്കാരായ നിക്ഷേപകരെ സംബന്ധിച്ചിടത്തോളം ഇതു വളരെ പ്രധാനമാണ്, കാരണം നിങ്ങൾ ചിലപ്പോൾ വളരെ കുറച്ച് പണം ഇറക്കിക്കൊണ്ടായിരിയ്ക്കും തുടങ്ങുന്നത്, ഇറക്കിയതു മുഴുവൻ ഫീസുകളടച്ച് തീർന്നുപോകാതെ, അതിൽ പരമാവധി പണവും നിങ്ങൾക്കുവേണ്ടി പ്രവർത്തിയ്ക്കാനായി ഉണ്ടായിരിയ്ക്കണം. എത്ര കൂടുതൽ കാലം നിങ്ങൾ ഫണ്ട് കൈവശം വെയ്ക്കുന്നുവോ അത്രയും കുറവായിരിയ്ക്കും നിങ്ങളുടെ ഇനിഷ്യൽ ലോഡ്. പക്ഷേ തുടർച്ചയായി വരുന്ന ചെലവുകൾ ഒരിയ്ക്കലും ഒഴിഞ്ഞുപോകില്ല, നിങ്ങളുടെ ഫണ്ടിൽ നിന്നുള്ള വരുമാനം കുറയ്ക്കാൻ വേണ്ടി അതെപ്പോഴും അവിടെ ഉണ്ടാകും. കൂടാതെ, ഒരു ഫണ്ടിന്റെ നെറ്റ് അസറ്റ് വാല്യൂ കുറഞ്ഞാലും തുടർചെലവുകൾ ഒരിയ്ക്കലും കുറയുന്നില്ല. ഒരു ബെയർ മാർക്കറ്റിൽ, ഇത്തരം ഫീസുകൾ നിങ്ങളുടെ ഫണ്ടിന്റെ വാർഷികവരുമാനത്തിൽ നിന്ന് വലിയ ഇടിവുണ്ടാക്കും.

ഹ്രസ്വകാലപ്രകടനങ്ങളിൽ കണ്ണുമഞ്ഞളിയ്ക്കാതിരിയ്ക്കുക. ഒരു വർഷത്തിനുള്ളിൽ അഭൂതപൂർവ്വമായ പ്രകടനം കാഴ്ചവെച്ച ഫണ്ടുകൾ തികച്ചും ആകർഷകമായിരിയ്ക്കും; പക്ഷേ ഇത്തരം ഹ്രസ്വകാലപ്രകടനങ്ങളെ നിങ്ങളുടെ തീരുമാനങ്ങൾക്ക് അടിസ്ഥാനമാക്കാതിരിയ്ക്കുന്നതാണ് നല്ലത്. മ്യൂച്വൽ ഫണ്ടുകൾ യഥാർത്ഥത്തിൽ ദീർഘകാലനിക്ഷേപങ്ങളാണ് (അഞ്ചോ അതിലധികമോ വർഷം നീളുന്നവ). ഒരു ഫണ്ട് ദീർഘകാലനിക്ഷേപത്തിന് നല്ലതാണോ എന്ന് അറിയുവാൻ അതിന്റെ കഴിഞ്ഞ കുറേക്കാലമായിട്ടുള്ള പ്രകടനം പരിശോധിച്ചാൽ മതി, അതായത് മൂന്ന്, അഞ്ച്, അല്ലെങ്കിൽ പത്ത് കൊല്ലമായി അതെങ്ങിനെ പോകുന്നു എന്ന് നോക്കുക. അതിന്റെ വരുമാനം പരിശോധിയ്ക്കുമ്പോൾ ഇടതടവില്ലാതെ എത്രത്തോളം നാൾ വരുമാനം കിട്ടി എന്നും പരിശോധിയ്ക്കുക, തത്തുല്ല്യമായ ഫണ്ടുകളുമായി താരതമ്യം ചെയ്യുമ്പോഴുള്ള പ്രകടനം എങ്ങിനെയെന്നു വിലയിരുത്തുക, കൂടാതെ മൊത്തം വിപണിയുമായി താരതമ്യം ചെയ്യുമ്പോൾ എങ്ങിനെയുണ്ടെന്നും പരിശോധിയ്ക്കുക. ഓരോ വർഷത്തേയും ഫലങ്ങൾ പ്രത്യേകം എടുത്തുകൊണ്ട്, തുടർച്ചയായി ഒരുപാടു വർഷങ്ങളിൽ കാഴ്ചവെച്ച മോശം പ്രകടനത്തെ ഏതാനും കുറഞ്ഞ വർഷങ്ങളിലെ നല്ല പ്രകടനം മറച്ചു വെയ്ക്കുന്നുണ്ടോയെന്നും പരിശോധിയ്ക്കുക.

ഫണ്ട് മാനേജരുടെ കഴിഞ്ഞകാല പ്രകടനങ്ങൾ വിലയിരുത്തുക. ഒരു നിശ്ചിതഫണ്ടിന്റെ മേലധികാരിയായി ഒരു മാനേജർ എത്രകാലം തുടർച്ചയായി ഇരുന്നുവെന്നു പരിശോധിയ്ക്കുക. എത്രയും കൂടുതൽകാലം അയാൾ ചെലവഴിച്ചുവോ, അത്രയും നല്ലത് -അഞ്ച് വർഷത്തിലും കൂടുതൽ ഇരുന്നവരെ പരിഗണിയ്ക്കുക. നിരന്തരമായി ഒരേ നിക്ഷേപതന്ത്രം പ്രയോഗിയ്ക്കുകയും അതിലൂടെ ദീർഘമായ ഒരു കാലയളവിൽ വിശ്വസനീയവും വർദ്ധിച്ചുകൊണ്ടിരിയ്ക്കുന്നതുമായ ഒരു ലാഭം നേടിത്തരുവാനും കഴിഞ്ഞിട്ടുള്ള ഒരു ഫണ്ട് മാനേജരെ കണ്ടെത്തുക.

നിക്ഷേപിക്കൽ ആയാസരഹിതവും തനിയേ നടക്കുന്നതുമാക്കുക. നിങ്ങളുടെ മുതലാളിയുടെയോ ഫണ്ടുകമ്പനിയുടേയോ അടുത്ത് നിങ്ങളുടെ ഇടപെടൽ കൂടാതെ തന്നെ നിക്ഷേപം നടക്കുന്ന രീതിയിൽ ഒരു പദ്ധതി ഏർപ്പാടു ചെയ്യുന്നതായിരിക്കും ഏറ്റവും എളുപ്പം. നിങ്ങളുടെ ശമ്പളത്തിൽ നിന്ന് നികുതികിഴിക്കുന്നതിന് മുൻപേ പണം തനിയേ നിക്ഷേപത്തിലേക്കു പോകുവാനായി, സാധ്യമെങ്കിൽ 401(കെ) പ്ലാൻ ഉപയോഗിക്കുക. നിങ്ങളുടെ റിട്ടയർമന്റ് ലക്ഷ്യം വെച്ചുകൊണ്ട് നിക്ഷേപിക്കുന്നതിനുള്ള ഏറ്റവും എളുപ്പവഴിയെന്നതു കൂടാതെ, ഇത് നികുതിയടക്കുന്നതിൽ കുറച്ചു ലാഭിക്കുവാനും ഇത് സഹായിക്കും.

No Need To Check Your Fund

നിങ്ങളുടെ ഫണ്ടിന്റെ പ്രകടനം കൃത്യമായ ഇടവേളകളിൽ പരിശോധിക്കുക. ഇതൊരു ദീർഘകാലനിക്ഷേപമായതിനാൽ, നിങ്ങളുടെ ഫണ്ടിന്റെ പ്രകടനം നിത്യേന പരിശോധിക്കേണ്ട ആവശ്യമില്ല. പക്ഷേ ദീർഘകാലനിക്ഷേപമാണെന്നതുകൊണ്ടു മാത്രം - നിങ്ങൾ ഒരു ഉത്തരവാദിത്വമുള്ള നിക്ഷേപകനാണെങ്കിൽ, അവ സ്വയം നോക്കിക്കൊള്ളും എന്ന് കരുതി അവയെ അവഗണിക്കുവാനും പാടില്ല. മാസത്തിലൊരിക്കലെങ്കിലോ, അതല്ലെങ്കിൽ ചുരുങ്ങിയത് മൂന്നുമാസം കൂടുമ്പോഴോ നിങ്ങളുടെ ഫണ്ടിന്റെ പ്രകടനം വിലയിരുത്തുക. അതുവഴി ഈ ഫണ്ടിൽ ഇനി കൂടുതൽ നിക്ഷേപിക്കാനുള്ള സാധ്യതയുണ്ടോ, അതല്ല, ഈ സമയത്ത് വിൽക്കുന്നതാണോ നല്ലത് എന്നെല്ലാം തീരുമാനിക്കുവാൻ കഴിയും. അങ്ങിനെ പരിശോധിക്കുമ്പോൾ, മറ്റു ഫണ്ടുകളുമായും മൊത്തം വിപണിയുമായും നിങ്ങളുടെ ഫണ്ടിനെ താരതമ്യം ചെയ്യുവാൻ മറക്കരുത്.

അസറ്റ് അലോക്കേഷൻ ഉപയോഗിച്ചുകൊണ്ട് വൈവിധ്യവത്കരിക്കുക. അതെ, മ്യൂച്ചൽ ഫണ്ടുകൾ സ്വതവേ വൈവിധ്യം നിറഞ്ഞവയാണ്. അവയെ വളരെ ആകർഷകമായ നിക്ഷേപമാർഗ്ഗമാക്കി മാറ്റിയത് ഈ വൈവിധ്യം തന്നെയാണ്. ഈ വൈവിധ്യം പലപ്പോഴും, ഏതെങ്കിലും ഒരു കൂട്ടം സെക്യൂരിറ്റികളിൽ ഒതുങ്ങി നിൽക്കുന്നു. സ്റ്റോക്കുകൾ, ബോണ്ടുകൾ, പണത്തിനു സമാനങ്ങളായവ, തുടങ്ങിയ വിവിധങ്ങളായ അസറ്റ് വിഭാഗങ്ങളിലും കൂടി നിങ്ങളുടെ നിക്ഷേപം വികേന്ദ്രീകരിക്കുന്നത് നല്ലതായിരിക്കും. അതിൽ തന്നെ വിവിധതരങ്ങളിലുള്ള സ്റ്റോക്ക് ഫണ്ടുകളിലും ബോണ്ട് ഫണ്ടുകളിലും നിക്ഷേപിക്കുക. ചരിത്രപരമായ വിവരങ്ങളാണ് ഇതിനുള്ള ന്യായം. വിവിധതരം സെക്യൂരിറ്റികളുടെ കൂട്ടങ്ങളും വിവിധ സാമ്പത്തിക വിപണികളും വ്യത്യസ്തസമയങ്ങളിലായി നല്ല ലാഭങ്ങൾ തരാറുണ്ട്. ലോകത്താകമാനമുള്ള യാതൊരു സമ്പദ്‌വ്യവസ്ഥകളും സാമ്പത്തികവിപണികളും ഒരേസമയം ഒരേദിശയിൽ ചലിക്കാറില്ല. വിവിധ അസറ്റ് വിഭാഗങ്ങളിലുള്ള നിങ്ങളുടെ വൈവിധ്യവത്കരണം, അത്തരം വിപണികൾ അഭിവൃദ്ധിപ്പെടുമ്പോൾ നിങ്ങൾക്ക് കൂടുതൽ നേട്ടങ്ങൾ ഉണ്ടാക്കും.

ഓപ്ഷനുകൾ

ഒരു മുൻനിശ്ചിതവിലയിൽ ഒരു മുൻനിശ്ചിതദിവസമോ അതിനു മുമ്പോ ഒരു സ്റ്റോക്ക് (അല്ലെങ്കിൽ വേറെയേതെങ്കിലും സെക്യൂരിറ്റി) വാങ്ങുന്നതിനോ വിൽക്കുന്നതിനോ ഉള്ള ഒരു അവകാശമാണ് ഓപ്ഷൻ, കടപ്പാടല്ല. സ്റ്റോക്ക് വാങ്ങുന്നതിനുള്ള അവകാശമാണ് ഒരു കാൾ, സ്റ്റോക്ക് വിൽക്കുന്നതിനുള്ള അവകാശമാണ് ഒരു പുട്ട്. ഒരു ഓപ്ഷൻ വാങ്ങുന്ന നിക്ഷേപകൻ, അതൊരു പുട്ട് ഓപ്ഷനോ കോൾ ഓപ്ഷനോ ആയിക്കൊള്ളട്ടെ, ആയാളെ ഓപ്ഷൻ 'ബയർ' എന്നു വിളിക്കുന്നു. തിരിച്ച്, യഥാർത്ഥത്തിൽ പുട്ടോ കോളോ വിൽക്കുന്ന ആളെ ഓപ്ഷൻ 'സെല്ലർ' എന്നു വിളിക്കുന്നു.

ഒരു മുൻനിശ്ചിതവിലയിൽ (സ്ട്രൈക്ക് പ്രൈസ്) ഒരു നിശ്ചിതസമയത്തിനുള്ളിൽ സ്റ്റോക്കുകൾ വിൽക്കാൻ നിക്ഷേപകർക്ക് അവകാശം നൽകുന്ന (പക്ഷേ കടപ്പാടുകൾ ഇല്ലാത്ത), അംഗീകൃതമായ വ്യവസ്ഥകൾ ഉൾക്കൊള്ളുന്ന കരാറുകളാണ് ഓപ്ഷനുകൾ. കരാർ വ്യവസ്ഥകൾ അംഗീകരിച്ചു കൊണ്ട് സമ്മതിച്ചതിൻ പ്രകാരം, എല്ലാ ഓപ്ഷനുകൾക്കും ഒരു കാലഹരണദിവസം (എക്സ്പിരേഷൻ ഡേറ്റ്) ഉണ്ട്. ഇത് ഓപ്ഷനുകൾ നൽകിയ ദിവസത്തിൽ നിന്ന് ഒമ്പതുമാസം വരെയാകാം. സാധാരണയായി, വാങ്ങിയ ദിവസത്തിനും കാലഹരണദിവസത്തിനും ഇടയിൽ ഏതു സമയത്തും ഒരു സ്റ്റോക്ക് ഓപ്ഷൻ നടപ്പിലാക്കാം. ഒരു നിക്ഷേപനെ സംബന്ധിച്ച്, ഒരു നിശ്ചിത സ്റ്റോക്കിന്റെ 100 ഷെയറുകൾ വാങ്ങാനുള്ള അവകാശത്തെ സൂചിപ്പിക്കുന്നതാണ് ഒരു സ്റ്റോക്ക് 'കോൾ' ഓപ്ഷൻ, അതുപോലെ ഒരു സ്റ്റോക്കിന്റെ 100 ഷെയറുകൾ വിൽക്കാനുള്ള അവകാശത്തെ സൂചിപ്പിക്കുന്നതാണ് ഒരു 'പുട്ട്' ഓപ്ഷൻ. ഓപ്ഷൻ കരാറിൽ നിശ്ചയിച്ചിരിക്കുന്ന പ്രകാരം പ്രവർത്തിക്കേണ്ടത് ഓപ്ഷൻ വിൽപനക്കാരന്റെ കടമയാണ്, കാൾ സെല്ലറാണെങ്കിൽ കരാറിലെ വിലയിൽ (സ്ട്രൈക്ക് പ്രൈസ്) വിൽക്കണം, പുട്ട് സെല്ലറാണെങ്കിൽ കരാറിലെ വിലയിൽ വാങ്ങണം.

സ്റ്റോക്കുകളിലാവുമ്പോൾ, മുകളിലേക്കോ താഴേക്കോ ഉള്ള വിപണിയുടെ നീക്കത്തെ ഗുണകരമാക്കാനുള്ള ഒരു ശ്രമമായി ഓപ്ഷനുകളിൽ നിക്ഷേപിക്കുന്നതിനെ കണക്കാക്കാം. സ്റ്റോക്കുകളിൽ നിന്ന് വിഭിന്നമായി, ഒരു സ്റ്റോക്കിന്റെയോ അല്ലെങ്കിൽ ഒരു കൂട്ടം സ്റ്റോക്കുകളുടേയോ വിപണിയിലെ അവസ്ഥയെ പരിഗണിക്കാതെ, ലാഭം ഉണ്ടാക്കുവാനുള്ള ഒരു കഴിവ് ഓപ്ഷനുകൾക്ക് ഉണ്ട്. മുൻകൂട്ടിനിശ്ചയിച്ച, ചെറിയ അപകടസാദ്ധ്യതകളെ ഗുണകരമാക്കുവാനും ഓപ്ഷൻ കച്ചവടക്കാർക്ക് കഴിയും. അതിനോടൊപ്പംതന്നെ, തങ്ങളുടെ സ്ഥാനം കൃത്യമായി സൂക്ഷിക്കാതെയിരുന്നാൽ ഓപ്ഷൻ നിക്ഷേപകർക്ക് വലിയ അപകടങ്ങളും വന്നുചേരും.

ഒരു ഓപ്ഷന്റെ വിലയെ 'പ്രീമിയം' എന്നു പറയുന്നു. അടിസ്ഥാനപ്പെടുത്തിയിരിക്കുന്ന സ്റ്റോക്കുകളുടെ പ്രകടനം എങ്ങിനെയായിരുന്നാലും, കരാറിനു പ്രാരംഭമായി കൊടുത്ത പ്രീമിയത്തിലും കൂടുതൽ പണം ഒരിക്കലും ഓപ്ഷനുകളിൽ നിക്ഷേപിക്കുന്ന ഒരു ബയർക്കു നഷ്ടപ്പെടാനുള്ള സാധ്യതയില്ല. ഇത് എത്ര പണം അപകടസാധ്യതക്കുവേണ്ടി നീക്കി വെക്കണമെന്നു തീരുമാനിക്കാൻ നിക്ഷേപകനെ സഹായിക്കുന്നു. അതേസമയം,

ഓപ്ഷൻ സെല്ലർക്ക്, ബയറിൽ നിന്നും ലഭിച്ച പ്രീമിയത്തിനു പകരമായി, കരാർ നടപ്പാക്കപ്പെട്ടാൽ അസൈൻ ചെയ്യപ്പെടുക എന്ന അപകടസാധ്യതയുണ്ട്.

ഒരു സ്റ്റോക്കിന്റെ വിലയിൽ ഉണ്ടാകാവുന്ന നീക്കം നിങ്ങൾക്ക് മുൻകൂട്ടി കാണുവാൻ കഴിയുമെങ്കിൽ, ഒരു നിശ്ചിതസമയത്തിനുള്ളിൽ ഒരു മുൻനിശ്ചിതവിലയിൽ സ്റ്റോക്ക് വാങ്ങുവാനും വിൽക്കുവാനുമുള്ള അവകാശം, വളരെ ആകർഷകമായ ഒരു നിക്ഷേപ അവസരമാണ്, ഇതിനെയാണ് സ്റ്റോക്ക് ഓപ്ഷൻ എന്നു വിളിക്കുന്നത്. ഏതു തരം ഓപ്ഷനാണ് വാങ്ങേണ്ടത് എന്നത്, നിങ്ങളുടെ കാഴ്ചപ്പാടിൽ ആ സെക്യൂരിറ്റിയുടെ അവസ്ഥ അനുകൂലമോ (ബുൾ) പ്രതികൂലമോ (ബെയർ) എന്നതിനെ ആശ്രയിച്ചിരിക്കുന്നു. നിങ്ങളുടെ കാഴ്ചപ്പാടിൽ സ്റ്റോക്കിന് അനുകൂലമാണ് വിപണിയെങ്കിൽ, ഒരു കാൾ ഓപ്ഷൻ വാങ്ങുന്നത്, (സ്റ്റോക്കിന്റെ വിപണിവിലയുടെ ചെറിയൊരു അംശംമാത്രം അപകടസാധ്യതയിൽപ്പെടുത്തിക്കൊണ്ട്), സ്റ്റോക്കിന്റെ മുകളിലേക്കുള്ള നീക്കത്തിൽ നിന്ന് ലാഭമെടുക്കുവാൻ നിങ്ങളെ സഹായിക്കുന്നു. അതല്ല, സ്റ്റോക്ക് താഴേക്കു പോകുമെന്നാണ് നിങ്ങൾ പ്രതീക്ഷിക്കുന്നതെങ്കിൽ, ഒരു പുട്ട് ഓപ്ഷൻ വാങ്ങുന്നതിലൂടെ, ലാഭം പരിമിതപ്പെടുത്താതെ തന്നെ വിലകുറയുന്നതിന്റെ അപകടസാധ്യതയിൽ നിന്ന് നിങ്ങൾക്ക് സംരക്ഷണവും ലഭിക്കുന്നു.

ഓപ്ഷനുകളെ കുറിച്ചുള്ള സ്ഥിരം ചോദ്യങ്ങളും അവയ്ക്കു സാധ്യമായ മറുപടികളും:

എന്താണ് ഓപ്ഷനുകൾ?

മുൻപേ തീരുമാനിച്ച ഒരു വിലയിൽ ഒരു മുൻനിശ്ചിത എണ്ണം സെക്യൂരിറ്റികൾ വാങ്ങുവാനും വിൽക്കുവാനും ഉള്ള അവകാശത്തെയാണ് ഒരു ഓപ്ഷൻ കോൺട്രാക്ട് എന്നു പറയുന്നത്. ഇപ്രകാരം, ഓപ്ഷൻ കോൺട്രാക്ട് വാങ്ങുന്ന ഒരാൾക്ക്, കടപ്പാടുകളൊന്നുമില്ലാതെ, ഓപ്ഷൻ വാങ്ങുന്ന സമയത്ത് നിശ്ചയിക്കുന്ന ഒരു വിലയിൽ വാങ്ങുവാനോ വിൽക്കുവാനോ ഉള്ള അവകാശം ഉണ്ട്.

എന്താണ് ഓപ്ഷൻ പ്രീമിയം?

ഓപ്ഷൻ ഫീസിനെയോ വിലയെയോ ആണ് ഓപ്ഷൻ പ്രീമിയം എന്നു പറയുന്നത്. സെല്ലർക്കോ റൈട്ടർക്കോ ഓപ്ഷൻ ബയർ കൊടുക്കേണ്ടുന്ന തുകയാണ് ഇത്, കാരണം ബയർ നിർബന്ധം പിടിക്കുകയാണെങ്കിൽ ഓപ്ഷനിലെ വ്യവസ്ഥകൾ പാലിക്കാനുള്ള കടമ റൈട്ടർക്ക് ഉണ്ട്. അപ്രകാരം, ഒരു ബയർക്ക് ഓപ്ഷൻ നടപ്പാക്കുവാനുള്ള അവകാശവും, ഒപ്പം റൈട്ടർക്ക് അത് നടത്തിക്കൊടുക്കുവാനുള്ള ബാദ്ധ്യതയും ഉണ്ട്.

എന്തൊക്കെയാണ് വിവിധതരം ഓപ്ഷനുകൾ?

രണ്ടു തരം ഓപ്ഷനുകളാണ് ഉള്ളത്. ഒരു ബയർക്ക് ഒരു നിശ്ചിത എണ്ണം ഷെയറുകൾ ഒരു മുൻനിശ്ചിതവിലയിൽ വാങ്ങുവാനുള്ള അവകാശം

(പക്ഷേ ബാദ്ധ്യതയില്ല) നൽകുന്ന ഒന്നാണ് 'കാൾ ഓപ്ഷൻ'. ഒരു ബയർക്ക് ഒരു നിശ്ചിത എണ്ണം ഷെയറുകൾ ഒരു മുൻനിശ്ചിതവിലയിൽ വിൽക്കുവാനുള്ള അവകാശം (പക്ഷേ ബാദ്ധ്യതയില്ല) നൽകുന്ന ഒന്നാണ് 'പുട്ട് ഓപ്ഷൻ'. ഓപ്ഷനുകൾ യൂറോപ്യനോ അമേരിക്കനോ ആകാം. യൂറോപ്യൻ ഓപ്ഷനാണെങ്കിൽ, ഓപ്ഷന്റെ കാലഹരണദിവസം മാത്രമേ അത് വാങ്ങിയ ആൾക്ക് അതു നടപ്പാക്കുവാനുള്ള അവകാശമുള്ളൂ, പക്ഷേ അമേരിക്കൻ ഓപ്ഷനാണെങ്കിൽ, ഓപ്ഷൻ വാങ്ങിയ ആൾക്ക് അതിന്റെ കാലഹരണദിവസത്തിനുള്ളിൽ ഏപ്പോൾ വേണമെങ്കിലും അതു നടപ്പാക്കാം.

എന്താണ് ഒരു ഇൻഡക്സ് ഓപ്ഷൻ കോൺട്രാക്ട്?

ഏതെങ്കിലും വ്യക്തിഗതഷെയറിനു പകരം ഒരു ഇൻഡക്സ് (സെൻസെക്സ്, നിഫ്റ്റി, ഐടി ഇൻഡക്സ് മുതലായവ) അടിസ്ഥാനസെക്യൂരിറ്റിയാക്കി എടുക്കുന്നതാണ് ഒരു ഇൻഡക്സ് ഓപ്ഷൻ കോൺട്രാക്റ്റ്. ഇപ്രകാരം ഭാവിയിലെ ഒരു ദിവസമോ അതിനു മുമ്പോ, മുൻനിശ്ചയിച്ച പ്രകാരമുള്ള ഒരു വിലയിൽ ഇൻഡക്സ് വാങ്ങുവാനുള്ള അവകാശം, നിഫ്റ്റിയിൽ ഒരു കാൾ ഓപ്ഷൻ വാങ്ങുന്ന ആൾക്ക് ലഭിയ്ക്കുന്നു. എല്ലാ ഭാവി ഇൻഡക്സ് കരാറുകളും രൊക്കം പണം കൊടുത്തു തീർക്കുന്നതാണ്.

എന്താണ് 'ഇൻ ദി മണി ഓപ്ഷൻ കോൺട്രാക്റ്റ്'?

ഇൻ ദി മണി ഓപ്ഷൻ കോൺട്രാക്റ്റിൽ, കാൾ ഓപ്ഷനാണെങ്കിൽ, ഓപ്ഷന്റെ സ്ട്രൈക്ക് വില, ഓപ്ഷൻ അടിസ്ഥാനമാക്കിയിരിയ്ക്കുന്ന സ്റ്റോക്കിന്റെ നിലവിലുള്ള മാർക്കറ്റ് വിലയേക്കാൾ കൂടുതലായിരിയ്ക്കും. അതല്ല പുട്ട് ഓപ്ഷനാണെങ്കിൽ ഓപ്ഷന്റെ സ്ട്രൈക്ക് വില, ഓപ്ഷൻ അടിസ്ഥാനമാക്കിയിരിയ്ക്കുന്ന സ്റ്റോക്കിന്റെ നിലവിലുള്ള മാർക്കറ്റ് വിലയേക്കാൾ കുറവായിരിയ്ക്കും. ഇത്തരം ഓപ്ഷനുകൾക്ക് സ്വന്തമായി ഒരു മൂല്യമുണ്ട്.

എന്താണ് 'ഔട്ട് ഓഫ് ദി മണി ഓപ്ഷൻ കോൺട്രാക്റ്റ്'?

ഔട്ട് ഓഫ് ദി മണി ഓപ്ഷൻ കോൺട്രാക്റ്റിൽ, കാൾ ഓപ്ഷനിൽ, ഓപ്ഷന്റെ സ്ട്രൈക്ക് വില, ഓപ്ഷൻ അടിസ്ഥാനമാക്കിയിരിയ്ക്കുന്ന സ്റ്റോക്കിന്റെ നിലവിലുള്ള മാർക്കറ്റ് വിലയേക്കാൾ കൂടിയിരിയ്ക്കുകയും, പുട്ട് ഓപ്ഷനിൽ, ഓപ്ഷന്റെ സ്ട്രൈക്ക് വില, ഓപ്ഷൻ അടിസ്ഥാനമാക്കിയിരിയ്ക്കുന്ന സ്റ്റോക്കിന്റെ നിലവിലുള്ള മാർക്കറ്റ് വിലയേക്കാൾ കുറഞ്ഞിരിയ്ക്കുകയും ചെയ്യും. ഈ കരാറുകൾ ചിലപ്പോൾ ഉപയോഗശൂന്യമാവുകയും ഓപ്ഷൻ കൈവശക്കാരൻ തന്നെ വേണ്ടെന്നു വെയ്ക്കുകയും ചെയ്യും.

എന്താണ് 'അറ്റ് ദി മണി ഓപ്ഷൻ കോൺട്രാക്റ്റ്'?

അടിസ്ഥാനമാക്കിയിരിയ്ക്കുന്ന സെക്യൂരിറ്റിയുടെ വിപണിവിലയുടെ സമാനമോ അടുത്തുള്ളതോ ആയ വില, സ്ട്രൈക്ക് വിലയായി വരുമ്പോഴാണ് അതിനെ അറ്റ് ദി മണി ഓപ്ഷൻ കോൺട്രാക്റ്റ് എന്നു വിളിയ്ക്കുന്നത്.

സ്റ്റോക്കുകളുടെ ഓൺലൈൻ ഓപ്ഷൻ ട്രേഡിങ്

സ്റ്റോക്ക് ട്രേഡിങ് തുടങ്ങിക്കൊണ്ട് ഓൺലൈൻ മാർക്കറ്റിലിറങ്ങിയവർ, പിന്നെ അടുത്ത വെല്ലുവിളിയെന്തെന്നാണ് നോക്കുന്നത്. പരിചയസമ്പന്നനായ ഒരു ബ്രോക്കറെപ്പോലെ തന്നെ ഒരു പുതിയ നിക്ഷേപകനും ഓപ്ഷനുകൾ തീർച്ചയായും ഒരു വെല്ലുവിളി തന്നെയാണ്. കൈയിൽ കാശും കളിയ്ക്കാനുള്ള ചങ്കൂറ്റവും ഉള്ളവർക്ക് പണമുണ്ടാക്കുന്ന ഈ കളിക്കളത്തിലേയ്ക്കിറങ്ങാൻ ഓൺലൈൻ സൗകര്യം തന്നെയാണ് നല്ലത്, കാരണം ഓപ്ഷൻ

Online Options Trading Is A Bit Difficult Job

കച്ചവടം അതിവേഗനീക്കങ്ങൾ ആവശ്യമുള്ളതാണ്.

ഓപ്ഷനുകൾ അവയുടെ അപകടസാധ്യതകൾക്ക് പേരുകേട്ടതാണ്. ആ പ്രസിദ്ധി അത് സ്വയം നേടിയെടുത്തതാണെന്നതിൽ സംശയമില്ല. അതിന്റെ മറുവശമെന്തെന്നുവെച്ചാൽ, ശരിയായ സമയത്ത് ശരിയായ രീതിയിൽ ഒരു ഓപ്ഷൻ നടത്തിയാൽ, അതൊരു വൻകൊയ്ത്തായിരിയ്ക്കും. നോട്ടുകെട്ടുകളെക്കുറിച്ചുള്ള സുന്ദരസ്വപ്നങ്ങൾ പുതിയ നിക്ഷേപകരെ അതിവേഗം ഇങ്ങോട്ട് ആകർഷിയ്ക്കുമെങ്കിലും, ഇത് പക്ഷേ പരിചയസമ്പന്നരായ കച്ചവടക്കാർക്ക് മാത്രം പറ്റിയ വിദ്യയാണ്. ഓപ്ഷൻ ട്രേഡിങ്ങിൽ മുതിർന്ന സ്റ്റോക്ക് ബ്രോക്കർമാർക്ക് പോലും ചിലപ്പോൾ അബദ്ധം പറ്റുകയും മിനിട്ടുകൾക്കുള്ളിൽ ദശലക്ഷകണക്കിന് രൂപ നഷ്ടപ്പെടുകയും ചെയ്യും.

ഇരുണ്ടവശങ്ങൾ മാറ്റി, ഓൺലൈൻ സ്റ്റോക്ക് ഓപ്ഷൻ ട്രേഡിങ്ങിന്റെ നല്ലവശങ്ങൾ പരിശോധിയ്ക്കാം. ഒരു കൂട്ടം സ്റ്റോക്കുകളുടെ പുറത്ത് നിയന്ത്രണം വെച്ചുകൊണ്ട് ധനനഷ്ടത്തിനുള്ള സാധ്യതകൾക്ക് പരിധി നിശ്ചയിയ്ക്കാം. വ്യത്യാസമെന്താണെന്നു വെച്ചാൽ ഓപ്ഷനുകൾ അസ്ഥിരമാണ്. സ്റ്റോക്കുകൾ പുഴുങ്ങിയ ചൂടുള്ള ഉരുളക്കിഴങ്ങാണെങ്കിൽ, അവയുടെ മീതെ ഒഴിച്ചാൽ ഉരുകിപ്പോകുന്ന വെണ്ണയാണ് ഓപ്ഷനുകൾ. സ്റ്റോക്കുകൾ ഏറെക്കാലത്തേയ്ക്ക് ഉണ്ടാകും, പക്ഷേ ഓപ്ഷനുകൾ കാലഹരണപ്പെടുന്ന ദിവസം മുന്നേ നിശ്ചയിച്ചിരിയ്ക്കും (എക്സ്പിയറി ഡേറ്റ്). അടുത്ത വെള്ളിയാഴ്ചയാണ് ഒരു ഓപ്ഷന്റെ കാലഹരണദിവസമെങ്കിൽ അതിനുള്ളിൽ ആ ഓപ്ഷൻ നടപ്പിലാക്കുവാൻ കച്ചവടക്കാരൻ തയ്യാറായിരിയ്ക്കണം.

മറ്റുതരം ഓപ്ഷൻ ട്രേഡിങ്ങുകളുടെ നിയമങ്ങൾ തന്നെയാണ് ഓൺലൈൻ സ്റ്റോക്ക് ഓപ്ഷൻ ട്രേഡിങ്ങിനും ബാധകം. 'ഇൻ ദി മണി'യിലാണ് നിങ്ങളുടെ ഓപ്ഷൻ കാലഹരണപ്പെടുന്നതെങ്കിൽ, നിങ്ങൾക്ക് ആ സ്റ്റോക്ക് വാങ്ങുവാനോ അല്ലെങ്കിൽ പറഞ്ഞ വിലയിൽ അത് റിഡീം ചെയ്യുവാനോ ഉള്ള സൗകര്യമുണ്ട്. പക്ഷേ നിങ്ങളുടെ ഓപ്ഷൻ 'ഔട്ട് ഓഫ് ദി മണി'യിലാണ് കാലഹരണപ്പെടുന്നതെങ്കിൽ, നിങ്ങളുടെ നിക്ഷേപം നിങ്ങൾക്ക് നഷ്ടപ്പെടും. കിട്ടുന്നെങ്കിൽ ഒന്നിച്ചു കിട്ടും, അല്ലെങ്കിൽ ഒന്നും കിട്ടില്ല, എന്ന രീതിയിലാണ്

ഈ കളി.

നല്ലവണ്ണം പഠിച്ചു ചെയ്യുന്ന ഊഹങ്ങളിലൂടെയാണ് ഓൺലൈൻ സ്റ്റോക്ക് ഓപ്ഷൻ ട്രേഡിങ്ങിലെ വിജയികൾ പണം കൊയ്യുന്നത്. പുട്ടും കാളും ഓപ്ഷനുകളുടെ അടിസ്ഥാനം പഠിച്ചിട്ടാണ് അവർ ഈ വൻസമ്മാനത്തുകയുള്ള മത്സരത്തിനിറങ്ങുന്നത്. അഭ്യാസം പഠിച്ചു കഴിഞ്ഞാൽ പിന്നെ ഓൺലൈൻ ഓപ്ഷൻ കച്ചവടക്കാർ സ്ട്രൈക്ക് പ്രൈസും സ്ട്രാഡിൽസും ഉപയോഗിച്ച് കൂടുതൽ സങ്കീർണ്ണമായ കൗശലങ്ങൾ പ്രയോഗിയ്ക്കുവാൻ തുടങ്ങും. ചിലർ തന്ത്രങ്ങൾ മാറ്റിക്കൊണ്ടേയിരിയ്ക്കും, എന്നാൽ മറ്റുചിലർ അവർക്കിഷ്ടപ്പെട്ട ഒരേ രീതി തുടർന്നുകൊണ്ടിരിയ്ക്കും. മുകളിലോട്ടോ താഴോട്ടോ മാർക്കറ്റ് നീങ്ങുന്നതും നോക്കി സ്റ്റോക്ക് കച്ചവടക്കാർ ഇരിയ്ക്കുമ്പോൾ, ഓപ്ഷൻ കച്ചവടക്കാർക്ക് ഈ നീക്കങ്ങൾ എത്രത്തോളമുണ്ടാവുമെന്ന് കൃത്യമായി കണക്കുകൂട്ടേണ്ടിയിരിയ്ക്കുന്നു. അടിസ്ഥാനപരമായ പുട്ടുകളേക്കാളും കാളുകളേക്കാളും നല്ല ഫലം, സങ്കീർണ്ണമായ തന്ത്രങ്ങൾ നേടിത്തരുമെന്ന് എപ്പോഴും ഉറപ്പിച്ചു പറയാൻ വയ്യ. വീണ്ടും, ഓൺലൈൻ സ്റ്റോക്ക് ഓപ്ഷൻ കച്ചവടം നൈപുണ്യത്തിന്റെ ഒരു കളിയാണ്.

അപകടസാധ്യതകളും നഷ്ടങ്ങളും കുറയ്ക്കുവാൻ ഓൺലൈൻ സ്റ്റോക്ക് ഓപ്ഷൻ ട്രേഡിങ് ഉപയോഗിയ്ക്കാം. സ്റ്റോക്ക് മാർക്കറ്റ് ഉയരുകയോ താഴുകയോ ചെയ്യുമ്പോഴും, സ്റ്റോക്ക് ഓപ്ഷൻ കച്ചവടക്കാർ വിജയിച്ചുകൊണ്ടിരിയ്ക്കും. നിലവിലുള്ള മാർക്കറ്റ് സ്ഥിതിയിൽ ഏതാണ് ഗുണകരം എന്നതിനനുസരിച്ച് ചിലർ സ്റ്റോക്ക് കച്ചവടത്തിലേയ്ക്കും തിരിച്ച് ഓപ്ഷൻ കച്ചവടത്തിലേയ്ക്കും മാറിമാറി കളിച്ചുകൊണ്ടിരിയ്ക്കും. ഓപ്ഷൻ കച്ചവടവും സ്റ്റോക്ക് കച്ചവടവും ഒന്നിച്ച് ചേർത്തുകൊണ്ട്, പരമാവധി ലാഭം ഉണ്ടാക്കുകയോ, സ്റ്റോക്ക് മൂല്യത്തെ സംരക്ഷിയ്ക്കുകയോ ചെയ്യാൻ ഓൺലൈൻ ഓപ്ഷൻ ട്രേഡിങ് ഉപയോഗിയ്ക്കുന്നതിലൂടെ സാധിയ്ക്കും.

ഓപ്ഷൻ ട്രേഡിങ്ങിന്റെ സാധ്യതകൾ കണ്ടെത്താൻ ഓൺലൈൻ സ്റ്റോക്ക് കച്ചവടക്കാർ സ്വയം ശ്രമിയ്ക്കണം. അതേ ഗവേഷണവും പിന്നാമ്പുറ വിവരങ്ങളും ഉപയോഗിച്ചു തന്നെ, കച്ചവടക്കാർക്ക് ഓൺലൈൻ സ്റ്റോക്ക് ഓപ്ഷൻ ട്രേഡിങ്ങിലൂടെ അവരുടെ ലാഭം വർദ്ധിപ്പിക്കുവാനും, ആ പരിപാടിയിൽ രസത്തിന്റെ ഒരു അംശംകൂടി ചേർക്കുവാനും കഴിയും.

സ്റ്റോക്ക് മാർക്കറ്റ് കച്ചവടം

സ്റ്റോക്ക് മാർക്കറ്റ് കച്ചവടം ആർക്കും കയറി ചെയ്യാവുന്നതാണ്, പക്ഷേ അനുഭവസമ്പത്തില്ലാത്തവർ, സ്റ്റോക്ക് കച്ചവടത്തിന്റെ വേഗത കണ്ട് പകച്ചു നിന്നുപോകും. ഒരു നിശ്ചിതദിവസത്തിൽ ഒരു കമ്പനിയ്ക്കുള്ള യഥാർത്ഥമൂല്യമാണ് അതിന്റെ സ്റ്റോക്ക് വാല്യൂവിന്റെ രൂപത്തിൽ പരസ്യമായി പ്രഖ്യാപിയ്ക്കുന്നത്. കമ്പനിയുടെ സൗഭാഗ്യങ്ങളോടും വിധിയോടും ആനുപാതികമായിട്ടാണ് സ്റ്റോക്കിൽ മാറ്റങ്ങൾ (സ്റ്റോക്ക് വേരിയൻസ്) വരുന്നത്. കമ്പനിയുടെ ചാഞ്ചാട്ടങ്ങൾക്കനുസരിച്ച് വിൽക്കുകയോ വാങ്ങുകയോ ചെയ്തുകൊണ്ട് മിടുക്കരായ സ്റ്റോക്ക് മാർക്കറ്റ് കച്ചവടക്കാർ പണമുണ്ടാക്കും.

സ്റ്റോക്ക് മാർക്കറ്റ് കച്ചവടക്കാർ എപ്പോഴും വാർത്തകൾക്കൊപ്പമാണ്. സർക്കാർ നടപടികളോടും, എണ്ണവിലയുടെ ചാഞ്ചാട്ടങ്ങളോടും, സാമ്പത്തികപ്രവചനങ്ങളോടും, അന്താരാഷ്ട്രസംഭവങ്ങളോടും എല്ലാം വ്യവസായങ്ങളും ബിസിനസ്സുകളും പ്രതികരിയ്ക്കും. വേന്നിക്കൊടി പാറിച്ച സ്റ്റോക്ക് മാർക്കറ്റ് കച്ചവടക്കാർ, സ്റ്റോക്കിന്റെ വിലയെ ബാധിച്ചേക്കാവുന്ന കമ്പനികളുടെ പുറമെ സംഭവിയ്ക്കുന്ന കാര്യങ്ങളിൽ എപ്പോഴും ശ്രദ്ധാലുക്കളായിരിയ്ക്കും.

സമയക്രമവും വിപണിനിരീക്ഷണവും അടിസ്ഥാനപ്പെടുത്തി സ്റ്റോക്ക് മാർക്കറ്റ് കച്ചവടക്കാരെ ഡേ ട്രേഡേഴ്സ് എന്നും സ്വിങ് ട്രേഡേഴ്സ് എന്നും പോസിഷൻ ട്രേഡേഴ്സ് എന്നും വിളിയ്ക്കുന്നു.

സ്റ്റോക്ക് മാർക്കറ്റ് കച്ചവടത്തിനെ ഏറ്റവും തീവ്രമായി സമീപിയ്ക്കുന്നവരാണ് ഡേ ട്രേഡേഴ്സ്. ചാഞ്ചാട്ടങ്ങളിൽ നിന്ന് ഒന്നാമനായി നേട്ടം കൊയ്യുവാൻ ഡേ ട്രേഡേഴ്സ് മണിക്കൂറുകളോളം വിപണിയെ നിരീക്ഷിച്ചുകൊണ്ടിരിയ്ക്കും. ദിവസത്തിൽ ഡസൻകണക്കിന് കച്ചവടം ചെയ്യാൻ അവർക്കു കഴിയും, അവർ വിലകളുടെ ചാഞ്ചാട്ടത്തിൽ നിന്ന് മുതലെടുക്കുവാനായി ചിലപ്പോൾ മിനിട്ടുകൾക്കകംതന്നെ അത്രയും കച്ചവടം ചെയ്തുവെന്നുവരും. ദീർഘകാലത്തേയ്ക്ക് വാങ്ങി വയ്ക്കുന്നതിന്റെ അപകട സാധ്യതകൾ അവർ ഒഴിവാക്കുന്നു. ഡേ ട്രേഡിങ്ങിന്റെ വേഗത, സാഹസികരെ നല്ലവണ്ണം ആകർഷിയ്ക്കും. അങ്ങനെയായാലും, ഇത്തരം സ്റ്റോക്ക് മാർക്കറ്റ് കച്ചവടതന്ത്രം, വികാരങ്ങളേക്കാൾ വിശകലനങ്ങൾ ഉപയോഗിച്ച് കൊണ്ട് കച്ചവടം ചെയ്യുന്ന ഡേ ട്രേഡിങ്ങുകാർക്കാണ് ഫലപ്രദം. കൃത്യമായ അറിവുള്ള ഡേ ട്രേഡേഴ്സ് പെട്ടെന്ന് ലാഭം നേടുന്നു. വികാരജീവികൾക്ക് പലപ്പോഴും വേഗത്തിൽ പണം നഷ്ടപ്പെടുകയും അവർ ഇതിന്റെ ആകർഷണവലയത്തിൽ നിന്ന് കൊഴിഞ്ഞുപോവുകയും ചെയ്യുന്നു.

ഡേ ട്രേഡിങ്ങിനേക്കാൾ കുറച്ചുകൂടി ദീർഘമായ ഒരു കാലചക്രമാണ് സ്വിങ് ട്രേഡിങ്ങുകാർ ഉപയോഗിയ്ക്കുന്നത്, കച്ചവടം ചെയ്യുന്നതിന് മുമ്പ് ഒരു സ്റ്റോക്കിനെ ആഴ്ചകളോ മാസങ്ങളോ നിരീക്ഷിയ്ക്കുന്നു. ഇത്തരം സ്റ്റോക്ക് മാർക്കറ്റ് ട്രേഡിങ്, കമ്പനികളുടെ അടിസ്ഥാനങ്ങളിലും സാങ്കേതിക വിശകലനങ്ങളിലും നടത്തുന്ന ശ്രദ്ധാപൂർവ്വമായ നിരീക്ഷണങ്ങളെയാണ് ആശ്രയിയ്ക്കുന്നത്. ഒരു പ്രത്യേക വ്യവസായത്തിലോ ബിസിനസ്സിലോ സ്ഥിരമായി ശ്രദ്ധിയ്ക്കുന്നതിലൂടെ സ്വിങ് കച്ചവടക്കാർ ആ മേഖലയിലെ സ്റ്റോക്കുകളുടെ നീക്കങ്ങൾ കണക്കുകൂട്ടുന്നതിൽ വിദഗ്ദ്ധരാവുന്നു. അവർക്ക് കമ്പനികളുടെ

വാർഷികറിപ്പോർട്ടുകളും വ്യവസായത്തെക്കുറിച്ചുള്ള പ്രവചനങ്ങളുമെല്ലാം പഠിയ്ക്കുവാൻ കൂടുതൽ സാവകാശം ലഭിയ്ക്കുന്നു. ദിവസേന മണിക്കൂറുകളോളമുള്ള നിരീക്ഷണങ്ങളുടെ ആവശ്യമില്ലാത്തതു കൊണ്ട്, ഒരു മുഴുവൻസമയ സ്റ്റോക്ക് മാർക്കറ്റ് കച്ചവടക്കാരനാവാൻ താൽപര്യമില്ലാത്തവർക്ക് പറ്റിയ രീതിയാണ് സ്വിങ് ട്രേഡിങ്. ദിവസേനയുള്ള യാത്രകൾക്കിടയിലോ ഊണുസമയത്തോ റിപ്പോർട്ടുകളും മറ്റും പഠിച്ച് സ്വിങ് കച്ചവടക്കാരന് വിവരങ്ങൾ പുതുക്കിക്കൊണ്ടിരിയ്ക്കാം.

തീരെ സമയമില്ലെങ്കിലും സ്റ്റോക്ക് മാർക്കറ്റ് കച്ചവടം ചെയ്യണമെന്ന് ആഗ്രഹമുള്ളവർക്ക് പറ്റിയ രീതിയാണ് പോസിഷൻ ട്രേഡിങ്. വിലക്കയറ്റവും കാത്തുകൊണ്ട് സ്റ്റോക്കുകൾ മാസങ്ങളോളം കൈവശം സൂക്ഷിയ്ക്കും. പോസിഷൻ കച്ചവടക്കാരും അടിസ്ഥാനങ്ങളിലും സാങ്കേതിക വിശകലനങ്ങളിലും പുതിയ സംഭവവികാസങ്ങളിലും ശ്രദ്ധിച്ചുകൊണ്ടിരിയ്ക്കും, പക്ഷേ അവർ ദീർഘകാലതന്ത്രമാണ് സ്റ്റോക്ക് കച്ചവടത്തിന് ഉപയോഗിയ്ക്കുന്നത്.

ഇന്ത്യൻ സ്റ്റോക്ക് മാർക്കറ്റിൽ നിക്ഷേപിയ്ക്കുന്നതിന്, ആദ്യമായി നല്ല കാര്യവിവരവും അറിവും വേണം. ഒരു കമ്പനിയുടെ ഏതാനും ഷെയറുകൾ വാങ്ങാൻ തീരുമാനിയ്ക്കുന്നതിന് മുമ്പ് എൻ.എസ്.ഇയുടേയും ബി.എസ്.ഇയുടെയും പട്ടികയിലുള്ള കമ്പനികളെക്കുറിച്ച് ഒരു നിശ്ചയം വരുത്തണം. എന്തായാലും, നല്ല ഭരണചരിത്രമുള്ള പ്രമുഖമായ സ്റ്റോക്കുകളിൽ നിക്ഷേപിയ്ക്കുന്നതാണ് കൂടുതൽ നല്ലതെന്നത് ഒരു പ്രവണതയാണ്. വിപണിയുടെ അവസ്ഥകൾ അറിഞ്ഞുകൊണ്ട് നിക്ഷേപിയ്ക്കാൻ ശരിയായ അറിവും വേണം. സ്റ്റോക്കുകളിൽ ചെയ്യുന്ന ദീർഘകാല നിക്ഷേപങ്ങൾ തീർച്ചയായും നല്ല ലാഭങ്ങൾ നേടിത്തരും. ഏത് സ്റ്റോക്കിൽ നിക്ഷേപിയ്ക്കണം എന്നു തീരുമാനിയ്ക്കുന്നതു കൂടാതെ, എന്തുവിലയിൽ അവ വാങ്ങണം എന്നുകൂടി തീരുമാനിയ്ക്കേണ്ടത് പ്രധാനമാണ്. ഗ്രോത്ത് സ്റ്റോക്കുകളിൽ നിന്നു മാത്രമേ നിക്ഷേപകന് സുസ്ഥിരമായ ലാഭങ്ങൾ കിട്ടുകയുള്ളൂ.

നിക്ഷേപകർക്ക് വളരെ ആദായകരമായ ഒരു മേഖലയാണ് ഇന്ത്യൻ സ്റ്റോക്ക് വിപണി. ഇന്ത്യൻ സ്റ്റോക്ക് വിപണിയിൽ നിക്ഷേപിയ്ക്കുന്നത് ദീർഘകാല

ഹ്രസ്വകാല നിക്ഷേപകർക്ക് മാത്രമല്ല, പോസിഷൻ കച്ചവടക്കാർക്കും, ഹ്രസ്വകാല സ്വിങ് കച്ചവടക്കാർക്കും, തീവ്രഹ്രസ്വകാല ഡേ ട്രേഡേഴ്സിനും ഒരുപോലെ ലാഭകരമാണ്. ഇന്ന് 3,500 കമ്പനികൾ ബി.എസ്.ഇയുടെ (ബോംബെ സ്റ്റോക്ക് എക്സ്ചേഞ്ച്) പട്ടികയിലുണ്ട്. 'ബി.എസ്.ഇ 30' എന്നറിയപ്പെടുന്ന ബി.എസ്.ഈ സെൻസെക്സ് 2006 മുതൽ വളരെ വ്യാപകമായി ഉപയോഗപ്പെടുത്തിവരുന്നുണ്ട്, കൈമാറ്റങ്ങളുടെ വ്യാപ്തിയുടെ കാര്യത്തിൽ ലോകത്തിലെ ഏറ്റവും വലിയ അഞ്ചു സ്റ്റോക്ക് എക്സ്ചേഞ്ചുകളിൽ ഒന്നാണിത്. മാർക്കറ്റ് കാപിറ്റലൈസേഷൻ പരിഗണിച്ചാൽ, 2500 കമ്പനികളിൽ കൂടുതൽ ബി.എസ്.ഇയുടെ ചാർട്ട് ലിസ്റ്റിൽ ഉണ്ട്, ഏറ്റവും മുകളിൽ റിലയൻസ് ഇൻഡസ്ട്രീസ് ലിമിറ്റഡ് ആണ്. ഇന്ത്യൻ സ്റ്റോക്ക് മാർക്കറ്റിൽ നിക്ഷേപിച്ചു കൊണ്ടിരുന്നിരുന്നവർക്ക് സേൻസെക്സ് ഇന്നൊരു ലാഭകരമായ ബിസിനസ്സാണ്.

വലിയ എഫംസീജി (അതിവേഗം ചെലവാകുന്ന ഉപഭോക്തൃ വസ്തുക്കൾ) കമ്പനികൾ ഇരട്ടഅക്കങ്ങളിൽ വളർച്ച നേടിക്കൊണ്ട്, ഇന്ത്യൻ സ്റ്റോക്ക് മാർക്കറ്റിൽ നിക്ഷേപിയ്ക്കുന്നത് വളരെ ആകർഷമാക്കി മാറ്റി. ടാറ്റാ ടീ, ബ്രിട്ടാനിയ തുടങ്ങിയ ചില കമ്പനികൾ വിപണിയിൽ വളരെ ചടുലമായ കച്ചവടങ്ങൾ കാഴ്ചവെച്ചു. തത്തുള്ള്യമായ ലാഭകരങ്ങളായ സ്റ്റോക്കുകൾ വിപണിയിയ്ക്കു കാഴ്ചവെച്ചവരിൽ, മുന്നിട്ട് നിൽക്കുന്നത് ഇരുചക്ര, മുച്ചക്ര വാഹനകമ്പനികളാണ്, അതിൽ തന്നെ ബജാജ് ആട്ടോ ആണ് നേതൃസ്ഥാനത്തിപ്പോൾ. രണ്ടാമത്തെ വലിയ കമ്പനി സോഫ്റ്റുവെയർ കയറ്റുമതിക്കാരായ ഇൻഫോസിസ് ടെക്നോളജിയും, സ്വകാര്യമേഖലാ ടെലികോം കമ്പനിയായ ഭാരതി എയർടെലും, മുൻനിര ഔഷധകമ്പനിയായ റാൻബാക്സി ലാബറട്ടിറീസും, ഭവനവായ്പാകമ്പനിയായ എച്.ഡി.എഫ്. സിയും, സർക്കാരുടമസ്ഥതയിലുള്ള ഹെവി-ഇലക്ട്രിക്കൽ ഉപകരണനിർമ്മാതാക്കൾ ഭെല്ലും, സ്റ്റീൽ നിർമ്മാതാക്കളായ ടാറ്റാ സ്റ്റീലും, സ്വകാര്യമേഖലയിലെ രണ്ടാമത്തെ വലിയ വായ്പാകമ്പനിയായ ഐ.സി.ഐ.സി.ഐ ബാങ്കും എല്ലാം വളരെനല്ല പ്രകടനങ്ങൾ കാഴ്ചവെച്ച കമ്പനികളാണ്.

നിക്ഷേപം ഷെയറുകളിൽ

ഷെയറുകളിൽ നിക്ഷേപിയ്ക്കുന്നത് വളരെ രസകരമായ സംഗതിയാണെങ്കിലും, കൂടുതൽ പേരും വളരെ ചെറിയ സംഖ്യകൾ നിക്ഷേപിച്ചുകൊണ്ടാണ് തുടങ്ങാൻ ആഗ്രഹിയ്ക്കുന്നത്.

ആദ്യമായി, സ്റ്റോക്ക് മാർക്കറ്റിനെക്കുറിച്ച് ഇത്തരി വിശദമായി നിങ്ങൾ അറിഞ്ഞിരിയ്ക്കണം, പിന്നെ ഷെയറുകളെക്കുറിച്ചും അവയുടെ കച്ചവടരീതികളെക്കുറിച്ചും. എന്തൊക്കെയാണ് അപകടസാധ്യതകൾ, എങ്ങിനെ കൗശലത്തോടെ ഷെയറുകൾ കൈകാര്യം ചെയ്യാം?

1. സ്റ്റോക്ക് മാർക്കറ്റ് -പട്ടികയിൽപ്പെട്ട കമ്പനികളുടെ ഷെയറുകൾ വാങ്ങപ്പെടുകയും വിൽക്കപ്പെടുകയും ചെയ്യുന്ന സ്ഥലമാണ് സ്റ്റോക്ക് മാർക്കറ്റ്. ഇന്ത്യയിൽ, രണ്ടു വമ്പൻ സ്റ്റോക്ക് എക്സ്ചേഞ്ചുകളായി ബി.എസ്.ഇയും എൻ.എസ്.ഇയും ഉണ്ട്.

2. അംഗീകൃത ബ്രോക്കർമാരിലൂടെ മാത്രമേ എന്നെയും നിങ്ങളെയും പോലുള്ളവർക്ക് ഷെയറുകൾ വാങ്ങാനും വിൽക്കുവാനും കഴിയുകയുള്ളൂ.

3. ഐ.സി.ഐ.സി.ഐ, എച്.ഡി.എഫ്.സി, ഐ.ഡി.ബി.ഐ, യു.ടി.ഐ ബാങ്ക്, എസ്.എച്.സി.ഐ, പോലെയുള്ള ബാങ്കുകളാണ് മിക്കവാറും അംഗീകൃത ബ്രോക്കർമാർ.

4. ഡീമാറ്റ് അക്കൗണ്ട് സൗകര്യമുള്ള ഒരു ബാങ്കിൽ ആദ്യം നിങ്ങൾ ഒരു അക്കൗണ്ട് എടുക്കണം.

5. 10,000 രൂപ നിക്ഷേപിച്ചു കൊണ്ട് ഐ.സി.ഐ.സി.ഐ ബാങ്കിൽ പോയി ഒരു സേവിംഗ്സ് അക്കൗണ്ട് എടുക്കുക.

6. നിങ്ങൾക്ക് ഷെയർ കച്ചവടം നടത്തണമെന്നും അതിനായി ഒരു ഡീമാറ്റ് അക്കൗണ്ട് എടുക്കണമെന്നും ബാങ്കിൽ ആവശ്യപ്പെടുക. ഏതാനും ഫാറങ്ങൾ പൂരിപ്പിച്ചു നൽകുന്നതോടെ ആ അക്കൗണ്ടും അവർ നൽകും.

7. നിങ്ങൾ വാങ്ങുന്ന ഷെയറുകൾ പ്രത്യേകം സൂക്ഷിയ്ക്കുവാനുള്ള ഒരു സംവിധാനം മാത്രമാണ് ഡീമാറ്റ് അക്കൗണ്ട്.

8. ഇന്റർനെറ്റിലൂടെ, ഓൺലൈനായി നിങ്ങൾക്ക് മാത്രമേ ഈ അക്കൗണ്ട് പ്രവർത്തിപ്പിയ്ക്കാനാവൂ.

9. ഐ.സി.ഐ.സി.ഐ ബാങ്ക് നൽകുന്ന ഓൺലൈൻ സൗകര്യം (ശരശരശറശ്യലരേ.രീ) ഉപയോഗിച്ചു കൊണ്ട് നിങ്ങൾക്ക് ഇഷ്ടപ്പെട്ട ഷെയറുകൾ നിങ്ങൾക്കിഷ്ടപ്പെട്ട വിലയ്ക്ക് വേണ്ടത്ര വാങ്ങുവാൻ കഴിയും.

10. ഇവിടെ ബാങ്ക് ഒരു ബ്രോക്കറായി പ്രവർത്തിയ്ക്കും. നിങ്ങൾ വാങ്ങുവാനായി നൽകിയ ഓൺലൈൻ ഓർഡർ ബാങ്ക് നടപ്പാക്കും. സ്വകാര്യബ്രോക്കർമാരുമായി താരതമ്യപ്പെടുത്തുമ്പോൾ വളരെചെറിയ ഒരു തുക ബാങ്ക് കമ്മീഷനായി എടുക്കും.

11. നിങ്ങളുടെ സേവിംഗ്സ് അക്കൗണ്ടിൽ ആവശ്യത്തിനുള്ള പണം ഉണ്ടായിരിയ്ക്കണമെന്നത് പ്രധാനമാണ്.

12. നിങ്ങൾ ഓൺലൈനിൽ വാങ്ങുന്ന ഉടനെ, നിങ്ങളുടെ ഡീമാറ്റ് അക്കൗണ്ടിൽ ആ ഷെയറുകൾ വന്നിരിയ്ക്കും. വാങ്ങാനായി ചെലവാക്കിയ പണം നിങ്ങളുടെ ബാങ്ക് അക്കൗണ്ടിൽ നിന്നും താനേ കുറയും.

13. നിങ്ങൾ വാങ്ങി നിങ്ങളുടെ ഡീമാറ്റ് അക്കൗണ്ടിൽ സൂക്ഷിച്ചിരിയ്ക്കുന്ന ഷെയറുകൾ വിൽക്കുവാനുള്ള അവസരങ്ങൾക്ക് വേണ്ടി നിങ്ങൾ നിരീക്ഷിച്ചുകൊണ്ടിരിയ്ക്കണം.

14. വാങ്ങുമ്പോഴും വിൽക്കുമ്പോഴും, ഏതേതു ഷെയറുകൾ, എപ്പോൾ, എത്ര വിലയ്ക്കു വാങ്ങണമെന്നും വിൽക്കണമെന്നുമെല്ലാം കുറച്ചു പരിചയിയ്ക്കേണ്ടതുണ്ട്.

15. നിങ്ങൾ വിൽക്കാൻ തീരുമാനിയ്ക്കുമ്പോൾ (വിപണിയിലെ നിലവിലുള്ള വിലയിൽ), നിങ്ങൾക്കത് ഓൺലൈൻ ട്രേഡിങ് സൗകര്യത്തിലൂടെ വിൽക്കാവുന്നതാണ്.

16. നിങ്ങൾ വിൽക്കുന്ന നിമിഷത്തിൽ തന്നെ നിങ്ങളുടെ ഡീമാറ്റ് അക്കൗണ്ടിൽ നിന്ന് വിറ്റുപോയ ഷെയറുകൾ കുറവ് ചെയ്യും.

17. നിങ്ങളുടെ ബാങ്ക് അക്കൗണ്ടിൽ നിങ്ങൾ വിറ്റ ഷെയറിനു കിട്ടിയ പണം വരവു വെയ്ക്കും.

18. എത്ര ലാഭം കിട്ടിയോ അതിനുള്ള നികുതിയും, അപ്പോൾ തന്നെ ബാങ്ക് അതിൽ നിന്നും പിടിയ്ക്കും (ടി.ഡി.എസ്).

19. ഷെയറുകൾ എപ്പോഴാണ് വിൽക്കേണ്ടത്, വാങ്ങേണ്ടത്?

എപ്പോഴും വിലകൂടുമ്പോൾ ഷെയറുകൾ വിൽക്കുക, വില കുറയുമ്പോൾ വാങ്ങുക. എല്ലാവരും ഈ തത്വം സ്വായത്തമാക്കണം.

20. അത് എന്തു ലാഭം തരും? നിങ്ങളൊരു നിശ്ചിതവിലയിൽ ഒരു ഷെയർ വാങ്ങി. അതിനെ നിങ്ങളുടെ നിക്ഷേപമായി കണക്കാക്കുക. ഏതൊരു ബാങ്കും നിങ്ങൾക്ക് പത്തു ശതമാനം പലിശ തരും. പക്ഷേ ഷെയർ വിലകൂടിയാൽ

Share Market Has An Easy Eatry For The Newcomers Now-a-days

ചിലപ്പോൾ 24 ശതമാനം വരെ ലാഭം നേടിത്തരും. ഒരിയ്ക്കലും വിപണി തകർന്ന്, നിങ്ങൾ പറയുന്ന വിലയിൽ വാങ്ങാൻ ആരെങ്കിലും വരുന്നതും കാത്തുനിൽക്കരുത്. അതു പോലെ വിൽപന കഴിഞ്ഞതിനു ശേഷം ഒരിയ്ക്കലും പിന്തിരിഞ്ഞു നോക്കി, വിൽക്കാൻ വൈകിപ്പോയോ, ലാഭം കുറഞ്ഞുപോയോ എന്നെല്ലാം ആലോചിച്ച് അസന്തുഷ്ടരാവരുത്. മറ്റപകടങ്ങളൊന്നും നടന്നില്ലല്ലോ എന്ന് എപ്പോഴും സന്തോഷിയ്ക്കുക. ഇതാണ്, വിൽക്കുവാനുള്ള ഏറ്റവും നല്ല രീതി.

21. നിങ്ങൾ വാങ്ങുമ്പോൾ, കഴിഞ്ഞ 52 ആഴ്ചയിലെ ഏറ്റവും കുറഞ്ഞ വിലയേതെന്ന് പരിശോധിയ്ക്കുക, സമാനകമ്പനികളുടെ ഷെയറുകളെയും പരിശോധിയ്ക്കുക, അവയുടെ വിലകൾ തമ്മിൽ താരതമ്യം ചെയ്യുക, കമ്പനിയുടെ പ്രതീക്ഷകളും, ഭാവിപദ്ധതികളും, അടുത്ത വർഷം കമ്പനി പ്രതീക്ഷിയ്ക്കുന്ന ലാഭവും എല്ലാം അന്വേഷിക്കുക. എന്നിട്ട് നിങ്ങളുടെ മനോധർമ്മമനുസരിച്ച് വാങ്ങുക.

22. വാങ്ങുമ്പോഴേ ലാഭം ഉണ്ടാക്കാൻ നിങ്ങൾക്കു കഴിയില്ല. നഷ്ടങ്ങൾ സംഭവിച്ചേക്കാം, നല്ലൊരു സ്റ്റോക്ക് സഞ്ചയം നിങ്ങളുടെ കൈവശമുണ്ടോ, എങ്കിൽ അസന്തുഷ്ടരാവേണ്ട യാതൊരു കാര്യവുമില്ല.

സൂത്രങ്ങൾ

1. ബ്രോക്കർമാരിൽ നിന്നും നിങ്ങളുടെ സുഹൃത്തുക്കളിൽ നിന്നുമുള്ള ഉപദേശങ്ങൾ കേട്ടാണ് നിങ്ങൾ നിക്ഷേപതീരുമാനങ്ങൾ എടുക്കുന്നതെങ്കിൽ, നിങ്ങൾ ഒരിക്കലും സ്റ്റോക്ക് മാർക്കറ്റിൽ വിജയിക്കില്ല. മാർക്കറ്റിനെ പഠിച്ച്, വിപണി നീക്കങ്ങളെ വിശകലനം ചെയ്ത്, അപകടസാധ്യതകൾ കണക്കുകൂട്ടി, വേണം നിങ്ങൾ സ്റ്റോക്കുകളിൽ നിക്ഷേപിക്കേണ്ടത്.

2. പരാജയങ്ങളിൽ നിന്ന് പാഠങ്ങൾ ഉൾക്കൊള്ളണം. വലിയ നിക്ഷേപകരും അവരുടെ പ്രതാപകാലങ്ങളിൽപോലും പരാജയങ്ങൾ നേരിടാറുണ്ട്.

3. നിങ്ങളുടെ പ്രായം, സാമ്പത്തികസ്ഥിതി, സാഹസികത്വം, ഭാവിയിലെ ആവശ്യങ്ങൾ എന്നിവ കണക്കിലെടുത്തു കൊണ്ട് നിങ്ങളുടെ റിസ്ക് പ്രോഫൈൽ മനസ്സിലാക്കുക.

4. ഒരേയൊരു ഇൻവെസ്റ്റ്മന്റ് പോർട്ട്ഫോളിയോയിൽ മാത്രം ഒരിയ്ക്കലും നിക്ഷേപിക്കരുത്. എപ്പോഴും നിക്ഷേപങ്ങൾ വ്യത്യസ്തതരം മേഖലകളിലേയ്ക്ക് വികേന്ദ്രീകരിയ്ക്കണം.

5. ഷെയർ മാർക്കറ്റിൽ പണം നേടാനുള്ള എളുപ്പവഴികളൊന്നുമില്ല. മറ്റേതൊരു മേഖലയിലെന്നതുപോലെ, ഇവിടെയും നിങ്ങൾ കഠിനമായി അദ്ധ്വാനിച്ചെങ്കിലേ ഫലം കണ്ടെത്താനാകൂ.

6. 'മുമ്പേ ഗമിക്കുന്ന ഗോവു, തന്റെ പിമ്പേ ഗമിക്കുന്ന' പശുക്കളുടെ മാനസികനിലയിൽ ഒരിയ്ക്കലും പ്രവർത്തിക്കരുത്. പൊതുജനം ആർത്തിയോടെ വാങ്ങിക്കൂട്ടുന്ന വിലകൂടിയ സ്റ്റോക്കുകൾ നിങ്ങളുടെ കൈയിലുണ്ടെങ്കിൽ അവ വിറ്റു പണമാക്കുക. കരുത്തുണ്ടെങ്കിലും ഇപ്പോൾ വിലകുറഞ്ഞുകിടക്കുന്ന സ്റ്റോക്ക് കണ്ടാൽ ഉടനെ വാങ്ങുക. ഇതാണ് വാറൻ ബഫറ്റിന്റെ വിജയരഹസ്യം. ഇതിനെയാണ് വാല്യൂ ഇൻവെസ്റ്റിങ് എന്നു പറയുന്നത്.

7. ലാർജ് കാപുകൾ സുരക്ഷിതമാണെങ്കിലും മിഡ് കാപുകളാണ് കൂടുതൽ ലാഭം തരുന്നത്. ഭാവിയിലെ വ്യവസായങ്ങളെ തിരിച്ചറിയുകയും അവയിലെ ഏറ്റവും നല്ല സ്റ്റോക്കുകൾ നോക്കി വാങ്ങിക്കൂട്ടുകയും ചെയ്യുക. ഊർജ്ജവും സമുദ്രയാനവുമാണ് ഇന്ത്യയിലെ ഭാവിവാഗ്ദാനങ്ങൾ.

8. അധികലാഭം കിട്ടുമെന്നതു കൊണ്ട്, ഇസഡ് കാറ്റഗറിയിൽ പെട്ട അല്ലെങ്കിൽ ഉറുപ്പിക സ്റ്റോക്കുകളിൽ ഒരിക്കലും നിക്ഷേപിക്കരുത്.

9. സ്റ്റോപ് ലോസും ടാർജറ്റും ഇല്ലാതെ ഒരിക്കലും നിക്ഷേപിക്കരുത്. കാരണമില്ലാതെ അവ മാറ്റുകയും ചെയ്യരുത്.

10. ചുരുങ്ങിയത് രണ്ട് ബിസിനസ് ദിനപത്രങ്ങളും, വാരികകളും വായിയ്ക്കുക.

ഡേ ട്രേഡിങ്

എന്താണ് ഡേ ട്രേഡിങ്? ഏതാനും മിനിറ്റുകൾക്കോ മണിക്കൂറുകൾക്കോ മാത്രം ഷെയറുകൾ കൈവശം വെച്ച് ദിനാന്ത്യത്തിനു മുമ്പ് അവ വിറ്റുതീർക്കുന്ന, ഒരു ദിവസത്തിനുള്ളിൽ അവസാനിയ്ക്കുന്ന കച്ചവടങ്ങൾ ചെയ്യുന്ന അതിഹ്രസ്വകാല കച്ചവടക്കാർക്ക് ഏറ്റവും പറ്റിയതാണ് ഡേ ട്രേഡിങ്.

- ദിവസം അവസാനിയ്ക്കുന്നതിന് മുമ്പ് പഴയനിലയിലേയ്ക്കു തിരിച്ചുവരാൻ ഉദ്ദേശിച്ചു കൊണ്ട് വിപണിയിൽ ഒരു നിലപാടെടുക്കുകയാണ് ഡേ ട്രേഡിങ്ങിൽ ചെയ്യുന്നത്.
- ഒരു പോയിന്റിന്റെ അംശങ്ങൾക്കോ ഏതാനും പോയിന്റുകൾക്കോ വേണ്ടി ഉന്നംവെച്ചുകൊണ്ട് ഒരു ദിവസത്തിൽ നിരവധി പ്രാവശ്യം കച്ചവടം നടത്തുകയും, പക്ഷേ ദിവസം അവസാനിയ്ക്കുന്നതിന് മുമ്പ് എല്ലാ ബാക്കികളും കൊടുത്തുതീർക്കുകയും ചെയ്യുകയാണ് സാധാരണയായി ഒരു ഡേ ട്രേഡർ ചെയ്യുന്നത്.
- ഒരു ദിവസത്തിനുള്ളിൽ ചെയ്യുന്ന ക്രയവിക്രയങ്ങളിലൂടെ വിപണിയിലെ വിലനീക്കങ്ങളിൽ നിന്ന് ലാഭമുണ്ടാക്കുകയാണ് ഡേ ട്രേഡറുടെ ലക്ഷ്യം.
- നിക്ഷേപകരിൽ നിന്ന് വ്യത്യസ്തമായി, ഒരു ഡേ ട്രേഡർ ഏതാനും സെക്കന്റുകൾക്കോ മിനിട്ടുകൾക്കോ മാത്രമേ ഷെയറുകൾ കൈവശം വെയ്ക്കുകയുള്ളൂ, ഒരിയ്ക്കലും പിറ്റേ ദിവസത്തേയ്ക്കു പോകില്ല.

Day Trading Is Very Popular All Over The World

യഥാർത്ഥത്തിൽ എന്താണ് ഡേ ട്രേഡിങ്? വ്യാപകമായി ദുരുപയോഗം ചെയ്യുകയും തെറ്റിദ്ധരിയ്ക്കപ്പെടുകയും ചെയ്തിട്ടുള്ള ഒരു സംജ്ഞയാണ് 'ഡേ ട്രേഡിങ്' എന്നത്. ഇന്നത്തെ ദിവസം വിട്ട് നാളത്തേയ്ക്ക് ഒരിയ്ക്കലും തങ്ങളുടെ സ്റ്റോക്ക് അവസ്ഥ സൂക്ഷിക്കാത്ത രീതിയെയാണ് യഥാർത്ഥ ഡേ ട്രേഡിങ് എന്നുദ്ദേശിയ്ക്കുന്നത്. ഇതാണ് യഥാർത്ഥത്തിൽ ഏറ്റവും സുരക്ഷിതമായ മാർഗ്ഗം, ഏതെങ്കിലും വാർത്തയെത്തുടർന്ന് സ്റ്റോക്ക് മാർക്കറ്റ് അടച്ചിടുകയാണെങ്കിൽ ഉണ്ടാകാവുന്ന നഷ്ടങ്ങൾ ഒരിക്കലും ഇത്തരം കച്ചവടക്കാരെ ബാധിയ്ക്കുകയില്ല.

നിർഭാഗ്യവശാൽ, 'ഡേ ട്രേഡിങ്' ചെയ്യുന്നു എന്നവകാശപ്പെടുന്ന പലരും, തങ്ങളുടെ സ്റ്റോക്കുകൾ പിറ്റേദിവസത്തേയ്ക്കു വയ്ക്കുകയും, തങ്ങളുടെ മൂലധനം നഷ്ടപ്പെടുന്ന തരത്തിലുള്ള ദുരന്തങ്ങൾക്ക് ഇരയാവാൻ സ്വയം അവസരമൊരുക്കുകയും ചെയ്യുന്നു. കറൻസികളുടെ കച്ചവടത്തിൽ, 'ഡേ ട്രേഡിങ്' സ്വൽപം വ്യത്യസ്തമാണ്. കറൻസികൾ 24 മണിക്കൂറും കച്ചവടം ചെയ്യാമെന്നതിനാൽ, അടുത്ത ദിവസം എന്ന ഒരു പരിപാടിയേ ഇല്ല. അതിനാൽ, സ്റ്റോപ് ലോസുകൾ ഏതു നേരത്തും നടപ്പാക്കാവുന്ന രീതിയിൽ വെച്ചുകൊണ്ട് ഒരു ദിവസത്തേക്കാൾ കൂടുതൽ സമയത്തേയ്ക്ക് നിങ്ങളുടെ സ്റ്റോക്ക് സ്ഥാനം സൂക്ഷിക്കാം.

ഡേ ട്രേഡിങ്ങിനെ രീതികളുടെ അടിസ്ഥാനത്തിൽ ഏതാനും തരങ്ങളായി വിഭജിയ്ക്കാം.

സ്കാൾപേഴ്സ്: ഏതാനും നിമിഷങ്ങൾക്കുള്ളിലോ മിനിട്ടുകൾക്കുള്ളിലോ വളരെ വലിയ തോതിൽ സ്റ്റോക്കുകൾ തുടർച്ചയായി വാങ്ങുകയും വിൽക്കുകയും ചെയ്യുന്ന രീതിയാണ് ഇത്. അപകടസാധ്യതകളൊഴിവാക്കി, ഷെയറൊന്നിന് വളരെ ചെറിയ ലാഭം വെച്ച് നേടുകയെന്നതാണ് ഇങ്ങിനെ കച്ചവടം ചെയ്യുന്നതിന്റെ ലക്ഷ്യം.

മൊമന്റം ട്രേഡേഴ്സ്: ദിവസവും ഏതെങ്കിലും ഒരു ദിശയിലേയ്ക്കു നീങ്ങുന്ന സ്റ്റോക്കുകളെ തിരിച്ചറിയുകയും കച്ചവടം ചെയ്യുകയും ആണ് ഇതിന്റെ രീതി, താഴ്ന്ന വിലയിൽ വാങ്ങുകയും ഉയർന്ന വിലയിൽ വിൽക്കുകയും ചെയ്യാൻ ഇവർ ശ്രമിയ്ക്കും.

ഡേ ട്രേഡിങ്ങിന്റെ മേന്മകൾ

ഓവർനൈറ്റ് അപകടങ്ങൾ ഇല്ല: അതാതുദിവസം തന്നെ വാങ്ങിയ സ്റ്റോക്കുകൾ വിറ്റൊഴിയ്ക്കുന്നതിനാൽ, ഏതെങ്കിലും വാർത്തകളോ സംഭവങ്ങളോ അടുത്ത കച്ചവടദിവസം തുറക്കുമ്പോൾ തന്നെ സ്റ്റോക്കുകളുടെ വിലയെ ബാധിയ്ക്കുന്നതിനാൽ ഉണ്ടാകാവുന്ന നഷ്ടങ്ങളിൽ നിന്നുള്ള രക്ഷയാണ് ഇതിന്റെ ഒരു ഗുണം.

കൂടുതൽ കൈകാര്യക്ഷമത: ചെറിയ ലാഭങ്ങൾ മാത്രം ലക്ഷ്യം വെച്ചുകൊണ്ട് അതാതുദിവസം തന്നെ കച്ചവടം തീർക്കുന്നതിനാൽ, കച്ചവടം ചെയ്യുന്ന മുതലിന്മേൽ ഡേ ട്രേഡിങ് ചെയ്യുന്നവർക്ക് കൂടുതൽ കാര്യക്ഷമമായി ഉപയോഗിയ്ക്കുവാൻ സാധിയ്ക്കുന്നു.

വിപണിനീക്കം ബാധിക്കാത്ത ലാഭം: താഴുന്ന സ്റ്റോക്ക് വിലകളിൽ നിന്ന് ലാഭമെടുക്കാനായി ഡേ ട്രേഡിങ്ങുകാർ മിക്കപ്പോഴും ഷോർട്ട് സെല്ലിങ്ങിനെ ഉപയോഗിയ്ക്കും. ബെയർ മാർക്കറ്റ് അവസ്ഥകളിൽ പക്ഷേ നേടുന്ന ലാഭം സ്ഥിരമായി നിർത്താൻ കഴിയുന്നത് ഡേ ട്രേഡിങ്ങിൽ മാത്രമാണ്.

ഡേ ട്രേഡിങ് സൂത്രങ്ങൾ

തുറക്കുന്ന വിലയിൽ വാങ്ങുക: സാധ്യമെങ്കിൽ സ്റ്റോക്ക് മാർക്കറ്റ് തുറക്കുന്ന സമയത്തുള്ള വിലയിലോ അതിൽ കുറവിലോ സ്റ്റോക്കുകൾ വാങ്ങുക. മാർക്കറ്റ് തുറന്നതിന് ശേഷം വിലകൂടുകയാണെങ്കിൽ ഒരിക്കലും വാങ്ങാതിരിയ്ക്കുക, വില താഴ്ന്നു വരാൻ വേണ്ടി കാത്തുനിന്നതിനു ശേഷം തുറക്കുന്ന വിലയുടെ അടുത്തെങ്ങാനും എത്തുമ്പോൾ സ്റ്റോക്ക് വാങ്ങുക.

എത്രത്തോളം വാങ്ങപ്പെടുന്നുവേന്ന് പരിശോധിയ്ക്കുക: നിങ്ങൾ വാങ്ങുന്നതിന് മുമ്പ്, എത്രത്തോളം ആ സ്റ്റോക്ക് (ബെയിങ് വോള്യം) കച്ചവടം

ചെയ്യപ്പെടുന്നുണ്ടെന്ന് പരിശോധിയ്ക്കുക. വാങ്ങൽ അളവ് അധികമാണെങ്കിൽ അതിന് വില വർദ്ധിക്കുവാനുള്ള സാധ്യതകളുണ്ട്.

ഡെറിവേറ്റീവ് അവസ്ഥ പരിശോധിയ്ക്കുക: സാധ്യമെങ്കിൽ നിങ്ങൾ വാങ്ങാൻ ആഗ്രഹിക്കുന്ന സ്റ്റോക്കിന്റെ ഡെറിവേറ്റീവിനെ പരിശോധിയ്ക്കുക. അതിനൊപ്പം വാങ്ങൽ അളവും അധികമാണെങ്കിൽ, നിങ്ങൾക്ക് ആ ഷെയർ/ സ്റ്റോക്ക് പെട്ടെന്ന് തന്നെ കൈവശപ്പെടുത്താം. മിക്കസമയങ്ങളിലും ഡെറിവേറ്റീവ് കയറുന്നതിനൊപ്പം അതേ അനുപാതത്തിൽ തന്നെ അതിന്റെ സ്റ്റോക്കോ ഷെയറോ മുകളിലേയ്ക്കു കുതിയ്ക്കും.

വാങ്ങാനുള്ള ടാർജറ്റ് വിലയെത്തുന്നതു വരെ കാത്തുനിൽക്കുക: ഉദാഹരണത്തിന്, വാങ്ങാൻ തീരുമാനിച്ചതു 150.5-ൽ ആണെങ്കിൽ ഒരിക്കലും ഇതിൽ കുറവ് വിലയിൽ വാങ്ങരുത്, പക്ഷേ 150.5-ലോ അതിലും സ്വൽപം മുകളിലോ വാങ്ങാം. ഷെയറിന്റെ വില 150.5 മുകളിൽ പോവുകയോ പോകാതിരിയ്ക്കുകയോ ചെയ്തേക്കാം, കാരണം ആ വില അതിന്റെ റസിസ്റ്റൻസ് പ്രൈസ് ആയിരിയ്ക്കണം. ടാർജറ്റ് വിലയിൽ തന്നെ വാങ്ങാൻ നോക്കുക, പക്ഷേ ഒരിയ്ക്കലും ടാർജറ്റ് വിലയിലും കുറച്ച് വാങ്ങരുത്.

സ്റ്റോപ് ലോസുകൾ കർശനമായി പാലിയ്ക്കുക: കൊടുത്തിരിയ്ക്കുന്നത സ്റ്റോപ് ലോസുകൾ കർശനമായി പാലിയ്ക്കുക. ഭീകരമായ നഷ്ടങ്ങൾ സംഭവിയ്ക്കുന്നതിൽ നിന്നും ഇത് നിങ്ങളെ രക്ഷിയ്ക്കും. നിങ്ങൾ വാങ്ങിയ സ്റ്റോക്കിന്റെ വില ദാരുണമായി തകർന്നുവെന്നു കരുതുക, നിങ്ങൾ വലിയ നഷ്ടത്തിൽ ചെന്നു വീഴുന്നു. അതിനാൽ നൽകിയ സ്റ്റോപ് ലോസുകൾ കർശനമായി പാലിയ്ക്കുക.

'സ്റ്റോപ് ലോസുകൾ നിങ്ങളുടെ നഷ്ടം കുറയ്ക്കും.'

ഒരേ സ്റ്റോക്കിൽ നിന്ന് വൻലാഭത്തിനു ലക്ഷ്യമിടാതിരിയ്ക്കുക: ഒരു സ്റ്റോക്കിൽ നിന്ന് നിങ്ങൾക്ക് കുറച്ച് ലാഭം കിട്ടുകയും അതിന്റെ തുടര്ന്നും അനുകൂലമായുള്ള നീക്കം നിങ്ങളുടെ കണ്ണിൽപ്പെടുകയും ചെയ്തുകഴിഞ്ഞാൽ, നിങ്ങൾ ആ സ്റ്റോക്ക് വിറ്റുകളഞ്ഞ് കച്ചവടം അവസാനിപ്പിക്കണം. ഇത്തരത്തിൽ, നിങ്ങൾക്ക് നഷ്ടം ഒഴിവാക്കാനാവുകയും, കുറച്ച് ലാഭം നേടാനാവുകയും ചെയ്യുന്നു, അതിനു ശേഷം വേറൊരു കച്ചവടം ചെയ്ത് അതിലും കുറച്ച് ലാഭം നേടുക. അങ്ങിനെ, ഒരു ദിവസത്തിൽ ഏതാനും ചില ചെറിയ ലാഭങ്ങൾ ചേർത്തുവെച്ചാൽ അവയെല്ലാം മൊത്തത്തിൽ ആ ദിവസം വലിയ ലാഭമായിട്ടുണ്ടാവും.

'ചെറിയ ലാഭത്തിൽ സംതൃപ്തരാവുക, കൂടുതൽ കച്ചവടങ്ങൾ നടത്തുക'

ഡേ ട്രേഡിങ്ങിൽ, സ്ഥിതിവിവരക്കണക്കുകൾ ഉപയോഗിച്ചു കൊണ്ട് നിങ്ങൾക്ക് വിപണിയുടെ നീക്കങ്ങൾ പ്രവചിക്കാനാവും. സ്റ്റോക്ക് ഡേ ട്രേഡിങ്ങിൽ നിങ്ങൾക്ക് ശരിയായ പരിശീലനം ലഭിച്ചിട്ടുണ്ടെങ്കിൽ, ചൂതുകളിയിലെ കറക്കിക്കുത്തിനു പകരം ഗണിതരീതികളുപയോഗിച്ചു കൊണ്ട് നിങ്ങൾക്ക് അപകടസാധ്യതകൾ കുറയ്ക്കുവാൻ സാധിയ്ക്കും.

'എളുപ്പം പണക്കാരനാവാനോ', 'ഒറ്റരാത്രികൊണ്ട് ലക്ഷാധിപതിയാവാനോ' ഡേ ട്രേഡിങ്ങിനെ ഉപയോഗപ്പെടുത്താമെന്നു മോഹിക്കണ്ട.

ഒരു ചാരുകസേരയുടെ സൗകര്യത്തിലിരുന്നുകൊണ്ട് ഒരു വേട്ട നടത്തുന്നതിന്റെ ലഹരിയാണ് സ്റ്റോക്ക് ഡേ ട്രേഡിങ് നൽകുന്നത്. ഡേ ട്രേഡിങ്ങിന്റെ, വേഗത്തിൽ ലാഭം നേടാനുള്ള കഴിവ്, ചിലപ്പോൾ അപകടങ്ങൾ ക്ഷണിച്ചു വരുത്തും. ഡേ ട്രേഡിങ് പ്രക്രിയ സ്വായത്തമാക്കിയവർ, പരിചയസമ്പന്നരായവർ, നേരിയ അനുകൂലമാറ്റങ്ങൾക്ക് വേണ്ടി മാർക്കറ്റിനെ നിരീക്ഷിയ്ക്കുവാൻ, മണിക്കൂറുകളോളം ചെലവാക്കും. ഭയരഹിതമായ നീക്കങ്ങളോടൊപ്പം, ഗവേഷണവും ജന്മവാസനയും ഇക്കാര്യത്തിൽ ആവശ്യമാണ്. ഇത് നിങ്ങൾക്ക് ആകർഷകമായി തോന്നുന്നുവേങ്കിൽ, ഡേ ട്രേഡിങ്ങിന്റെ വിജയത്തിനായി പത്തു കൽപനകൾ വായിച്ചു തുടങ്ങുക.

1. കച്ചവടം ചെയ്യുന്ന പണത്തിന് പരിധികൾ വെയ്ക്കുക: ഡേ ട്രേഡിങ്ങിലെ പുതുമുഖങ്ങൾക്ക് മാർക്കറ്റിൽ കുറച്ച് പ്രവർത്തിപരിചയം ആവശ്യമാണ്. നിങ്ങളുടെ ജീവിതത്തെ ബാധിക്കാതെ തന്നെ നിങ്ങൾക്ക് നഷ്ടപ്പെടുത്താവുന്ന പണം എത്രയെന്നു വെച്ചാൽ അത്രയും പണം മാത്രം ഇറക്കിക്കൊണ്ട് തുടങ്ങുക, കാരണം ലാഭം കിട്ടുവാനെന്നതു പോലെ തന്നെ നഷ്ടപ്പെടുവാനുമുള്ള സാധ്യതകൾ വളരെ അധികമാണ്.

2. നഷ്ടങ്ങൾക്ക് പരിധി തീരുമാനിയ്ക്കുക: എന്തെങ്കിലും അത്ഭുതത്താൽ വീണ്ടും മുകളിലേയ്ക്കു പോകുമെന്ന സ്വപ്നം കണ്ടുകൊണ്ട് ഒരിയ്ക്കലും താഴേയ്ക്കു പോകരുത്. പഴയൊരു പറച്ചിൽ പോലെ 'നിങ്ങളുടെ നഷ്ടങ്ങൾ എവിടെ വെച്ച് നിർത്തണമെന്ന് നിങ്ങൾക്ക് അറിഞ്ഞിരിയ്ക്കണം'.

3. നിങ്ങളുടെ പ്രതീക്ഷകളെയും നിയന്ത്രിക്കുക: കൃത്യമായി കൊടുത്താൽ മിനിട്ടുകള്ക്കുള്ളിൽ ഇരട്ടിപണം വരെ നേടാമെന്നത് സത്യമാണ്. അത് പെട്ടെന്ന് നശിച്ചുപോകും. ഡേ ട്രേഡിങ് നല്ല ലാഭങ്ങൾ വാഗ്ദാനം ചെയ്യുന്നുവേങ്കിലും അത് യാതൊരു ഉറപ്പുമില്ലാത്തതാണ്. ഒരു സ്റ്റോക്കിൽ മാത്രം കളിയ്ക്കുന്നത് ഒഴിവാക്കുക, നിങ്ങളുടെ കച്ചവടങ്ങളുടെ മൂല്യം പതുക്കെ പടിപടിയായി കൂടുന്നതിൽ സംതൃപ്തിയടയുക. ബോധമില്ലാത്ത ചൂതുകളിയേക്കാളധികം അപകടസാധ്യതകളെ ഫലപ്രദമായി നേരിടുന്നതിലാണ് ഡേ ട്രേഡിങ്ങിലെ വിജയം.

4. ഒരു കച്ചവടതന്ത്രം നിർണ്ണയിക്കുക: ഒരു ചെറിയ സമയക്രമത്തിനിടയിലാണെങ്കിലും, വിപണിയുടെ ഗതിയ്ക്കും സഞ്ചാരത്തിനുമൊപ്പം നീങ്ങേണ്ടത് അത്യാവശ്യമാണ്. മറ്റൊരു ഗുണകരമായ സമീപനം, തിരഞ്ഞെടുത്ത ചില ബിസിനസ്സുകളിലോ വ്യവസായങ്ങളിലോ നിന്തരമായി ശ്രദ്ധിച്ചുകൊണ്ട് വൈദഗ്ദ്ധ്യം നേടുക എന്നതാണ്.

5. ട്രേഡിങ് മാർക്ഷമാണ്, ലക്ഷ്യമല്ല: വേഗതയേറിയതാണെങ്കിലും, ഡേ ട്രേഡിങ് സാവകാശം ആവശ്യപ്പെടുന്നു. വെറുതെ കച്ചവടം ചെയ്യാൻ വേണ്ടി കച്ചവടം ചെയ്യുന്നത് കുറേ ഓൺലൈൻ ബ്രോക്കർ കൂലി ചെലവാക്കാനേ ഉപകരിയ്ക്കൂ. ചിലപ്പോൾ മൂന്നോ പന്ത്രണ്ടോ കച്ചവടം വരെ ഡേ ട്രേഡുകാർ ഒരു ദിവസം നടത്തും. കച്ചവടങ്ങളുടെ എണ്ണമല്ല, മറിച്ച് ഓരോന്നിന്റേയും ഫലമാണ് യഥാർത്ഥത്തിൽ ശ്രദ്ധിക്കേണ്ടത്.

6. ഗതിവഗതികൾ മനസ്സിലാക്കുക: സ്റ്റോക്ക് വിലയിലെ ഉയർച്ചയോ താഴ്ചയോ മനസ്സിലാക്കാൻ ട്രെൻഡ് വിശകലനം സഹായിയ്ക്കും. ഡേ ട്രേഡിങ് വളരെ ചടുലമായതിനാൽ, സ്വന്തമായി ചാർട്ടുകൾ നിർമ്മിച്ച് സമയം

കളയുന്നതിനു പകരം, ട്രെൻഡ് റിപ്പോർട്ടുകളിൽ ഏതിലെങ്കിലുമൊന്നിനു വരിക്കാരനാവുകയാണ് ഒരെളുപ്പമാർഗ്ഗം.

7. വികാരങ്ങൾ നിയന്ത്രിക്കുക: ഡേ ട്രേഡിങ്ങിന്റെ ആഹ്ലാദങ്ങളും ഉത്സാഹക്ഷയങ്ങളും നിയന്ത്രിച്ചില്ലെങ്കിൽ, കൂടുതൽ കച്ചവടം നടത്താനായി തയ്യാറെടുപ്പുകൾ സാധ്യമാകാതെ വരും. നഷ്ടപ്പെട്ടുവേങ്കിൽ അത് മറന്നുകളയുക. നഷ്ടത്തിന്റെ മുകളിലിരുന്ന് വെറുതെ ആലോചിച്ചുകൂട്ടുന്നത് അടുത്ത കച്ചവടം നടത്താനുള്ള തീരുമാനം വൈകിയ്ക്കുകയേ ഉള്ളൂ. നിങ്ങളുടെ വികാരങ്ങൾ എപ്പോഴും ഒരു പരിധിയ്ക്കപ്പുറം പോകാതെ സൂക്ഷിക്കുക, അമിതവുമാവേണ്ട തീരെ ഇല്ലാതെയുമാവേണ്ട.

8. ഭയത്തെ തടയുക: നിരവധി പരാജയങ്ങൾ നേരിട്ടു കഴിയുമ്പോൾ, നിങ്ങൾക്ക് ഡേ ട്രേഡിങ് തീരുമാനങ്ങൾ കണക്കുകൂട്ടുവാൻ എളുപ്പമായിത്തീരും. വിജയികളായ ഓൺലൈൻ കച്ചവടക്കാർ ഭയത്തെ കീഴടക്കി, സ്വന്തം തന്ത്രങ്ങളുമായി മുന്നോട്ടുപോകണം, അല്ലെങ്കിൽ കൂടുതൽ നന്നാക്കുവാനായി മാറ്റങ്ങൾ വരുത്തണം.

9. പ്രചാരണങ്ങളെ അവഗണിക്കുക: പത്രങ്ങളുടെയും സൈറ്റുകളുടേയും ഉപദേശങ്ങളിൽ ഒരു സ്റ്റോക്ക് വിറ്റഴിക്കുവാൻ എത്രമാത്രം പ്രലോഭനങ്ങൾ ഉണ്ടായിരുന്നാലും, അതു നിങ്ങളുടെ ഡേ ട്രേഡിങ് ശൈലിക്ക് യോജിച്ചതല്ലെങ്കിൽ അതിനെ വിട്ടുകളയുക.

10. പിന്നോട്ട് തിരിഞ്ഞുനോക്കുക: നിങ്ങളുടെ കഴിഞ്ഞകാല കച്ചവടങ്ങളുടെ നഷ്ടവും ലാഭവും, ഉപയോഗിച്ച കച്ചവടതന്ത്രങ്ങളും, വിവരങ്ങൾ ശേഖരിച്ച ഉറവിടങ്ങളും എല്ലാം കൃത്യമായ ഇടവേളകളിൽ വിലയിരുത്തുക. നിങ്ങൾ ചെയ്ത കച്ചവടങ്ങളെല്ലാം മറ്റുള്ളവരുടെ ഉപദേശങ്ങൾ അനുസരിച്ചാണോ, വസ്തുതകൾ പഠിച്ചിട്ടാണോ, അതോ വെറും വികാരങ്ങളുടെ പുറത്താണോ എന്ന് വിലയിരുത്തുക, ഇക്കാര്യത്തിൽ നിങ്ങൾ സ്വയം നീതിപുലർത്തുക. നിങ്ങളുടെ ഡേ ട്രേഡിങ് തന്ത്രത്തിൽ എന്താണ് ഫലവത്താകുന്നതെന്ന് കൃത്യമായി മനസ്സിലാക്കുക.

നിക്ഷേപിക്കുന്നതിനു മുമ്പുള്ള തയ്യാറെടുപ്പുകൾ

1. കുറച്ച് ഗൃഹപാഠം ചെയ്തതിനു ശേഷം, വളരെ വ്യക്തമായ ഒരു ഡേ ട്രേഡിങ് പദ്ധതിയും, സ്റ്റോക്ക് തിരഞ്ഞെടുക്കുന്നതിൽ ഒരു നല്ല കാഴ്ചപ്പാടോടും കൂടി വിപണിയിലേയ്ക്കു പ്രവേശിക്കുക.

2. ഏറ്റവും നല്ലത് ഓൺലൈനായി സ്റ്റോക്ക് ട്രേഡിങ് ചെയ്യുകയാണ്, ഓൺലൈൻ ബ്രോക്കർമാരുടേയും ബ്രോക്കറേജ് സ്ഥാപനങ്ങളുടേയും എല്ലാം സാന്നിദ്ധ്യം ഡേ ട്രേഡിങ് കൂടുതൽ എളുപ്പമാക്കുന്നു.

3. കുറഞ്ഞ കമ്മീഷനുള്ള ഒരു ബ്രോക്കറെ കണ്ടുപിടിക്കുക.

നിരന്തരമായി വിപണിയെ ജയിക്കുന്നതെങ്ങിനെ?

1. നിങ്ങൾ ഒരു പുതുമുഖമാണെങ്കിൽ, എല്ലായ്പോഴും വിപണി ഉയർന്നിരിക്കുമ്പോൾ വാങ്ങുകയും, വിപണി താഴ്ന്നിരിക്കുമ്പോൾ വിൽക്കുകയും ചെയ്യുക. ഇതിനു വിപരീതമായും ചെയ്യാം, പക്ഷേ അത് സങ്കീർണ്ണമാണ്. ഇതാണ് ശരിയായ ദിശയിലുള്ള കച്ചവടം.

2. ഇതൊരു ബിസിനസ്സായി നിങ്ങൾ കാണണം, അതിനാൽ തന്നെ നഷ്ടങ്ങൾ സഹിക്കാനും നിങ്ങൾ തയ്യാറാവണം. ഇതിനർത്ഥം, നിങ്ങളുടെ വിൽപനവില നിങ്ങൾ മുന്നേക്കൂട്ടി നിശ്ചയിച്ചിരിക്കണം. നിങ്ങൾ ആഗ്രഹിച്ച

ലാഭം എത്തിക്കഴിഞ്ഞാൽ (നിങ്ങൾ വിൽക്കുവാനായി തീരുമാനിച്ച വില എത്തിക്കഴിഞ്ഞാൽ), വിറ്റുകൈയൊഴിയുക, അതല്ല, നഷ്ടമാണ് സംഭവിച്ചതെങ്കിൽ അത് കണക്ക് വെച്ച് അടുത്ത കച്ചവടത്തിന് തയ്യാറാവുക. നിങ്ങളുടെ ഭയത്തിനുമേലും അത്യാഗ്രഹത്തിനു മേലും എപ്പോഴും ഒരു നിയന്ത്രണം വയ്ക്കുക.

3. എല്ലാ മുട്ടയും ഒരു കൂട്ടിൽ തന്നെ ഇടരുതെന്നുള്ള പഴയപ്രമാണം പാലിക്കുക. പണം ബ്ലുചിപ്പിലും നല്ല നീക്കമുള്ള മിഡ് കാപിലും നിക്ഷേപിക്കുക, ഇത് വൻനഷ്ടങ്ങൾ ഒഴിവാക്കാൻ സഹായിക്കും.

4. ആദ്യം ഒരു നിക്ഷേപം നടത്തിയതിനു ശേഷം, ലാഭത്തിൽ നിന്നും ഒരു ഭാഗം എപ്പോഴും നിക്ഷേപത്തിനായി മാറ്റിവെയ്ക്കുക.

5. ഏതു നിക്ഷേപത്തിന്റെയും കൂടെ നഷ്ടവും ഉണ്ടാകും. 10 ശതമാനമെന്ന ചെറിയ വാർഷിക ലാഭത്തിനു വേണ്ടി ആദ്യം ഡേ ട്രേഡിങ് ചെയ്തു തുടങ്ങുക. തുടക്കത്തിൽ ഒരു ശരാശരി നിക്ഷേപകനായി തുടങ്ങുക.

ഡേ ട്രേഡർക്കാവശ്യമായ ഉപകരണങ്ങൾ

നിങ്ങൾ ഒരു പുതിയതോ പരിചയസമ്പന്നനോ എന്ന വ്യത്യാസമില്ലാതെ, താഴെപറയുന്ന ഉപകരണങ്ങൾ ആവശ്യമാണ്.

1. വിന്റോസ് എക്സ്.പി. ഉള്ള ഒരു കമ്പ്യൂട്ടർ
2. പരിധിയില്ലാത്ത ട്രാഫിക്കും കണക്ഷൻ സമയവുമുള്ള ഒരു ബ്രോഡ് ബാന്റ് ഇന്റർനെറ്റ് കണക്ഷൻ
3. ഓൺലൈൻ ബ്രോക്കർമാർ
4. മാർക്കറ്റ് ഡാറ്റ പരിശോധിക്കുവാനുള്ള അനുമതി.

സ്വിങ് ട്രേഡിങ്ങും ട്രെൻഡ് ട്രേഡിങ്ങും

ഒരു ദിവസത്തിൽ കൂടുതൽ സമയത്തേയ്ക്ക് സ്റ്റോക്കുകൾ കൈവശം വെയ്ക്കുന്ന ഒരു തരം ഫണ്ടമന്റൽ ട്രേഡിങ് തന്നെയാണ് സ്വിങ് ട്രേഡിങ്. കോർപ്പറേറ്റ് കമ്പനികളുടെ അടിസ്ഥാനങ്ങളിൽ എന്തെങ്കിലും മാറ്റങ്ങൾ സംഭവിയ്ക്കുന്നതിനും അതിനനുസരിച്ച് സ്റ്റോക്കുകളുടെ വിലയിൽ മാറ്റങ്ങൾ ഉണ്ടായി കാര്യമായ എന്തെങ്കിലും ലാഭം ഉണ്ടാകുന്നതിന് കുറച്ച് സമയം കാത്തിരിയ്ക്കേണ്ടി വരും, അതിനാലാണ് മിക്ക ഫണ്ടമന്റലിസ്റ്റ് കച്ചവടക്കാരും സ്വിങ് ട്രേഡേഴ്സ് ആകുന്നത്.

സ്വിങ് ട്രേഡിങ് ഒരു ലളിതമായ നടപടിയാണ്. ഡേ ട്രേഡിങ്ങിന്റെയും ട്രെൻഡ് ട്രേഡിങ്ങിന്റെയും ഇടയിലാണ് സ്വിങ് ട്രേഡിങ്ങിന്റെ സ്ഥാനം. ഏതാനും സെക്കന്റുകൾ മുതൽ കുറച്ചു മണിക്കൂറുകൾ വരെ മാത്രമേ ഒരു ഡേ ട്രേഡർ സ്റ്റോക്കുകൾ കൈവശം വെയ്ക്കുകയുള്ളൂ, പക്ഷേ ഒരിയ്ക്കലും ഒരു ദിവസത്തിൽക്കൂടുതൽ പോകില്ല. ഒരു ട്രെൻഡ് ട്രേഡർ, കമ്പനികളുടെ ദീർഘകാല അടിസ്ഥാനവിവരങ്ങളും ഇൻഡക്സും എല്ലാം പരിശോധിച്ച്, അതിനനുസൃതമായി ആഴ്ചകളോ മാസങ്ങളോ വരെ സ്റ്റോക്കുകൾ കൈവശം വെയ്ക്കും. ഒരു സ്റ്റോക്കിനെ ഒരു കുറച്ച് കാലത്തേയ്ക്ക്, സാധാരണയായി ഏതാനും ദിവസമോ, പരമാവധി രണ്ടോ മൂന്നോ ആഴ്ചവരെ സ്വിങ് ട്രേഡർമാർ കൈവശംവെയ്ക്കും. ശുഭാപ്തിവിശ്വാസത്തിനും അശുഭാപ്തിവിശ്വാസത്തിനും ഇടയിൽ ആഴ്ചയ്ക്കുള്ളിലോ മാസത്തിനുള്ളിലോ ആണ് അവർ കച്ചവടം ചെയ്യുന്നത്. പ്രബലമായ സ്റ്റോക്കുകളുടെ ക്ഷണികമായ വിലചാഞ്ചാട്ടങ്ങളിൽ നിന്ന് മെച്ചം നേടുകയാണ് സ്വിങ് ട്രേഡേഴ്സ് ചെയ്യുന്നത്.

1. രണ്ടു ലോകങ്ങളിലേയും ഗുണങ്ങൾ ചേർന്നതാണ് സ്വിങ് ട്രേഡിങ് -നിക്ഷേപകരുടെ സാവകാശവും ഡേ ട്രേഡിങ്ങിന്റെ ചടുലതയും.

2. മുകളിലേയ്ക്കോ താഴോട്ടോ ഉള്ള നീക്കങ്ങൾക്കനുസരിച്ച് സ്വിങ് ട്രേഡർമാർ സ്റ്റോക്കുകൾ ദിവസങ്ങളോ ആഴ്ചകളോ കൈവശംവെയ്ക്കും.

3. വേഗതകൂടിയ ഡേ ട്രേഡിങ് അല്ല സ്വിങ് ട്രേഡിങ്. ചില ആൾക്കാർ ഇതിനെ മൊമന്റം ഇൻവെസ്റ്റിങ് എന്നു പറയുന്നു, കാര്യമായ നീക്കങ്ങൾ നടത്തുന്ന സ്റ്റോക്കുകൾ മാത്രമേ നിങ്ങൾ കൈവശംവെയ്ക്കുന്നുള്ളൂ.

4. ഹ്രസ്വകാലനേട്ടങ്ങൾ കൈവരിച്ചു കൊണ്ട് നിങ്ങൾ പണം തിരിച്ചുമറിച്ചിട്ടുകൊണ്ടിരുന്നാൽ നിങ്ങൾക്ക് പെട്ടെന്ന് നിങ്ങളുടെ ഇക്വിറ്റി വളർത്തിയെടുക്കാം.

എങ്ങിനെയാണ് സ്വിങ് ട്രേഡിങ് പ്രവർത്തിയ്ക്കുന്നത്?

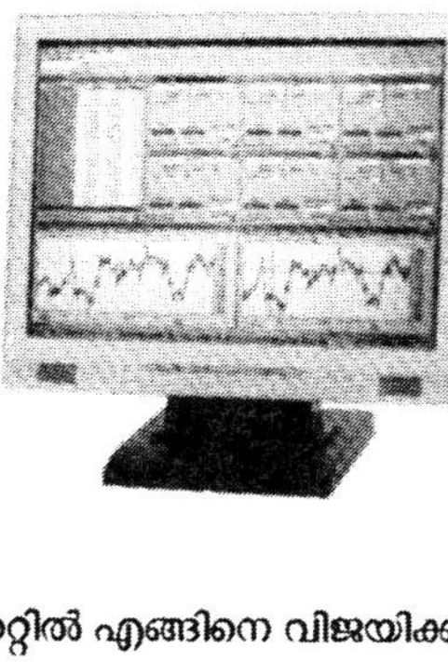

1. ഒരു പ്രബലമായ സ്റ്റോക്കിന്റെ കൺസോളിഡേഷന്റെ പ്രാരംഭകാലം കഴിഞ്ഞാൽ, ഉടനെ അതു കൈക്കലാക്കുകയാണ് സ്വിങ് ട്രേഡിങ്ങിന്റെ അടിസ്ഥാന തന്ത്രം.

2. ശക്തമായ പ്രവണതകൾ കാഴ്ച വെയ്ക്കുന്ന സ്റ്റോക്കുകൾ മിക്കപ്പോഴും, തിരുത്ത

ലുകൾ തീരുന്നതോടെ ത്വരിതമായ നീക്കങ്ങൾക്ക് വിധേയരാവാറുണ്ട്.

3. 5–25 ശതമാനം വരെ വ്യത്യാസങ്ങൾ അനുഭവപ്പെടാനായി സ്റ്റോക്കുകൾ രണ്ടു മുതൽ ഏഴു ദിവസത്തിനുള്ളിൽ വിൽക്കണം. ഈ പ്രക്രിയ വീണ്ടും വീണ്ടും ചെയ്യാവുന്നതാണ്. നിലവാരമുള്ള സഹായം കിട്ടാതെ വരുന്ന സ്റ്റോക്കുകൾ ഷോർട്ട് ചെയ്യുന്നതിലൂടെ ഒരാൾക്ക് ഷോർട്ട് സൈഡിൽ കളിയ്ക്കാവുന്നതാണ്.

4. ചുരുക്കിപ്പറഞ്ഞാൽ, സ്റ്റോക്കുകളുടെ ജീവിതത്തിലുടനീളം അവയ്ക്കുണ്ടാവുന്ന കയറ്റിറക്കങ്ങളിൽ നിന്ന് പണമുണ്ടാക്കുകയും, അതിനോടൊപ്പം ശരിയായ മണി മാനേജ്മന്റ് ടെക്നിക്കുകളിലൂടെ അപകടസാധ്യതകൾ നിയന്ത്രിക്കുകയുമാണ് സ്വിങ് ട്രേഡറുടെ ലക്ഷ്യം.

പാർട്ട് ടൈം ജോലി ചെയ്യുന്നവർക്കും സ്വിങ് ട്രേഡിങ് ചെയ്യാം

1. രണ്ടു ലോകങ്ങളിലേയും ഗുണങ്ങൾ ചേർന്നതാണ് സ്വിങ് ട്രേഡിങ് -നിക്ഷേപകരുടെ സാവകാശവും ഡേ ട്രേഡിങ്ങിന്റെ ചടുലതയും ലാഭസാധ്യതകളും.

2. പാർട്ട് ടൈം ജോലിക്കാർക്കും നല്ലവണ്ണം ഉപയോഗപ്പെടുത്താവുന്നതാണ് സ്വിങ് ട്രേഡിങ്. പ്രത്യേകിച്ച് ജോലിസ്ഥലത്തിരുന്ന് ട്രേഡിങ് ചെയ്യാൻ കഴിയുന്നവർക്ക്. സ്വിങ് ട്രേഡിങ് അധികം ശ്രദ്ധയും ആത്മസമർപ്പണവും ആവശ്യപ്പെടുന്നില്ല, പക്ഷേ സ്വിങ് ട്രേഡിങ് ചെയ്യുന്നവർ മിനിട്ടിനു മിനിട്ടിനു വിലകളിൽ വരുന്ന വ്യത്യാസങ്ങളും നോക്കിക്കൊണ്ട് ആർത്തിയോടെ കമ്പ്യൂട്ടർ മോണിറ്ററിൽ കണ്ണുകൾ പൂഴ്ത്തി ഇരിക്കുന്നു.

3. മാർക്കറ്റിൽ 'സ്വിങ്' കളിയ്ക്കുന്ന സ്വിങ് ട്രേഡർമാർ, പോയിന്റിന്റെ ദശാംശങ്ങൾ താഴുകയോ കയറുകയോ ചെയ്യുന്ന സ്റ്റോക്കുകളിൽ ഊഹക്കച്ചവടം നടത്തുന്നു. സ്വിങ് ട്രേഡർമാർ കുറവ് സ്റ്റോക്കുകൾ മാത്രം വാങ്ങി വലിയ നേട്ടങ്ങൾ നേടുവാൻ ശ്രമിയ്ക്കുന്നു. അവർ വളരെ കുറവ് ബ്രോക്കർകൂലി മാത്രം നൽകുന്നു, കൂടാതെ വലിയ ലാഭങ്ങൾ നേടാനുള്ള സാധ്യത കൂടുതലുമാണ്, തത്വത്തിൽ.

4. ഡേ ട്രേഡിങ്ങിലൂടെ ബ്രോക്കറാണ് കൊയ്ത്ത് നടത്തുന്നത്. 'സ്വിങ് ട്രേഡർ' ചാഞ്ചാട്ടങ്ങളിൽ നിന്ന് നല്ല കാമ്പുള്ള ഭാഗം തന്നെയെടുക്കുന്നു, പക്ഷേ ഡേ ട്രേഡിങ്ങുകാരന് പൊട്ടും പൊടിയും മാത്രമാണ് ലഭിക്കുന്നത്. സ്വിങ് ട്രേഡിങ്ങിനായി നിങ്ങൾ അതിവിപുലമായ കമ്പ്യൂട്ടറുമായി ഇരിക്കേണ്ട കാര്യമില്ല, കൂടാതെ പ്രകാശവേഗത്തിലുള്ള പ്രവർത്തനങ്ങളുടേയും ആവശ്യമില്ല. വളരെയധികം അനിശ്ചിതങ്ങളായ സ്റ്റോക്കുകളിൽ കളിക്കേണ്ട കാര്യവും നിങ്ങൾക്കില്ല.

ഒരു സ്റ്റോക്ക് മാർക്കറ്റിൽ നിന്ന് ഹ്രസ്വകാലനിക്ഷേപം നടത്തി, നല്ല ലാഭം നേടുവാൻ ഒരു നിക്ഷേപകനെ പ്രാപ്തനാക്കുന്ന ഏറ്റവും നല്ല വഴി സ്വിങ് ട്രേഡിങ്ങാണെന്നാണ് ഞങ്ങളുടെ വിശ്വാസം. സ്ഥാപനങ്ങൾക്കും വിദഗ്ദ്ധരായ മണി മാനേജർമാർക്കും ഉള്ള സൗകര്യങ്ങൾ ഇല്ലാത്ത ഒരു സാധാരണ നിക്ഷേപകന്റെ ആവശ്യങ്ങൾക്കനുസരിച്ച് വളരെ ശ്രദ്ധാപൂർവ്വം രൂപകൽപന ചെയ്തിട്ടുള്ളതാണ് സ്വിങ് ട്രേഡിങ് തന്ത്രം.

എങ്ങിനെ സ്വിങ് ട്രേഡിങ് ചെയ്യാം?

സ്വിങ് ട്രേഡിങ്ങിന്റെ പ്രധാന്യം മനസ്സിലാക്കണമെങ്കിൽ നിങ്ങൾ ആദ്യം എന്താണ് അപ് ട്രെൻഡ് എന്നും എന്താണ് ഡൗൺ ട്രെൻഡ് എന്നും

മനസ്സിലാക്കണം.

അപ് ട്രെൻഡ്: തുടർച്ചയായി വരുന്ന കുറേ ഉയർന്ന ഉയരങ്ങളുടേയും ഉയർന്ന താഴ്ചകളുടേയും നിരയെയാണ് അപ് ട്രെൻഡ് എന്ന് ലളിതമായി പറയാവുന്നത്. മറ്റൊരുതരത്തിൽ പറഞ്ഞാൽ, തുടർച്ചയായി വരുന്ന തുരുതുറെയുള്ള (തൊട്ടുമുൻപ് കയറിയതിനേക്കാൾ ഉയരത്തിൽ കയറുന്ന) വിലക്കയറ്റങ്ങൾ, ചെറിയ വീഴ്ചകളാൽ തടസ്സപ്പെട്ടാലും, കഴിഞ്ഞ വീഴ്ചയോളം എത്തുന്നതിനു മുമ്പ് തന്നെ വീണ്ടും കയറുന്നതുമായ ഒരു പ്രതിഭാസമാണ് അപ് ട്രെൻഡ്. കഴിഞ്ഞ കയറ്റത്തിന്റെ മുകളറ്റമാണ് പലപ്പോഴും അടുത്ത താഴ്ചയെ തടഞ്ഞുനിർത്തുന്നത്. ഈ ഭാഗങ്ങൾ വട്ടത്തിൽ അടയാള പ്പെടുത്തിയിരിയ്ക്കും.

ഡൗൺ ട്രെൻഡ്: തുടർച്ചയായി വരുന്ന കുറേ താഴ്ന്ന ഉയരങ്ങളുടേയും താഴ്ന്ന താഴ്ചകളുടേയും നിരയെയാണ് ഡൗൺ ട്രെൻഡ് എന്ന് ലളിതമായി പറയാവുന്നത്. മറ്റൊരുതരത്തിൽ പറഞ്ഞാൽ, തുടർച്ചയായി വരുന്ന തുരുതുറെയുള്ള (തൊട്ടുമുൻപ് താഴ്ന്നതിനേക്കാൾ താഴ്ചയിൽ ഇറങ്ങുന്ന) വിലയിറക്കങ്ങൾ, ചെറിയ ഉയർച്ചകളാൽ തടസ്സപ്പെട്ടാലും, കഴിഞ്ഞ ഉയർച്ചയോളം എത്തുന്നതിനു മുമ്പ് തന്നെ വീണ്ടും ഇറങ്ങുന്നതുമായ ഒരു പ്രതിഭാസമാണ് ഡൗൺ ട്രെൻഡ്. കഴിഞ്ഞ ഇറക്കത്തിന്റെ താഴറ്റമാണ് പലപ്പോഴും അടുത്ത ഉയർച്ചയെ തടഞ്ഞുനിർത്തുന്നത്.

ദീർഘമായ സ്വിങ് കച്ചവടങ്ങൾ: ഒരിയ്ക്കൽ ഒരു അപ് ട്രെൻഡ് കണ്ണിൽപ്പെട്ടാൽ, ആ സ്റ്റോക്ക് വാങ്ങുവാനുള്ള അവസരങ്ങൾക്ക് വേണ്ടി സ്വിങ് ട്രേഡർ അന്വേഷിയ്ക്കും. സ്റ്റോക്ക് കാണിക്കുന്ന ചെറിയ പിൻവലിയലുകളിൽ നിന്നോ ആ അപ് ട്രെൻഡിനുള്ളിൽ തന്നെ കാണുന്ന ശരിപ്പെടുത്തലുകളിൽ (കറക്ഷൻ) നിന്നോ ഇത് മനസ്സിലാക്കാം. അതിനു ശേഷം പിന്നാലെപിന്നാലെ യുള്ള ഒരു വാങ്ങൽ-നിർത്തൽ (ബൈ-സ്റ്റോപ്) വിദ്യ സ്വിങ് ട്രേഡർ ആരംഭിയ്ക്കുന്നു. വിലകൾ സ്റ്റോപ് ലോസിന് മുകളിൽ എത്തുമ്പോൾ, നിങ്ങൾ നിർത്തുന്നു, അപ്പോഴേയ്ക്കും നിങ്ങൾ കുറേ ദൂരം വന്നു കഴിഞ്ഞിരിയ്ക്കും. വില താഴുകയാണെങ്കിൽ, നിങ്ങളുടെ വാങ്ങൽ-നിർത്തലിനെ അതു തൊടുകയില്ല.

ഹ്രസ്വമായ സ്വിങ് കച്ചവടങ്ങൾ: ഒരിയ്ക്കൽ ഒരു ഡൗൺ ട്രെൻഡ് കണ്ടെത്തിക്കഴിഞ്ഞാൽ, ആ സ്റ്റോക്ക് വിൽക്കുവാനുള്ള അവസരങ്ങള്ക്കു വേണ്ടി സ്വിങ് ട്രേഡർ അന്വേഷിയ്ക്കും. ആ ഡൗൺ ട്രെൻഡിനിടയിൽ തന്നെ ചെറിയ വിലക്കയറ്റങ്ങൾ വരുന്നതിൽ നിന്ന് അത് മനസ്സിലാക്കാം. അതിനുശേഷം പിന്നാലെപിന്നാലെയുള്ള ഒരു വിൽക്കൽ-നിർത്തൽ (സെൽ-സ്റ്റോപ്) വിദ്യ സ്വിങ് ട്രേഡർ ആരംഭിയ്ക്കുന്നു. വിലകൾ തകർന്ന് സ്റ്റോപ് ലോസിന് താഴെ എത്തുമ്പോൾ, നിങ്ങൾ ഷോർട്ട് സൈഡിനു പുറത്തുവെച്ച് നിർത്തുന്നു. വില കൂടുകയാണെങ്കിൽ, നിങ്ങളുടെ വിൽക്കൽ-നിർത്തലിനെ അതു തൊടുകയില്ല.

ട്രെൻഡ് ട്രേഡിങ്

ഒരു സ്റ്റോക്കിന്റെയോ വിപണി മൊത്തത്തിലോ ഏതെങ്കിലും ദിശയിലേയ്ക്കു നീങ്ങുന്നതിനെയാണ് ട്രെൻഡ് എന്ന് പറയുന്നത്. ഇത് ഇക്വിറ്റികൾക്കും, ബോണ്ടുകൾക്കും, സാധനസാമഗ്രികൾക്കും മറ്റേതു വിപണികള്ക്കും ബാധകമാണ്, ഇതിന്റെ ലക്ഷണം, ദീർഘകാലം കൊണ്ട് വിലയ്ക്കോ അളവിനോ ഉണ്ടാകുന്ന നീക്കമാണ്.

- വിപണിയിൽ നിന്ന് ലാഭമുണ്ടാക്കാൻ വളരെ ഫലപ്രദവും

എളുപ്പവുമായ ഒരു മാർഗ്ഗമാണ് ട്രെൻഡ് ട്രേഡിങ്. ഒരു ട്രെൻഡിനെ തിരിച്ചറിയുകയും അതിൽ വിതയ്ക്കുകയും ചെയ്യുകയെന്നതാണ് ട്രെൻഡ് ട്രേഡിങ്ങിലെ വിജയരഹസ്യം, ഒരിയ്ക്കൽ ഒരു ട്രെൻഡ് അവസാനിച്ചാൽ, പിന്നെ പെട്ടെന്നൊന്നും വീണ്ടും ആ ട്രെൻഡ് ഉണ്ടാവുകയില്ല.

• സാധാരണയിൽ കവിഞ്ഞ ലാഭം നേടുന്നതിന് വേണ്ടി, വിപണിയിൽ തങ്ങളുടെ സ്ഥാനങ്ങൾ ആഴ്ചകളും ചിലപ്പോൾ മാസങ്ങളും തന്നെ നിലനിർത്തുകയാണ് ട്രെൻഡ് ട്രേഡിങ്ങിന്റെ മറ്റൊരു പ്രത്യേകത. അനുദിനമുള്ള വിപണി അവസ്ഥകളേക്കാൾ, ദീർഘമായ ഗതികളിൽ (ട്രെൻഡുകളിൽ) മാത്രമേ ട്രെൻഡ് കച്ചവടക്കാർക്കും നിക്ഷേപകർക്കും താൽപര്യമുള്ളൂ.

ട്രെൻഡ് ട്രേഡിങ്ങിന്റെ ഗുണങ്ങൾ

1. വിപണിയിൽ പണമുണ്ടാക്കുവാനുള്ള ഏറ്റവും വേഗമേറിയതും അപകടരഹിതവുമായ മാർക്ഷമാണ് ട്രെൻഡ് ട്രേഡിങ്. വിപണിയിലെ ഒരു ട്രെൻഡിനെ നേരത്തേ തന്നെ മനസ്സിലാക്കുകയും, തങ്ങളുടെ സ്ഥാനങ്ങൾ ഉറപ്പിയ്ക്കുകയും, ട്രെൻഡിലൂടെ കച്ചവടം നടത്തുകയും, ട്രെൻഡ് തിരിച്ചടിയ്ക്കുന്നതിന് തൊട്ട് മുമ്പ് കച്ചവടം അവസാനിപ്പിയ്ക്കുകയുമാണ് ട്രെൻഡ് ട്രേഡിങ്ങിൽ പ്രധാനം.

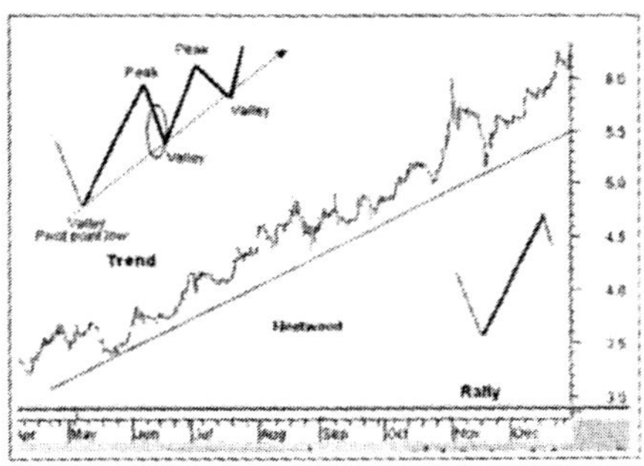

2. ഒരുവിധം ഇടത്തരവും ദീർഘവുമായ വിപണി നീക്കങ്ങളുടെ 60 മുതൽ 80 ശതമാനം വരെ നിങ്ങൾക്ക് പിടിച്ചെടുക്കുവാൻ സാധിയ്ക്കും, അങ്ങിനെ നിങ്ങൾക്കും കുടുംബത്തിനും വേണ്ടി ധനം സമ്പാദിയ്ക്കുവാനും നിങ്ങൾക്ക് സാധിയ്ക്കും.

3. ഓരോ മിനിട്ടും അല്ലെങ്കിൽ ഓരോ ദിവസവും സ്റ്റോക്കുകളെയോ മാർക്കറ്റിനെയോ നിരീക്ഷിയ്ക്കാതെ തന്നെ വിപണിയിൽ നിന്ന് വലിയ ലാഭം നേടാൻ ട്രെൻഡ് ട്രേഡിങ് സഹായിയ്ക്കുന്നു.

4. നിങ്ങൾ ഒരു ഡേ ട്രേഡറായിരുന്നാലും ദീർഘകാല നിക്ഷേപകനായിരുന്നാലും, നിങ്ങളുടെ കച്ചവടരീതികളിലേയ്ക്ക് ട്രെൻഡ് ട്രേഡിങ് കൂടി ഉൾക്കൊള്ളിക്കേണ്ടത് നിർബന്ധമാണ് ഞങ്ങൾ കരുതുന്നു. രണ്ടു തരം ട്രേഡുകളുണ്ട്: വരുമാനം ഉണ്ടാക്കുന്ന ട്രേഡുകളും മുതൽ ഉണ്ടാക്കുന്ന ട്രേഡുകളും.

5. സ്വിങ് ട്രേഡിങ്ങും ഡേ ട്രേഡിങ്ങും വരുമാനം ഉണ്ടാക്കുന്നു, അതേ സമയം ട്രെൻഡ് ട്രേഡിങ്ങുകൾ മുതൽ സമ്പാദിച്ചു കൂട്ടുവാൻ രൂപകൽപന ചെയ്തിട്ടുള്ളതാണ്. നിങ്ങളുടെ കച്ചവടങ്ങളിലേയ്ക്ക് ഈ മുതലുണ്ടാക്കുന്ന ഘടകം കൂടി കൂട്ടിച്ചേർക്കുക.

ഫ്യൂച്ചർ ട്രേഡിങ്

നിങ്ങളുടെ സ്വന്തം ബിസിനസ്സിൽ നിന്ന് നിങ്ങൾ എന്തൊക്കെയാണൊ കിട്ടണമെന്ന് ആഗ്രഹിച്ചതു, അതെല്ലാം തരുന്ന ഒന്നാണ് ഫ്യൂച്ചർ ട്രേഡിങ്. ഒരുപാട് സ്റ്റോക്ക് കച്ചവടക്കാർ ഇതിനെ, ലോകത്തിലെ ഏറ്റവും കുറ്റമറ്റ ബിസിനസ്സായി കാണുന്നു. അളവറ്റ വരുമാനത്തിനും യഥാർത്ഥ ധനസമ്പാദനത്തിനും ഉള്ള കഴിവ് അതിനുണ്ട്. നിങ്ങൾ ഇപ്പോൾ ചെയ്തുകൊണ്ടിരിയ്ക്കുന്ന പ്രവർത്തനങ്ങൾ തുടർന്നുകൊണ്ടു തന്നെ നിങ്ങളുടെ ഇഷ്ടനേരങ്ങളിൽ നിങ്ങൾക്ക് ചെയ്യാവുന്നതാണിത്.

വളരെ ചെറിയ മൂലധനം കൊണ്ട് തുടങ്ങാവുന്നതും, നിങ്ങൾക്ക് പരിപൂർണ്ണമായും സ്വയം ചെയ്യാവുന്നതുമാണ് ഇത്. നിങ്ങൾക്ക് ഒരു ജോലിക്കാരന്റേയും ആവശ്യമില്ല, അതിനാൽ തന്നെ വക്കീലന്മാരുടേയും അക്കൗണ്ടന്റുമാരുടേയും കണക്കപ്പിള്ളമാരുടേയും ഒന്നും ആവശ്യം ഒരിയ്ക്കലും നേരിടുകയില്ല.

പണം പിരിഞ്ഞു കിട്ടാ༌ത വരുന്ന പ്രശ്നങ്ങൾ ഒരിയ്ക്കലും ഉണ്ടാകില്ല, കാരണം നിങ്ങൾക്കിതിൽ ഇടപാടുകാരില്ല, കൂടാതെ മത്സരമോ പരസ്യചെലവുകളോ ഇതിൽ ഇല്ല. നിങ്ങൾക്ക് ഓഫീസ് സ്ഥലമോ, വെയർഹസോ, വിതരണശൃംഖലയോ ഒന്നും ആവശ്യമില്ല. ആകെ നിങ്ങൾക്കാവശ്യമുള്ളത്, ലോകമാകമാനംകച്ചവടം നടത്താനായി ഒരു പേഴ്സണൽ കമ്പ്യൂട്ടറാണ്.

ഇന്ത്യൻ സ്റ്റോക്കുകളും ഇൻഡക്സുകളും

ഒരു സെക്യൂരിറ്റിയുടെ വില കൂടുമെന്നോ താഴുമെന്നോ ഉള്ള ഊഹിയ്ക്കൽ, അടങ്ങിയ ഒരു തരം നിക്ഷേപമാണ് ഫ്യൂച്ചർ ട്രേഡിങ്.

ഒരു സെക്യൂരിറ്റി എന്തുമാവാം, ഒരു സ്റ്റോക്കോ (ആർ.ഐ.എൽ, ടിസ്കോ തുടങ്ങിയവ), സ്റ്റോക്ക് ഇൻഡക്സോ (എൻ.എസ്.ഇ നിഫ്റ്റി ഇൻഡക്സ്), എന്തെങ്കിലും സാമഗ്രിയോ (സ്വർണ്ണം, വെള്ളി, തുടങ്ങിയവ), നാണയമോ, തുടങ്ങിയവ.

സ്റ്റോക്ക് ബോണ്ട് തുടങ്ങിയ മറ്റുള്ള നിക്ഷേപങ്ങളിൽ നിന്ന് വ്യത്യസ്തമായി, ഇവിടെ നിങ്ങൾ ഒന്നും വാങ്ങുന്നില്ല, അല്ലെങ്കിൽ ഒന്നും സ്വന്തമായി സൂക്ഷിക്കുന്നില്ല. നിങ്ങൾ കച്ചവടം ചെയ്യുന്ന സെക്യൂരിറ്റിയുടെ ഭാവിയിലെ ദിശ നിങ്ങൾ ഊഹിയ്ക്കുകയാണ്. ഭാവിയിലെ അതിന്റെ വിലയ്ക്കു പുറത്ത് വാതുവെയ്ക്കുന്നതു പോലെയാണ് ഇത്. നിങ്ങൾ ഊഹിയ്ക്കുന്ന ഭാവിയിലെ വിലയുടെ ദിശ മാത്രമേ, 'ബൈ' 'സെൽ' തുടങ്ങിയ സംജ്ഞകൾ അർത്ഥമാക്കുന്നുള്ളൂ.

എൻ.എസ്.ഇ നിഫ്റ്റി ഇൻഡക്സിൽ വില താഴുമെന്ന് നിങ്ങൾക്ക് തോന്നുന്നുണ്ടെങ്കിൽ നിങ്ങൾ ഫ്യൂച്ചർസ് കോൺട്രാക്റ്റ് വാങ്ങുന്നു. അതല്ല, വില കൂടുമെന്നാണ് നിങ്ങൾ കരുതുന്നതെങ്കിൽ നിങ്ങൾ ഫ്യൂച്ചർസ് കോൺട്രാക്റ്റ് വിൽക്കുന്നു. എല്ലാ കച്ചവടങ്ങൾക്കും എപ്പോഴും ഒരു വിൽപനക്കാരനും ഒരു വാങ്ങൽകാരനും ഉണ്ടാവും. ഇതിൽ പങ്കെടുക്കാനായി രണ്ടു പേരും ഒന്നും സ്വന്തമായി വാങ്ങിവെയ്ക്കേണ്ടതില്ല. കച്ചവടം നഷ്ടമാവുകയാണെങ്കിൽ ബ്രോക്കറേജ് കമ്പനിക്ക് നിങ്ങളുടെ നഷ്ടം നികത്തിക്കൊടുക്കുവാനാവശ്യമായ

പണം മാത്രമേ ഇവിടെ മുതൽമുടക്കായി വേണ്ടൂ.

ഫ്യൂച്ചർസ് കോൺട്രാക്റ്റ്

ഫ്യൂച്ചർസ് എക്സ്ചേഞ്ചിൽ കച്ചവടം ചെയ്യപ്പെടുന്ന, ഒരു അംഗീകൃത കോൺട്രാക്റ്റാണ് (ഒരു നിശ്ചിത സെക്യൂരിറ്റി ഭാവിയിലെ ഒരു നിശ്ചിതദിവസം ഒരു മുൻനിശ്ചിതവിലയിൽ വാങ്ങുവാനുള്ള കരാർ) ഫ്യൂച്ചർസ് കോൺട്രാക്റ്റ്. ഫ്യൂച്ചർ ഡേറ്റ് എന്നത് ഡെലിവറി ദിവസമോ, അവസാന സെറ്റിൽമന്റ് ദിവസമോ ആണ്. പ്രി-സെറ്റ് പ്രൈസിനെയാണ് ഫ്യൂച്ചർസ് പ്രൈസ് എന്ന് പറയുന്നത്. അടിസ്ഥാനമാക്കിയിരിക്കുന്ന അസറ്റിന്റെ ഡെലിവറി ദിവസം നിലവിലുള്ള വിലയെയാണ് സെറ്റിൽമെന്റ് വില എന്നു പറയുന്നത്.

ഓപ്ഷൻ കോൺട്രാക്റ്റിൽ നിന്ന് വിപരീതമായി ഫ്യൂച്ചർസ് കോൺട്രാക്റ്റ് അതിന്റെ ഉടമസ്ഥന് വാങ്ങുവാനോ വിൽക്കുവാനോ ഉള്ള ബാദ്ധ്യത ഉണ്ടാക്കുന്നു. മറ്റൊരു തരത്തിൽ പറഞ്ഞാൽ, ഓപ്ഷൻ കോൺട്രാക്റ്റിന്റെ ഉടമസ്ഥന് കോൺട്രാക്റ്റ് നടപ്പിലാക്കുവാനോ വേണ്ടെന്ന് വെയ്ക്കുവാനോ ഉള്ള അവകാശം ഉണ്ട്, പക്ഷേ ഫ്യൂച്ചർസ് കോൺട്രാക്റ്റിലെ വ്യക്തികൾ സെറ്റിൽമന്റ് ദിവസം തന്നെ കോൺട്രാക്റ്റ് നടപ്പിലാക്കിയിരിക്കണമെന്നത് നിർബന്ധമാണ്.

വിൽപനക്കാരൻ വാങ്ങുന്നയാൾക്ക് ഷെയറുകൾ കൊടുക്കുന്നു, അല്ലെങ്കിൽ, കാഷ്-സെറ്റിൽഡ് ഫ്യൂച്ചർസ് ആണെങ്കിൽ, ഇന്ത്യയിലെ സ്റ്റോക്ക് ഫ്യൂച്ചർസിന്റെ കാര്യത്തിലെന്നപോലെ, നഷ്ടമുണ്ടായ ഫ്യൂച്ചർസ് ട്രേഡർ ലാഭം നേടിയ ഫ്യൂച്ചർസ് ട്രേഡർക്ക് പണം നൽകുന്നു. സെറ്റിൽമന്റ് ദിവസത്തിനു മുമ്പ് നിലവിലിരിക്കുന്ന ഫ്യൂച്ചർസ് കോൺട്രാക്റ്റിലെ നിങ്ങളുടെ സ്ഥാനം ശരിയാക്കാൻ നിങ്ങൾ ലോങ്ങ് പോസിഷൻ വിൽക്കുകയോ ഷോർട്ട് പോസിഷൻ വാങ്ങുകയോ ചെയ്യണം, അങ്ങിനെ ഫ്യൂച്ചർസ് പോസിഷൻ ക്ലോസിങ് ഔട്ട് ചെയ്യുകയും കരാർ പ്രകാരമുള്ള ബാദ്ധ്യതകൾ തീരുകയും ചെയ്യും.

അംഗീകൃതമായ ഒരു വരുംകാലകരാറാണ് ഫ്യൂച്ചർസ് കോൺട്രാക്റ്റ്, നേരത്തേ പരസ്പരം തീരുമാനിച്ച ഭാവിയിലെ ഒരു ദിവസത്തിൽ, ഏതെങ്കിലും തരത്തിലുള്ള ഒരു ആസ്തി വാങ്ങുവാനോ വിൽക്കുവാനോ ആയി, രണ്ട് പാർട്ടികൾ തമ്മിലുണ്ടാക്കുന്നതാണിത്. ഫ്യൂച്ചർസ് കോൺട്രാക്റ്റിലെ ചില മുഖ്യലക്ഷണങ്ങൾ ഇവയാണ്:

നിലവാരം നിശ്ചയിക്കൽ

വളരെ ഉയർന്നനിലയിൽ നിലവാരം നിശ്ചയിക്കപ്പെട്ട ഒരു കരാറാണ് ഫ്യൂച്ചർസ് കോൺട്രാക്റ്റ്, വിശദാംശങ്ങൾ താഴെപ്പറയുന്നു:

1. അടിസ്ഥാനമാക്കുന്നത് ആസ്തികളെയോ ഉപകരണങ്ങളെയോ സാമഗ്രികളെയോ ആണ്. ഇത് ഒരു ബാരൽ എണ്ണയോ, ഒരു കിലോ സ്വർണ്ണമോ, അല്ലെങ്കിൽ ഒരു സ്റ്റോക്കോ ഷെയറോ അങ്ങിനെ എന്തുമാകാം.

2. ഒത്തുതീർപ്പിന്റെ രീതികൾ. കാഷ് സെറ്റിൽമന്റോ ഫിസിക്കൽ സെറ്റിൽമന്റോ ആവാം. രാജ്യത്ത് പ്രധാനമായും പണമായിട്ടാണ് കരാറിൽ നിന്നുണ്ടാവുന്ന ലാഭനഷ്ടങ്ങൾ ഒത്തുതീർക്കുന്നത്.

3. ഓരോ കോൺട്രാക്റ്റിലും ഉൾക്കൊള്ളുന്ന വസ്തുവിന്റെ അളവ്. കിലോ സ്വർണ്ണത്തിന്റെ കാര്യത്തിൽ തൂക്കവും, എണ്ണ ബാരലുകളുടെ കാര്യത്തിൽ എണ്ണവും, വിദേശനാണയത്തിന്റെ കാര്യത്തിൽ അവയുടെ അളവുകളും, ഷെയറുകളുടെ കാര്യത്തിൽ എണ്ണവും ഒക്കെയാണ് ഉപയോഗിക്കുന്നത്.

4. ഫ്യൂച്ചർസ് കോൺട്രാക്റ്റ് നിശ്ചയിച്ചിരിയ്ക്കുന്ന കറൻസി.

5. വസ്തുക്കളുടെ ഗുണം. ബോണ്ടുകളുടെ കാര്യത്തിൽ ഏത് ബോണ്ടാണ് എന്ന് കരാറിൽ വ്യക്തമാക്കിയിരിയ്ക്കും. ഗുണം മാത്രമല്ല, അത് എങ്ങിനെ എവിടെ എത്തിയ്ക്കണം എന്നതും വസ്തുക്കളുടെ കാര്യത്തിൽ വ്യക്തമാക്കിയിരിയ്ക്കും.

6. ഡെലിവറി മാസം.

7. അവസാന ട്രേഡിങ് ദിവസം.

സെബിയാൽ നിയന്ത്രിതമാണ് ഫ്യൂച്ചർസ് ട്രേഡിങ്. ട്രേഡർമാർ നിയമവിരുദ്ധമായും സാമൂഹ്യനീതിയ്ക്കെതിരായും വിപണിയെ നിയന്ത്രിക്കുന്നതിൽ നിന്നും സെബി സംരക്ഷിക്കുന്നു, കൂടാതെ ഫ്യൂച്ചർസ് വിപണിയിലെ തട്ടിപ്പുകളും തടയുന്നു.

ഫ്യൂച്ചർസ് ട്രേഡിങ്ങിന്റെ പ്രവർത്തനം എങ്ങിനെയാണ്?

ഫ്യൂച്ചർസ് ട്രേഡിങ്ങിലെ പങ്കാളികളിൽ രണ്ടു തരക്കാരുണ്ട്, ഹെഡ്ജർമാരും സ്പെക്കുലേറ്റർമാരും.

പൊതുവെ, കാഷ് ഉൽപന്നങ്ങളുടെ ഭാവിയിലെ മോശമായ വിലവ്യതിയാനങ്ങളിൽ നിന്ന് സംരക്ഷണം ഉറപ്പുവരുത്താനാണ് ഹെഡ്ജർമാർ ഫ്യൂച്ചർസിനെ ഉപയോഗിയ്ക്കുന്നത് (നഷ്ടത്തിനെതിരെ വേലി കെട്ടുക). കാഷ് വിലകളും ഫ്യൂച്ചർസ് മൂല്യവും ഏപ്പോഴും ഒരുമിച്ചാണ് നീങ്ങുകയെന്ന വസ്തുതയാണ് ഹെഡ്ജിങ്ങിന്റെ പുറകിലുള്ള ന്യായം.

ഹെഡ്ജർമാർ മിക്കപ്പോഴും അടിസ്ഥാനമാക്കിയിരിയ്ക്കുന്ന കാഷ് വസ്തുവിന്റെ കച്ചവടത്തിൽ ഏർപ്പെട്ടിരിക്കുന്ന ബിസിനസ്സുകാരും വ്യക്തികളും ആയിരിയ്ക്കും. കുരുമുളക് പൊടിച്ച് പാക്കറ്റിലാക്കുന്ന ഒരു കമ്പനിയെ ഉദാഹരണമായിട്ടെടുക്കാം. കുരുമുളകിന് വിലകയറുമ്പോൾ, കൃഷിക്കാരനോ അല്ലെങ്കിൽ കുരുമുളക് സംഭരിച്ച് എത്തിയ്ക്കുന്ന കച്ചവടക്കാരനോ കമ്പനി അധികം പണം ,നൽകേണ്ടി വരുന്നു. കുരുമുളകിന്റെ ഈ വിലക്കയറ്റത്തിൽ നിന്ന് രക്ഷപ്പെടാനായി, കമ്പനി വാങ്ങുവാൻ ഉദ്ദേശിയ്ക്കുന്ന കുരുമുളകിന്റെ അത്രയും തന്നെ കുരുമുളക് ഫ്യൂച്ചർസ് കോൺട്രാക്റ്റും അയാൾ വാങ്ങുന്നു, അങ്ങിനെ കുരുമുളകിന്റെ വിലക്കയറ്റത്തിനെതിരെ ഫലപ്രദമായി വേലികെട്ടുന്നു. കുരുമുളകിന്റെ കാഷ് വിലയും അതിന്റെ ഫ്യൂച്ചർസ് വിലയും എപ്പോഴും ഒരുമിച്ച് നീങ്ങുമെന്നതിനാൽ, കുരുമുളകിന് വിലകൂടുമ്പോൾ എത്രത്തോളം നഷ്ടമുണ്ടാവുമോ അത്രയും ലാഭം വിലകൂടിയ ഫ്യൂച്ചർസിൽ നിന്നും കിട്ടുന്നു.

ഫ്യൂച്ചർസ് കളിക്കാരിലെ രണ്ടാമത്തെ പ്രധാനസംഘമാണ് സ്പെക്കുലേറ്റേഴ്സ്. ഇതിൽ സ്വതന്ത്ര കച്ചവടക്കാരും നിക്ഷേപകരുമാണ് അടങ്ങിയിരിയ്ക്കുന്നത്. സ്പെക്കുലേറ്റേഴ്സിനെ സംബന്ധിച്ചിടത്തോളം, മറ്റു നിക്ഷേപങ്ങളേക്കാൾ പ്രധാനപ്പെട്ട ചില ഗുണങ്ങൾ ഫ്യൂച്ചർസിന് ഉണ്ട്:

റിയൽ എസ്റ്റേറ്റിനേക്കാളും സ്റ്റോക്ക് വിലകളേക്കാളും വളരെ വേഗത്തിൽ ഫ്യൂച്ചർസിന്റെ വിലകൾ ചലിയ്ക്കുമെന്നതിനാൽ, കൃത്യമായി ഊഹിക്കുവാൻ കഴിയുകയാണെങ്കിൽ, കൂടുതൽ വേഗത്തിൽ കൂടുതൽ പണം ഫ്യൂച്ചർസ് വിപണിയിൽ നിന്നു ഉണ്ടാക്കുവാൻ ഫ്യൂച്ചർസ് കച്ചവടക്കാരന് കഴിയുന്നു. അതേസമയം, മറ്റു നിക്ഷേപങ്ങളെ അപേക്ഷിച്ച്, ഫ്യൂച്ചർസ് മാർക്കറ്റിലെ ഒരു മോശം കണക്കുകൂട്ടൽ, വലിയ നഷ്ടങ്ങളും വരുത്തിവെയ്ക്കും.

ഫ്യൂച്ചർസ് വളരെയധികം ഉത്തോലനസാധ്യതയുള്ള നിക്ഷേപമാണ്.

അടിസ്ഥാനകരാറിലെ വിലയുടെ വളരെ ചെറിയ ഒരു ഭാഗം മാത്രമാണ് (സാധാരണയായി 10 മുതൽ 25 ശതമാനം വരെ, ചിലപ്പോൾ ഇതിലും കുറവും) ലാഭത്തിനായി കണക്കുകൂട്ടുന്നത്. അയാൾ മുടക്കുന്ന പണം ഒരിയ്ക്കലും ആദ്യഗഡുവല്ല, മറിച്ച് ഒരു പെർഫോമൻസ് ബോണ്ടാണ്. ഡെലിവറി സംഭവിയ്ക്കുന്ന അപൂർവ്വം അവസരങ്ങളിൽ മാത്രമേ കരാറിന്റെ യഥാർത്ഥവില കൈമാറ്റം ചെയ്യപ്പെടുന്നുള്ളൂ. (ഇതിനെ, വാങ്ങുന്ന സ്റ്റോക്കിന്റെ നൂറു ശതമാനം പണവും അപ്പോൾ തന്നെ നൽകേണ്ടിവരുന്ന സ്റ്റോക്ക് നിക്ഷേപകനുമായി താരതമ്യം ചെയ്യുക.) കൂടാതെ, ഫ്യൂച്ചർസ് നിക്ഷേപകന്, മുഴുവൻ കരാർ തുകയും, കൊടുക്കുന്ന മാർജിനും തമ്മിലുള്ള വ്യത്യാസത്തിന് പലിശയും കൊടുക്കേണ്ട ആവശ്യമില്ല.

ഫ്യൂച്ചർസ് കോൺട്രാക്റ്റുകൾ അവസാനിപ്പിക്കുന്നത്

ഫിസിക്കൽ ഡെലിവറിയായിട്ടല്ല ഫ്യൂച്ചർസ് കോൺട്രാക്റ്റുകൾ അവസാനിപ്പിക്കുന്നത്. വ്യത്യാസമുള്ള വസ്തുക്കൾ മാത്രം വാങ്ങുകയോ വിൽക്കുകയോ ചെയ്തുകൊണ്ടാണ് നിലവിലുള്ള പോസിഷൻ സെറ്റിൽ ചെയ്യുന്നത്. ഇത് സ്പെക്കുലേറ്ററേയോ ഹെഡ്ജറേയോ തങ്ങളുടെ ലാഭമോ നഷ്ടമോ എത്രയുണ്ടെന്ന് മനസ്സിലാക്കുവാൻ സഹായിയ്ക്കുന്നു. ഈ സമയത്ത്, എന്തെങ്കിലും കൂടുതൽ ലാഭമുണ്ടോ അതും മാർജിൻ ബാക്കിയും ട്രേഡർക്ക് തിരിച്ച് നൽകുന്നു, അല്ലെങ്കിൽ നഷ്ടമാണെങ്കിൽ മാർജിൻ ബാക്കിയിൽ നിന്ന് നഷ്ടം കഴിച്ചുള്ള തുക തിരിച്ചു നൽകുന്നു. ഡെലിവറി തീരെ സാധ്യമാകാത്ത തരം വസ്തുക്കളിൽ (സ്റ്റോക്ക് അല്ലെങ്കിൽ ഇൻഡക്സ് ഫ്യൂച്ചർസ്), എപ്പോഴും കാഷ് സെറ്റിൽമന്റ് ആണ് കരാർ അവസാനിപ്പിയ്ക്കാനായി ഉപയോഗിയ്ക്കുന്നത്.

ഫ്യൂച്ചർസ് വിലയും കാഷ് വിലയും കരാർ കാലാവധി ദിവസം ഒരേ സ്ഥാനത്ത് തന്നെ എത്തും എന്നുറപ്പു വരുത്താനാണ് ഡെലിവറി സൗകര്യം ഉറപ്പുവരുത്തിയിരിയ്ക്കുന്നത്. അതില്ലായിരുന്നെങ്കിൽ, ഒരേ സമയത്ത് ഒരേ സാധനം രണ്ടു വിലകളിൽ ലഭ്യമായിത്തീരും. അങ്ങിനെയാണെങ്കിൽ കച്ചവടക്കാർക്ക് ചന്തയിൽ നിന്ന് കുറഞ്ഞവിലയിൽ സാധനങ്ങൾ വാങ്ങി കൂടിയ വിലയിൽ ഫ്യൂച്ചർസ് മാർക്കറ്റിൽ വിറ്റഴിച്ച്, അപകടങ്ങളില്ലാതെ കൂടുതൽ പണം നേടാം. ഇതിനെയാണ് ആർബിട്രേജ് എന്ന് പറയുന്നത്. കാലാവധി സമയത്തുള്ള വളരെ ചെറിയ വിലവ്യത്യാസങ്ങളിൽ നിന്ന് ചില കച്ചവടക്കാർക്ക് ലാഭമുണ്ടാക്കാൻ ഇത് അവസരമൊരുക്കുന്നു.

ഫ്യൂച്ചർസ് ട്രേഡിങ്ങിന്റെ ഗുണങ്ങൾ

സേവിംഗ്സ് അക്കൌണ്ട്, സ്റ്റോക്കുകൾ, ബോണ്ടുകൾ, ഓപ്ഷനുകൾ, റിയൽ എസ്റ്റേറ്റ് തുടങ്ങിയവയിൽ നിന്ന് വ്യത്യസ്തമായി ഫ്യൂച്ചർ ട്രേഡിങ്ങിന് സ്വന്തമായി കുറേ ഗുണങ്ങളുണ്ട്.

1. **ഉയർന്ന ഉത്തോലകത്വം** (ലിവറേജ്). വളരെ ചെറിയ സമയത്തിനുള്ളിൽ വലിയ ലാഭം നേടാവുന്നതാണ് ഏറ്റവും മുഖ്യമായ ആകർഷണീയത. ഫ്യൂച്ചർ ട്രേഡിങ്ങിന് ഇത്രയും ലാഭസാധ്യത കൂടുവാനുള്ള കാരണം അതിന്റെ ഉയർന്ന ഉത്തോലകത്വമാണ്. ഒരു ഫ്യൂച്ചർസ് കരാർ സ്വന്തമാക്കാൻ ഒരു നിക്ഷേപകന് കരാർ വിലയുടെ ഒരു ചെറിയ അംശം (സാധാരണയായി 10 മുതൽ 20 ശതമാനം വരെ) മാത്രമേ 'മാർജിനായി' നിക്ഷേപിക്കേണ്ടതായിട്ടുള്ളൂ. മറ്റൊരുതരത്തിൽ പറഞ്ഞാൽ, നേരിട്ടു പണം കൊടുത്തു വാങ്ങുന്നതിനേക്കാൾ വളരെയധികം സെക്യൂരിറ്റി ഇങ്ങിനെ

വാങ്ങുവാൻ സാധിയ്ക്കുന്നു, അതുകൊണ്ട് തന്നെ കണക്കുകൂട്ടലുകൾ ശരിയായി ഭവിച്ചാൽ നേടാവുന്ന ലാഭവും പതിന്മടങ്ങു വർദ്ധിയ്ക്കുന്നു (പത്തു ശതമാനം നിക്ഷേപിയ്ക്കുമ്പോൾ ലാഭം പത്തുമടങ്ങു വർദ്ധിയ്ക്കുന്നു). സ്റ്റോക്കുകൾ യഥാർത്ഥത്തിൽ വാങ്ങി കൈവശം വെച്ചു വിൽക്കുന്നതിനേക്കാൾ വളരെ വലിയ ലാഭമാണ് ഇങ്ങനെ കിട്ടുന്നത്.

2. ബെയർ മാർക്കറ്റിലും ബുൾ മാർക്കറ്റിലും ലാഭം തന്നെ. ഫ്യൂച്ചർസ് ട്രേഡിങ്ങിൽ വാങ്ങുന്ന (ലോങ്ങ് ആവുക എന്നു പറയും) അത്ര തന്നെ എളുപ്പമാണ് വിൽക്കുവാനും(ഷോർട്ടാകുക എന്നു പറയും). ശരിയായി തിരഞ്ഞെടുക്കുന്നതിലൂടെ, വില താഴോട്ടു പോവുകയാണെങ്കിലും മുകളിലോട്ടു പോവുകയാണെങ്കിലും നിങ്ങൾക്ക് പണമുണ്ടാക്കുവാൻ സാധിയ്ക്കും. അതിനാൽ ഏതുതരം സാമ്പത്തിക അവസ്ഥകളിലും പണമുണ്ടാക്കുവാൻ ഫ്യൂച്ചർസ് ട്രേഡിങ് സഹായിയ്ക്കുന്നു. നാണയപ്പെരുപ്പമോ, നാണയദൗർലഭ്യമോ, സാമ്പത്തികവിപ്ലവമോ തകർച്ചയോ, കൊടുങ്കാറ്റുകളോ, വെള്ളപ്പൊക്കമോ, ക്ഷാമമോ, എന്തുതന്നെയായാലും, ലാഭമുണ്ടാക്കുവാനുള്ള അവസരങ്ങൾ എപ്പോഴും ഫ്യൂച്ചർസ് ട്രേഡിങ്ങിൽ ഉണ്ട്.

3. കുറഞ്ഞ കൈമാറ്റ നിരക്കുകൾ. താരതമ്യേന വളരെ കുറഞ്ഞ കമ്മീഷനുകളാണ് ഫ്യൂച്ചർസ് ട്രേഡിങ്ങിന്റെ മറ്റൊരു ഗുണം. ഒരു ഫ്യൂച്ചർസ് കച്ചവടം ചെയ്യാൻ കൊടുക്കേണ്ടുന്ന കമ്മീഷൻ ഒരു ശതമാനത്തിന്റെ പത്തിലൊന്നു മാത്രമാണ് (0.10 -0.20 ശതമാനം). സാധാരണ വാങ്ങുവാനും വിൽക്കുവാനും ഒരു സ്റ്റോക്കിന്റെ കമ്മീഷൻ ഒരു ശതമാനം വരും.

4. പണമായി മാറ്റുവാൻ വളരെ എളുപ്പം. മിക്ക ഫ്യൂച്ചർസ് മാർക്കറ്റുകളും വളരെ എളുപ്പം പണമാക്കി മാറ്റാവുന്നതാണ്, അതായത്, ദിവസേന വളരെയധികം കരാറുകൾ കച്ചവടം ചെയ്യപ്പെടുന്നുണ്ട്. മാർക്കറ്റ് ഓർഡറുകൾ വളരെ പെട്ടെന്ന് നടന്നു കിട്ടുമെന്ന് ഉറപ്പാണ്, കാരണം മിക്ക കരാറുകൾക്കും വളരെയധികം ആളുകൾ വാങ്ങാനും വിൽക്കാനും ഉണ്ട്.

ഉൽപന്നങ്ങളോ, സ്റ്റോക്കുകളോ, ഇൻഡക്സ് ഫ്യൂച്ചറുകളോ ഏതാണ് നിങ്ങൾ കച്ചവടം ചെയ്യുന്നതെങ്കിലും, ഫ്യൂച്ചർസ് ആണ് പരിപൂർണ്ണമായ ബിസിനസ്സ്. കൃത്യമായി കച്ചവടം ചെയ്യുവാൻ നിങ്ങൾ പഠിയ്ക്കണം, കൂടാതെ നിങ്ങളുടെ ഭയവും അത്യാഗ്രഹവും നിയന്ത്രിക്കണം, മൂലധനം സംരക്ഷിക്കുവാനും പഠിയ്ക്കണം.

ഒരു പരമ്പരാഗതബിസിനസ്സുമായി ഫ്യൂച്ചർസ് ട്രേഡിങ്ങിന് ഒരു സാമ്യവുമില്ല. ഫ്യൂച്ചർ കച്ചവടക്കാർക്കുള്ള ചില സൗകര്യങ്ങൾ താഴെകൊടുക്കുന്നു.

- വളരെ ചെറിയ മുതൽമുടക്ക് -നിങ്ങൾക്കൊരു കമ്പ്യൂട്ടർ മാത്രം മതി.
- വളരെ കുറഞ്ഞ നടപ്പുചിലവ് -വീട്ടിലിരുന്നു ചെയ്യാം.
- പെർമിറ്റുകളും ലൈസേൻസുകളും വേണ്ട - നിയന്ത്രണാധികാരികൾ ഇല്ല.
- സമയക്ലിപ്തത്തയില്ല -നിങ്ങൾക്കിഷ്ടമുള്ളപ്പോൾ കച്ചവടം ചെയ്യാം.
- ജോലിക്കാർ വേണ്ട -ശമ്പളം, ശമ്പളബില്ല്, മുതലായ തലവേദനകൾ ഇല്ല.
- വിൽപനയില്ല -നിങ്ങൾ യാതൊരു ഉൽപന്നമോ സേവനമോ വിൽക്കുന്നില്ല.
- ചരക്കു സൂക്ഷിക്കേണ്ട -ചരക്കുകളില്ല, സൂക്ഷിക്കാൻ ഗോഡൗൺ വേണ്ട, ഒന്നും കളവുപോവുകയുമില്ല.

• പരസ്യം വേണ്ട -ആർക്കു വേണം?

• പഠിച്ചെടുക്കാൻ കഷ്ടപ്പെടേണ്ട -ഞങ്ങളുടെ വാർത്താബുള്ളറ്റിൽ വായിച്ചാൽ മതി.

• വിപണിയുടെ നീക്കം കണ്ട് ബേജാറാവേണ്ട -ഏതുസമയത്തും ഷോർട്ടായിട്ടും ലോങ്ങായിട്ടും ലാഭം വരുന്നു.

• തനിക്കു മാത്രമായി ഞെട്ടലുകൾ വേണ്ട -സാധാരണ വിപണിയിൽ എല്ലാവർക്കും ഒരുമിച്ചു വരുന്ന വികാരങ്ങൾ മാത്രം.

• പലിശകൾ ഇല്ല -മാർജിൻ നിങ്ങൾ ആദ്യമേ നൽകുന്നു.

• കുറഞ്ഞ കമ്മീഷനുകൾ – കരാർ തുകയുടെ 0.10% മാത്രം.

• റിയൽ എസ്റ്റേറ്റ് അല്ല -കുടികിടപ്പുകാരും ഇല്ല.

• എന്തു കച്ചവടം ചെയ്യണമെന്ന് യാതൊരു നിയന്ത്രണങ്ങളുമില്ല.

• എത്ര സമയം എപ്പോൾ കച്ചവടം ചെയ്യണമെന്നതിനും യാതൊരു നിയന്ത്രണങ്ങളുമില്ല.

• നാണയപ്പെരുപ്പത്തിൽ നിന്നും വ്യാപാരമാന്ദ്യത്തിൽ നിന്നുമെല്ലാം സംരക്ഷണം.

• നിങ്ങളുടെ സ്വന്തം ഇഷ്ടങ്ങൾ നടപ്പിലാക്കുവാനുള്ള എല്ലാ സ്വാതന്ത്ര്യവും, ആരും നിങ്ങളുടെ മുകളിലിരുന്ന് ഉത്തരവുകൾ പുറപ്പെടുവിക്കില്ല.

ഒരിക്കൽ വിപണിയെ ലക്ഷണങ്ങളിൽ നിന്ന് മനസ്സിലാക്കാൻ നിങ്ങൾ പഠിച്ചുകഴിഞ്ഞാൽ, വിപണി മുകളിലേക്കോ താഴോട്ടോ വശങ്ങളിലേക്കോ നീങ്ങുമ്പോഴും നിങ്ങൾക്ക് പണമുണ്ടാക്കാം. ഇതൊരു വലിയ സംഭവമാക്കേണ്ട, ഇത് ന്യൂക്ലിയർ ശാസ്ത്രമൊന്നുമല്ല.

ഫ്യൂച്ചർ ട്രേഡിങ്ങിലെ അപകടസാധ്യതകൾ

ഇത്തരം കച്ചവടത്തിലെ വൻലാഭങ്ങളെക്കുറിച്ചോർത്ത് നേരേ അതിലേക്കെടുത്തു ചാടാതെ ആദ്യം മനഃസാന്നിദ്ധ്യത്തോടെ, ഇതിലെ അപകടസാധ്യതകളെയെല്ലാം ഒന്നു പരിശോധിച്ചു നോക്കുന്നത് നന്നായിരിക്കും. പാരിതോഷികങ്ങളും അവ നേടാനുള്ള കഷ്ടപ്പാടുകളും എപ്പോഴും പരസ്പരബന്ധിതമാണ്. സാധാരണയിൽ കൂടുതൽ സാഹസം കാട്ടാതെ, സാധാരണയിൽ കൂടുതൽ ലാഭം, നിക്ഷേപങ്ങളിൽ നിന്നും നേടുക എന്നുള്ളത് അയഥാർത്ഥമാണ്.

മിക്ക ആളുകളും സാഹസികപ്രവർത്തികളോട് വൈമുഖ്യമുള്ളവരാണ്. വലിയ സാഹസങ്ങൾ പ്രവർത്തിക്കാൻ അവർ തീരെ ഇഷ്ടപ്പെടുന്നില്ല, പ്രത്യേകിച്ച് പണമെറിഞ്ഞുള്ള സാഹസങ്ങൾ. വിൽ റോജേഴ്സ് എന്ന പ്രസിദ്ധനായ ഫലിതജ്ഞൻ പറഞ്ഞതിനോട് നിങ്ങൾ ചിലപ്പോൾ യോജിക്കും, 'എന്റെ പണത്തിന്റെ തിരിച്ചുവരവിനെ കുറിച്ച് ഞാൻ പേടിക്കുന്നിടത്തോളം, എന്റെ പണത്തിന്മേലുള്ള വരവിനെ കുറിച്ച് ഞാൻ പേടിക്കുന്നില്ല'.

വളരെയധികം അപകടങ്ങളുള്ള പരിപാടിയെന്ന് പേരുകേട്ടതാണ് ഫ്യൂച്ചർസ് ട്രേഡിങ്. അവസാനം ഒരു വലിയ ശതമാനം കച്ചവടക്കാർക്കും പണം നഷ്ടപ്പെടുമെന്നത് സത്യമാണ്. ഒരുപാട് പേർക്ക് കനത്ത തുകകൾ നഷ്ടപ്പെട്ടിട്ടുണ്ട്.

എന്തൊക്കെയായാലും, വളരെ അപകടം പിടിച്ച ഒരു പ്രവർത്തിയാണെന്നതിലാണ് അതിന്റെ പ്രശസ്തി. നിങ്ങൾ ഒരു

ചൂതുകളിക്കളത്തിലേയ്ക്ക് കളിക്കാൻ പോവുകയാണെന്ന് കരുതുക. അവിടെ നിങ്ങൾക്ക് കുറഞ്ഞത് 5–നും കൂടിയത് 5000–നും വാതുവെയ്ക്കാം. നിങ്ങളുടെ കൈയിൽ 5000 രൂപയുണ്ടെങ്കിൽ, നിങ്ങൾക്ക് വേണമെങ്കിൽ പരമാവധി തുകയ്ക്ക് വാതുവെച്ച് ജയിച്ചാൽ ഒറ്റയടിച്ച് 10000 നേടാം. പക്ഷേ നഷ്ടപ്പെടുകയാണെങ്കിൽ നിങ്ങൾ ഒറ്റ കളികൊണ്ട് തന്നെ കളിനിർത്തി മടങ്ങേണ്ടി വരും. അതേ സമയം നിങ്ങൾ 5 രൂപയാണ് വാതുവെയ്ക്കുന്നതെങ്കിൽ നിങ്ങൾക്ക് വളരെയധികം സമയം കളിയ്ക്കാം, അധികം പണം നഷ്ടപ്പെടുത്താതെ തന്നെ.

കളിയ്ക്കുന്നവനാണ് എങ്ങിനെ കളിയ്ക്കണമെന്നു തീരുമാനിയ്ക്കുന്നത്. അയാൾക്ക് വലിയ വാതുവെയ്പുകൾ നടത്താം, അല്ലെങ്കിൽ ചെറുതുകളിൽ തൃപ്തിപ്പെടാം. ഫ്യൂച്ചർസ് വളരെ ശ്രദ്ധയോടെ ചെയ്യുകയാണെങ്കിൽ 1–2 ശതമാനം വരെ മാത്രമേ മൂലധനത്തിൽ നഷ്ടം സംഭവിയ്ക്കുകയുള്ളൂ. ഇത്തരത്തിൽ നിങ്ങൾക്ക് വളരെയധികം സമയം കച്ചവടം ചെയ്യാം, അപ്പോഴും നിങ്ങളുടെ അധികം പണമൊന്നും നഷ്ടപ്പെടുകയില്ല. പക്ഷേ, മിക്ക ആളുകളും അത്ര ക്ഷമാശീലരല്ല. സ്വയം നിയന്ത്രിക്കാൻ കഴിവില്ലാത്തവരാണ് കൂടുതലും പണം നഷ്ടപ്പെടുന്ന നിർഭാഗ്യവാന്മാർ. പെട്ടെന്ന് പണക്കാരാവാൻ വേണ്ടി സ്വന്തം മൂലധനത്തിലെ ഒരു വലിയ ഭാഗം തന്നെ അവർ അപകടത്തിൽപ്പെടുത്തുന്നു.

കച്ചവടത്തെ കുറിച്ച് ഒരു പ്രധാന ഉദ്ധരണി ട്രേഡിങ് സൈക്കോളജി വിദഗ്ദ്ധനായ മാർക്ക് ഡഗ്ലസിന്റേതാണ്. ഫലം നിശ്ചിതമായ കുറച്ച് സമയത്തേയ്ക്കു മാത്രം നീണ്ടുനിൽക്കുന്ന സസ്പെൻസുകൾ കൂടാതെ, നമ്മളിൽ മിക്കവരും സാമ്പത്തികസാഹസങ്ങൾ എടുക്കാൻ മടിയുള്ളവരാണെന്ന് അദ്ദേഹം വിശ്വസിക്കുന്നു. ഇതുകൂടാതെ, നമ്മുടെ ജീവിതങ്ങൾ മടുക്കാതെ കൊണ്ടുപോകാനാവശ്യമായ ഹർഷപുളകങ്ങൾക്ക് കൂടി നമ്മൾ സ്ഥാനം കണ്ടെത്തണം.

അതിലടങ്ങിയിരിയ്ക്കുന്ന അപകടസാധ്യതകളെക്കുറിച്ച് ബോധവാനും അവയിൽ പേടിയില്ലാത്തവനും ആയിരിയ്ക്കണം ഒരു ഫ്യൂച്ചർ ട്രേഡർ. കച്ചവടത്തിലെ അപകടസാധ്യതകളെ കൈകാര്യം ചെയ്യുന്നതിലാണ് ഒരു ഫ്യൂച്ചർ ട്രേഡറുടെ വിജയം ഇരിക്കുന്നത്. അപകടസാധ്യതകളെ കൈകാര്യം ചെയ്യാമെങ്കിലും അവയെ നിശ്ശേഷം ഇല്ലായ്മചെയ്യുവാൻ സാധിക്കുകയില്ല. ഊഹക്കച്ചവടക്കാർ വൻലാഭങ്ങൾ കൊയ്യുമ്പോൾ, അവരെപ്പോഴും അതിനനുസരിച്ചുള്ള സാഹസങ്ങൾ എടുക്കുന്നുവേന്ന് ഓർമ്മിക്കുക.

എന്തൊക്കെയായാലും, ശ്രദ്ധാപൂർവ്വമായ ആസൂത്രണത്തോടും അതിബുദ്ധിയോടെയുള്ള തന്ത്രങ്ങളാലും നഷ്ടങ്ങൾ തീർത്തും ഒഴിവാക്കുവാൻ സാധിയ്ക്കുകയില്ല. നഷ്ടങ്ങൾ ഈ പ്രക്രിയയുടെ ഒരു ഭാഗമാണ്. കച്ചവടമെന്നാൽ പണം ഉണ്ടാക്കുകയും നഷ്ടപ്പെടുത്തുകയും ചെയ്യുന്ന ബിസിനസ്സാണ്. എത്ര നന്നായി ആസൂത്രണം ചെയ്ത ഏതൊരു ബിസിനസ്സിലും നഷ്ടങ്ങൾ സംഭവിക്കാനുള്ള സാധ്യതകളുണ്ട്. വിജയം കൊയ്ത ബിസിനസ്സുകാർ, ഏപ്പോഴും ജയിച്ചുകൊണ്ടേയിരുന്നു എന്നാണ് മിക്ക ആളുകളുടേയും വിചാരം. ഇത് ഒരിക്കലും സത്യമല്ല. ഏറ്റവും നല്ല കച്ചവടക്കാർ ധാരാളം പണം നഷ്ടപ്പെടുത്തിയിട്ടുണ്ട്, പക്ഷേ കാലക്രമേണ അവർ നഷ്ടപ്പെടുത്തിയതിനേക്കാൾ കൂടുതൽ നേടി.

കച്ചവടത്തിൽ നഷ്ടങ്ങളുണ്ടാവുന്നതിനെ മാനസികമായി നേരിടാൻ നിങ്ങൾക്കാവില്ലെങ്കിൽ, പിന്നെ നിങ്ങളുടെ അവസ്ഥ പരിതാപകരമായിരിയ്ക്കും.

സാധാരണക്കാർ നഷ്ടങ്ങൾ തങ്ങളുടെ പരാജയമായും കഴിവുകേടായും കാണുമ്പോൾ, നല്ല കച്ചവടക്കാർ അവയെ നിസ്സാരമായി അവഗണിക്കും. ഏറ്റവും നല്ല കച്ചവടതന്ത്രവും ചിലപ്പോൾ കുറേയേറെ നഷ്ടങ്ങൾ വരുത്തിവെച്ചേക്കാം, കാരണം വിപണിയുടെ അനിശ്ചിതത്വത്തിൽ അത്തരം നഷ്ടങ്ങൾ അനിവാര്യമാണ്.

അടിസ്ഥാന നിയമങ്ങൾ

വിപണിയിലെ പ്രവണതകളെ നിരീക്ഷിയ്ക്കുക. ഒരു കച്ചവടക്കാരന് അനുസരിയ്ക്കാൻ ഏറ്റവും ബുദ്ധിമുട്ടുള്ള ഒരു ഉപദേശമാണിത്, കാരണം ഒരു ലക്ഷണമൊത്ത ഒരു ഫ്യൂച്ചർസ് ട്രേഡർ ഒരിയ്ക്കലും 'കൂട്ടത്തിലൊരുവൻ' എന്ന ഗണത്തിൽപ്പെടില്ല. ഫ്യൂച്ചർസ് ട്രേഡർമാരും ഫ്യൂച്ചർസ് ബ്രോക്കർമാരും എപ്പോഴും വളരെയധികം സ്വേച്ഛാനുസാരം പ്രവർത്തിയ്ക്കുന്നവരാണ്; ഇങ്ങിനെയുള്ളവരെയാണ് വിപണി വളരെ വേഗം ആകർഷിയ്ക്കുന്നത്. 'കൂട്ടത്തിലൊരുവനെയല്ല' മറിച്ച് ചില പ്രത്യേകതകളുള്ള ഒരാൾക്കേ, ഫ്യൂച്ചർസ് മാർക്കറ്റിൽ ഇറങ്ങാനുള്ള സാഹസികത്വം ഉണ്ടാവുകയുള്ളൂ. അതിനാൽ സാധാരണ ട്രേഡർമാരും ബ്രോക്കർമാരും അവരുടെ സ്വേച്ഛാനുസാരം മാത്രം പ്രവർത്തിയ്ക്കുവാനുള്ള ജന്മവാസനകൾ കഴിയുന്നതും നിയന്ത്രിക്കണം.

1. നിങ്ങളെന്തിനാണ് വിപണിയിൽ ഇറങ്ങിയത് എന്ന് ഓർക്കണം. ബോറടി മാറ്റാനോ? അതോ കൊള്ളലാഭം കൊയ്യാനോ? നിങ്ങൾ ആത്മാർത്ഥമായി അതിനുത്തരം കണ്ടെത്തിയാൽ, ഫ്യൂച്ചർസ് ട്രേഡിങ്ങിൽ നിങ്ങൾ വിജയത്തിലേയ്ക്കുള്ള പാതയിലാണെന്നു പറയാം.

2. ഒരു വാർത്താബുള്ളറ്റിനോ അതുപോലെ മറ്റെന്തെങ്കിലുമോ ഉപയോഗിയ്ക്കുക, സ്ഥിരമായി.

3. മണി മാനേജ്മന്റ് ടെക്നിക്കുകൾ നിങ്ങളുടെ കച്ചവടത്തിലും ഉപയോഗിയ്ക്കുക.

4. അമിതമായി ഒരിയ്ക്കലും കച്ചവടം ചെയ്യരുത്.

5. നിങ്ങളുടെ ലക്ഷ്യം നിശ്ചയിച്ചതിനു ശേഷം മാത്രം വിപണിയിൽ ഇറങ്ങുക, അതുപോലെ വിപണി എതിരായി തിരിയുകയാണെങ്കിൽ, ഏതു വിധേന പുറത്തു കടക്കണം എന്നും അറിഞ്ഞിരിയ്ക്കുക.

6. ഉയരങ്ങളും താഴ്ചകളും മാത്രം നോക്കാതെ, ട്രെൻഡുകൾക്കൊപ്പം കച്ചവടം ചെയ്യുക.

7. കുറച്ചു പണം കൊണ്ട് ഒരുപാട് മാർക്കറ്റുകളിൽ കച്ചവടം ചെയ്യുന്നത് ഒഴിവാക്കുക.

8. വളരെയധികം അനിശ്ചിതങ്ങളായ കോൺട്രാക്റ്റുകളിൽ കച്ചവടം ചെയ്യുന്നത് ഒഴിവാക്കുക.

9. ഒരു കച്ചവടത്തിനിറങ്ങുന്നതിനു മുമ്പ് അതിന്റെ അപകടസാധ്യതകളുടേയും ലാഭങ്ങളുടേയും അനുപാതം പരിശോധിയ്ക്കുക, അതുപോലെ കൂടുതൽ സമയം കൈവശംവെയ്ക്കുന്നതിനാലുള്ള അപകടസാധ്യതകൾക്കെതിരെയും മുൻകരുതലുകളെടുക്കുക.

10. വിപണി തുറക്കുന്നതിന് മുമ്പ് നിങ്ങളുടെ കച്ചവടതന്ത്രങ്ങൾ നിശ്ചയിയ്ക്കുക, കാരണം വിപണിയിലെ വികാരങ്ങൾക്കനുസരിച്ചുള്ള പ്രതികരണങ്ങൾ ഒഴിവാക്കാനാണ്.

11. എൻട്രി പോയിന്റുകളും എക്സിറ്റ് പോയിന്റുകളും ലക്ഷ്യങ്ങളും തീരുമാനിയ്ക്കുക. നിങ്ങളുടെ തീരുമാനങ്ങൾ കച്ചവടസമയത്തെ വലിയ മാറ്റങ്ങൾക്ക് മാത്രം വിധേയമായിരിയ്ക്കാൻ ശ്രദ്ധിയ്ക്കുക. പ്രവർത്തിയ്ക്കുന്നവർക്കാണ് ലാഭം കിട്ടുക, അല്ലാതെ പ്രതികരിയ്ക്കുന്നവർക്കല്ല. കച്ചവടസമയത്ത് കാര്യമായ

കാരണങ്ങളില്ലാതെ തന്ത്രങ്ങളിൽ മാറ്റം വരുത്താതിരിയ്ക്കുവാൻ ശ്രദ്ധിയ്ക്കുക.

12. നിങ്ങളുടെ ആസൂത്രണമനുസരിച്ച് പ്രവർത്തിയ്ക്കുക. ഒരിയ്ക്കൽ നിങ്ങളുടെ സ്ഥാനം ഉറപ്പിച്ചുകഴിഞ്ഞാൽ, നിർത്തേണ്ടിടങ്ങളെല്ലാം തീരുമാനിച്ചു കഴിഞ്ഞാൽ പിന്നെ, പ്രത്യേകിച്ച് പ്രധാനപ്പെട്ട കാരണങ്ങളൊന്നുമില്ലെങ്കിൽ, ആ ഇടങ്ങളിലെത്താതെ പുറത്തുകടക്കുവാൻ പാടില്ല.

13. അച്ചടക്കം കാത്തുസൂക്ഷിക്കുന്നതിന്, ചാർട്ടുകൾ ഉപയോഗിയ്ക്കുക. ഒരു വലിയ വിഭാഗം കച്ചവടക്കാർക്കും ഇത്തരം സാങ്കേതിക ഉപകരണങ്ങൾ കൂടാതെ അച്ചടക്കത്തോടെ കച്ചവടം ചെയ്യുന്നതിനുള്ള കഴിവില്ല. ആവേശത്തിൽ കയറി കച്ചവടങ്ങൾ ചെയ്യുന്നത് ഒഴിവാക്കാൻ അച്ചടക്കം പാലിയ്ക്കുക.

14. എല്ലാ കച്ചവടങ്ങൾക്കും അച്ചടക്കത്തോടെ വിശദമായി ആസൂത്രണം ചെയ്യുക, അതായത്, പ്രവേശനം, ലക്ഷ്യം, നിർക്ഷമനം, തുടങ്ങിയവ, പ്രധാനപ്പെട്ട മാറ്റങ്ങളൊന്നുമില്ലെങ്കിൽ ആസൂത്രണത്തിലും മാറ്റങ്ങൾ വരുത്താൻ പാടില്ല. അച്ചടക്കമുള്ള മണി മാനേജ്മന്റ് എന്നത് ബുദ്ധിപൂർവ്വമുള്ള കച്ചവടമെന്നും അപകടസാധ്യതകളെ നിയന്ത്രിക്കലുമെന്നാണ്. ലക്ഷ്യങ്ങളുടെ ആകത്തുകയെന്നത് വർഷാവസാനമുള്ള മൊത്തം ലാഭമായിരിയ്ക്കണം, അല്ലാതെ ഓരോ കൈമാറ്റങ്ങളെയും കണക്കിലെടുക്കരുത്.

15. ഫലവത്തായ ഒരു കച്ചവടം നടത്തിക്കഴിഞ്ഞാൽ പിന്നെ, അതിലേയ്ക്കു തന്നെ വീണ്ടും കുറച്ച് തിരിച്ചെറിയുവാനുള്ള അഭിവാഞ്ഛയെ നിയന്ത്രിക്കണം.

16. ആവേശത്താലോ വികാരത്താലോ കച്ചവടം ചെയ്യുന്നത് ഒഴിവാക്കാനായി, വളരെ കൃത്യമായി ചിട്ടപ്പെടുത്തിയ വ്യവസ്ഥിതമായ ഒരു പദ്ധതി പ്രകാരം കച്ചവടം ചെയ്യേണ്ടതെങ്ങിനെയെന്നു തീരുമാനിയ്ക്കുക.

17. ആസൂത്രണത്തോടെ കച്ചവടം ചെയ്യുക, അല്ലാതെ, പ്രതീക്ഷയോടെയോ, അത്യാഗ്രഹത്തോടെയോ, ഭയത്തോടെയോ കച്ചവടം ചെയ്യരുത്. മാർക്കറ്റിലേപ്പോഴിറങ്ങണം, എത്രത്തോളം സാഹസികത്വമാവാം, എപ്പോൾ ലാഭമെടുത്തുകൊണ്ട് പുറത്തുകടക്കണം എന്നെല്ലാം ആസൂത്രണം ചെയ്യുക.

18. നഷ്ടങ്ങൾ വെട്ടിക്കുറയ്ക്കുക. ഏറ്റവും പ്രധാനമായി, നഷ്ടങ്ങൾ വെട്ടിക്കുറച്ച് ലാഭങ്ങൾ ഓടുവാൻ അനുവദിയ്ക്കുക. ഇത് വളരെ നിസ്സാരമായി തോന്നും, പക്ഷേ അങ്ങിനെയല്ല. നഷ്ടങ്ങൾ കുറയ്ക്കുവാൻ പല കച്ചവടക്കാർക്കും കഴിയാതെ പോകുന്നതെങ്ങിനെയെന്നു നമുക്കു പരിശോധിയ്ക്കാം. ആദ്യമായി, ഒരു തെറ്റുപറ്റിയെന്നു സമ്മതിയ്ക്കാൻ നമ്മളിൽ പലർക്കും വലിയ മടിയാണ്. ഉദാഹരണത്തിന്, നിങ്ങളുടെ ഒരു സ്ഥാനം നിങ്ങൾക്കെതിരെ നീങ്ങുകയാണെന്നു കരുതുക, പക്ഷേ നിങ്ങൾ ആ കച്ചവടത്തിനിറങ്ങാനുണ്ടായിരുന്ന എല്ലാ കാരണങ്ങളും ഇപ്പോഴും നിലനിൽക്കുന്നുണ്ട്. നിങ്ങൾ നിങ്ങളോട് തന്നെ പറയുന്നു, 'ഇതൊരു താൽക്കാലികമായ നഷ്ടമാണ്, എന്തായാലും (നിങ്ങളുടെ വിചാരം) എത്രത്തോളം അത് എനിയ്ക്കെതിരെ പോകുന്നുവോ, തിരിച്ചു വരാൻ അത്രയും തന്നെ സാധ്യതകളുണ്ട്'. കൂടാതെ, ആ കച്ചവടത്തിനിറങ്ങാനുണ്ടായിരുന്ന എല്ലാ കാരണങ്ങളും അപ്പോഴും നിലനിൽക്കുന്നുമുണ്ട്. ഈ സമയം കൊണ്ട് നിങ്ങൾക്ക് കുറച്ചധികം നഷ്ടപ്പെട്ടു കഴിഞ്ഞു. 'ഒരു ദിവസം കൂടി നോക്കാം' എന്നു വിചാരിച്ചുകൊണ്ട് അതിന്മേൽ നിങ്ങൾ വീണ്ടും സ്വയം തലവെച്ചു കൊടുക്കുന്നു. ഇപ്പോഴങ്ങിനെ ചിന്തിയ്ക്കുവാൻ എളുപ്പമാണ്, കാരണം

ഇപ്പോൾ നിങ്ങൾ നിങ്ങളുടെ സ്ഥാനത്തെക്കുറിച്ച് അധികം ബോധവാനല്ല. കൂടാതെ ആ സമയം കൊണ്ട് നിങ്ങൾ വളരെയധികം നഷ്ടപ്പെടുത്തിക്കഴിഞ്ഞു, പിന്നെ ഇത്തിരികൂടി പോയാലെന്താ എന്നാവും നിങ്ങളുടെ ചിന്ത. കുറച്ച് കഴിയുമ്പോൾ അങ്കലാപ്പ് തുടങ്ങുന്നു, പിന്നാലെ ഏറ്റവും നാശകരമായ, ഭ്രമജനകമായ ചിന്ത നിങ്ങളെ പിടികൂടുന്നു, 'ഏതാനും മാസങ്ങൾ വേണം ആ കരാർ കാലാവധിയെത്താൻ, അതിനിടയിൽ അത് തിരിച്ച് ലാഭത്തിലെത്താനുള്ള സാധ്യതകളുണ്ട്'.

19. അപ്പോൾ അങ്ങിനെയാണത് സംഭവിക്കുന്നത്; അതിനാൽ നഷ്ടങ്ങൾ എപ്പോഴും വെട്ടച്ചുരുക്കുവാൻ ശ്രദ്ധിക്കുക, നഷ്ടത്തിൽ പോകുന്ന കച്ചവടങ്ങളെ വച്ചുകൊണ്ടിരുന്ന് വലിയവലിയ നഷ്ടങ്ങൾ വരുത്തിവെക്കാതിരിക്കുക. പരിചയസമ്പന്നരായ കച്ചവടക്കാർ പറയുക, ഒരു കച്ചവടം രണ്ടാം ദിവസവും നഷ്ടത്തിലാണ് ഓടുന്നതെങ്കിൽ ഉടനെ പുറത്തുകടക്കുക. തോൽവി നിങ്ങളെ ഒരു ബാധപോലെ ആവേശിക്കുന്നതിന് മുമ്പ് തന്നെ പിൻവാങ്ങുക, ഇല്ലെങ്കിൽ അവസാനം നിങ്ങൾ തോൽവിയുമായി 'പ്രണയത്തിലാവും'. എളുപ്പമുള്ള വഴി, നിങ്ങളുടെ തലച്ചോറിന്റെ മുന്നിൽ തന്നെ 'നഷ്ടങ്ങൾ തുടങ്ങുമ്പോഴേക്കും കച്ചവടം നിർത്തുക' എന്ന് എഴുതിയിടുക. സ്റ്റോപ് ലോസ് ഓർഡറുകൾ ഉപയോഗിക്കുക, ഒരു കരാറിൽ നിന്ന് വരാവുന്ന പരമാവധി നഷ്ടം 5000 രൂപയായി ക്ലിപ്തപ്പെടുത്തുക, അല്ലെങ്കിൽ നിങ്ങൾക്ക് താങ്ങാവുന്ന പരിധിയിൽ അതിനെ നിർത്തുക, ഏതായാലും അത് നിങ്ങൾ നിർബന്ധമായും ചെയ്യണം.

20. ലാഭമുള്ളപ്പോൾ കച്ചവടം നടക്കട്ടെ. ഇതിനെക്കുറിച്ച് കൂടുതൽ പറയാം. ഇത് കൂടുതൽ കഠിനമായ പണിയാണ്, കാരണം എപ്പോഴാണ് ലാഭനില അവസാനിക്കുന്നതെന്ന് ആർക്കു പ്രവചിക്കുവാൻ കഴിയും? ശരിയാണ്, തീർച്ചയായും ആർക്കും കഴിയില്ല, എന്നാൽ ചില കാര്യങ്ങൾ പരിഗണിക്കേണ്ടതുണ്ട്. വളരെ ചെറിയ അളവിലാണെങ്കിലും, വിജയിക്കാനുള്ള ത്വര നമ്മുടെ എല്ലാവരുടേയും ഉള്ളിൽ ഉണ്ട്. നമ്മളിൽ മിക്കവരേയും അങ്ങിനെയാണ് വളർത്തിയിട്ടുള്ളത്. വിജയിക്കുക -അത് ഒരു പോയിന്റിനാണെങ്കിലും ഒരു റണ്ണിനാണെങ്കിലും. ഈ തത്ത്വം പൈന്തുടരുന്നത് ഫ്യൂച്ചർസ് മാർക്കറ്റിലെ നിങ്ങളുടെ തോൽവി ഉറപ്പാക്കും, കാരണം ഫ്യൂച്ചർസിന്റെ കച്ചവടത്തിന്റെ സ്വഭാവത്തിൽ വിജയികളേക്കാൾ കൂടുതൽ പരാജിതരായിരിക്കും. വിജയികൾ എപ്പോഴും വൻവിജയം ആഘോഷിക്കുന്നവരായിരിക്കും, ഒരു റണ്ണിനു വിജയിക്കുന്നവരല്ല. ഇവിടെ പിന്നെയും, നിങ്ങൾ മനുഷ്യസഹജമായ സ്വഭാവത്തിനോടു പൊരുതേണ്ടിവരും. നമുക്കൊരു ഉദാഹരണം നോക്കാം, മിക്ക കച്ചവടക്കാരേയും പോലെ നിങ്ങളും ഒരുപാടു പരാജയങ്ങൾ ഏറ്റുവാങ്ങി നിൽക്കുകയാണെന്നു കരുതുക, ഇപ്പോൾ നിങ്ങളുടെ ഒരു കച്ചവടം വളരെ നല്ല നിലയിൽ പുരോഗമിച്ചുകൊണ്ടിരിക്കുന്നു, നിങ്ങളൊരു വിജയിയാവാൻ പോകുന്നു. ലാഭം കിട്ടിക്കഴിഞ്ഞാൽ, കച്ചവടം നിർത്തി പുറത്തുചാടാനുള്ള വെമ്പൽ അത്യധികമായിരിക്കും. ചിലപ്പോൾ, പരാജയങ്ങളെ ഓർത്ത് നിങ്ങൾ പരവശനായിരിക്കും, ഇതാ നിങ്ങളുടെ നഷ്ടങ്ങളെല്ലാം ഒരുമിച്ചു തിരിച്ചു പിടിക്കാനൊരു അവസരം. ഇത് നഷ്ടപ്പെടുന്നത് നിങ്ങൾക്ക് സഹിക്കാനാവില്ല. കൂടാതെ, വിജയിച്ചുകൊണ്ടിരിക്കുന്ന ഒരു അവസരത്തിൽ ലാഭമെടുത്തു കൊണ്ട് പിന്മാറുന്നത് നിങ്ങൾക്കൊരു ആശ്വാസം തരും, നിങ്ങൾ സ്വയം (അല്ലെങ്കിൽ സുഹൃത്തുക്കളോട്) പറയും 'ഞാൻ വളരെ ബുദ്ധിപൂർവ്വം പ്രവർത്തിച്ചു' എന്ന്.

പ്രത്യേകിച്ച് നിങ്ങളുടെ പഴയ പരാജയങ്ങളെക്കുറിച്ചോർത്ത് ഈ അവസരവും പാഴായിപോകുമോ എന്ന് നിങ്ങൾ സംശയിയ്ക്കുവാൻ തുടങ്ങുമ്പോഴാണ് ഇങ്ങിനെ സംഭവിയ്ക്കുന്നത്.

21. ഇത്തരം ന്യായവാദങ്ങൾക്കോ വികാരത്തള്ളിച്ചകൾക്കോ ഫ്യൂച്ചർസ് ട്രേഡിങ്ങിൽ യാതൊരു സ്ഥാനവുമില്ല. അതിനാൽ, അടുത്ത പ്രാവശ്യം നിങ്ങൾ വിജയിച്ചുകൊണ്ടിരിയ്ക്കുന്ന ഒരു കച്ചവടത്തിൽ നിന്ന് പിൻവാങ്ങാൻ തീരുമാനിയ്ക്കുമ്പോൾ, എന്തുകൊണ്ട് എന്ന് സ്വയം ചോദിയ്ക്കുക. നിങ്ങളുടെ ഇപ്പോഴത്തെ കച്ചവടത്തിന് നിങ്ങൾ കണക്കുകൂട്ടിയ, ഉറപ്പുള്ള കാരണങ്ങൾ ഇപ്പോഴും ബാധകമാണെങ്കിൽ, തീർച്ചയായും ആ കച്ചവടത്തിൽ നിൽക്കാൻ നിങ്ങൾ തീരുമാനിയ്ക്കണം. നിങ്ങളുടെ ലാഭങ്ങൾ സംരക്ഷിയ്ക്കുവാൻ നിങ്ങൾക്ക് ട്രയ്‌ലിങ് സ്റ്റോപ്പുകൾ ഉപയോഗിയ്ക്കാം, പകരം നിങ്ങൾ വിജയിച്ചുകൊണ്ടിരിയ്ക്കുന്ന കച്ചവടത്തിൽ നിന്ന് ഭയം കൊണ്ട് പിന്മാറുകയാണെങ്കിൽ....അരുത്; അത്യാഗ്രഹം കൊണ്ടാണെങ്കിൽ....അരുത്; അഹംഭാവം കൊണ്ടാണെങ്കിൽ....അരുത്; ക്ഷമാരാഹിത്യം കൊണ്ടാണെങ്കിൽ....അരുത്; ആകാംക്ഷ കൊണ്ടാണെങ്കിൽ.... അരുത്; കൃത്യമായ ശരിയായ അടിസ്ഥാനപരമായ/ടെക്നിക്കൽ കാരണം കൊണ്ടാണെങ്കിൽ....ശരി നിങ്ങൾക്ക് പിന്മാറാം.

22. ശക്തമായ ഒരു കച്ചവട ആസൂത്രണം നടത്തി (വില ലക്ഷ്യങ്ങളും, എൻട്രി പോയിന്റും, എക്സിറ്റ് പോയിന്റും, റിസ്ക്-റിവാഡ് അനുപാതവും, ഭൂതകാല വിലവിവരങ്ങളും, കാലവസ്ഥാ സ്വാധീനങ്ങളും, സർക്കാർ നയങ്ങളും, ബന്ധപ്പെട്ട വിപണികളിലെ വിലനിലവാരവും, ചാർട്ട് വിശകലനങ്ങളും എല്ലാം ഉൾപ്പെട്ട) അത് പൈന്തുടരുകയാണെങ്കിൽ നിങ്ങൾക്ക് വികാരം കൊള്ളുന്നതും, ഊഹങ്ങൾ നടത്തേണ്ടിവരുന്നതും, അത്ഭുതപ്പെട്ടിരിയ്ക്കുന്നതും, ദുഃഖിക്കേണ്ടി വരുന്നതും എല്ലാം ഒഴിവാക്കാം. മിക്ക കച്ചവടക്കാരും ബുദ്ധിമുട്ടാൻ തയ്യാറല്ല, അവർക്ക് കറക്കികുത്താണ് ഇഷ്ടം. ചിലപ്പോൾ അവർ ചിന്തിക്കുന്നത്, ആസൂത്രണം ചെയ്യുന്നത് കച്ചവടത്തിന്റെ രസം കളയുമെന്നായിരിയ്ക്കും. നിങ്ങൾ അതുപോലെ രസത്തിനു വേണ്ടിയാണ് ഫ്യൂച്ചർസ് ട്രേഡിങ് നടത്തുന്നതെങ്കിൽ, കുഴപ്പമില്ല. യാതൊരു ആസൂത്രണവുമില്ലാതെ നിങ്ങൾ പണമുണ്ടാക്കുവാൻ ശ്രമിയ്ക്കുകയാണെങ്കിൽ – അതിനെനെപ്പറ്റി മറന്നേക്കുക. കുറവ് നഷ്ടവും കൂടുതൽ ലാഭവും നേടാനുള്ള ഒരേയൊരു മാർക്ഷം, നല്ല ശക്തമായ ബുദ്ധിപൂർവ്വമായ ആസൂത്രണങ്ങൾ നടത്തുക എന്നതാണ്.

23. ഒരു നല്ല വിപണിയിൽ അധികം താമസിയ്ക്കരുത്. അങ്ങിനെ ചെയ്യുകയാണെങ്കിൽ നിങ്ങൾ ഒരു മോശം വിപണിയവസ്ഥയിലേയ്ക്കു പ്രവേശിയ്ക്കുകയായിരിയ്ക്കും ഫലം.

24. നിങ്ങളുടെ വിളവെടുക്കുക. അവ ചെറിയ അളവിലാണെന്ന് ഉറപ്പുവരുത്തുക. നല്ലവണ്ണം വിജയിച്ച കച്ചവടക്കാർക്ക് വിജയങ്ങളിൽ കലാശിച്ച കച്ചവടങ്ങളേക്കാൾ പരാജയങ്ങളിൽ കലാശിച്ചവയാണ് കൂടുതൽ. തെറ്റുപറ്റിയെന്നു സമ്മതിയ്ക്കാൻ അവർക്കു മടിയില്ലാത്തതാണ് അതിനു കാരണം, അതിനാൽ തന്നെ നഷ്ടം വളരുന്നതിനു മുമ്പ് തന്നെ അവർ കച്ചവടം നിർത്തി പുറത്തു കടന്നിരിയ്ക്കും.

25. പ്രകടനത്തിന്റെ അടിസ്ഥാനത്തിൽ ഫ്യൂച്ചർസിലെ എല്ലാ പോസിഷനുകൾ കച്ചവടം ചെയ്യുക. പോസിഷൻ എടുത്തതിനു ശേഷം രണ്ടാം ദിവസത്തിന്റെ അവസാനം അത് ലാഭത്തിൽ വന്നിരിയ്ക്കണം, ഇല്ലെങ്കിൽ പുറത്തു

കടക്കക.

26. കുറേ ചെറിയ നഷ്ടങ്ങൾ സ്വീകരിയ്ക്കുവാൻ നിങ്ങളുടെ മനസ്സിനെ തയ്യാറാക്കക. കുറച്ച് വലിയ ലാഭങ്ങൾക്ക് വേണ്ടി ശാന്തമായിരിയ്ക്കുവാൻ മനസ്സിനെ പഠിപ്പിയ്ക്കുക.

27. ഷോർട്ട് വശത്തു നിന്ന കൊണ്ട് കച്ചവടം ചെയ്യാൻ പഠിയ്ക്കുക. കടം കൊള്ളുന്നതിനേക്കാൾ(ഷോർട്ടാവുക) കൂടുതൽ ആളുകൾ സ്വന്തമാക്കി വയ്ക്കും(ലോങ്ങ് ആവുക). ഷോർട്ട് ആയിക്കൊണ്ടും നിങ്ങൾക്ക് മാർക്കറ്റിൽ കച്ചവടം ചെയ്യാൻ കഴിയും (കഴിയണം).

28. ബന്ധപ്പെട്ട വിപണികൾ വ്യത്യസ്തദിശകളിൽ പോകുന്നുണ്ടോ എന്ന് ശ്രദ്ധിയ്ക്കുക -ഒരു വിപണിയിൽ വിലകയറുമ്പോൾ മറ്റേതിൽ കയറാതെ നിൽക്കുന്നുണ്ടോ എന്ന് ശ്രദ്ധിയ്ക്കുക.

29. ഭയം, അത്യാഗ്രഹം, അജ്ഞത, ധാരാളിത്തം, മണ്ടത്തരം, അക്ഷമ, മിഥ്യാബോധം, തുടങ്ങിയവയെ തിരിച്ചറിയുക, വിപണി നിങ്ങൾക്കെതിരായാലും നഷ്ടപ്പെടുന്നതിനേക്കാൾ അധികം പണം ഇവ നിങ്ങളിൽ നിന്ന് നഷ്ടപ്പെടുത്തു, ഇവയെ തിരിച്ചറിയുവാൻ തക്ക വിവരങ്ങൾ നിങ്ങൾക്ക് പുറത്തുനിന്ന് കിട്ടുകയുമില്ല.

30. ഫ്യൂച്ചർസ് ട്രേഡിങ്ങിന്റെ ബാലപാഠങ്ങൾ പഠിയ്ക്കുക. എന്താണ് ചെയ്യുന്നതെന്നറിയാതെ ഫ്യൂച്ചർസ് കച്ചവടം ചെയ്യുന്നവരുടെ എണ്ണം അത്ഭുതപ്പെടുത്തുന്നതാണ്. പ്രശ്നങ്ങളിൽ നിന്നും സംരക്ഷിയ്ക്കാൻ ശക്തനായ ഒരു ബ്രോക്കറില്ലാത്തിടത്തോളം അവരെല്ലാം നഷ്ടപ്പെടുവാൻ മാത്രം സാധ്യതയുള്ളവരാണ്.

31. അരികത്ത് മാറിനിന്ന വീക്ഷിയ്ക്കുന്നതാണ് ഒരു പോസിഷൻ. ക്ഷമ വളരെ പ്രധാനമാണ്.

32. ഇടപാടുകാരനും ബ്രോക്കറും തമ്മിൽ ഒരു സ്വരചേർച്ചയുണ്ടായിരിയ്ക്കണം. അക്കൗണ്ട് എക്സിക്യൂട്ടീവും ഇടപാടുകാരനും തമ്മിലുള്ള ബന്ധവും വളരെ പ്രധാനമാണ്. ആദ്യത്തെ തവണ തന്നെ ശരിയായ അക്കൗണ്ട് എക്സിക്യൂട്ടീവിനെ തിരഞ്ഞെടുക്കുന്നതിനുള്ള സാധ്യതകൾ വിരളമാണ്. നിങ്ങളിൽ നിന്ന് തന്നെ നിങ്ങളെ സംരക്ഷിയ്ക്കുന്ന ഒരു ബ്രോക്കറെ തിരഞ്ഞെടുക്കക (നിങ്ങളുടെ അത്യാഗ്രഹം, അഹംഭാവം, ഭയം, തോൽക്കുവാനുള്ള അബോധമനസ്സിന്റെ ആഗ്രഹം എന്നിവയിൽ നിന്ന്.). ണല്ലോരു ഫ്യൂച്ചർസ് ബ്രോക്കറെ അറിയുമോയെന്ന് ഈ മേഖലയിൽ ഇടപാടു നടത്തുന്ന ആരോടെങ്കിലും അന്വേഷിയ്ക്കുക. നിങ്ങളെ സഹായിയ്ക്കാൻ സന്നദ്ധതയുള്ള ആരെയെങ്കിലും കണ്ടെത്തിയാൽ അയാളുടെ അടുത്ത് അക്കൗണ്ട് തുടങ്ങുക.

33. ചിലപ്പോൾ, കാര്യങ്ങളൊന്നും മര്യാദയ്ക്കു നടക്കുന്നില്ലെന്ന നിങ്ങൾക്ക് അനുഭവപ്പെടുമ്പോൾ, ബ്രോക്കറേജ് സ്ഥാപനത്തെ മാറ്റുന്നതിനു പകരം എക്കൗണ്ട് എക്സിക്യൂട്ടീവിനെ മാത്രം മാറ്റി നോക്കക. പ്രാദേശിക ഓഫീസിലെ മാനേജരെ വിളിച്ച്, അവരുടെ ചില എക്കൗണ്ട് എക്സിക്യൂട്ടീവുകളെക്കുറിച്ച് വിവരിയ്ക്കുവാൻ ആവശ്യപ്പെടുക, അതിൽ നിന്ന് നേരിൽ ബന്ധപ്പെടുവാനായി ഒരാളെ തിരഞ്ഞെടുക്കക; ബ്രോക്കറേജ് സ്ഥാപനം നിങ്ങളിൽ നിന്നുള്ള ബിസിനസ് പൂർണ്ണമായും നഷ്ടപ്പെടുത്തുന്നതിലും ഭേദം അക്കൗണ്ട് എക്സിക്യൂട്ടീവിനെ മാറ്റിത്തരുവാനായിരിയ്ക്കും ഇഷ്ടപ്പെടുക.

34. ബ്രോക്കറും ഇടപാടുകാരനും തമ്മിലുള്ള ഇരിപ്പുവശം നല്ലതായിരിയ്ക്കണം, ഇല്ലെങ്കിൽ എത്രയും നേർത്തേ പിരിയുന്നതാണ് നല്ലത്. ഇടപാടുകാരനും ബ്രോക്കറും നിരന്തരം ബന്ധപ്പെട്ടുകൊണ്ടിരിയ്ക്കണം, അതുവഴി സമയം വരുമ്പോൾ വിളംബമില്ലാതെ ആവശ്യമായ നടപടികളെടുക്കുവാൻ രണ്ടുപേരും മാനസികമായി തയ്യാറെടുത്തിരിയ്ക്കും.

35. മിക്ക ആളുകൾക്കും ഫ്യൂച്ചർസ് ട്രേഡിങ് ചെയ്യുവാനുള്ള വൈദഗ്ദ്ധ്യമോ സമയമോ ഉണ്ടാവുകയില്ല, അതിനാൽ നല്ല ഒരു ബ്രോക്കറെ കണ്ടെത്തുന്നത് ഫ്യൂച്ചർസ് ട്രേഡിങ്ങിനെ സംബന്ധിച്ചിടത്തോളം വളരെ പ്രധാനമാണ്.

36. നിങ്ങൾ മാനസികമായി ജീർണ്ണിച്ചുതുടങ്ങുമ്പോൾ, വിപണിയിൽ നിന്ന് കുറച്ചുകാലം വിട്ടുനിൽക്കുക. ഫ്യൂച്ചർസ് ട്രേഡിങ് വളരെയധികം ഊർജ്ജം ആവശ്യമുള്ളതും നിങ്ങളെ ക്ഷീണിപ്പിയ്ക്കുന്നതുമാണ്, പ്രത്യേകിച്ച് നിങ്ങൾക്ക് തുടർച്ചയായി നഷ്ടങ്ങളാണെങ്കിൽ. രണ്ടടി പിന്നോക്കം വെയ്ക്കുക; കച്ചവടത്തെക്കുറിച്ച് മറന്ന് ദൂരെപ്പോയി നിങ്ങളുടെ ബാറ്ററികൾ റീചാർജ്ജ് ചെയ്യുക.

37. രസത്തിന് വേണ്ടി ഇറങ്ങുന്നവർ സാധാരണയായി നഷ്ടമനുഭവിയ്ക്കാറാണ് പതിവ്. ചൂതുകളിയുടെ രസത്തിനു വേണ്ടിയാണ് നിങ്ങൾ ഫ്യൂച്ചർസ് ട്രേഡിങ്ങിനിറങ്ങിയതെങ്കിൽ, നഷ്ടങ്ങൾക്കാണ് സാധ്യത, കാരണം നിങ്ങൾക്ക് ലഭിയ്ക്കുന്ന രസത്തിന്റെ അത്രയും പ്രധാന്യം നിങ്ങൾ പണത്തിന് നൽകില്ല. സ്വയം മനസ്സിലാക്കിയാൽ പിന്നെ നിങ്ങൾ കൂടുതൽ ജാഗ്രതയുള്ളവരായി മാറും, നിങ്ങളുടെ കച്ചവടസ്ഥിതി കൂടുതൽ മെച്ചപ്പെടുകയും ചെയ്യും. വിപണികളെ കച്ചവടമനസ്ഥിതിയോടെ സമീപിയ്ക്കുക.

38. ഫ്യൂച്ചർസിൽ ഊഹക്കച്ചവടം നടത്താൻ താൽപര്യമുള്ളവർ ഊഹത്തിനെ ഒരു ബിസിനസ്സായി തന്നെ കാണണം, അപ്രകാരം അതിനെ കൈകാര്യം ചെയ്യണം. ഒരുപാടു പേർ ചെയ്യുന്നതുപോലെ അതിനെ ഒരിയ്ക്കലും ചൂതാട്ടമായി കാണരുത്. ഊഹക്കച്ചവടം ഒരു ബിസിനസ്സാണെങ്കിൽ, അതു ചെയ്യുന്ന എല്ലാവരും അവരവരുടെ കഴിവിന്റെ പരമാവധി അതിനെക്കുറിച്ച് പഠിയ്ക്കുകയും മനസ്സിലാക്കുകയും വേണം.

39. മാർക്കറ്റിൽ ചെലവാക്കുന്ന സമയത്തിന്റെ കാര്യത്തിലും നിങ്ങൾക്കൊരു ലക്ഷ്യം വേണം. ഒരു ബ്രോക്കറുടെ അടുത്ത് അക്കൗണ്ട് തുറക്കുമ്പോൾ, എത്ര പണം കൊണ്ട് കച്ചവടം ചെയ്യണമെന്നു മാത്രമല്ല തീരുമാനിയ്ക്കേണ്ടത്, എത്ര സമയം നിങ്ങൾ കച്ചവടം ചെയ്യണം എന്നുകൂടി തീരുമാനിയ്ക്കണം. ഇപ്രകാരം നിങ്ങളുടെ മൂലധനം സംരക്ഷിയ്ക്കുവാനും നിങ്ങൾക്ക് കഴിയും, ലാസ് വേഗാസ് സമീപനമായ 'ഞാനെന്റെ തറവാട് മുടിയുന്നതുവരെ ചീട്ടുകളിയ്ക്കും' എന്ന സമീപനം പാടില്ല. അനുഭവങ്ങൾ കാണിയ്ക്കുന്നത്, ഒരുപാട് നാൾ ഇപ്രകാരം നിയന്ത്രണങ്ങളോടെ കച്ചവടം ചെയ്തവർ ശരിയ്ക്കും പണമുണ്ടാക്കിയെന്നാണ്.

40. കിംവദന്തികൾ കേട്ടുകൊണ്ട് കച്ചവടം ചെയ്യരുത്. നിങ്ങളങ്ങിനെ ചെയ്യാറുണ്ടെങ്കിൽ, സ്വയം ചോദിയ്ക്കുക, 'ഒരുപാടു നാൾ ഇങ്ങിനെ കിംവദന്തികൾ കേട്ട് കച്ചവടം ചെയ്തിട്ട് ഞാൻ പണമുണ്ടാക്കിയോ അതോ നഷ്ടപ്പെടുത്തിയോ?' എന്ന്. ഇല്ലെങ്കിൽ നിർത്തിക്കളയുക.

41. എല്ലാ ടിപ്പുകളേയും രഹസ്യവിവരങ്ങളേയും സൂക്ഷിയ്ക്കുക.

വിപണിയുടെ പ്രതികരണത്തിന് കാത്തുനിൽക്കുക, അതിൽ നിന്നും നിങ്ങൾക്ക് കിട്ടിയ വിവരങ്ങൾ സത്യമായിരുന്നോ എന്ന് മനസ്സിലാക്കുവാൻ കഴിയും. എന്നിട്ട് വിപണിയുടെ നീക്കത്തിനൊത്ത് ഒരു പോസിഷൻ എടുക്കുക.

നിങ്ങൾ സാമ്പത്തികമായി ശക്തമല്ലെങ്കിൽ ഈ കച്ചവടത്തിനു പോകരുത്, കാരണം വിപണിയുടെ അവസ്ഥയേക്കാൾ നിങ്ങളുടെ കയറ്റവും ഇറക്കവുമെല്ലാം നിശ്ചയിക്കുന്നത് നിങ്ങളുടെ സാമ്പത്തികസ്ഥിതിയായിരിക്കും. ആവശ്യത്തിനുള്ള പണവുമായി തുടങ്ങിയില്ലെങ്കിൽ, വിപണി താൽക്കാലികമായെങ്കിലും നിങ്ങൾക്കെതിരെ തിരിഞ്ഞാൽ നിങ്ങൾക്കവിടെ അധികം നേരം പിടിച്ചു നിൽക്കാനാവില്ല.

42. നിങ്ങൾ അതിബുദ്ധിമാനാണെങ്കിൽ സൂക്ഷിക്കുക. അതിബുദ്ധികൾ മിക്കപ്പോഴും ഇത്തിരി നേരത്തെ പോസിഷൻ എടുക്കും. യാഥാർത്ഥ്യമാകുന്നതിന് മുമ്പ് തന്നെ അവർ വിലനീക്കം മുൻകൂട്ടി അറിയും. വില നീക്കം ശക്തമാകുമ്പോഴേക്കും അവർ ക്ഷീണിച്ചിട്ടുണ്ടായിരിക്കും അല്ലെങ്കിൽ 'ടാപ്ഡ് ഔട്ട്' ആയിട്ടുണ്ടാവും. ഇത്തരക്കാർക്ക് കച്ചവടം ചെയ്തുപണമുണ്ടാക്കാൻ വല്ലാത്ത തിരക്കാണ്.

43. നഷ്ടത്തിൽ പോയിക്കൊണ്ടിരിക്കുന്ന ഒരു പോസിഷനിലേക്ക് കൂടുതൽ ഇടരുത്. നിങ്ങൾക്ക് ആദ്യം നഷ്ടപ്പെട്ടതാണ് ഏറ്റവും കുറഞ്ഞ നഷ്ടം. പ്രശ്നത്തിൽ നിന്ന് മാറിനിൽക്കുക.

44. നിങ്ങളുടെ നഷ്ടങ്ങളെ വിശകലനം ചെയ്യുക. നഷ്ടങ്ങളിൽ നിന്ന് പാഠങ്ങൾ പഠിക്കുക. അവ വളരെ വിലപ്പെട്ട പാഠങ്ങളാണ്; നിങ്ങൾ അതിന് വേണ്ടി പണം നഷ്ടപ്പെടുത്തുകയും ചെയ്തതാണ്. മിക്ക കച്ചവടക്കാരും തെറ്റുകളിൽ നിന്ന് ഒന്നും പഠിക്കാൻ തയ്യാറല്ല, കാരണം അവർ അതിനെക്കുറിച്ച് ചിന്തിക്കുവാൻ തന്നെ ഇഷ്ടപ്പെടുന്നില്ല.

45. അതിജീവിക്കുക. ഫ്യൂച്ചർസ് ട്രേഡിങ്ങിൽ കൂടുതൽ സമയം അതിജീവിക്കുവാൻ സാധിച്ചവർക്കാണ് വലിയ നീക്കങ്ങൾ വരുമ്പോൾ അതിൽ നിന്നും ലാഭമെടുത്ത് ആത്യന്തികമായി വിജയം കൈവരിക്കുവാൻ സാധിക്കുന്നത്.

46. നിങ്ങൾ പുതുതായി മാർക്കറ്റിലിറങ്ങുന്ന ഒരാളാണെങ്കിൽ, കുറഞ്ഞത് ഒരു വർഷമെങ്കിലും ചെറിയ നിലയിൽ കച്ചവടം ചെയ്യുക. അതിന് ശേഷം നിങ്ങളുടെ വിജയിച്ച കച്ചവടങ്ങളേയും പരാജയപ്പെട്ട കച്ചവടങ്ങളേയും വിശകലനം ചെയ്യുക. തീർച്ചയായും പരാജയപ്പെട്ടവയിൽ നിന്ന് നിങ്ങൾക്ക് കൂടുതൽ പഠിക്കാനുണ്ടാവും.

47. കൂടെ എപ്പോഴും ഒരു നോട്ട്ബുക്ക് കൊണ്ടുനടക്കുക, താൽപര്യജനകമായ എന്ത് മാർക്കറ്റ് വിവരങ്ങൾ ലഭിച്ചാലും അത് കുറിച്ചുവെയ്ക്കുക. വിപണി തുറക്കുമ്പോഴുള്ള വിലകൾ, വില നിലവാരങ്ങൾ, നിങ്ങളുടെ ഫില്ലുകൾ, സ്റ്റോപ് ഓർഡറുകൾ, നിങ്ങളുടെ സ്വന്തം നിരീക്ഷണങ്ങൾ എന്നിവയെല്ലാം കുറിച്ചിടുക. സമയാസമയങ്ങളിൽ ഇങ്ങിനെ കുത്തിക്കുറിച്ച് വായിച്ചു നോക്കുക; നിങ്ങളുടെ പ്രകടനത്തെ വിലയിരുത്തുവാനും ഇവയെ ഉപയോഗിക്കുക.

48. 'ഒറ്റ ദിവസം കൊണ്ടല്ല റോം പണിതത്', അതുപോലെ യഥാർത്ഥത്തിൽ പ്രാധാന്യമുള്ള ഒരു നീക്കവും ഒരു ദിവസം കൊണ്ട് തീരില്ല. വലിയ നീക്കങ്ങളിൽ പങ്കെടുക്കുവാനുള്ള ഊർജ്ജം നൽകുന്നതിന് ഒരു ഊഹക്കച്ചവടക്കാരന് സ്വന്തം അക്കൗണ്ടിൽ ആവശ്യത്തിന് മാർജിൻ

ഉണ്ടായിരിയ്ക്കണം.

49. കാറ്റത്തു വീണ മാമ്പഴം പോലെ, വീണു കിട്ടുന്ന ലാഭങ്ങളും എടുക്കുക. (പ്രത്യേകിച്ച് കാരണമൊന്നുമില്ലാതെ കിട്ടുന്ന ലാഭങ്ങൾ).

50. കച്ചവടത്തിൽ നിങ്ങളിറക്കിയ മൂലധനത്തെ ഇടയ്ക്കിടെ പുനർനിർണ്ണയിയ്ക്കുക. നിങ്ങളുടെ സ്വന്തം സാമ്പത്തിക അവസ്ഥമാറുകയും നിങ്ങൾ അപകടസാധ്യതയുള്ള കളിയിൽ നിങ്ങളുടെ അടിസ്ഥാനമൂലധനം ഇറങ്ങുകയും ചെയ്താൽ, 'ഒരു ദിവസം കൂടി നോക്കാം' എന്ന് ചിന്തിച്ച് നിൽക്കാതെ പെട്ടെന്ന് പിൻവാങ്ങുക. ഇല്ലെങ്കിൽ, മിക്കവാറും നിങ്ങൾ തല കൊണ്ട് കച്ചവടം ചെയ്യുന്നതിനു പകരം ഹൃദയം കൊണ്ട് ചെയ്യുകയും, സർവ്വസ്വവും നഷ്ടപ്പെടുത്തുകയും ചെയ്യും.

അപകടസാധ്യതകളെ കൈകാര്യം ചെയ്യൽ

എല്ലാ നിക്ഷേപകർക്കും സ്റ്റോക്ക് മാർക്കറ്റ് ഒരേ രീതിയിലുള്ള അവസരങ്ങളാണ് നൽകുന്നത്, പക്ഷേ ചിലർക്ക് ആവശ്യത്തിനുള്ള ലാഭം പോലും കിട്ടാതെ പോകുന്നത് എന്തുകൊണ്ടാണ്? കാരണം അവർക്ക് റിസ്ക് മാനേജ്മന്റ് എന്താണെന്ന് അറിയില്ല, അതവർ ഉപയോഗിയ്ക്കുന്നുമില്ല.

റിസ്ക് മാനേജ്മന്റിന് നിരവധി രീതികളും നിർവ്വചനങ്ങളും ഉണ്ട്. ചിലരതിനെ പോസിഷൻ സൈസിങ് എന്നും ചിലർ മണി മാനേജ്മന്റ് എന്നും വിളിയ്ക്കുന്നു. റിസ്ക് മാനേജ്മന്റിനെ കുറിച്ചുള്ള മിക്ക പുസ്തകങ്ങളും വളരെയധികം സങ്കീർണ്ണമായിട്ടാണ് അവതരിപ്പിച്ചിരിയ്ക്കുന്നത്, അതിനാൽ തന്നെ സാധാരണക്കാർക്ക് അത് വായിച്ചു മനസ്സിലാക്കാനും, സൂത്രവാക്യങ്ങളുപയോഗിച്ച് അപകടസാധ്യതകൾ കണക്കുകൂട്ടാനും എളുപ്പമല്ല. പക്ഷേ, നിങ്ങൾക്ക് മനസ്സിലാവുന്നത്ര ലളിതവും അതേ സമയം പ്രായോഗികവുമായ രീതിയിൽ ഈ വിഷയത്തെ അവതരിപ്പിയ്ക്കുവാൻ ഞങ്ങൾ ഇവിടെ ശ്രമിയ്ക്കാം.

അപകടസാധ്യതകളെ അളക്കുകയും, തിട്ടപ്പെടുത്തുകയും, അതിനെ കൈകാര്യം ചെയ്യാനുള്ള പദ്ധതികൾ തയ്യാറാക്കുകയും, ചെയ്യുന്നതിനെയാണ് റിസ്ക് മാനേജ്മന്റ് എന്ന് പറയുന്നത്. ഇതെല്ലാം പരമാവധി ലാഭം ഉണ്ടാക്കുക എന്ന ലക്ഷ്യം മനസ്സിൽ വെച്ചുകൊണ്ടുവേണം ചെയ്യേണ്ടതും. സാധാരണയായി നിരവധി കച്ചവടതന്ത്രങ്ങളും, മോഡലുകളും സാമ്പത്തികവിശകലനങ്ങളും ഇതിൽ ഉപയോഗിയ്ക്കപ്പെടുന്നു.

നിക്ഷേപകൻ നേരിടാൻ തയ്യാറാവുന്ന അപകടസാധ്യതകളുടെ അളവിനനുസരിച്ചാണ് ഏതൊരു നിക്ഷേപത്തിൽ നിന്നുമുള്ള ലാഭത്തിന്റെ അളവും.

വൻലാഭങ്ങൾക്കുള്ള സാധ്യതകളില്ലെങ്കിൽ നിക്ഷേപകർ വലിയ അപകടസാധ്യതകളെ നേരിടാനും തയ്യാറാവില്ല. ഇതിനെയാണ് റിസ്ക് പ്രീമിയം എന്നു പറയുന്നത്. പൊതുവായി പറഞ്ഞാൽ, എത്രയും അപകടസാധ്യതകളുണ്ടോ അത്രയും വലുതായിരിയ്ക്കും ലാഭസാധ്യതകളും, എത്രയും കുറവാണോ അപകടസാധ്യതകൾ, അത്രയും കുറവായിരിയ്ക്കും ലാഭസാധ്യതകളും.

വിവിധ വിപണികളിലെ അപകടസാധ്യതകൾ വ്യത്യസ്തങ്ങളായി രിയ്ക്കും. അവയുടെ അനിശ്ചിതത്വത്തിലും വ്യത്യാസങ്ങൾ ഉണ്ടായിരിയ്ക്കും, ഉദാഹരണത്തിന്, സ്റ്റോക്ക് മാർക്കറ്റും കറൻസി മാർക്കറ്റും ഒരുപോലെയല്ല.

കൂടാതെ, മാർക്കറ്റിലോ ഓരോ സ്റ്റോക്കിനും അതിന്റേതായ അപകടസാധ്യതകളുണ്ട്. അതിനാൽ ഒരു സ്റ്റോക്ക് കൂടുതൽ അനിശ്ചിതമാണെന്ന് തോന്നുന്നുവേങ്കിൽ അതിൽ കുറച്ച് പണം മാത്രം നിക്ഷേപിയ്ക്കുക.

വിവിധതരം റിസ്കുകൾ

പ്രധാന്യമുള്ള നിരവധിതരം റിസ്കുകൾ ഉണ്ട്, അവ ചില നിക്ഷേപങ്ങളെ കൂടിയ തോതിൽ ബാധിയ്ക്കുമെന്നതിനാൽ, നിക്ഷേപകർ അവയെ നിർബന്ധമായും മനസ്സിലാക്കിയിരിയ്ക്കണം.

ഒട്ടുമിക്ക നിക്ഷേപങ്ങളെയും ബാധിയ്ക്കുന്ന രണ്ടുതരം റിസ്കുകൾ:

മാർക്കറ്റ് റിസ്ക്: സാമ്പത്തികവിപണികളിൽ സാധാരണയായി വിലക്കയറ്റങ്ങളും വിലക്കുറവുകളും അനുഭവപ്പെടും.

നാണയപ്പെരുപ്പം മൂലമുള്ള റിസ്ക്: ദീർഘകാല നിക്ഷേപകർ പ്രധാനമായും പരിഗണിക്കേണ്ട ഒരു റിസ്കാണ് ഇത്, കാരണം കൂട്ടുപലിശപോലെ നാണയപ്പെരുപ്പവും ഉള്ളതിൽക്കൂടി കൂട്ടിച്ചേർത്തുകൊണ്ടിരിയ്ക്കും.

നിങ്ങൾക്ക് നാണയപ്പെരുപ്പമെന്ന അപകടത്തെ നിയന്ത്രിക്കുവാൻ സാധിയ്ക്കുകയില്ല, പകരം നല്ല ആസൂത്രണമുണ്ടെങ്കിൽ നിങ്ങൾക്കതിനെ കൈകാര്യം ചെയ്യുവാനും അപ്രകാരം നിങ്ങളുടെ സ്റ്റോക്കിനെ അധികം ബാധിയ്ക്കാതെ നോക്കുവാനും സാധിയ്ക്കും.

ഏതുതരം സ്റ്റോക്ക് കച്ചവടത്തിനും റിസ്ക് മാനേജ്മന്റ് അത്യന്താപേക്ഷിതമാണ്

ഒരു വിദഗ്ദ്ധനായ കച്ചവടക്കാരൻ എപ്പോഴും അയാളുടെ പോർട്ട്ഫോളിയോയുടെ അപകടസാധ്യതകൾ മനസ്സിലാക്കുവാൻ ശ്രമിച്ചുകൊണ്ടിരിയ്ക്കും. ഏതൊരു കച്ചവടത്തിനിറങ്ങുന്നതിനും മുമ്പ്, നല്ല കച്ചവടക്കാർ ആദ്യം ചിന്തിയ്ക്കുന്നത്, എത്രത്തോളം റിസ്ക് എടുക്കണം, ആ കച്ചവടത്തിൽ എന്തുമാത്രം റിസ്ക് അടങ്ങിയിട്ടുണ്ട് എന്നെല്ലാമാണ്. അതിനു ശേഷം മാത്രമേ അവർ എത്ര ലാഭത്തിനുള്ള സാധ്യത ഉണ്ടെന്ന് പരിശോധിയ്ക്കുകയുള്ളൂ.

Risk Management Is Must For Stock Trading Of Any Kind

തങ്ങളുടെ പോർട്ട്ഫോളിയോ വളരെയധികം അപകടസാധ്യതയിലാണെങ്കിൽ, ജാഗ്രതയുള്ള നിക്ഷേപകർ എല്ലായ്പോഴും കച്ചവടം നിർത്തുകയും പുറത്തുവരികയും ചെയ്യും.

ഒരു ട്രേഡിന്റെ അപകടസാധ്യതകൾ കൈകാര്യം ചെയ്യൽ

നിങ്ങളൊരു കച്ചവടം തുടങ്ങുന്നതിന് മുമ്പ് പരിഗണിക്കേണ്ട അടിസ്ഥാന തത്ത്വങ്ങൾ:

1. ഒരു സ്റ്റോക്കിൽ കച്ചവടം ചെയ്യുന്നതിന് മുമ്പ്, എത്ര പണം നിങ്ങൾക്ക് നഷ്ടപ്പെടുത്താൻ കഴിയുമെന്ന് തീരുമാനിയ്ക്കുക.

2. സ്റ്റോക്ക് എളുപ്പത്തിൽ വിറ്റു കാശാക്കാവുന്ന ഒന്നാണോ എന്ന്

പരിശോധിയ്ക്കുക. വാങ്ങുവാനും വിൽക്കുവാനും എളുപ്പത്തിൽ കഴിയണം.

3. കച്ചവടം തുടങ്ങുന്നതിന് മുമ്പ് കട്ട്-ലോസ് ലെവൽ തീരുമാനിയ്ക്കുക.

4. എത്ര ലാഭം വേണമെന്ന് തീരുമാനിയ്ക്കുക (ടെയ്ക്-പ്രോഫിറ്റ്-ലെവൽ).

5. സ്വീകാര്യമായ ഒരു വിലയിൽ മാത്രം സ്റ്റോക്ക് വാങ്ങിയ്ക്കുക. സ്റ്റോക്ക് വാങ്ങുമ്പോൾ ലിമിറ്റ് ഓർഡർ ഉപയോഗിയ്ക്കുക.

6. സ്റ്റോക്ക് വാങ്ങിയത് നിങ്ങളുടെ അക്കൗണ്ടിൽ വന്നാലുടനെ, നിങ്ങൾ നേരത്തേ തീരുമാനിച്ച സ്റ്റോപ്-ലോസ് തലത്തിൽ സ്റ്റോപ്-ലോസ്-അറ്റ്-മാർക്കറ്റ് ഓർഡർ ചെയ്യുക.

7. നിങ്ങളുടെ ലാഭലക്ഷ്യത്തിൽ വാങ്ങിയ സ്റ്റോക്കിന്റെ വിലയെത്തിയാൽ, ഉടനെ അത് വിറ്റ് ലാഭമെടുക്കുക.

പോർട്ട്ഫോളിയോ റിസ്ക് മാനേജ്മന്റ്

ഓരോ കച്ചവടത്തിന്റെയും അപകടസാധ്യതകളെ ശരിയായ നിയന്ത്രണത്തിലാക്കിയാൽ, നിങ്ങളുടെ പോർട്ട്ഫോളിയോവും പൂർണ്ണനിയന്ത്രണത്തിലായിരിയ്ക്കും. നിങ്ങളുടെ പോർട്ട്ഫോളിയോയുടെ അപകടസാധ്യതകളെ കൈകാര്യം ചെയ്യുന്നതിന് താഴെ പറയുന്ന കാര്യങ്ങൾ പാലിയ്ക്കുക.

1. നിങ്ങളുടെ മൊത്തത്തിലുള്ള കട്ട്-ലോസ് ലവൽ തീരുമാനിയ്ക്കുക. സാധാരണയായി നിങ്ങളുടെ മൂലധനത്തിന്റെ 10 ശതമാനത്തിൽ കൂടുതൽ നിങ്ങളുടെ പോർട്ട്ഫോളിയോയിൽ നിന്ന് നഷ്ടപ്പെട്ടുകൂടാ.

2. ആറോ അതിലധികമോ സ്റ്റോക്കുകളിലായി നിങ്ങളുടെ നിക്ഷേപങ്ങൾ വികേന്ദ്രീകരിയ്ക്കുക (വൈവിധ്യവത്കരിയ്ക്കുക).

3. നിങ്ങളുടെ പോർട്ട്ഫോളിയോ ഉണ്ടാക്കിയെടുക്കുന്നതിനു മുമ്പ് അപകടങ്ങളെ സഹിയ്ക്കുവാനുള്ള നിങ്ങളുടെ കഴിവ് അറിഞ്ഞിരിയ്ക്കുക.

4. നഷ്ടങ്ങൾ നിങ്ങൾക്ക് സഹിക്കാവുന്ന തലം വരെയെത്തുമ്പോൾ ഉടനെ പ്രതികരിയ്ക്കുക, കൂടുതൽ കാത്തുനിന്ന് താങ്ങാനാവുന്നതിലും വലിയ നഷ്ടങ്ങൾ വരുത്തിവെയ്ക്കരുത്.

5. നിങ്ങളുടെ മൊത്തം സ്റ്റോപ്-ലോസ് തലത്തിനും മുകളിൽ നഷ്ടം വന്നുതുടങ്ങിയാൽ എല്ലാ സ്റ്റോക്കുകളും വിറ്റ് നിങ്ങളുടെ പോർട്ട്ഫോളിയോയെ തീർത്തും ഒഴിവാക്കുക.

കുറഞ്ഞ റിസ്കിലൂടെയുള്ള ലാഭങ്ങൾ

ഷെയറുകൾ വാങ്ങുകയും കുറേ സമയം കൈവശം വെയ്ക്കുകയും ചെയ്യുന്ന രീതിയിലുള്ള കച്ചവടത്തെയാണ് ഡെലിവറി അടിസ്ഥാനമാക്കിയ കച്ചവടം എന്നു പറയുന്നത്. നിങ്ങൾ വാങ്ങിയ ഷെയറുകൾ നിങ്ങളുടെ ഡീമാറ്റ് അക്കൗണ്ടിൽ ഉണ്ടാകും. ഒരിക്കൽ നിങ്ങളുടെ ഡീമാറ്റ് അക്കൗണ്ടിൽ ഷെയറുകൾ വരവുവെച്ചാൽ പിന്നെ അത് നിങ്ങൾക്കിഷ്ടമുള്ളത്രയും കാലം കൈവശം വെയ്ക്കാം. ഷെയറുകളുടെ ഡെലിവറി എടുക്കാൻ നിങ്ങളുടെ അക്കൗണ്ടിൽ ആവശ്യത്തിന് പണമുണ്ടായിരിക്കണം. ഇത്തരത്തിൽ ഷെയറുകൾ വാങ്ങുന്നതിന് നിങ്ങൾക്ക് യാതൊരു മാർജ്ജിനും കിട്ടില്ല, 5000 രൂപ അക്കൗണ്ടിൽ ഉണ്ടെങ്കിൽ 5000 രൂപ വിലയുള്ള ഷെയറുകൾ മാത്രമേ നിങ്ങൾക്ക് വാങ്ങുവാൻ കഴിയുകയുള്ളൂ.

താഴെപറയുന്ന കാര്യങ്ങൾ ശ്രദ്ധിച്ച് പഠിച്ച്, കുറഞ്ഞ സമയത്തിനുള്ളിൽ നല്ല ലാഭങ്ങൾ നേടുക.

സാധാരണയായി, ഡെലിവറി അടിസ്ഥാനപ്പെടുത്തിയ കച്ചവടങ്ങൾ ഒരാഴ്ചയോ, ഒരു മാസമോ, ഏതാനും മാസങ്ങൾ വരെയോ നീളാം. എത്ര നാൾ ഷെയറുകൾ കൈവശം വെയ്ക്കണമെന്നത് വിപണിസൂചികകളുടേയും ശരാശരികളുടേയും അടിസ്ഥാനത്തിലാണ് തീരുമാനിക്കേണ്ടത്.

ഏറ്റവും നല്ല സ്റ്റോക്കിനെ എങ്ങിനെ തിരഞ്ഞെടുക്കാം: ആയിരക്കണക്കിന് ഷെയറുകളും സ്റ്റോക്കുകളും ഉള്ളതിൽ ഏതാണ് ഡെലിവറി ട്രേഡിങ്ങിന് ഏറ്റവും നല്ലത്, ചെറിയ കാലയളവിനുള്ളിൽ ഏതാണ് പരമാവധി ലാഭം നേടിത്തരുന്നത് എന്ന് എങ്ങിനെ അറിയാം? താഴെപ്പറയുന്ന ഏതാനും കാര്യങ്ങൾ പരിശോധിക്കുക.

അടിസ്ഥാനപരമായ തിരഞ്ഞെടുക്കൽ നടത്തുമ്പോൾ ഓർത്തിരിക്കേണ്ട കാര്യങ്ങൾ,

1. സെക്ടർ – 50 ശതമാനത്തോളം സ്റ്റോക്കുകളുടേയും ഉയർച്ചകളും താഴ്ചകളും അവയുടെ വ്യവസായമേഖലയുമായി നേരിട്ടു ബന്ധപ്പെട്ടിരിക്കുന്നു.

2. ഒരു കച്ചവടത്തിലും നിങ്ങളുടെ മൊത്തം മൂലധനത്തിന്റെ 1–2 ശതമാനത്തിൽ കൂടുതൽ നഷ്ടപ്പെടുത്തരുത്.

3. 40 ശതമാനത്തിലും കൂടുതൽ സ്റ്റോക്കുകൾ പ്രമോട്ടർമാരുടെ കൈവശം ഇരിക്കുന്ന കമ്പനികളുടെ സ്റ്റോക്കുകൾ, ചെറുകിടനിക്ഷേപകർക്ക് നല്ല സുരക്ഷിതത്വം നൽകുന്നു. (പ്രമോട്ടർമാരെന്നാൽ, കമ്പനി നടത്തുന്നവർ തന്നെ).

4. എഫ്.ഐ.ഐ. കുറഞ്ഞത് 20–ഉം കൂടിയത് 25–ഉം കൈവശം വെച്ചിരിക്കുന്നവേങ്കിൽ ചെറുകിടനിക്ഷേപകർ കൂടുതൽ സുരക്ഷിതരായിരിക്കും, അനിശ്ചിതത്വം കുറവായിരിക്കും.

കൂടുതൽ എഫ്.ഐ.ഐ നിക്ഷേപം എന്നുവെച്ചാൽ കൂടുതൽ അനിശ്ചിതത്വം എന്നാണ്.

5. എളുപ്പത്തിൽ പണമാക്കി മാറ്റാനുള്ള സാധ്യത - ദിവസത്തിൽ കുറഞ്ഞത് ഒരു ലിറ്ററെങ്കിലും കച്ചവടം നടക്കുന്ന ഷെയറുകൾ.

തുടർച്ചയായ വരുമാനം: ഒരോ കൊല്ലവും ഒരോ ത്രൈമാസവും മുടക്കമില്ലാതെ വരുമാനം തരുന്നവ.

ഇ.പി.എസ്: കമ്പനിയുടെ വാർഷിക വരുമാനത്തെ കമ്പനിയുടെ ഷെയറുകളുടെ എണ്ണം കൊണ്ട് ഹരിച്ചു കിട്ടുന്ന തുകയാണ് ഏണിംങ്സ് പേർ ഷെയർ.

കുറിപ്പ്: കഴിഞ്ഞ വർഷത്തെ ഇ.പി.എസ് യഥാർത്ഥമായിരിയ്ക്കും, അതേ സമയം നടപ്പുവർഷത്തേയും വരും വർഷത്തേയും ഇ.പി.എസ് നിർണ്ണയങ്ങൾ മാത്രമായിരിയ്ക്കും.

പി.ഇ അനുപാതം = ഷെയറിന്റെ വിലയെ ഇ.പി.എസ് കൊണ്ട് ഹരിച്ചു കിട്ടുന്ന തുകയാണ് പി.ഇ അനുപാതം.

ഭാവിയിൽ കൂടിയ വളർച്ചാ നിരക്ക് പ്രതീക്ഷിച്ചുകൊണ്ട്, കൂടിയ പി.ഇ അനുപാതമുള്ള ഒരു ഷെയറിൽ നിക്ഷേപിയ്ക്കുവാൻ കൂടുതൽ ആളുകൾ തയ്യാറാവും.

നോട്ടടിക്കലാണ് ഷെയർ ട്രേഡി ങ്ങിന്റെ ആത്യന്തികലക്ഷ്യം

ഡിവിഡന്റ് യീൽഡ്: ഒരു ഷെയറിന് ഒരു വർഷത്തിൽ കിട്ടിയ ഡിവിഡന്റിനെ സ്റ്റോക്കിന്റെ വില കൊണ്ട് ഹരിച്ചു കിട്ടുന്നതാണ് ഡിവിഡന്റ് യീൽഡ്.

ശതമാനം എത്ര ഉയർന്നിരിയ്ക്കുന്നുവോ അത്രയും കൂടുതൽ ലാഭമുണ്ടായിരിയ്ക്കും.

പ്രൈസ് / ബുക്ക് അനുപാതം: ഈ അനുപാതം എത്ര ഉയർന്നിരിയ്ക്കുന്നുവോ, കമ്പനിയുടെ സ്റ്റോക്കിന് അത്രയും ഉയർന്ന വില നൽകാൻ വിപണി തയ്യാറായിരിയ്ക്കും. ഇത് ഗ്രോത്ത് ഇൻവെസ്റ്ററേക്കാളും വാല്യൂ ഇൻവെസ്റ്റർക്കാണ് ഗുണകരം.

പ്രൈസ് / സെയിൽസ് അനുപാതം: കമ്പനിയുടെ വാർഷികവിറ്റുവരവിനെ കമ്പനിയുടെ വിലയുമായി താരതമ്യം ചെയ്താൽ, വിപണി ആ കമ്പനിയ്ക്ക് എത്രമാത്രം വില കൽപിച്ചിട്ടുണ്ടെന്ന് കാണുവാൻ സാധിയ്ക്കും.

കുറഞ്ഞ പ്രൈസ് / സെയിൽസ് അനുപാതം, നല്ല നിക്ഷേപമായിട്ടാണ് കണക്കാക്കുന്നത്, കാരണം അപ്പോൾ ആ ഷെയറിന്റെ മൂല്യം യാഥാർത്ഥത്തിൽ വേണ്ടതിനേക്കാളും വളരെ കുറവായിട്ടാണ് വിപണിയിൽ നിൽക്കുന്നത്.

നഷ്ടത്തിലോടുന്ന കമ്പനികളുടെ കാര്യത്തിലാണ് ഈ അനുപാതം കണക്കിലെടുക്കുന്നത് കാരണം അവയ്ക്ക് ഒരു പി/ഇ അനുപാതം ഉണ്ടാവുകയില്ല.

റിട്ടേൺസ് ഓൺ ഇക്വിറ്റി (ആർ.ഒ.ഇ): ഒരു കമ്പനിയുടെ കാര്യക്ഷമതയുടെ മാനദണ്ഡമാണ്, മറ്റൊരുതരത്തിൽ പറഞ്ഞാൽ, സ്റ്റോക്കുടമസ്ഥർ നൽകിയ പണം കൊണ്ട് അതിന് എത്രമാത്രം ലാഭം നേടുവാൻ കഴിയുന്നുവേന്നുള്ളതാണ് ഇത്.

ഉയർന്ന ആർ.ഒ.ഇ ഉള്ളതും, അത് കൂടിക്കൊണ്ടിരിയ്ക്കുന്നതുമായ

കമ്പനികളെയാണ് നിക്ഷേപകർ സാധാരണയായി അന്വേഷിയ്ക്കുക.

കടങ്ങളും ഇകിറ്റിയുമായുള്ള അനുപാതം (ഡെബ്റ്റ് ഇകിറ്റി റേഷ്യോ): ഇത് ഒന്നിൽ കൂടുതലായിരിയ്ക്കുവാൻ പാടില്ല, ഒന്നിൽ താഴെയാണെങ്കിൽ അതിനർത്ഥം ആ കമ്പനിയ്ക്ക് കടങ്ങൾ വളരെ കുറവാണെന്നാണ്. വിപണി തകരുന്ന അവസരങ്ങളിൽ ഈ അനുപാതം കൂടുതലുള്ള കമ്പനികൾക്ക് അധികം ലാഭമില്ലാതിരിയ്ക്കുമ്പോൾ തന്നെ ധാരാളം പലിശ കൊടുക്കേണ്ടിവരുന്നു. അതിനാൽ, കുറഞ്ഞ അനുപാതം നല്ല ലക്ഷണമാണ്.

ഡെലിവറി അടിസ്ഥാനമാക്കിയുള്ള കച്ചവടങ്ങൾക്ക് ചില കുറിപ്പുകൾ

നിങ്ങളുടെ ലാഭം കൂട്ടുവാനും നഷ്ടം കുറയ്ക്കുവാനും താഴെപറയുന്ന കാര്യങ്ങൾ ഓർത്തുവെയ്ക്കുക.

വിവിധ കമ്പനികളുടെ ഷെയറുകൾ വാങ്ങുക: ഒരിയ്ക്കലും ഒരൊറ്റ ഷെയറിൽ കൊണ്ടുപോയി നിങ്ങളുടെ മുഴുവൻ പണവും നിക്ഷേപിയ്ക്കരുത്. വിവിധ കമ്പനികളുടേയും അതുപോലെ വ്യത്യസ്ത മേഖലകളിലെ കമ്പനികളുടേയും ഷെയറുകൾ വാങ്ങുക.

ഏത് മേഖലയിലാണ് പുരോഗമനം സംഭവിയ്ക്കുകയെന്നും എവിടെയാണ് നഷ്ടങ്ങൾ കുമിഞ്ഞുകൂടുകയെന്നും നമ്മൾക്കൊരിയ്ക്കലും മുൻകൂട്ടി പറയുവാൻ സാധിയ്ക്കാത്തതു കാരണം, ഇപ്രകാരം വാങ്ങുന്നത് നിങ്ങൾക്ക് ഗുണമേ ചെയ്യൂ.

'വിപണി എപ്പോഴും വാർത്തകളോട് പ്രതികരിയ്ക്കുന്നു.'

ക്ഷമയുള്ളവരാവുക: നിങ്ങൾ ഷെയർ വാങ്ങിയതിനു ശേഷം ചിലപ്പോൾ അവയുടെ വിലയിടിഞ്ഞേക്കാം. വിലകുറയുന്നതും കൂടുന്നതുമെല്ലാം ഷെയർമാർക്കറ്റിൽ സാധാരണമാണ്. അതിനാൽ ഒരിയ്ക്കലും വിലകുറയുന്നതുകണ്ട് പേടിച്ച് ഷെയറുകൾ വിറ്റു കളയരുത്.

മിക്ക നിക്ഷേപകരും ഷെയറുകളുടെ വില വീണ്ടും കയറുവാനും വാങ്ങിയ വിലയുടെ ഒപ്പമെങ്കിലും എത്തുവാനും വേണ്ടി കാത്തുനിൽക്കുന്നു, അതിനു ശേഷം വിൽക്കുന്നു, പക്ഷേ സാധാരണയായി അതാണ് വാങ്ങുവാനുള്ള കൃത്യമായ സമയമെന്നും സ്റ്റോക്കിന്റെ വിലക്കയറ്റം അവിടെ തുടങ്ങുന്നുവേന്നും അവർ മറന്നുപോകുന്നു.

ദീർഘകാല കച്ചവടത്തിന് കോർപ്പറേറ്റ് കമ്പനികളിൽ നിക്ഷേപിയ്ക്കുക

കമ്പനികളുടെ ഒരു വർഷത്തിലെ നാലു ത്രൈമാസഫലങ്ങൾ പുറത്തു വരുന്നതിന് തൊട്ട് മുമ്പ് ഷെയറുകൾ വാങ്ങിവെയ്ക്കുന്നത്, ആ കമ്പനികളുടെ കഴിഞ്ഞകാല പ്രകടനങ്ങൾ അറിയാവുന്നവരും നിലവിൽ ആ കമ്പനിയുടേയും ആ മേഖലയുടേയും പ്രകടനങ്ങളും അറിയാവുന്നവരുമായ നിക്ഷേപകരുടെയും കച്ചവടക്കാരുടേയും ഇടയിൽ സാധാരണമാണ്. അതിനാൽ, കമ്പനികളുടെ വാർഷികഫലങ്ങളും മുൻപന്തിയിൽ നിൽക്കുന്ന കമ്പനികളുടെ വിൽപനാനുപാതങ്ങളും പഠിച്ച് അവയുടെ ഷെയറുകൾ വാങ്ങുക.

ത്രൈമാസഫലങ്ങൾക്ക് ഏതാനും ആഴ്ചകൾ മുമ്പും, വൻവളർച്ച പ്രതിഫലിയ്ക്കുന്ന ത്രൈമാസഫലങ്ങൾക്ക് ശേഷവും, ഷെയറിന് എന്തായാലും നല്ല വിലവർദ്ധന ഉണ്ടാവും. അപ്പോൾ നിങ്ങൾക്ക് ഷെയറുകൾ വിറ്റ് നല്ല ലാഭം നേടാവുന്നതാണ്.

നിങ്ങൾ കുറച്ച് കൂടി കാലം അവ കൈവശം വെയ്ക്കുകയാണെങ്കിൽ, കമ്പനികളുടെ ലാഭവിഹിതം (ഡിവിഡന്റ്) നേടാനുള്ള അവസരവും നിങ്ങൾക്ക് കിട്ടും. കമ്പനികൾ നല്ല ലാഭത്തിലാണെങ്കിൽ, അവർ ലാഭവിഹിതവും

പ്രഖ്യാപിയ്ക്കും.

ഇന്ത്യൻ കമ്പനികളിൽ നിക്ഷേപിയ്ക്കുന്നതിലുള്ള ലാഭം: ഡെലിവറി അടിസ്ഥാനമാക്കിയുള്ള കച്ചവടത്തിന് വളരെ പ്രധാനപ്പെട്ട ചില ഗുണങ്ങളുണ്ട്.

നിങ്ങൾക്കിഷ്ടമുള്ളത്ര കാലം കൈവശം വെയ്ക്കാം: ഷെയറുകൾ വാങ്ങിയതിനു ശേഷം അതിന്റെ വില താഴെപോവുകയാണെങ്കിൽ, നിങ്ങൾക്കത് സൂക്ഷിച്ച് വച്ച് എപ്പോഴാണത് നിങ്ങൾ വാങ്ങിയ വിലയിലും മുകളിൽ എത്തുന്നത് അപ്പോൾ വിറ്റ് ലാഭമെടുക്കാം.

വായ്പ: ഇക്കാലത്ത്, നിങ്ങളുടെ ഷെയറുകൾ പണയമായി സ്വീകരിച്ച് ചില ബാങ്കുകളും പണമിടപാടു സ്ഥാപനങ്ങളും വായ്പ കൊടുക്കുന്നുണ്ട്. കഷ്ടപ്പെടുന്ന കാലത്ത് നിങ്ങൾക്ക് ഷെയറുകൾ അങ്ങിനെയും ഉപകരിയ്ക്കും.

ലാഭവിഹിതം (ഡിവിഡന്റ്): കമ്പനികൾ നല്ല ലാഭത്തിലാണെങ്കിൽ, അവ ഷെയറുടമസ്ഥർക്ക് ലാഭവിഹിതം പ്രഖ്യാപിയ്ക്കും. അത്തരം കമ്പനികളുടെ ഷെയറുകൾ നിങ്ങളുടെ കൈവശമുണ്ടെങ്കിൽ, നിങ്ങൾ കൈവശം വെച്ചിരിയ്ക്കുന്ന ഷെയറുകളുടെ എണ്ണത്തിനനുസരിച്ച് നിങ്ങൾക്ക് ലാഭവിഹിതം ലഭിയ്ക്കും.

കൂടിയ പ്രതിഫലം: ഇക്കാലത്ത് ബാങ്കുകളിൽ നിന്ന് നിങ്ങളുടെ പണത്തിന് 9 മുതൽ 9.5 ശതമാനം മാത്രമേ വാർഷികപലിശ കിട്ടുകയുള്ളൂ. അതേ സമയം വളരുന്ന നല്ല കമ്പനികളുടെ ഷെയറുകളിൽ നിക്ഷേപിയ്ക്കുകയാണെങ്കിൽ നിങ്ങൾക്ക് ഏറ്റവും കുറഞ്ഞത് 15 ശതമാനം വരെയെങ്കിലും പ്രതിവർഷം നേടാനാകും. ഡെലിവറി അടിസ്ഥാനപ്പെടുത്തിയ ദീർഘകാല കച്ചവടങ്ങളിലാണ് ഇത്തരത്തിൽ മാർക്കറ്റ് ഷെയറുകൾക്ക് ഏറ്റവുമധികം വരുമാനം കിട്ടുന്നത്.

ബോണസ് ഷെയർ: കമ്പനികൾ അസാധാരണമായ ലാഭം നേടുകയാണെങ്കിൽ, അവ നിങ്ങൾക്ക് ബോണസ് ഷെയറുകൾ തരും. ബോണസ് ഷെയർ 1:1 എന്ന അനുപാതത്തിലാണെങ്കിൽ, നിങ്ങളുടെ കൈയിലുള്ള ഷെയറൊന്നിന് ഒന്ന് സൗജന്യമായി ലഭിയ്ക്കും. അതിനാൽ നിങ്ങൾ ഷെയറുകൾ ഡെലിവറി എടുത്തിട്ടുണ്ടെങ്കിൽ, നിങ്ങൾ ഇത്തരം ബോണസുകൾക്ക് അർഹരാണ്.

ദീർഘകാല ധനസമ്പാദന അവസരങ്ങൾ

ഡെലിവറി അടിസ്ഥാനമാക്കിയ കച്ചവടങ്ങളിൽ, ഒരു കമ്പനിയുടെ ഷെയറുകൾ എത്രകാലം കൈവശം വയ്ക്കണമെന്ന തീരുമാനിയ്ക്കുന്നത് വളരെ പ്രധാനമാണ്. താഴെ പറയുന്ന രണ്ടു പ്രധാന കാര്യങ്ങൾ ശ്രദ്ധിയ്ക്കുക:

1.ഒരു വർഷത്തിലെ കമ്പനിയുടെ എല്ലാ ത്രൈമാസഫലങ്ങളും പരിശോധിച്ച്, കമ്പനി നിരന്തരമായി നല്ല വിറ്റുവരവും ലാഭവും നേടുന്നുണ്ടോ എന്ന് പരിശോധിയ്ക്കുക. ഒരു കമ്പനിയെ സംബന്ധിച്ചിടത്തോളം ത്രൈമാസഫലങ്ങളിൽ നല്ല ലാഭശതമാനം കാണിയ്ക്കുകയെന്നത് തങ്ങളുടെ വിപണിയിലെ വളർച്ചയ്ക്ക് വളരെ പ്രധാനമാണ്.

2.ഭാവി പദ്ധതികളുടെ, വികസനപ്രവർത്തനങ്ങളുടെ, ഏറ്റെടുക്കലുകളുടെ, ലയനങ്ങളുടെ എല്ലാം പ്രഖ്യാപനങ്ങൾ ശ്രദ്ധിയ്ക്കുക. ഇത്തരം ഏതു നല്ല പദ്ധതിയും കമ്പനിയുടെ ലാഭത്തെ കുത്തനെ ഉയർത്തും, അപ്പോൾ അത്തരം ഷെയറുകൾ കൈവശം സൂക്ഷിയ്ക്കുവാൻ ശ്രദ്ധിയ്ക്കുക. ഇത്തരം ആസൂത്രണങ്ങൾ പ്രധാനമാണ്.

ഷെയറുകളിൽ നിന്ന് ലാഭം നേടാൻ സാമ്പത്തികാസൂത്രണം

പരിഗണിക്കപ്പെടേണ്ട മറ്റൊരു പ്രധാനകാര്യമാണിത്, ഒന്നിൽക്കൂടുതൽ ഷെയറുകൾ കൈവശം വെയ്ക്കുന്നുണ്ടെങ്കിൽ, തീർച്ചയായും നിങ്ങളുടെ ഷെയറുകളെ സംബന്ധിയ്ക്കുന്ന ഒരു ടെക്നിക്കൽ ഡോക്യുമന്റ് തയ്യാറാക്കണം.

നിങ്ങളുടെ കമ്പ്യൂട്ടറിൽ എക്സൽ അല്ലെങ്കിൽ വേഡ് എന്നീ പ്രോഗ്രാമുകളുപയോഗിച്ചോ, അല്ലെങ്കിൽ ഒരു നോട്ടുബുക്കിലോ നിങ്ങൾക്കിത് തയ്യാറാക്കാം.

ഉൾക്കൊള്ളിക്കേണ്ട കാര്യങ്ങൾ

1. എല്ലാ ത്രൈമാസഫലങ്ങളും, ലാഭവും വിറ്റുവരവും അവയുടെ അനുപാതങ്ങളും മറ്റു സാമ്പത്തിക അനുപാതങ്ങളും.

2. ബോണസുകളുടേയും ലാഭവിഹിതങ്ങളുടേയും പ്രഖ്യാപനങ്ങൾ.

3. ഏറ്റെടുക്കലുകളുടേയും വികസനങ്ങളുടേയും പ്രഖ്യാപനങ്ങൾ.

4. എല്ലാ ആഴ്ചയിലും വിപണിയിൽ കച്ചവടം നടക്കുന്നതിന്റെ അളവ്, അവസാന വില, പി.ഇ അനുപാതം, കമ്പനിയെക്കുറിച്ചുള്ള മറ്റു വാർത്തകൾ, തുടങ്ങിയവ.

ഇപ്രകാരം നിങ്ങളുടെ കൈയിലുള്ള ഷെയറിന് എന്താണ് സംഭവിയ്ക്കുന്നതെന്ന് നിങ്ങൾക്ക് കൃത്യമായി മനസ്സിലാക്കാനാവും, അങ്ങിനെ എപ്പോൾ വിൽക്കണമെന്നും അതല്ല അത്രകാലം കൂടി കൈവശം വെയ്ക്കണമെന്നും തീരുമാനിയ്ക്കാം. ഇതിനെയാണ് പോർട്ട്ഫോളിയോ മെയ്ന്റയ്നിങ് എന്നു വിളിയ്ക്കുന്നത്.

നിങ്ങൾ വാങ്ങുവാനുദ്ദേശിയ്ക്കുന്ന ഷെയറിനെയും ഇങ്ങിനെ അടുത്തു നിരീക്ഷിയ്ക്കുകയും, ശരിയായ ലക്ഷണം കണ്ടാൽ പെട്ടെന്നു വാങ്ങുകയും ചെയ്യാം.

മാർക്കറ്റിലെ കച്ചവടം

പെട്ടെന്ന് കുറേ പണമുണ്ടാക്കാനുള്ള ഒരു മാർക്ഷമാണ് പുതുമുഖങ്ങൾക്ക് സ്റ്റോക്ക് മാർക്കറ്റ്. ഒരു സ്റ്റോക്കിന് രണ്ടുപോയിന്റ് വില കയറി എന്നെല്ലാം നിങ്ങൾ കേട്ടിട്ടുണ്ടാവും, അപ്പോൾ നിങ്ങൾ സ്വയം വിചാരിയ്ക്കും, ഞാനപ്പോൾ അത് വാങ്ങിവെച്ച് വിറ്റിരുന്നവെങ്കിൽ എനിയ്ക്കു കുറേ പണമുണ്ടാക്കാമായിരുന്നു എന്നെല്ലാം. സ്റ്റോക്ക് മാർക്കറ്റിൽ നിന്ന് വേഗത്തിലും എളുപ്പത്തിലും പണമുണ്ടാക്കാം. പക്ഷേ പതുക്കെയും സാവകാശത്തിലും പോകുന്നതാണ് നല്ലത്, നിങ്ങൾ ചെറുപ്പത്തിലേ ഇതിലിറങ്ങുകയാണെങ്കിൽ, നിങ്ങൾക്ക് നേരത്തേ തന്നെ റിട്ടയർ ചെയ്യാമെന്നത് ഒരു സത്യമാണ്.

ആദ്യമായി സ്റ്റോക്ക് കച്ചവടത്തിനിറങ്ങുന്നവർ വിജയം ഉറപ്പാക്കാനായി പരമാവധി ഇതിനെക്കുറിച്ച് പഠിയ്ക്കണം. ഒരു പ്രോഫഷണൽ ഗോൾഫ് കളിക്കാരൻ ഒരു ദിവസം പെട്ടെന്ന് ഗോൾഫ് കളിക്കാരനായി മാറുകയല്ല ഉണ്ടായത്, മറിച്ച് വർഷങ്ങളുടെ പരിശീലനം നേടിയതിനു ശേഷമാണ് വിജയങ്ങൾ തേടിവരുന്നത്. ജീവിതത്തിൽ എന്തെങ്കിലുമൊക്കെ ആയിത്തീരണമെങ്കിൽ, അതിന് കുറച്ചെങ്കിലും അദ്ധ്വാനിയ്ക്കാതെ കഴിയുകയില്ല. തുടക്കമെന്ന നിലയിൽ, സ്റ്റോക്ക് മാർക്കറ്റിന്റെ പ്രവർത്തനം നിങ്ങൾക്ക് മനസ്സിലായെന്ന് ഉറപ്പുവരുത്തുക. താഴെ നിന്ന് തുടങ്ങി പതുക്കെ മുകളിലേയ്ക്കു കയറുക. നിങ്ങളൊരിയ്ക്കലും പെട്ടെന്നൊരു ദിവസം ഒരു പുസ്തകം കൈയിലെടുത്ത് വായിയ്ക്കുവാൻ തുടങ്ങുകയല്ല ഉണ്ടായത്, വർഷങ്ങൾ ചിലവാക്കി ആദ്യം അക്ഷരങ്ങളും പിന്നെ വാക്കുകളും മറ്റും പഠിച്ചതിന് ശേഷമാണ് നിങ്ങൾക്ക് ആ പുസ്തകം വായിയ്ക്കുവാനുള്ള കഴിവുണ്ടായത്.

നിങ്ങളെങ്ങിനെയാണ് കച്ചവടം ചെയ്യാൻ പോകുന്നത്? ഇതിനുള്ള ഉത്തരം അറിഞ്ഞിരിയ്ക്കുന്നത് എന്തു പഠിയ്ക്കണമെന്ന് തീരുമാനിയ്ക്കാൻ നിങ്ങളെ സഹായിയ്ക്കും. ഡേ ട്രേഡിങ്, സ്കാൾപ്, സ്വിങ് ട്രേഡ്, ബയ് ആന്റ് ഹോൾഡ്, ഇതിലേതാണ് നിങ്ങൾ ചെയ്യാൻ പോകുന്നത്? ഒരു സ്റ്റോക്കിന്റെ ഒരു പാടു ഷെയറുകൾ വാങ്ങുകയും വിൽക്കുകയും ചെയ്തുകൊണ്ടിരിയ്ക്കുന്നതിനെയാണ് സ്കാൾപിങ് എന്നതു കൊണ്ട് ഉദ്ദേശിയ്ക്കുന്നത്, ഇവിടെ വിലയിൽ ചെറിയ വ്യതിയാനമേ നിങ്ങൾ ആഗ്രഹിയ്ക്കുന്നുള്ളൂ. ഡേ ട്രേഡിങ് സ്കാൾപിങ്ങിനോട് അടുത്തുനിൽക്കുന്നതാണ് പക്ഷേ, നിങ്ങൾ വിലയിൽ വലിയ മാറ്റങ്ങൾക്ക് വേണ്ടി പ്രതീക്ഷിയ്ക്കുന്നു, കൂടാതെ അടുത്ത ദിവസത്തേയ്ക്കൊരിയ്ക്കലും നിങ്ങൾ കച്ചവടം ദീർഘിപ്പിയ്ക്കുന്നില്ല. നിങ്ങൾ സ്റ്റോക്ക് വാങ്ങി രണ്ടു ദിവസമോ രണ്ടാഴ്ചയോ വരെ കൈവശം വെച്ച്, വിലയിൽ വലിയ നീക്കത്തിന് വേണ്ടി പ്രതീക്ഷിച്ചു കൊണ്ട് കച്ചവടം ചെയ്യുന്നതാണ് സ്വിങ് ട്രേഡിങ്. ദീർഘകാലത്തേയ്ക്ക് സ്റ്റോക്ക് കൈവശം വെയ്ക്കാൻ തീരുമാനിയ്ക്കുമ്പോൾ, അതിനെ ബയ് ആന്റ് ഹോൾഡ് എന്നു പറയുന്നു. കമ്പനിയുടെ മൂല്യം വർദ്ധിയ്ക്കുമെന്നും അങ്ങിനെ സ്റ്റോക്കിന്റെ വില വളരെയധികം കയറുമെന്നും നിങ്ങൾ വിശ്വസിയ്ക്കുന്നു.

അടുത്തത്, ഫണ്ടമന്റൽ അനാലിസിസും ടെക്നിക്കൽ അനാലിസിസും എന്താണെന്ന് മനസ്സിലാക്കാം:

കമ്പനിയുടെ സാമ്പത്തികസ്ഥിതി, ത്രൈമാസികഫലങ്ങൾ എന്നിവയെയാണ് ഫണ്ടമന്റൽ അനാലിസിസ് ആശ്രയിയ്ക്കുന്നത്. ഓരോ

കമ്പനിയുടേയും സാമ്പത്തിക റിപ്പോർട്ടുകൾ വായിയ്ക്കാനായി ഒരുപാട് സമയം ഈ വിശകലനത്തിൽ ചെലവാക്കേണ്ടതായി വരും. സാമ്പത്തിക ദിനപത്രങ്ങളും മാസികകളും ഈ പ്രശ്നം ഒട്ടൊക്കെ പരിഹരിയ്ക്കുവാൻ നിങ്ങളെ സഹായിയ്ക്കും. നിങ്ങൾ സ്റ്റോക്ക് മാർക്കറ്റിൽ നിക്ഷേപിയ്ക്കുവാൻ പോവുകയാണെങ്കിൽ, ഇത്തരത്തിലേതെങ്കിലും ഒരു പത്രം ദിവസേന വായിയ്ക്കണം. ചാർട്ടുകളിൽ നടത്തുന്ന പഠനമാണ് ടെക്നിക്കൽ അനാലിസിസ്. ഇതിനായി ഉപയോഗിയ്ക്കുന്ന ഉപകരണമാണ് ചാർട്ടിങ് സോഫ്റ്റ്‌വെയർ. ചാർട്ടുകൾ വിലനീക്കങ്ങൾ കാണിച്ചുതരും, അങ്ങിനെ ധാരാളം ചാർട്ടുകൾ നോക്കുന്നതിലൂടെ ഒരു സ്റ്റോക്കിനെക്കുറിച്ച് അറിയാനുള്ളതെല്ലാം നമ്മുക്ക് കാണുവാൻ സാധിയ്ക്കും, ചാർട്ടുകളിൽ നോക്കിക്കൊണ്ട് മാത്രം.

സ്റ്റോക്ക് ട്രേഡിങ് സിസ്റ്റമാണ് നിങ്ങൾക്കാവശ്യമായി വരുന്ന മറ്റൊരു പ്രധാനപ്പെട്ട ഉപകരണം. നിങ്ങൾ ജീവിതത്തിലൊരിയ്ക്കലും പോയിട്ടില്ലാത്ത ഒരു സ്ഥലത്തേയ്ക്കു പോവുകയാണെങ്കിൽ, ചുമ്മാ കാറിൽ ചാടിക്കയറി ഓടിപ്പിച്ചു പോവുകയല്ല ചെയ്യുക. മറിച്ച് നിങ്ങൾ ഭൂപടത്തിൽ നോക്കി, അങ്ങോട്ടു പോകുവാനുള്ള ഏറ്റവും എളുപ്പവഴിയേതെന്നു കണ്ടുപിടിച്ചിട്ടു വേണം യാത്ര തുടങ്ങുവാൻ. അപ്രകാരം നിങ്ങൾ ഉദ്ദേശിച്ച സ്ഥലത്ത്, വഴിതെറ്റിയലഞ്ഞ് കഷ്ടപ്പെടാതെ, നേരത്തേ എത്തിച്ചേരുന്നു. ഇത് സ്റ്റോക്ക് മാർക്കറ്റിനെ സംബന്ധിച്ചും സത്യമാണ്. യാതൊരു ആസൂത്രണവുമില്ലാതെയാണ് പലരും ആദ്യമായി സ്റ്റോക്ക് മാർക്കറ്റിലേയ്ക്ക് എടുത്തുചാടുന്നത്, എന്തുകൊണ്ടാണ് എപ്പോഴാണ് ഒരു കച്ചവടം ചെയ്യേണ്ടത്, എപ്പോഴാണ് ലാഭമെടുത്ത് പിന്മാറേണ്ടത്, എന്നീ കാര്യങ്ങളിലെല്ലാം നിങ്ങൾക്ക് കൃത്യമായ ആസൂത്രണം വേണം. യഥാർത്ഥ കച്ചവടം ആരംഭിയ്ക്കുന്നതിന് മുമ്പ് പേപ്പർ ട്രേഡിങ് ചെയ്ത്, നിങ്ങൾ എത്രത്തോളം നന്നായി ചെയ്യുന്നുവേന്ന് വിലയിരുത്തുക. കടലാസിൽ നന്നായി ചെയ്യുവാൻ തുടങ്ങിയാൽ, ഒരു അക്കൗണ്ട് തുടങ്ങാനുള്ള സമയമായി എന്ന് കരുതാം.

ഇനി, നിക്ഷേപിയ്ക്കാനായി നിങ്ങൾക്ക് മൂലധനം വേണ്ടിവരുന്നു. നഷ്ടപ്പെട്ടു പോയാൽ താങ്ങാൻ കഴിയാവുന്നതിലും കൂടുതൽ പണം കൊണ്ട് ഒരിയ്ക്കലും കച്ചവടം തുടങ്ങരുത്. ആദ്യം കുറേശ്ശെ സമ്പാദിയ്ക്കുക, അങ്ങിനെ ആവശ്യത്തിന് പണമായിക്കഴിഞ്ഞാൽ, അപ്പോൾ മാർക്കറ്റിൽ ഇറങ്ങുക. നിങ്ങൾ എല്ലാം പഠിച്ച്, പരിശീലനം നടത്തി, കച്ചവടം ചെയ്യാനായി എല്ലാ രീതിയിലും സന്നദ്ധനായി എങ്കിലും, കച്ചവടം തുടങ്ങുമ്പോൾ തന്നെ വിജയിച്ചുകൊള്ളണമെന്ന് യാതൊരു നിർബന്ധവുമില്ല. അതിന് കുറച്ച് സമയം പിടിയ്ക്കും, കൂടാതെ നിങ്ങൾക്ക് കുറച്ച് പണം നഷ്ടപ്പെട്ടുവെന്നും വരും. ജീവിയ്ക്കുവാനായി നിങ്ങളുടെ കൈയിൽ ആകെയുള്ള സമ്പാദ്യം എടുത്ത് ഒരിയ്ക്കലും കച്ചവടം ചെയ്യരുതെന്ന് ഉപദേശിയ്ക്കുന്നത് അതുകൊണ്ടാണ്.

ഒരു പുതുമുഖത്തിന് തുടക്കത്തിൽ സ്റ്റോക്ക് മാർക്കറ്റ് വളരെ കഠിനമായി തോന്നാം, പക്ഷേ ഒരിയ്ക്കൽ ബാലപാഠങ്ങൾ പഠിച്ചു കഴിയുമ്പോൾ, ഒരു പദ്ധതി ആസൂത്രണം ചെയ്തുകഴിയുമ്പോൾ, കുറച്ച് പരിചയം വന്നു കഴിയുമ്പോൾ, പിന്നെ നിങ്ങൾ ധനവാനാവാനുള്ള വഴിയേ സഞ്ചരിയ്ക്കുവാൻ തുടങ്ങും.

മാർക്കറ്റിന്റെ ബാലപാഠങ്ങൾ

ചുരുക്കിപ്പറഞ്ഞാൽ, കൈവശക്കാരനെ കമ്പനിയുടെ ഉടമകളിൽ ഒരാളായി അംഗീകരിച്ചുകൊണ്ട്, ആ കമ്പനിയാൽ നൽകപ്പെടുന്ന ഒരു പ്രമാണമാണ് ഒരു ഷെയർ അല്ലെങ്കിൽ സ്റ്റോക്ക്. ഷെയറുകൾ കമ്പനി നേരിട്ടു നൽകുന്നു, അല്ലെങ്കിൽ നിങ്ങൾക്കവ സ്റ്റോക്ക് മാർക്കറ്റിൽ നിന്ന് വാങ്ങാം.

ഷെയർ ഉടമസ്ഥനാവുന്നതു കൊണ്ട് നിങ്ങൾക്ക് കമ്പനിയിൽ ഒരു ഭാഗത്തിന് അവകാശം ഉണ്ടാകുന്നു, അതുപോലെ ഷെയർ വിൽക്കുന്നതിലൂടെ നിങ്ങളുടെ മൂലധനവർദ്ധനവും സാധ്യമാകുന്നു. അങ്ങിനെ, നിങ്ങളുടെ ലാഭമെന്നു പറയുന്നത്, കമ്പനികൾ നൽകുന്ന ലാഭവിഹിതവും മൂലധനവർദ്ധനവും ആണ്. പക്ഷേ, നിങ്ങൾ വാങ്ങിയ വിലയിലും കുറച്ചാണ് ഷെയറുകൾ വിറ്റതെങ്കിൽ, നിങ്ങളുടെ മൂലധനം നഷ്ടപ്പെടുവാനുള്ള സാധ്യതയും ഇതിൽ അടങ്ങിയിരിയ്ക്കുന്നു.

ഒരു കമ്പനിയുടെ സ്റ്റോക്കിനെക്കുറിച്ച് നിക്ഷേപകർ എന്തു വിചാരിയ്ക്കുന്നു എന്നുള്ളതാണ് സ്റ്റോക്കിന്റെ വിലയിൽ പ്രതിഫലിച്ചു കാണുന്നത്, അല്ലാതെ കമ്പനിയുടെ യഥാർത്ഥമൂല്യമാവണമെന്നില്ല. ഉദാഹരണത്തിന്, വളരെ വേഗം വളര്ന്നുകൊണ്ടിരിയ്ക്കുന്ന ഒരു കമ്പനിയുടെ ഷെയർ, കമ്പനിയുടെ യഥാർത്ഥമൂല്യത്തിനേക്കാളും വളരെ കൂടിയ വിലയിലായിരിയ്ക്കും കച്ചവടം ചെയ്യപ്പെടുന്നത്. കമ്പനിയെക്കുറിച്ചും പൊതുവെ മാർക്കറ്റിനെക്കുറിച്ചും ഉള്ള വാർത്തകൾ, സ്റ്റോക്ക് വിലകളെ സാരമായി ബാധിയ്ക്കും. സ്റ്റോക്ക് മാർക്കറ്റിൽ ഷെയറുകൾ കച്ചവടം ചെയ്യപ്പെടുന്ന കമ്പനികളുടെ ത്രൈമാസ സാമ്പത്തിക അവസ്ഥകളും ലാഭനഷ്ടകണക്കുകളും പ്രസിദ്ധീകരിയ്ക്കണമെന്നത് നിർബന്ധമാണ്. വിപണിയിലെ മറ്റു ശക്തികളും സാധാരണ നിക്ഷേപകരുടെ അഭിപ്രായങ്ങളും എല്ലാം ഷെയർ വിലയെ ബാധിയ്ക്കും.

സ്റ്റോക്കുകളെയും ഷെയറുകളെയും കുറിച്ച് അൽപം

1. ഒരു സ്റ്റോക്കോ ഷെയറോ വാങ്ങുക എന്നുവെച്ചാൽ, നിങ്ങൾ ആ കമ്പനിയുടെ ഉടമസ്ഥരിൽ ഒരാളാവുന്നു എന്നാണർത്ഥം, കമ്പനികളുടെ പ്രധാനപ്പെട്ട കാര്യങ്ങളിൽ നിങ്ങൾക്ക് വോട്ടവകാശവും ലഭിയ്ക്കുന്നു.

2. കാലക്രമത്തിൽ, ചരിത്രപരമായി സ്റ്റോക്കുകൾ 10 ശതമാനം വാർഷിക ലാഭം നേടിത്തരുന്നുവേന്ന് കണക്കുകൂട്ടപ്പെട്ടിട്ടുണ്ട്. പക്ഷേ, സ്റ്റോക്കുകൾ യാതൊരു ഉറപ്പും തരുന്നില്ല, കാലക്രമേണ നിങ്ങളുടെ കൈയിലുള്ള സ്റ്റോക്കിന്റെ വില തീരെ ഇല്ലാതാവാനും സാധ്യതകളുണ്ട്.

3. സ്റ്റോക്കിന്റെ വില കുറഞ്ഞുപോയാലും, സ്റ്റോക്കുകളിൽ നിക്ഷേപിയ്ക്കുന്നത് കമ്പനികളിൽ നിന്നുള്ള ലാഭവിഹിതത്തിന് നിങ്ങളെ അർഹനാക്കുന്നു.

എങ്ങിനെയാണ് ഒരാൾ ഷെയറുകൾ കച്ചവടം ചെയ്യുന്നത്? ബ്രോക്കർമാർ എന്ന് വിളിയ്ക്കപ്പെടുന്ന അംഗീകൃത അംഗങ്ങൾ മുഖാന്തിരമാണ് സ്റ്റോക്ക് എക്സ്ചേഞ്ചിലെ ഓരോ കൈമാറ്റവും നടത്തപ്പെടുന്നത്.

ഷെയറുകൾ കച്ചവടം ചെയ്യുന്നതിന്, നിങ്ങൾ ഒരു ബ്രോക്കറെ സമീപിയ്ക്കണം, പക്ഷേ സ്റ്റോക്ക് എക്സ്ചേഞ്ച് ബ്രോക്കർമാർ വളരെയധികം അളവിൽ കച്ചവടം ചെയ്യുന്നവരായതുകൊണ്ട് അവർ ചെറിയ നിക്ഷേപകരെ

പ്രോത്സാഹിപ്പിയ്ക്കുകയില്ല. ഈ ബ്രോക്കർമാർക്ക് സബ്–ബ്രോക്കർമാരുടെ ഒരു ശൃംഖലയിലൂടെയാണ് ചെറിയ നിക്ഷേപകരുടെ ഓർഡറുകൾ കൈകാര്യം ചെയ്യുന്നത്.

സാധാരണ നിക്ഷേപകർക്ക് ഷെയറുകളിൽ ചെറിയ കച്ചവടങ്ങൾ നടത്താനും വാങ്ങുവാനും വിൽക്കുവാനും ഉള്ള ഓർഡറുകൾ കൊടുക്കുവാനും ഒരു സബ്–ബ്രോക്കറെ കണ്ടെത്തണം. സബ്–ബ്രോക്കർ ഈ ഓർഡറുകൾ അയാളുടെ മുഖ്യബ്രോക്കർക്ക് നൽകും, അവിടെ അത് നടപ്പാക്കപ്പെടും.

സജീവമായ ഷെയറുകൾ: വല്ലപ്പോഴും മാത്രം കച്ചവടങ്ങൾ നടക്കുന്ന ഷെയറുകളെ അപേക്ഷിച്ച്, ദിവസേന ഇടയ്ക്കിടെ കച്ചവടം നടക്കുന്ന ഷെയറുകളെ ആക്റ്റീവ് ഷെയറുകൾ എന്നു വിളിയ്ക്കുന്നു. മിക്ക മുൻനിര കമ്പനികളുടേയും ഷെയറുകൾ വളരെയധികം സജീവമായിരിയ്ക്കും (പ്രത്യേകിച്ച് സാമ്പത്തിക രാഷ്ട്രീയ സംഭവവികാസങ്ങളോട് പെട്ടെന്ന് പ്രതികരിയ്ക്കുന്നവ) ഇവയുടെ വിലകൾ പെട്ടെന്നുള്ള വ്യതിയാനങ്ങൾക്ക് വിധേയമായിരിയ്ക്കും. ചില വിപണിവിശകലന വിദഗ്ദ്ധർ, ഒരാഴ്ചയിൽ മൂന്നു പ്രാവശ്യമെങ്കിലും കച്ചവടം ചെയ്യപ്പെടുന്ന ഷെയറുകളെ ആക്റ്റീവ് ഷെയറുകളായി കണക്കാക്കുന്നു. ഇവ വാങ്ങുവാനും വിൽക്കുവാനും എളുപ്പമാണ്.

ആഴത്തിലുള്ള പഠനത്തിനു ശേഷം സ്റ്റോക്ക് മാർക്കറ്റിൽ ഇറങ്ങുന്നതാണ് ബുദ്ധി

പ്രീമിയം ഇഷ്യൂകൾ

സാധാരണയായി, മിക്ക ഷെയറുകൾക്കും അതിന്റെ ഫെയ്സ് വാല്യൂ (അതായത്, ബാലൻസ് ഷീറ്റിൽ കാണിയ്ക്കുന്ന വില) പത്തു രൂപയായിരിയ്ക്കും, പക്ഷേ പൊതുജനങ്ങൾക്ക് ഈ വിലയ്ക്ക് എല്ലായ്പോഴും വാങ്ങുവാൻ കിട്ടില്ല. കമ്പനികൾക്ക് 10 രൂപ ഫെയ്സ് വാല്യൂ ഉള്ള ഷെയർ കൂടിയ വിലയ്ക്ക് വിൽക്കുവാനുള്ള അനുമതിയുണ്ട്.

ഈ **ഓഫർ** വിലയും **ഫെയ്സ്** വിലയും തമ്മിലുള്ള **വ്യത്യാസത്തിനെയാണ് പ്രീമിയം** എന്നു പറയുന്നത്. സെബിയുടെ

മാർഗ്ഗനിർദ്ദേശങ്ങൾ പ്രകാരം, പുതിയ കമ്പനികൾക്ക് ഷെയറുകൾ ഒരു നിശ്ചിത പ്രീമിയം കൂട്ടിക്കൊണ്ട് വിൽക്കാം.

1. പ്രമോട്ട് ചെയ്യുന്ന കമ്പനി മൂന്നു കൊല്ലം തുടർച്ചയായ ലാഭം നേടിയിരിക്കണം.

2. ഇറക്കുന്ന ഷെയറുകളിൽ കുറഞ്ഞത് 50 ശതമാനമെങ്കിലും പ്രമോട്ടർ തന്നെ എടുക്കണം.

3. ഷെയർ ഇറക്കുമ്പോൾ വാങ്ങുവാനായി അപേക്ഷിക്കുന്ന എല്ലാവർക്കും ഒരേ നിരക്കിൽ (പ്രത്യേകിച്ചും പ്രീമിയം), ഒരേ വ്യവസ്ഥകളിൽ വേണം ഷെയറുകൾ നൽകാൻ.

4. പ്രീമിയം കൂട്ടുന്നതിനുള്ള ന്യായങ്ങൾ പ്രോസ്പെക്സിൽ കാണിച്ചിരിക്കണം. അതേ സമയം, നിലവിലുള്ള കമ്പനികൾക്ക് മേൽപറഞ്ഞിരിക്കുന്ന നിബന്ധനകൾ ഇല്ലാതെ തന്നെ പ്രീമിയം ഇഷ്യുകൾ നടത്താം.

പണം സംഭരിക്കുകയും അതോടൊപ്പം ഇക്വിറ്റി മൂലധനത്തെ സഹായിക്കുകയുമാണ് കമ്പനികളുടെ ലക്ഷ്യം. അക്കൗണ്ടിങ്ങിൽ, പ്രീമിയം കണക്ക് വെയ്ക്കുന്നത് റിസർവും സർപ്ലസും അക്കൗണ്ടുകളിലാണ്, അല്ലാതെ അത് ഇക്വിറ്റിയിൽ വർദ്ധനവ് വരുത്തുകയില്ല. അപ്രകാരം, 90 രൂപ പ്രീമിയമുള്ള ഷെയറുകൾ ഇറക്കി 100 കോടി സംഭരിക്കുന്ന ഒരു കമ്പനി, ഒരു ഷെയറിൽ നിന്ന് 10 രൂപ മാത്രമേ ഇക്വിറ്റിയിൽ ചേർക്കപ്പെടുന്നുള്ളൂ, അതേ സമയം 100 കോടി രൂപയുടെ നിക്ഷേപം കമ്പനിയ്ക്ക് നേടാനും കഴിയുന്നു.

അതിനാൽ കമ്പനികൾ പ്രീമിയം ഇഷ്യുകൾക്ക് വേണ്ടി ശ്രമിക്കുന്നു. ഇ.പി.എസ് കുറയ്ക്കാതെ തന്നെ ബുക്ക് വാല്യൂ കൂട്ടാൻ പ്രീമിയം ഇഷ്യൂ കൊണ്ട് സാധിക്കുന്നു. ചാഞ്ചാടിക്കൊണ്ടിരിക്കുന്ന ഒരു സ്റ്റോക്ക് മാർക്കറ്റിൽ നല്ല സ്റ്റോക്കുകളുടെ കച്ചവടം ഉയർന്ന വിലകളിൽ നടക്കുമ്പോൾ, ഉയർന്ന പ്രീമിയത്തിൽ സ്റ്റോക്ക് ഇഷ്യൂ ചെയ്യാൻ എളുപ്പമാണെന്ന് കമ്പനികൾ തിരിച്ചറിയുന്നു.

നിങ്ങളുടെ ആദ്യ കച്ചവടം ഒരു വിജയമായേക്കാം, പക്ഷേ സ്ഥിരമായി വിജയങ്ങൾ നേടി സ്റ്റോക്ക് മാർക്കറ്റിൽ നിന്ന് പണമുണ്ടാക്കാണമെങ്കിൽ, എങ്ങിനെയാണ് പരാജയപ്പെടുകയെന്നതും മനസ്സിലാക്കണം. കുറച്ചുകൂടി വിശദമായി പറഞ്ഞാൽ, പരാജയപ്പെടുമ്പോൾ എങ്ങിനെയാണ് നഷ്ടം പരമാവധി കുറയ്ക്കുക എന്ന് പഠിക്കണം.

സ്റ്റോക്ക് മാർക്കറ്റിൽ ഇറങ്ങി കാൽ നനയ്ക്കുന്ന ഭൂരിപക്ഷം പേരും സ്വയം കൊാർമ്മബുദ്ധിക്കാരായും എല്ലാം അറിഞ്ഞവരായും സ്വയം കരുതുന്നു. ആത്മവിശ്വാസം ഒരു വലിയ കാര്യമാണ്. ലോകത്തിൽ വിജയിച്ച എല്ലാവർക്കും ശക്തമായ ആത്മവിശ്വാസം ഉണ്ടായിരുന്നു. അതുപോലെ തന്നെ ലോകത്തിലെ ഏറ്റവും അധികം പരാജയം കൈവരിച്ചവർക്കും കടുത്ത ആത്മവിശ്വാസമുണ്ടായിരുന്നു. അപ്പോൾ വിജയികൾക്കും പരാജിതർക്കും തമ്മിൽ എന്താണ് വ്യത്യാസം?

വിജയികളായ കച്ചവടക്കാരും പരാജിതരായ കച്ചവടക്കാരും തമ്മിലുള്ള പ്രധാനവ്യത്യാസം, തെറ്റുപറ്റിയാൽ അത് തുറന്നു സമ്മതിക്കുവാനുള്ള കഴിവാണ്. വിജയിയായ ഒരു കച്ചവടക്കാരൻ, താനെടുത്ത തീരുമാനം തെറ്റിയെന്നു മനസ്സിലാക്കുന്ന ഉടനെ, കൂടുതൽ നഷ്ടങ്ങൾ വരുത്തിവെയ്ക്കാതെ, ആ

കച്ചവടത്തിൽ നിന്ന് പിന്മാറുന്നു. പരാജിതനായ ഒരു കച്ചവടക്കാരൻ, തന്റെ തെറ്റുകൾ സമ്മതിയ്ക്കാതെ, കാര്യങ്ങൾ നേർവഴിയ്ക്കു വരുമെന്ന് പ്രതീക്ഷിച്ച് തന്റെ നഷ്ടം കമിഞ്ഞുകൂട്ടുവാൻ ഇടവരുത്തുന്നു.

നിങ്ങളെടുക്കുന്ന എല്ലാ സ്റ്റോക്കുകളും ഒരു വിജയമായിരുന്നുവേങ്കിൽ വളരെ നല്ല കാര്യമായിരുന്നു, പക്ഷേ ചിലപ്പോഴെല്ലാം നിങ്ങൾ വാങ്ങുന്ന സ്റ്റോക്കുകൾ പരാജയപ്പെടുമ്പോൾ, കൂടുതൽ നഷ്ടപ്പെടുന്നതിനു മുമ്പേ, മുളയിലേ നുള്ളി നഷ്ടം നാമമാത്രമാക്കുക.

സ്റ്റോപ്-ലോസ്

നിങ്ങൾ ഒരു കച്ചവടത്തിൽ പ്രവേശിയ്ക്കുന്നതിനു മുമ്പ് തന്നെ നിങ്ങൾ സ്റ്റോപ്-ലോസ് പോയിന്റ് നിശ്ചയിച്ചിരിയ്ക്കണം. കാര്യങ്ങൾ വിചാരിച്ച പോലെ പോയില്ലെങ്കിൽ, അധികം നഷ്ടമില്ലാതെ സ്റ്റോക്ക് വിറ്റുകളയാൻ നിങ്ങൾ തീരുമാനിയ്ക്കുന്ന വിലയാണ് സ്റ്റോപ്-ലോസ് പോയിന്റ്. നിങ്ങളുടെ സാമ്പത്തിക അവസ്ഥയും നിങ്ങൾ വാങ്ങുവാൻ പരിഗണിയ്ക്കുന്ന സ്റ്റോക്കിനെയും ഒക്കെ ആശ്രയിച്ച് നിങ്ങൾ നിശ്ചയിയ്ക്കുന്ന വിലയും വ്യത്യാസപ്പെട്ടിരിയ്ക്കും.

വാങ്ങിയ വിലയിൽ നിന്ന് കൃത്യം 8 ശതമാനം കുറഞ്ഞ വിലയിൽ സ്റ്റോപ്-ലോസ് നിങ്ങൾ നിശ്ചയിച്ചേക്കാം, അല്ലെങ്കിൽ ഏതെങ്കിലും ചാർട്ടിൽ കാണിച്ചിരിയ്ക്കുന്ന റസിസ്റ്റൻസ് ലവലിനു തൊട്ടുതാഴെ നിർത്തിയേക്കാം (റസിസ്റ്റൻസ് ലവലിനു താഴെ സ്റ്റോക്ക് വില പോവുകയാണെങ്കിൽ, അത് കുറച്ച് നാൾ ഇനി താഴേയ്ക്ക് തന്നെ പോകുമെന്ന് നിങ്ങൾക്ക് നല്ല ഉറപ്പാണ്). നിങ്ങളുടെ തന്ത്രം പരീക്ഷിച്ചിരിയ്ക്കണമെന്നതാണ് ഏറ്റവും പ്രധാനം. സ്റ്റോപ്-ലോസ് വളരെ അടുത്തു വെച്ചാൽ, സ്റ്റോക്കിന് വില കൂടുമ്പോഴേയ്ക്കും നിങ്ങൾ പുറത്തായിട്ടുണ്ടാവും. ഒരുപാട് അകലെ വെച്ചാലോ, ധാരാളം പണം നഷ്ടപ്പെടുകയായിരിയ്ക്കും ഫലം.

ഓർക്കുക, നിങ്ങളുടെ മൊത്തം പോർട്ട്ഫോളിയോയിൽ നിന്ന് ലാഭം ഉണ്ടാക്കുകയായിരിയ്ക്കണം നിങ്ങളുടെ ലക്ഷ്യം. നിങ്ങളുടെ കൈയിൽ 5000 രൂപ മതിപ്പുള്ള അഞ്ച് വ്യത്യസ്ത സ്റ്റോക്കുകൾ ഉണ്ടെന്ന് കരുതുക. നിലവിൽ മാർക്കറ്റിലുള്ള വിലയുടെ 10 ശതമാനമായി നിങ്ങൾ സ്റ്റോപ്-ലോസ് നിശ്ചയിച്ചു; അപ്രകാരം, ഒരു സ്റ്റോക്കിന്റെ വില 900 രൂപയിൽ താഴെവന്നാൽ നിങ്ങൾ അത് വിറ്റുകളയും. അഞ്ചെണ്ണത്തിൽ മൂന്നിലും നിങ്ങളുടെ കണക്കുകൂട്ടലുകൾ തെറ്റി മൂന്നൂറു രൂപ നഷ്ടപ്പെട്ടാലും, ബാക്കിയുള്ള രണ്ടു ഷെയറുകൾക്ക് 15 ശതമാനം വെച്ച് വിലകൂടിയാൽ മതി, നഷ്ടവും ലാഭവുമില്ലാതെ നിങ്ങൾ രക്ഷപ്പെട്ടു. ബാക്കിയുള്ള ആ രണ്ടു സ്റ്റോക്കുകൾക്ക് 50 ശതമാനം വില ഉയരുകയാണെങ്കിൽ (നിങ്ങൾ വാങ്ങിയ സ്റ്റോക്കുകൾ കിറുകൃത്യമായിരുന്നെങ്കിൽ ഇത് സംഭാവ്യമാണ്) എന്തു സംഭവിച്ചേനേ? നിങ്ങൾ തിരഞ്ഞെടുത്ത സ്റ്റോക്കുകളിൽ 60 ശതമാനവും കൊള്ളാത്തവയായിരുന്നിട്ടുകൂടി നിങ്ങൾ യാഥാർത്ഥത്തിൽ 700 രൂപ ലാഭം നേടിയേനെ.

1000 രൂപ വിലയുള്ള 5 പോസിഷനുമായി തുടങ്ങുന്നു = 5000 ക.

3 മോശം സ്റ്റോക്കുകൾ 10 ശതമാനം വെച്ച് നഷ്ടം വരുത്തി = –300 ക.

50 ശതമാനം ലാഭത്തോടെ 2 സ്റ്റോക്കുകൾ വിജയിച്ചു = 1000 ക.

മൊത്തം ബാക്കി = 5,700 ക.

ആധുനിക ട്രേഡിങ് സിസ്റ്റങ്ങളിൽ പരിപൂർണ്ണമായും തനിയേ പ്രവർത്തിയ്ക്കുന്ന സ്റ്റോപ്-ലോസ് പദ്ധതികളുണ്ട്. അവ സ്റ്റോപ്-ലോസുകൾ

നിശ്ചയിയ്ക്കുന്നത് വളരെ എളുപ്പമാക്കിത്തീർത്തു, ഇനി ഒറ്റ കച്ചവടത്തിൽ നിന്ന് നിങ്ങൾ വലിയ നഷ്ടം വരുത്തിവെയ്ക്കുന്നതിന് യാതൊരു ന്യായീകരണവും പറയാൻ കഴിയില്ല. വാസ്തവത്തിൽ, സ്റ്റോപ്-ലോസിന്റെ സൗകര്യം ഉപയോഗിയ്ക്കുന്നില്ലെങ്കിൽ നിങ്ങൾക്ക് വട്ടാണ്. ആകെയുള്ള അടവ്, അവയെ ബുദ്ധിപൂർവ്വം നിശ്ചയിയ്ക്കുന്നതിലാണ്. നിങ്ങളുടെ പ്രവേശനവും നിർക്ഷമനവും എങ്ങിനെയാണ് ആസൂത്രണം ചെയ്യേണ്ടതെന്ന് നിങ്ങൾ ഏതാനും മാസങ്ങൾക്കുള്ളിൽ പഠിയ്ക്കും.

സുവർണ വഴികൾ

1. കുറഞ്ഞ വിലയിൽ വാങ്ങുക - കൂടിയ വിലയിൽ വിൽക്കുക. ഇത് വളരെ ലളിതമായ തത്വമാണെങ്കിൽ കൂടി, കൂടുതൽ നിക്ഷേപകരും ഇതിനു നേർവിപരീതമായിട്ടാണ് പ്രവർത്തിയ്ക്കുന്നത്. നിരന്തരമായി കുറവിൽ വാങ്ങി കൂടുതലിൽ വിൽക്കുവാനുള്ള നിങ്ങളുടെ കഴിവിനെ ആശ്രയിച്ചിരിയ്ക്കുന്നു നിങ്ങളുടെ വിജയവും പരാജയവും. നിങ്ങളുടെ ലാഭം നൂറു ശതമാനവും ആശ്രയിച്ചിരിയ്ക്കുന്നത്, നിങ്ങൾ വിപണിയിൽ കയറുന്ന സമയത്തെയാണ്.

2. സ്റ്റോക്ക് മാർക്കറ്റ് ഏപ്പോഴും ശരിയാണ്, വിലയാണ് കച്ചവടത്തിലെ ഒരേയൊരു യാഥാർത്ഥ്യം. ഏതൊരു വിപണിയിൽ നിന്നും നിങ്ങൾക്ക് പണമുണ്ടാക്കണമെങ്കിൽ, വിപണി എന്താണ് ചെയ്യുന്നത്, അത് നിങ്ങൾ പകർത്തണം. മാർക്കറ്റ് ഇടിയുകയും നിങ്ങൾ ലോങ്ങ് ആയിട്ടിരിയ്ക്കുക യുമാണെങ്കിൽ, മാർക്കറ്റ് ശരിയും നിങ്ങളുടെ ഭാഗം തെറ്റുമാണ്.

മറ്റു കാര്യങ്ങളിൽ തുലനമുണ്ടെങ്കിൽ, എത്രത്തോളം കാലം നിങ്ങൾ മാർക്കറ്റിൽ ശരിയായിട്ടിരിയ്ക്കുന്നുവോ, അത്രയും കൂടുതൽ പണം നിങ്ങൾ നേടും. എത്രയും കാലം മാർക്കറ്റിൽ നിങ്ങളുടെ ഭാഗം തെറ്റായിട്ടിരിയ്ക്കുന്നുവോ, അത്രയും കൂടുതൽ പണം നിങ്ങൾ നഷ്ടപ്പെടുത്തും.

3. വില കയറിപ്പോകുന്ന എല്ലാ വിപണികളും സ്റ്റോക്കുകളും കുറച്ചു കഴിയുമ്പോൾ താഴേയ്ക്കു പോകും, അതുപോലെ താഴേയ്ക്കു പോയ എല്ലാ മാർക്കറ്റുകളും സ്റ്റോക്കുകളും കുറച്ചു കഴിയുമ്പോൾ മേലേയ്ക്കും പോകും. എത്രത്തോളം തീവ്രമായിട്ടാണോ താഴേയ്ക്കു പോയത്, ഗതി തിരിയുമ്പോൾ അത്രയും തീവ്രമായി തന്നെ അത് മുകളിലേയ്ക്കും പോകും. ഇതിനെ 'ട്രെൻഡ് എപ്പോഴും മാറിക്കൊണ്ടിരിയ്ക്കും' നിയമം എന്നും പറയുന്നു.

4. സ്റ്റോക്കുകളോ മാർക്കറ്റുകളോ എന്തുകൊണ്ടാണ് വലിയ ചാഞ്ചാട്ടങ്ങൾക്ക് വിധേയമാകുന്നതെന്നു അന്വേഷിച്ചു പോയാൽ, മിക്കവാറും നിങ്ങൾക്ക് കൃത്യമായ കാരണങ്ങളൊന്നും കണ്ടെത്താൻ കഴിയില്ല. നമ്മൾ വിപണിയുടെ കാഴ്ചപ്പാടുകൾക്കനുസരിച്ച് കച്ചവടം ചെയ്യേണ്ടതു കൊണ്ട്, വിപണിയുടെ യാഥാർത്ഥ്യങ്ങൾ തേടിപ്പോകുന്നതിൽ യാതൊരു മെച്ചവുമില്ല, വെറുതെ സമയം കളയാമെന്നല്ലാതെ.

'സ്റ്റോക്ക് മാർക്കറ്റുകൾ യുക്ത്യാനുസരണം പ്രവർത്തിയ്ക്കുന്ന വയാണെന്ന്', അല്ലെങ്കിൽ 'വിപണി എന്തുകൊണ്ടിങ്ങനെ എന്ന് കണ്ടെത്താൻ എനിയ്ക്ക് കഴിയും', എന്ന് വിശ്വസിയ്ക്കുന്നതാണ്, കൂടുതൽ നിക്ഷേപകർക്കും പറ്റുന്ന ഏറ്റവും വലിയ അബദ്ധം. ലാഭമുള്ള ഒരു കച്ചവടം ചെയ്യാനായി, വിപണി ചലിയ്ക്കുന്നുണ്ടോ എന്ന് മാത്രം മനസ്സിലാക്കിയാൽ മതി - അത് എന്തുകൊണ്ട് ചലിയ്ക്കുന്നു എന്ന് അറിയേണ്ട കാര്യമില്ല. സ്റ്റോക്ക് മാർക്കറ്റിലെ വിജയികൾ ചലനത്തിന്റെ ദിശയും അവ നീണ്ടുനിൽക്കുന്ന സമയവും മാത്രമേ കണക്കിലെടുക്കുന്നുള്ളൂ, പരാജിതർ എപ്പോഴും 'എന്തുകൊണ്ട്?' എന്ന് ചോദിച്ചുംകൊണ്ട് ഇരിയ്ക്കും.

5. സ്റ്റോക്ക് മാർക്കറ്റുകൾ സാധാരണയായി വാർത്തകളുടേയും മറ്റു ഫണ്ടമെന്റൽ പൈന്താങ്ങലുകളുടേയും ചിലപ്പോൾ മാസങ്ങൾക്ക് മുന്നേ തന്നെ ചലിയ്ക്കുവാൻ തുടങ്ങും. എന്തുകൊണ്ടാണ് മാർക്കറ്റ് ചലിയ്ക്കുന്നതെന്ന് കൃത്യമായി

മനസ്സിലാക്കിയിട്ട് നിക്ഷേപിയ്ക്കാമെന്നു കരുതി നിങ്ങൾ കാത്തുനിന്നാൽ, മറ്റുള്ളവരും അങ്ങിനെ കാത്തുനിൽക്കുകയാണെന്ന് കരുതിയാൽ, വളരെ വൈകിപ്പോകും.

വലിയ ചലനപ്രവണതകൾ സംഭവിയ്ക്കുന്നതിന് മുമ്പ് തന്നെ നിങ്ങളുടെ സ്ഥാനം ഉറപ്പിയ്ക്കണം. നല്ലതോ കെട്ടതോ ആയ വാർത്തകളോട് ഒരു ബുൾ വിപണി മിക്കപ്പോഴും നല്ല രീതിയിൽ തന്നെയായിരിയ്ക്കും പ്രതികരിയ്ക്കുക.

6. ട്രെൻഡാണ് നിങ്ങളുടെ ചങ്ങാതി. എല്ലാ ലാഭങ്ങളുടേയും അടിസ്ഥാനം ട്രെൻഡാണെന്നതിനാൽ, കൂടുതൽ പണമുണ്ടാക്കാനായി നമ്മൾക്ക് വേണ്ടത് ദീർഘകാല ട്രെൻഡുകളാണ്. ഏറ്റവും പ്രധാനം, ഒരു ട്രെൻഡിൽ എപ്പോ കയറണമെന്നറിയുകയും, പരമാവധി ലാഭമെടുക്കാനായി എത്ര സമയം നിൽക്കണമെന്ന് അറിയുകയുമാണ്. ഇന്നത്തെ നിക്ഷേപകരുടെ ഹ്രസ്വകാല കാഴ്ചപ്പാടിനു വിരുദ്ധമായി, വൻലാഭങ്ങൾ കൊയ്യുന്നതെല്ലാം വലിയ വിപണിനീക്കങ്ങളെ ഫലപ്രദമായി കൈകാര്യം ചെയ്യുന്നവരാണ് - ഡേ ട്രേഡിങ്ങോ ഹ്രസ്വകാല നിക്ഷേപകരോ അല്ല.

7. വിപണിയിൽ വിജയിയ്ക്കണമെങ്കിൽ, നിങ്ങൾ നഷ്ടത്തിലുള്ള സ്റ്റോക്കുകളെ വെട്ടിച്ചുരുക്കുകയും, ലാഭത്തിലുള്ള സ്റ്റോക്കുകളെ കൂടുതൽ സമയം ഓടിപ്പിയ്ക്കുകയും വേണം. കച്ചവടത്തിൽ അച്ചടക്കം മാത്രം പോരെങ്കിലും, അത് നിർബന്ധമാണ്. നിങ്ങൾ വളരെയധികം അച്ചടക്കത്തോടെയുള്ള കച്ചവടം പരിശീലിച്ചില്ലെങ്കിൽ, ദീർഘകാലയളവിൽ നിങ്ങൾ പണമൊന്നും ഉണ്ടാക്കുകയില്ല. ഇതാണ് സ്റ്റോക്ക് ട്രേഡിങ്ങിൽ തന്നെ അടങ്ങിയിരിയ്ക്കുന്ന രീതി.

8. 'എഫിഷ്യന്റ് മാർക്കറ്റ് ഹൈപ്പോതീസിസ്' എന്നത് തീർത്തും കപടമാണ്, കൂടാതെ അത് മുതലാളിത്തത്തിന്റെ 'പരിപൂർണ്ണ മത്സരാധിഷ്ഠിത സമൂഹം' എന്ന കാഴ്ചപ്പാടിന്റെ ഒരു ഉപോത്പന്നം മാത്രമാണ്. ഒരു പ്രശസ്തനായ സാമ്പത്തിക ശാസ്ത്രജ്ഞന്റെ അഭിപ്രായമനുസരിച്ച്, 'എഫിഷ്യന്റ് മാർക്കറ്റ് ഹൈപ്പോതീസിസിന്റെ' അടിസ്ഥാനം മുഴുവനും 'പരിപൂർണ്ണ മത്സരാധിഷ്ഠിത സമൂഹം' എന്ന മുതലാളിത്ത കാഴ്ചപ്പാടിന്റെ എല്ലാ കാപട്യങ്ങളും പങ്കുവെയ്ക്കുന്നുവെന്നാണ്.

'പരിപൂർണ്ണ മത്സരാധിഷ്ഠിത സമൂഹം' ഈ ഭൂമിയിൽ സ്ഥിതിചെയ്യുന്ന ഒന്നിനേയും അടിസ്ഥാനപ്പെടുത്തിയിട്ടുള്ളതല്ല. സ്ഥിരമായി വിജയികളാവുന്ന പ്രോഫഷണൽ കച്ചവടക്കാർക്ക് കൂടുതൽ നല്ല വിവരങ്ങൾ വളരെ എളുപ്പത്തിൽ നിസ്സാരമായി ലഭിയ്ക്കും - അതനുസരിച്ചാണ് അവർ പ്രവർത്തിയ്ക്കുന്നത്. മിക്ക അവിദഗ്ദ്ധകച്ചവടക്കാരും കച്ചവടം ചെയ്യുന്നത് വികാരങ്ങൾക്ക് വിധേയരായിട്ടാണ്, നേടുന്നതിനേക്കാൾ കൂടുതൽ അവർ നഷ്ടപ്പെടുത്തുകയും ചെയ്യും. കൂടുതൽ നല്ല വിവരങ്ങൾ കിട്ടാൻ സൗകര്യമുള്ള ഏതാനും നിക്ഷേപകരും, കൂടുതൽ വിലയ്ക്ക് വാങ്ങി കുറഞ്ഞ വിലയ്ക്കു വിൽക്കുന്ന സാധാരണക്കാരായ ഭയചകിതരും, കൂടിച്ചേർന്ന ഈ അവസ്ഥ സൃഷ്ടിക്കുന്നത്, കാര്യക്ഷമതയില്ലാത്ത, ഫലപ്രദമല്ലാത്ത ഒരു വിപണിയെയാണ്.

9. നിരന്തരമായി വിപണികളിൽ നിന്ന് പണമുണ്ടാക്കുവാൻ, പരമ്പരാഗത തന്ത്രങ്ങളും ഫണ്ടമന്റൽ വിശകലനങ്ങളും മാത്രം പോരാതെ വരും. വിപണിയിൽ ഇറങ്ങേണ്ട കൃത്യസമയം കണ്ടെത്തുന്നതാണ് ഏറ്റവും പ്രധാനം, പക്ഷേ കൂടുതൽ ആൾക്കാരും ഉപയോഗിയ്ക്കുന്ന തരം വിശകലന ഉപകരണങ്ങൾ പോരാതെ വരും. കാര്യക്ഷമതയും വിവരശേഖരങ്ങളിലെ ഖാനനവും,

മനോവികാരജ്ഞാനവും (സബ്ജക്റ്റിവിസം), മറ്റു സ്ഥിതിവിവരക്കണക്കുകൾ, തുടങ്ങിയവയെ തീരെ ആശ്രയിക്കാതിരുന്നാൽ, നിങ്ങൾ അവസാനം പരാജിതനാവുമെന്നത് ഉറപ്പാണ്.

10. സ്വന്തം പണംകൊണ്ട് വർഷങ്ങളോളം വിജയകരമായി സ്റ്റോക്ക് കച്ചവടം ചെയ്ത് ലാഭമുണ്ടാക്കാത്തവരാണെങ്കിൽ (സോഫ്റ്റ്വെയറുകൾ കച്ചവടം ചെയ്യുന്നവർ, സ്റ്റോക്ക് ട്രേഡിങ് സിസ്റ്റം വിൽക്കുന്നവർ, മാർക്കറ്റ് കമന്ററി പറയുന്നവർ, സാമ്പത്തിക വിശകലനവിദഗ്ദ്ധർ, ബ്രോക്കർമാർ, വാർത്താബുള്ളറ്റിനുകൾ പ്രസിദ്ധീകരിക്കുന്നവർ, എഴുത്തുകാർ), അവരെ ഒരിക്കലും വിശ്വസിക്കരുത്. വിജയകരമായി വർഷങ്ങളോളം സ്റ്റോക്ക് ട്രേഡിങ് ചെയ്തവർ എണ്ണത്തിൽ വളരെ കുറവാണെന്ന കാര്യം ശ്രദ്ധിക്കുക. വാൾ സ്ട്രീറ്റും മറ്റ് സാമ്പത്തിക സ്ഥാപനങ്ങളും പണമുണ്ടാക്കുന്നത് നിങ്ങളെപ്പോലുള്ളവർക്ക് എന്തെങ്കിലും ഉത്പന്നങ്ങൾ വിറ്റിട്ടാണ്, അല്ലാതെ നിങ്ങളുടെ തലച്ചോറിൽ ബുദ്ധി വിതച്ചിട്ടല്ല. യുക്തിപൂർവ്വം, ബുദ്ധിപൂർവ്വം എല്ലാ വസ്തുതകളും പരിശോധിച്ചുകൊണ്ട്, നിങ്ങൾ തന്നെ സ്വയം നിങ്ങളുടെ ട്രേഡിങ് തീരുമാനങ്ങളെടുക്കണം.

11. തന്റെ പോസിഷൻ അല്ലെങ്കിൽ പോർട്ട്ഫോളിയോയിൽ നിന്ന് വൻനഷ്ടം എടുക്കുക എന്നുള്ളതാണ്, ഒരു നിക്ഷേപകനും ചെയ്യേണ്ടിവരാവുന്ന ഏറ്റവും മോശമായ കാര്യം. മാർക്കറ്റിൽ കൃത്യസമയം നോക്കി പെരുമാറുകയാണെങ്കിൽ, വളരെയധികം സാധാരണമായ ഈ കാര്യം ഒഴിവാക്കാവുന്നതേയുള്ളൂ.

സ്റ്റോക്കുകൾ വില കൂടുതലായിരിക്കുമ്പോൾ വാങ്ങാതെ ശ്രദ്ധിച്ചാൽ, ഈ വലിയ തെറ്റ് നിങ്ങൾക്ക് ഒഴിവാക്കാം. സ്റ്റോക്കുകൾ എപ്പോഴും വിലകുറഞ്ഞിരിക്കുമ്പോൾ വാങ്ങണമെന്നും കൂടുമ്പോൾ വിൽക്കണമെന്നുമുള്ളത് നിങ്ങൾക്ക് വ്യക്തമായിട്ടുണ്ടാകും. നിങ്ങൾ എവിടെനിന്നു തുടങ്ങുന്നു എന്നത് നിങ്ങളുടെ ലാഭത്തെ ബാധിക്കുന്ന വളരെ നിർണ്ണായകമായ ഘടകമായത് കൊണ്ട്, വിലക്കുറവിൽ വാങ്ങിയാൽ, വിലക്കൂടുതലിൽ വാങ്ങിയവനെക്കാളും നിഷേധിക്കാവാനാത്തത്ര കൂടുതൽ ലാഭം നിങ്ങൾക്ക് ദീർഘകാലനിക്ഷേപമെന്ന നിലയിൽ നേടാം.

12. ഏറ്റവും വിജയകരമായ നിക്ഷേപമാർക്ഷങ്ങൾക്ക് മിക്ക ആളുകളും ആഴ്ചയിൽ നാലോ അഞ്ചോ മണിക്കൂറുകൾ മാത്രമെ ചെലവഴിക്കുന്നുള്ളൂ, നമ്മളെപ്പോലുള്ള ഭൂരിപക്ഷത്തിനും, ആഴ്ചയിൽ ഒന്നോ രണ്ടോ മണിക്കൂറുകൾ മാത്രം മതിയാകും, യാതൊരു സമ്മർദ്ദങ്ങളും വേണ്ട തന്നെ.

കുറുക്കുവഴികൾ *(മൻഷു വർമ്മയ്ക്ക് നന്ദി)*

സ്റ്റോക്ക് മാർക്കറ്റുകൾ ഏക്കാലത്തേയും കൂടുതൽ വളർച്ചയാണ് ഇപ്പോൾ കാഴ്ചവെച്ചു കൊണ്ടിരിക്കുന്നത്, കഴിഞ്ഞ പ്രാവശ്യത്തെപ്പോലെ. എല്ലാവരും കരുതി, 'ഇനി യാതൊരുവിധ പ്രശ്നങ്ങളും ഉണ്ടാകില്ല, മാർക്കറ്റിന് ഇനി ഒരു വഴിയേ ഉള്ളൂ, അത് മുകളിലേയ്ക്ക് മാത്രം' എന്നെല്ലാം. ഇത് സത്യത്തിൽ നിന്ന് എത്രയകലെയാണെന്ന് ഏതാനും മാസങ്ങൾ കഴിയുമ്പോഴേയ്ക്കും നമ്മൾക്ക് അറിയാനാകും. ഇപ്പോഴത്തെ ആവേശത്തിൽ ധാരാളം പണം നഷ്ടപ്പെടുത്താതിരിക്കുവാനായി ഇവിടെ കുറച്ച് സൂത്രങ്ങൾ പറഞ്ഞുതരാം.

ധാരാളം പ്രാവശ്യം മാർക്കറ്റിൽ നിന്ന് നിക്ഷേപകരുടെ കൈപൊള്ളിയിട്ടുണ്ട്, അതിനാൽ നിങ്ങളുടെ കൈകളും അവസാനം

പൊള്ളാതിരിയ്ക്കാനുള്ള വഴികൾ പറയാം.

ഇപ്പോൾ പറയാവുന്ന ഒന്നാമത്തെ കാര്യം, നിങ്ങളുടെ കൈയിൽ സ്റ്റോക്കുണ്ടെങ്കിൽ ഇപ്പോൾ വിൽക്കുക, കൈയിൽ കാശുണ്ടെങ്കിൽ സ്റ്റോക്ക് വാങ്ങാതിരിയ്ക്കുക. സുവർണ്ണലിപിയിൽ എഴുതപ്പെട്ടത് എന്തെന്നാൽ, 'എല്ലാവരും വിൽക്കുമ്പോൾ വാങ്ങുക, എല്ലാവരും വാങ്ങുമ്പോൾ വിൽക്കുക'. വളരെ ലളിതം അല്ലേ? പക്ഷേ, അല്ല.

എന്തുകൊണ്ട്? കാരണം സുഹൃത്തുക്കളുടെ സമ്മർദ്ദം മൂലം, ഇത് വളരെ ലളിതമാണ്. നിങ്ങളുടെ ചുറ്റുമുള്ളവരെല്ലാം സ്റ്റോക്ക് വാങ്ങി മാർക്കറ്റിൽ തങ്ങളുടെ സ്ഥാനം ഉറപ്പിയ്ക്കുമ്പോൾ, പങ്കെടുക്കാതിരിയ്ക്കുന്ന നിങ്ങൾക്ക് സ്വയം ഒരു വിഡ്ഢിയാണെന്നു തോന്നും.

ഓകെ, ഈ സമയത്ത് വാങ്ങാതിരിയ്ക്കുവാൻ നിങ്ങൾക്ക് മനസ്സു വരുന്നില്ല, ഏറ്റവും കുറഞ്ഞത് ഒരുകാര്യമെങ്കിലും ചെയ്യുക, അതായത്, നിങ്ങളുടെ മുടിവെട്ടുകാരന്റെ ഉപദേശം കേട്ട്, കേട്ടുകേൾവി പോലുമില്ലാത്ത ചില്ലറപൈസ വിലയുള്ള സ്റ്റോക്കുകൾ വാങ്ങാതിരിയ്ക്കുക. കഴിഞ്ഞ പതിനഞ്ച് ദിവസത്തിനുള്ളിൽ സ്റ്റോക്കിന്റെ വില മൂന്നിരട്ടിയായെന്നത് സത്യമാണ്, പക്ഷേ അത് നിങ്ങളുടെ മുടിവെട്ടുകാരനെപ്പോലുള്ളവർ വാങ്ങാൻ തുടങ്ങുന്നതിനു മുമ്പായിരുന്നു. കമ്പനിയുടെ പ്രമോട്ടർ സ്റ്റോക്കുകൾ വാങ്ങിക്കൂട്ടിയതിന് ശേഷം, കമ്പനി വലിയ ഏറ്റെടുക്കലുകൾ നടത്താൻ പോകുന്നെന്നോ, വലിയ കയറ്റുമതി ഓർഡർ ലഭിച്ചിട്ടുണ്ടെന്നോ ഒക്കെ കിംവദന്തി പരത്തി, നിക്ഷേപകരെ വിഡ്ഢികളാക്കി, സ്റ്റോക്കിന് ആളുകൾ കടിപിടി കൂടുമ്പോൾ കൂടുതൽ വിലയ്ക്ക് വിൽക്കുവാനായിരിയ്ക്കും ചിലപ്പോൾ ഈ തന്ത്രം.

മറ്റൊരു കാര്യം, കഴിഞ്ഞകാല പ്രകടനങ്ങളേക്കാളും ഭാവിയിലെ വളർച്ചയെ അടിസ്ഥാനമാക്കിയ ഒരു വാല്യൂ സ്റ്റോക്കിന്റെ കാര്യത്തിൽ ഉപകാരപ്പെടുന്നതാണ്. ഉദാഹരണത്തിന്, കഴിഞ്ഞ ഒരു വർഷത്തിനുള്ളിൽ വില ഇരട്ടിയായി കയറി എന്ന കാരണം പറഞ്ഞ് ഒരു കമ്പനിയുടെ സ്റ്റോക്കുകൾ താൻ വാങ്ങുകയില്ലെന്ന് ചില നിക്ഷേപകർ കടുത്ത തീരുമാനം എടുക്കുന്നതായി കണ്ടിട്ടുണ്ട്. ശരി, അതിന്റെ സ്റ്റോക്ക് വില കഴിഞ്ഞ വർഷം ഇരട്ടിയായിട്ടുണ്ടാവാം, പക്ഷേ നിങ്ങൾ അതായിരിയ്ക്കരുത് സ്വയം പറഞ്ഞുകൊണ്ടിരിയ്ക്കേണ്ടത്. പകരം, 'എന്തുകൊണ്ട് കഴിഞ്ഞ വർഷം അതിന്റെ വില ഇരട്ടിയായി, ഈ വർഷവും അങ്ങിനെ സംഭവിയ്ക്കാനുള്ള കഴിവ് അതിനുണ്ടോ?' എന്ന് നിങ്ങൾ സ്വയം ചോദിയ്ക്കണം. നിങ്ങളുടെ ചോദ്യത്തിന് കൃത്യമായ ഒരുത്തരം കിട്ടും, പുതിയ ഉൽപന്നത്തിന്റെ അവതരണമോ, കമ്പനി ഉപയോഗിയ്ക്കുന്ന അസംസ്കൃത വസ്തുക്കൾക്ക് വിലകുറഞ്ഞതോ, അങ്ങിനെ എന്തെങ്കിലും കാരണം കാണും. നിങ്ങളുടെ ഉത്തരം അനുകൂലമാണെങ്കിൽ, പിന്നെ മടിച്ചു നിൽക്കരുത്, കഴിഞ്ഞ വർഷം എന്തു സംഭവിച്ചു എന്നുള്ളത് മറന്ന് കളയുക.

മറ്റൊരു കാര്യം, നിങ്ങൾ എന്താണ് വാങ്ങുന്നതെന്ന് ഓർക്കുക. സ്റ്റോക്ക് വാങ്ങുന്നതിലൂടെ കമ്പനിയുടെ മേലുള്ള ഉടമസ്ഥാവകാശമാണ് വാങ്ങുന്നതെന്നത് നിക്ഷേപകർ വളരെ എളുപ്പത്തിൽ മറന്നുപോകുന്നു. നിങ്ങൾ ജോലി ചെയ്യുന്ന കമ്പനിയിൽ യാതൊരുവിധത്തിലുള്ള അത്ഭുതങ്ങളും നടക്കുന്നില്ലെന്നത് നിങ്ങൾക്ക് ഉറപ്പായിരിയ്ക്കും, കമ്പനിയുടെ ലാഭം ഓരോ മാസവും ഇരട്ടിയ്ക്കുന്നില്ല, നിങ്ങളുടെ ശമ്പളം ഓരോ മാസവും ഇരട്ടിയ്ക്കുന്നില്ല, പിന്നെ എന്തിനാണ് നിങ്ങൾ നിക്ഷേപിയ്ക്കുന്ന കമ്പനികളിൽ നിന്ന്

മറ്റെന്തെങ്കിലും പ്രതീക്ഷിയ്ക്കുന്നത്. ഒന്നോ രണ്ടോ മാസം കൊണ്ട് വിലയിരട്ടിയ്ക്കണമെന്ന് നിങ്ങൾ എന്തിന് പ്രതീക്ഷിയ്ക്കുന്നു. നിങ്ങളുടെ നിക്ഷേപങ്ങൾക്ക് സാവകാശം നൽകണം; അതിനെ വെറും ചൂതാട്ടമാക്കി തരംതാഴ്ത്തരുത്. അടിസ്ഥാനപരമായി ശക്തമായ കമ്പനികളിൽ നിക്ഷേപിച്ച്, ആ നിക്ഷേപങ്ങൾക്ക് ആവശ്യമായത്ര സമയം നൽകിയാൽ മാത്രമേ നിങ്ങൾക്ക് ശരിയായ ഫലം അവ നൽകുകയുള്ളൂ. കുറഞ്ഞത് ഒരു വർഷമെങ്കിലും നൽകണം.

മുകളിൽ പറഞ്ഞ കാര്യങ്ങൾ നിങ്ങൾക്ക് സഹായകരമായിത്തീരുമെന്നു കരുതുന്നു, ഇതുവരെ സ്റ്റോക്ക് മാർക്കറ്റിൽ നിന്ന് ഉണ്ടാക്കിയിരുന്നതിനേക്കാൾ കൂടുതൽ വരുമാനം ഉണ്ടാക്കുവാൻ ഇനി നിങ്ങൾക്ക് സാധിയ്ക്കും.

തങ്ങൾ വാങ്ങുന്ന സ്റ്റോക്കുകളിൽ സമയവും അദ്ധ്വാനവും ചെലവാക്കാൻ തയ്യാറുള്ള അദ്ധ്വാനശീലമുള്ള നിക്ഷേപകർക്ക്, ഇന്ത്യൻ സ്റ്റോക്ക് മാർക്കറ്റ് വളരെ ഉത്കൃഷ്ടമായ അവസരമാണ് വാഗ്ദാനം ചെയ്യുന്നത്. ഈ കച്ചവടത്തിന്റെ രൂപം മനസ്സിലാക്കുവാനും, അപകടസാധ്യതകളെ കുറിച്ച് പഠിയ്ക്കുവാനും, തങ്ങൾ വാങ്ങുന്ന കമ്പനിയെക്കുറിച്ചുള്ള വാർത്തകൾ അറിയുവാനും എല്ലാം ആഗ്രഹമുള്ളവർക്ക് നേടാനായി ധാരാളം ധനം അവിടെയുണ്ട്. ഒറ്റരാത്രികൊണ്ട് ഇരട്ടിയ്ക്കുന്ന സ്റ്റോക്കുകളെ കുറിച്ചുള്ള രഹസ്യവിവരങ്ങൾ അന്വേഷിച്ചുപോകാതെ, ഇക്കാലത്ത് നിക്ഷേപകർ കൂടുതൽ കൂടുതൽ പുരോഗമിച്ചു കൊണ്ടിരിയ്ക്കുന്നുണ്ട്.

കമോഡിറ്റീസ് ഫ്യൂച്ചർ ട്രേഡിങ്

ചെറുകിട നിക്ഷേപകർക്കും കച്ചവടക്കാർക്കും പങ്കെടുക്കാനായി ഇന്ത്യൻ സ്റ്റോക്ക് മാർക്കറ്റുകൾ ഒരു പുതിയ രംഗം തുറന്നിരിയ്ക്കുന്നു: കമോഡിറ്റി ഡെറിവേറ്റീവുകൾ. ഷെയറുകളും ബോണ്ടുകളും റിയൽ എസ്റ്റേറ്റും കഴിഞ്ഞ് തങ്ങളുടെ നിക്ഷേപങ്ങൾക്ക് വൈവിദ്ധ്യവത്കരണം വേണമെന്ന് ആഗ്രഹിയ്ക്കുന്നവർക്ക്, കമോഡിറ്റികൾ ആണ് ഏറ്റവും നല്ലത്.

ഏതാനും മാസങ്ങൾ മുമ്പ് വരെ, ഇതാർക്കും മനസ്സിലാവുകയില്ലായിരുന്നു. ഫ്യൂച്ചർസ് മാർക്കറ്റിൽ സ്വർണ്ണവും വെള്ളിയും എണ്ണക്കുരുവും ഒന്നും ആരും കച്ചവടം ചെയ്യാറില്ലായിരുന്നു. അത് മിക്കവാറും അസാധ്യമായിരുന്നു, കാരണം കമോഡിറ്റികളിൽ ഊഹക്കച്ചവടം നടത്താൻ പ്രായോഗികമായ ഒരു ചില്ലറവ്യാപാരകേന്ദ്രം ഇല്ലായിരുന്നു.

എന്തായാലും, രാജ്യത്ത് മൂന്ന് മൾട്ടി–കമോഡിറ്റി എക്സ്ചേഞ്ചുകൾ സ്ഥാപിച്ചതോടെ, കൈവശം സാധനം സൂക്ഷിയ്ക്കാതെ തന്നെ ചില്ലറ നിക്ഷേപകർക്ക് ഇപ്പോൾ കമോഡിറ്റി ഫ്യൂച്ചർസ് കച്ചവടം നടത്താം.

മാർക്കറ്റിൽ അനുരക്തരായ നിക്ഷേപകർക്കും, ഹുണ്ടികവ്യാപാരികൾക്കും, ഊഹക്കച്ചവടക്കാർക്കും എല്ലാം പറ്റിയ വ്യത്യസ്തമായ ഒരു ആസ്തിവിഭാഗമാണ് വലിയ സാധ്യതകളുള്ള കമോഡിറ്റീസ് വാഗ്ദാനം ചെയ്യുന്നത്. ഇക്വിറ്റി മാർക്കറ്റിനെ മുഴുവൻ അരച്ചുകലക്കി കുടിച്ചു എന്നു അവകാശപ്പെടുന്ന ചെറുകിടനിക്ഷേപകർക്ക്, പക്ഷേ കമോഡിറ്റി മാർക്കറ്റ് ഒരു നിലയില്ലാക്കയം പോലെ തോന്നിയേക്കാം. ആവശ്യത്തിന്റെയും വിതരണത്തിന്റെയും അടിസ്ഥാനപാഠങ്ങൾ മനസ്സിലാക്കിയാൽ പിന്നെ കമോഡിറ്റികൾ മനസ്സിലാക്കുവാൻ എളുപ്പമാണ്. എടുത്തു ചാടുന്നതിന് മുമ്പ് നിക്ഷേപകർ ഇതിനെ അപകടസാധ്യതകളും ഗുണങ്ങളും മനസ്സിലാക്കിയിരിയ്ക്കണം. ചരിത്രപരമായി, ഇക്വിറ്റികളുമായും ബോണ്ടുകളുമായും താരതമ്യം ചെയ്യുമ്പോൾ കമോഡിറ്റി ഫ്യൂച്ചർസ് വിലകൾ അനിശ്ചിതത്വം കുറഞ്ഞതാണ്. അതിനാൽ, ഇത് ഫലപ്രദമായ പോർട്ട്ഫോളിയോ വികേന്ദ്രീകരണത്തിന് പറ്റിയതാണ്.

വാസ്തവത്തിൽ, ഇന്ത്യയിലെ കമോഡിറ്റി മാർക്കറ്റിന്റെ വലിപ്പവും വളരെ വലുതാണ്. രാജ്യത്തിന്റെ പ്രതിശീർഷവരുമാനം 13,20,730 കോടി രൂപയിൽ കമോഡിറ്റിയുമായി ബന്ധപ്പെട്ട വ്യവസായങ്ങളുടെ സംഭാവന 58 ശതമാനമാണ്.

നിലവിൽ, രാജ്യത്താകമാനമുള്ള വിവിധ കമോഡിറ്റികളുടെ മൊത്തം വിറ്റുവരവ് 1,40,000 കോടി രൂപയാണ്. ഫ്യൂച്ചർസ് ട്രേഡിങ്ങിന്റെ വരവോടെ, കമോഡിറ്റി മാർക്കറ്റിന്റെ വലിപ്പം പലമടങ്ങായി വളരാൻ പോകുന്നു.

മറ്റേതൊരു വിപണിയേയും പോലെത്തന്നെ, വിവരശേഖരണത്തിനും അപകടസാധ്യത പങ്കിട്ടെടുക്കുന്നതിനും കമോഡിറ്റി ഫ്യൂച്ചർസിന് വളരെ വിലപ്പെട്ട ഭാഗമാണുള്ളത്. കമോഡിറ്റികൾ വാങ്ങുകയും വിൽക്കുകയും ചെയ്യുന്നവരുടെ ഇടയിൽ വിപണി ഇടനിലക്കാരനാവുകയും, കമോഡിറ്റികളുടെ സംഭരണവും ഉപയോഗവുമായി ബന്ധപ്പെട്ട കാര്യങ്ങളിൽ തീരുമാനങ്ങളെടുക്കാൻ സഹായിക്കുകയും ചെയ്യുന്നു. ഈ പ്രക്രിയയ്ക്കിടയിൽ അടിസ്ഥാനമായ ആസ്തി എളുപ്പം പണമാക്കി മാറ്റാവുന്നതുമാവുന്നു.

ഒരു ചില്ലറനിക്ഷേപകന് എങ്ങിനെ തുടങ്ങാം:

കമോഡിറ്റി ഫ്യൂച്ചറുകളിൽ കച്ചവടം ചെയ്യാൻ ഞാനെവിടെ പോകണം?

നിങ്ങൾക്ക് മൂന്നു വഴികളുണ്ട്: നാഷണൽ കമോഡിറ്റി ആന്റ് ഡെറിവേറ്റീവ് എക്സ്ചേഞ്ച്, മൾട്ടി കമോഡിറ്റി എക്സ്ചേഞ്ച് ഓഫ് ഇന്ത്യ ലി., നാഷണൽ മൾട്ടി കമോഡിറ്റി എക്സ്ചേഞ്ച് ഓഫ് ഇന്ത്യ ലി., എന്നിവ. ഇവ മൂന്നിനും ഇലക്ട്രോണിക് ട്രേഡിങ് സൗകര്യവും സെറ്റിൽമന്റ് സിസ്റ്റങ്ങളും ഉണ്ട്, കൂടാതെ രാജ്യവ്യാപകമായ സാന്നിദ്ധ്യവും.

എങ്ങിനെ എന്റെ ബ്രോക്കറെ തിരഞ്ഞെടുക്കാം?

നിലവിലുള്ള പല ഇക്വിറ്റി ബ്രോക്കർമാരും എൻ.സി.ഡി.ഇ.എക്സിലും എം.സി.എക്സിലും അംഗത്വത്തിന് അപേക്ഷ നൽകിയിട്ടുണ്ട്. റെഫ്കോ സിഫി സെക്യൂരിറ്റീസ്, എസ്.എസ്.കെ.ഐ (ഷെയർഖാൻ), ഐ.സി.ഐ.സി.ഐ കോംട്രേഡ് (ഐ.സി.ഐ.സി.ഐ ഡയറക്റ്റ്), ഐ.എസ്.ജെ കോംഡസ്ക് (ഐ.എസ്.ജെ സെക്യൂരിറ്റീസ്), സുനിധി കൺസൾട്ടൻസി തുടങ്ങിയവർ കമോഡിറ്റി ഫ്യൂച്ചർസ് സേവനങ്ങൾ നൽകിത്തുടങ്ങിയിട്ടുണ്ട്. ഇതിലെ ചിലർ, ഇക്വിറ്റിയുടെ പോലെ ഇന്റർനെറ്റ് വഴിയുള്ള വ്യാപാരസൗകര്യവും ഏർപ്പെടുത്തിയിട്ടുണ്ട്. കൂടാതെ ഈ എക്സ്ചേഞ്ചുകളിൽ നിന്ന് നിങ്ങൾക്ക് ബ്രോക്കർമാരുടെ പട്ടിക ലഭിക്കും, അതിൽ നിന്ന് നിങ്ങൾക്ക് ഇഷ്ടമുള്ള ബ്രോക്കറെ തിരഞ്ഞെടുക്കാം.

ഏറ്റവും കുറഞ്ഞ നിക്ഷേപതുക എത്രയാണ്?

കുറഞ്ഞത് 5000 രൂപയുണ്ടെങ്കിൽ നിങ്ങൾക്ക് തുടങ്ങാം. ബ്രോക്കർമാർ മുഖേന എക്സ്ചേഞ്ചുകൾക്ക് നിങ്ങൾ മുൻകൂർ നൽകേണ്ട മാർജിൻ തുക മാത്രമേ നിങ്ങൾക്ക് ആവശ്യമുള്ളൂ. കമോഡിറ്റി കോൺട്രാക്റ്റിന്റെ 5–10 ശതമാനം വരെയാണ് മാർജിൻ തുക. ഐ.എസ്.ജെ കോംട്രേഡിൽ നിങ്ങൾക്ക് 5000 രൂപയുടെ കച്ചവടം ചെയ്തുകൊണ്ട് തുടങ്ങാമെങ്കിൽ, മറ്റു ബ്രോക്കർമാർ പലവിധ പാക്കേജുകളാണ് ഇടപാടുകാർക്ക് വാഗ്ദാനം ചെയ്യുന്നത്.

ബുള്ളിയനിൽ കച്ചവടം ചെയ്യാൻ, അതായത് സ്വർണ്ണവും വെള്ളിയും, ഏറ്റവും കുറഞ്ഞത് സ്വർണ്ണത്തിന് 650 രൂപയും വെള്ളിക്ക് 950 രൂപയുമാണ്, നിലവിലെ വിലയായ സ്വർണ്ണത്തിന് ഒരു കച്ചവടയൂണിറ്റ് 10 ഗ്രാമിന് 6,500 രൂപയും, വെള്ളി ഒരു കിലോയ്ക്ക് 9,500 രൂപയും എന്ന കണക്കനുസരിച്ചാണ് ഇത്.

കാർഷികോത്പന്നങ്ങളുടെ വിലകളും കച്ചവടം ചെയ്യുന്ന അളവുകളും പല എക്സ്ചേഞ്ചുകൾ തമ്മിൽ വ്യത്യാസപ്പെട്ടിരിക്കും (കിലോഗ്രാമം, ക്വിന്റൽ, ടൺ മുതലായവ), പക്ഷേ അപ്പോഴും 5,000 രൂപയിലായിരിക്കും ഏറ്റവും കുറഞ്ഞ കച്ചവടം നടക്കുന്നത്.

ഞാൻ സാധനം നൽകണമോ, അല്ലെങ്കിൽ പണം നൽകി കച്ചവടം

അവസാനിപ്പിയ്ക്കാൻ എനിക്ക് പറ്റുമോ?

രണ്ടും ചെയ്യാം. എല്ലാ എക്സ്ചേഞ്ചുകളിലും ഇതിനു രണ്ടിനും ഉള്ള സൗകര്യം ഉണ്ട് -പണമിടപാടിനും സാധനങ്ങൾ എത്തിയ്ക്കുന്നതിനും. നിങ്ങളുടെ ഇഷ്ടപ്രകാരം ആവാം. പണം കൊടുത്ത് കരാർ സെറ്റിൽ ചെയ്യണമെങ്കിൽ, സാധനം എത്തിയ്ക്കുകയില്ലെന്ന്, ഓർഡർ വെയ്ക്കുന്ന സമയത്തു തന്നെ നിങ്ങൾ സൂചിപ്പിച്ചിരിയ്ക്കണം.

നിങ്ങൾ ഉത്പന്നം എടുക്കുവാനോ കൊടുക്കുവാനോ തീരുമാനിയ്ക്കുകയാണെങ്കിൽ, നിങ്ങളുടെ കൈയിൽ വെയർഹസിൽ നിന്നുള്ള രസീത് ഉണ്ടാവണം. പണമാണോ ഉത്പന്നമാണോ എന്നത്, കരാർ കാലാവധിയെത്തുന്ന അവസാന ദിവസം വരെ, എത്ര തവണ വേണമെങ്കിലും നിങ്ങൾക്ക് മാറ്റി നിശ്ചയിയ്ക്കാം.

കമോഡിറ്റി ഫ്യൂച്ചർസിൽ കച്ചവടം തുടങ്ങുന്നതിന് എന്തെല്ലാമാണ് എന്റെ കൈവശം വേണ്ടത്?

ഇപ്പോൾ നിങ്ങൾക്കാകെ വേണ്ടത് ഒരു ബാങ്ക് അക്കൗണ്ട് ആണ്. സ്റ്റോക്കുകൾ പോലെ തന്നെ എൻ.സി.ഡി.ഇ.എക്സിൽ കച്ചവടം ചെയ്യാൻ നാഷണൽ സെക്യൂരിറ്റീസ് ഡെപ്പോസിറ്ററി ലിമിറ്റഡിൽ നിന്ന് നിങ്ങൾക്ക് ഒരു കമോഡിറ്റി ഡീമാറ്റ് അക്കൗണ്ട് പ്രത്യേകം വേണം.

ബ്രോക്കർമാരുടെ അടുത്ത് വേണ്ടത് എന്തെല്ലാമാണ്?

ബ്രോക്കറുമായി നിങ്ങൾ ഒരു സാധാരണ അക്കൗണ്ട് അഗ്രിമന്റിൽ ഏർപ്പെടേണ്ടി വരും. എക്സ്ചേഞ്ചുകളുടേയും ബ്രോക്കർമാരുടേയും നിയമങ്ങളും വ്യവസ്ഥകളും അടങ്ങിയിട്ടുള്ള, ഇക്വിറ്റി കച്ചവടത്തിന് ഉപയോഗിയ്ക്കുന്ന 'നിങ്ങളുടെ ഇടപാടുകാരനെ അറിയുക' എന്ന രീതിയിലുള്ള, ഒരു കരാറാണ് ഇത്. കൂടാതെ നിങ്ങളുടെ പാൻ നമ്പർ, ബാങ്ക് അക്കൗണ്ട് നമ്പർ മുതലായവയും ആവശ്യമാണ്.

ബ്രോക്കറേജും ട്രാൻസാക്ഷൻ ചാർജ്ജുകളും എത്ര വരും?

കരാർ വിലയുടെ 0.10 – 0.25 ശതമാനം വരെ ബ്രോക്കറേജ് ചാർജ്ജുകൾ വരും. ഒരു കരാറിലെ ഒരു ലക്ഷം രൂപയ്ക്ക് 6 മുതൽ 10 രൂപവരെ ട്രാൻസാക്ഷൻ ചാർജ്ജുകൾ വരും. വിവിധ ഉത്പന്നങ്ങൾക്ക് ബ്രോക്കറേജ് ചാർജ്ജുകൾ വ്യത്യാസപ്പെട്ടിരിയ്ക്കും. കൂടാതെ ട്രേഡിങ് ട്രാൻസാക്ഷനും ഡെലിവറി ട്രാൻസാക്ഷനും അവ വ്യത്യസ്തമായിരിയ്ക്കും. ഉത്പന്നം കൈമാറ്റം ചെയ്യുന്ന കരാറിൽ, കരാറിന്റെ 0.25 - 1 ശതമാനം വരെ വരും ബ്രോക്കറേജ്. എക്സ്ചേഞ്ചുകൾ നിശ്ചയിച്ചിരിയ്ക്കുന്ന പരമാവധിയിൽ കൂടുതൽ ബ്രോക്കറേജ് വാങ്ങാൻ പാടില്ല.

കമോഡിറ്റികളെ കുറിച്ചുള്ള വിവരങ്ങൾക്ക് ഞാനെവിടെ നോക്കണം?

കമോഡിറ്റികളുടെ സ്പോട്ട് വിലകളും, ബന്ധപ്പെട്ട വാർത്തകളും ലേഖനങ്ങളുമെല്ലാം സാധാരണ സാമ്പത്തിക ദിനപത്രങ്ങളിലെല്ലാം ഉണ്ടാകും. കൂടാതെ, കാർഷികോത്പന്നങ്ങളിലും ലോഹങ്ങളിലും എല്ലാം പ്രത്യേകം പഠിയ്ക്കുന്ന മാസികകളും വാങ്ങി വായിയ്ക്കാം. ഗവേഷണ വിശകലന ഫലങ്ങൾ ബ്രോക്കർമാരും നൽകുന്നുണ്ട്.

പക്ഷേ ഏറ്റവും എളുപ്പം വിവരങ്ങൾ കിട്ടാവുന്നത് ഇന്റർനെറ്റ് സൈറ്റുകളിൽ നിന്നാണ്. മിക്ക വെബ്സൈറ്റുകളും പണം വാങ്ങുമെങ്കിലും, ചിലത് സൗജന്യമാണ്. വെബ്ബിൽ പരതി നിങ്ങൾക്ക് വേണ്ടത് കണ്ടെത്താം.

ആരാണ് നിയന്ത്രണാധികാരി?

ഫോർവേഡ് മാർക്കറ്റ്സ് കമ്മീഷനാണ് എക്സ്ചേഞ്ചുകളെ നിയന്ത്രിയ്ക്കുന്നത്. ഇക്വിറ്റി മാർക്കറ്റുകളിൽ നിന്ന് വിരുദ്ധമായി, ബ്രോക്കർമാർ നിയന്ത്രണാധികാരിയുടെ അടുത്ത് രജിസ്റ്റർ ചെയ്യേണ്ട ആവശ്യമില്ല.

എക്സ്ചേഞ്ചുകളെ നിയന്ത്രിയ്ക്കലും, ആവശ്യമെങ്കിൽ, ആരെങ്കിലും കള്ളക്കളികൾ നടത്തിയാൽ, ബ്രോക്കർമാരുടെ കണക്കുകൾ പരിശോധിയ്ക്കുവാനും മറ്റും എഫ്.എം.സി യ്ക്ക് അധികാരമുണ്ട്. ഒരുതരത്തിൽ, സ്റ്റോക്ക് എക്സ്ചേഞ്ചുകളേക്കാൾ സ്വയം നിയന്ത്രിതമാണ് കമോഡിറ്റി എക്സ്ചേഞ്ചുകൾ, പക്ഷേ ചില്ലറവ്യാപാരം കൂടുമ്പോൾ ചിത്രം മാറും.

കമോഡിറ്റി ഡെറിവേറ്റീവുകളിലെ കളിക്കാർ ആരൊക്കെയാണ്?

ബ്രോക്കർമാരേയും എക്സ്ചേഞ്ച് നടത്തിപ്പുകാരേയും കൂടാതെ മൂന്ന വിശാലമായ വിഭാഗം കൂടിയുണ്ട് - ഹെഡ്ജർമാർ, ഊഹക്കച്ചവടക്കാർ, ആർബിട്രേജുകൾ. ഹെഡ്ജർമാരേയും ഊഹക്കച്ചവടക്കാരേയും സുഗമമാക്കുവാനായി ഇടയിൽ ബ്രോക്കർമാർ ഉണ്ടാവും.

ഒരു ഉത്പന്നത്തിന്റെ വിലയിൽ ഉണ്ടാകാവുന്ന മാറ്റങ്ങൾ തങ്ങളെ ബാധിയ്ക്കാതെ വിപണിയിലേയ്ക്കു തന്നെ തിരിച്ചു വിടാനായി വരുന്നവരാണ് ഹെഡ്ജർമാർ – അവർ ഉത്പാദകരോ ഉപഭോക്താക്കളോ ആകാം.

വിപണിയിൽ യഥാർത്ഥത്തിൽ വിൽപന നടക്കുന്ന സമയത്ത് വില കുറഞ്ഞുപോയാൽ ഉണ്ടാകാവുന്ന നഷ്ടം നികത്തുവാനായി വരുന്നവരാണ് പ്രോഡ്യൂസർ–ഹെഡ്ജർമാർ കൺസ്യൂമർ–ഹെഡ്ജർമാർക്ക് ഇതിന്റെ നേരേ വിപരീതമായ ലക്ഷ്യമാണുള്ളത്.

ഉദാഹരണത്തിന്, മുൻപേ വില നിശ്ചയിയ്ക്കപ്പെട്ട കയറ്റുമതി ഓർഡറുകളുള്ള ഒരു ആഭരണനിർമ്മാണക്കമ്പനിയാണ് നിങ്ങളുടേത് എന്നു കരുതുക, സ്വർണ്ണത്തിനുണ്ടാകാവുന്ന വിലക്കയറ്റത്തിൽ നിന്നും രക്ഷനേടുന്നതിനായി നിങ്ങൾ ഗോൾഡ് ഫ്യൂച്ചർസ് വാങ്ങുന്നു. വിലകളുടെ ചാഞ്ചാട്ടങ്ങളിൽ നിന്ന് ഗുണമോ ലാഭമോ ഉന്നംവെയ്ക്കുന്നവർ ഊഹക്കച്ചവടക്കാരാണ്. അവർ ഹെഡ്ജർമാരുടെ പ്രതിരൂപമായി പ്രവർത്തിയ്ക്കുന്നു, അനുകൂലമായ വിലവ്യതിയാനങ്ങളിൽ നിന്ന് മുതലെടുക്കാമെന്ന പ്രതീക്ഷയിൽ, ഹെഡ്ജർമാർ കൊടുക്കുന്ന അപകടസാധ്യത അവർ ഏറ്റെടുക്കുന്നു.

എനിയ്ക്ക് എന്ത് ഉത്പന്നം കച്ചവടം ചെയ്യാൻ കഴിയും?

സർക്കാർ ഒരുവിധം എല്ലാ ഉത്പന്നങ്ങളേയും ഫ്യൂച്ചർസ് ട്രേഡിങ്ങിന് യോഗ്യമായി പ്രഖ്യാപിച്ചിട്ടുണ്ട്, പക്ഷേ രാജ്യവ്യാപകമായി പ്രവർത്തിയ്ക്കുന്ന എക്സ്ചേഞ്ചുകൾ തുടക്കക്കാർക്ക് ഏതാനും കുറച്ച് എണ്ണം മാത്രം തിരഞ്ഞെടുത്തിട്ടുണ്ട്. പ്രമുഖമായ കാർഷികോത്പന്നങ്ങളും ലോഹങ്ങളും എൻ.എം.സി.ഇയുടെ കീഴിലുള്ളപ്പോൾ, വലിയ വിഭാഗം കാർഷികോത്പന്നങ്ങളും ലോഹങ്ങളും ഊർജ്ജങ്ങളും എൻ.സി.ഡി.ഇ.എക്സിന്റെ കീഴിലുണ്ട്. എം.സി.എക്സും ധാരാളം ഉത്പന്നങ്ങൾ ഫ്യൂച്ചർസ് കച്ചവടത്തിനായി നൽകുന്നുണ്ട്.

എല്ലാ കച്ചവടങ്ങൾക്കും വിൽപനനികുതി ബാധകമാണോ? രജിസ്ട്രേഷൻ നിർബന്ധമാണോ?

ഇല്ല. കച്ചവടം സ്ക്വയർ ഓഫ് ചെയ്യുകയാമെങ്കിൽ വിൽപനനികുതി ബാധകമല്ല. യഥാർത്ഥത്തിൽ ഉത്പന്നം കൈമാറ്റം ചെയ്യുമ്പോൾ മാത്രമാണ്

വിൽപനനികുതി ബാധമാകുന്നത്, അതായത് ഡെലിവറി എടുക്കുമ്പോൾ. സാധാരണ, വിൽപനക്കാരനാണ് വിൽപനനികുതി വസൂലാക്കി സർക്കാരിലേയ്ക്ക് അടയ്ക്കേണ്ടതിന്റെ ചുമതല.

കച്ചവടം നടക്കുന്ന സ്ഥലത്താണ് വിൽപനനികുതി ബാധകം. ഉത്പന്നം എടുക്കാനോ കൊടുക്കാനോ താൽപര്യമുള്ളവർക്ക് വിൽപനനികുതി രജിസ്ട്രേഷൻ നമ്പർ ഉണ്ടായിരിക്കണം.

എന്തെങ്കിലും കള്ളക്കളികൾ സംഭവിച്ചാൽ?

എൻ.സി.ഡി.ഇ.എക്സ് എം.സി.എക്സ് തുടങ്ങിയ രണ്ട് എക്സ്ചേഞ്ചുകളും സെറ്റിൽമന്റ് ഗാരന്റി പണം കൈവശം വെയ്ക്കുന്നു. ഏതെങ്കിലും അംഗത്തിന്റെ കൈയിൽ നിന്നും എന്തെങ്കിലും കുറ്റം നടന്നാൽ, എക്സ്ചേഞ്ചുകൾ അതിന് പിഴ ചുമത്തുന്നു. കൂടാതെ എക്സ്ചേഞ്ചുകളുടെ ഒരു ആർബിട്രേഷൻ പാനലും ഉണ്ട്.

ഉത്പന്നങ്ങൾ ഡെലിവറി എടുക്കണമെന്നുണ്ടെങ്കിൽ, എന്തെങ്കിലും കൂടുതൽ തുക അടയ്ക്കേണ്ടതായി വരുമോ?

ഉവ്വ്. ഡെലിവറി എടുക്കുകയാണെങ്കിൽ, ഉത്പന്നം കൈമാറ്റം ചെയ്യുന്ന സമയത്ത് മാർജിൻ തുക കരാർതുകയുടെ 20–25 ശതമാനമായിരിക്കും. കൂടാതെ ബ്രോക്കർ കൂടുതൽ പണവും ഈടാക്കും.

കമോഡിറ്റി കരാറുകൾക്ക് സ്റ്റാമ്പ് ഡ്യൂട്ടി ബാധകമാണോ?

ഇലക്ട്രോണിക് രൂപത്തിൽ മാത്രം കരാർ തയ്യാറാക്കപ്പെടുന്ന കമോഡിറ്റി ഫ്യൂച്ചർസ് കരാറിൽ ഇപ്പോൾ സ്റ്റാമ്പ് ഡ്യൂട്ടി ഇല്ല. പക്ഷേ ഉത്പന്നങ്ങൾ ഭൗതികമായി കൈമാറ്റം ചെയ്യപ്പെടുന്ന അവസരത്തിൽ, കച്ചവടം നടക്കുന്ന സംസ്ഥാനത്തിലെ നിയമങ്ങളനുസരിച്ചുള്ള സ്റ്റാമ്പ് ഡ്യൂട്ടി അടയ്ക്കേണ്ടി വരും. ഇത് സ്റ്റോക്ക് മാർക്കറ്റിൽ നിലവിലിരിയ്ക്കുന്ന അതേ രീതിയിലാണ് നടപ്പാക്കിയിരിയ്ക്കുന്നത്.

കമോഡിറ്റികളുടെ വിപണിയിൽ മാർജിൽ തുകയെത്രയാണ്?

സ്റ്റോക്കുകളെപ്പോലെ തന്നെ, വിഎആർ (വാല്യൂ അറ്റ് റിസ്ക്) രീതിയിലാണ് കമോഡിറ്റികളുടെ മാർജ്ജിൻ കണക്കുകൂട്ടുന്നത്. സാധാരണയായി ഇത് കരാർതുകയുടെ 5 മുതൽ 10 ശതമാനം വരെയുണ്ടാകും.

ഓരോ ഉത്പന്നത്തിന്റേയും മാർജിനുകൾ വ്യത്യസ്തമായിരിയ്ക്കും. ഇക്വിറ്റികളെപ്പോലെ തന്നെ, ഇനിഷ്യൽ മാർജിൻ എന്നും മാർക്ക്–ടു–മാർക്കറ്റ് മാർജിൻ എന്നും പറയുന്ന ഒരു രീതി കമോഡിറ്റികളുടെ കാര്യത്തിലും ഉണ്ട്. വിലയുടേയും അനിശ്ചിതത്വത്തിന്റേയും ചാഞ്ചാട്ടങ്ങൾക്കനുസരിച്ച് മാർജിനും വ്യത്യാസപ്പെട്ടുകൊണ്ടിരിയ്ക്കും.

സർക്ക്യൂട്ട് ഫിൽറ്ററുകൾ ഉണ്ടോ?

ഉവ്വ്. എക്സ്ചേഞ്ചുകളിൽ സർക്ക്യൂട്ട് ഫിൽറ്ററുകൾ ഉണ്ട്. ഉത്പന്നങ്ങൾക്കനുസരിച്ച് ഫിൽറ്ററുകൾ മാറിക്കൊണ്ടിരിയ്ക്കും, പക്ഷേ ഒരുത്പന്നത്തിന്റെ പരമാവധി സർക്ക്യൂട്ട് ഫിൽറ്റർ 6 ശതമാനമാണ്. പരിധിവിട്ട് ഏത് ഉത്പന്നവും ഏതുഭാഗത്തേയ്ക്കും വില ചാഞ്ചാടിയാൽ, ഉടനെ സർക്ക്യൂട്ട് ഫിൽറ്റർ ഇടപെടും.

എളുപ്പത്തിൽ പണം!

കമോഡിറ്റി വിപണികളിൽ നിന്ന് ചില ആൾക്കാർ പെട്ടെന്ന് പണക്കാരായിട്ടുണ്ട്. വളരെ കുറവ് മൂലധനം കൈയിൽ വെച്ചുകൊണ്ട് നിസ്സാരസമയത്തിനുള്ളിൽ അവിശ്വസനീയമായ ലാഭങ്ങൾ നേടാൻ കഴിയുന്ന അപൂർവ്വം മേഖലകളിലൊന്നാണ് ഇത്.

എന്നിരുന്നാലും, കൂടുതൽ പേർക്കും പണം നഷ്ടപ്പെടുന്നു എന്ന കാരണത്താൽ, സാധാരണക്കാർക്ക് കമോഡിറ്റി കച്ചവടം ഭയങ്കര അപകടം പിടിച്ചതാണെന്ന ഒരു ദുഷ്കീർത്തിയുണ്ട്. സത്യമെന്താണെന്നു വെച്ചാൽ എത്രത്തോളം അപകടം നിങ്ങൾക്ക് വേണമോ, അത്രമാത്രം അപകടമേ കമോഡിറ്റി ട്രേഡിങ്ങിൽ ഉള്ളൂ.

പെട്ടെന്ന് പണക്കാരനാവണം എന്നുദ്ദേശിച്ച് കമോഡിറ്റി ട്രേഡിങ്ങിന് വരുന്നവർക്കാണ് എളുപ്പം പണം നഷ്ടപ്പെടാൻ സാധ്യത, കാരണം അവർ കൂടുതൽ അപകടം പിടിച്ച കച്ചവടങ്ങൾ നടത്തുന്നു. നിങ്ങൾ ജാഗ്രതയോടെ പെരുമാറുകയാണെങ്കിൽ, വലിയൊരു ചീട്ടകളിസങ്കേതമായി കരുതാതെ ഇതിനെ ഒരു ബിസിനസ്സായി കരുതുകയാണെങ്കിൽ, ന്യായമായ ലാഭങ്ങൾ മാത്രം ആഗ്രഹിക്കുകയാണെങ്കിൽ, അപകടസാധ്യതകളും കുറഞ്ഞിരിക്കും, സഹിക്കാവുന്നവയായിരിക്കും. വിജയിക്കുവാനുള്ള സാധ്യതകൾ വളരെയധികമാണ്.

കമോഡിറ്റികളുടെ കച്ചവടത്തെ ഫ്യൂച്ചർസ് ട്രേഡിങ് എന്നും പറയുന്നു (അവധിവ്യാപാരം). മറ്റു നിക്ഷേപങ്ങളിൽ നിന്നും വ്യത്യസ്തമായി, സ്റ്റോക്കുകളിൽ നിന്നും ബോണ്ടുകളിൽ നിന്നും വ്യത്യസ്തമായി, ഫ്യൂച്ചർസ് ട്രേഡിങ് ചെയ്യുമ്പോൾ നിങ്ങൾ ഒന്നും സ്വന്തമായി വാങ്ങുന്നില്ല. നിങ്ങൾ കച്ചവടം ചെയ്യുന്ന ഉത്പന്നത്തിന്റെ വില, ഭാവിയിൽ ഏതു ദിശയിൽ പോകുമെന്ന് ഊഹിക്കുക മാത്രമേ നിങ്ങൾ ഇവിടെ ചെയ്യുന്നുള്ളൂ. ഉത്പന്നത്തിന്റെ ഭാവിയിലെ വിലയുടെ പേരിൽ നിങ്ങൾ വാതുവെയ്ക്കുന്നതു പോലെയാണിത്. ഒരു ഉത്പന്നത്തിന്റെ വില ഭാവിയിൽ ഏതു ദിശയിലായിരിക്കുമെന്ന് നിങ്ങൾ കരുതുന്നുവോ, അതിനെ മാത്രമാണ് 'വാങ്ങുക', 'വിൽക്കുക' തുടങ്ങിയ പദങ്ങൾ കൊണ്ട് ഉദ്ദേശിക്കുന്നത്.

ഉദാഹരണത്തിന്, നിങ്ങൾ ചോളത്തിന്റെ ഭാവിയിലെ വിലയിൽ വാതുവെയ്ക്കുകയാണെന്നു കരുതുക, ഭാവിയിൽ വില കയറുമെന്നാണ് നിങ്ങൾ കരുതുന്നതെങ്കിൽ, നിങ്ങളൊരു ഫ്യൂച്ചർസ് കോൺട്രാക്റ്റ് വാങ്ങും. വില താഴുമെന്നാണ് നിങ്ങൾ പ്രതീക്ഷിക്കുന്നതെങ്കിൽ നിങ്ങളൊരു ഫ്യൂച്ചർസ് കോൺട്രാക്റ്റ് വിൽക്കും. ഓരോ കച്ചവടത്തിനും ഒരു വിൽപനക്കാരനും വാങ്ങുന്നവനും ഉണ്ട്. ഈ കച്ചവടത്തിൽ പങ്കെടുക്കാനായി രണ്ടാളുടേയും കൈയിൽ ചോളമുണ്ടായിരിക്കണമെന്ന് യാതൊരു നിർബന്ധവുമില്ല. കച്ചവടം നഷ്ടമായാൽ നഷ്ടമാകുന്ന പണം കൊടുക്കാനായി ബ്രോക്കറുടെ കൈയിൽ മുൻകൂർ കെട്ടിവെയ്ക്കണം, അതുമാത്രമാണ് ഇവിടെ വേണ്ടത്.

ഊഹക്കച്ചവടക്കാർക്കൊപ്പം തന്നെ, ആ ഉത്പന്നത്തിന്റെ നിർമ്മാതാക്കളും ഉപഭോക്താക്കളും കച്ചവടത്തിൽ പങ്കെടുക്കും. ഫ്യൂച്ചർസ് മാർക്കറ്റിന്റെ പ്രധാനപ്പെട്ട ഒരു സാമ്പത്തിക ഉദ്ദേശമെന്തെന്നുവെച്ചാൽ, ഈ

യാഥാർത്ഥ ഉത്പന്നനിർമ്മാതാക്കൾക്കും ഉപഭോക്താക്കൾക്കും ചാഞ്ചാടുന്ന വിലയിൽ നിന്ന് സംരക്ഷണം ഉറപ്പുവരുത്തുകയാണ്.

കച്ചവടത്തിന്റെ ഒരു വശത്ത് നിർമ്മാതാവായിരിയ്ക്കും, ചിലപ്പോൾ ഒരു കൃഷിക്കാരൻ അയാളുടെ വയലിൽ നിറയെ ചോളം വളർന്നു വരുന്നുണ്ടാകും. അടുത്ത മൂന്നു മാസത്തിനുള്ളിൽ അത് വിളവെടുപ്പിന് പാകമാകില്ല. വിളവെടുപ്പാകുമ്പോഴേയ്ക്കും ചോളത്തിന്റെ വിലയിടിയുമെന്ന് അയാൾക്ക് പേടിയുണ്ടെങ്കിൽ, അയാൾക്ക് തന്റെ കൈവശമുള്ള ചോളത്തിന് തുല്യമായ അളവിൽ ഫ്യൂച്ചർസ് കോൺട്രാക്റ്റ് വിൽക്കാം, കൂടാതെ കോൺട്രാക്റ്റിന്റെ സഫലീകരണത്തിനായി ചോളം എത്തിയ്ക്കുകയും ചെയ്യാം. മൂന്നു മാസത്തിന് ശേഷം ചോളത്തിന്റെ വില എന്തുമായിക്കൊള്ളട്ടെ, അയാളുടെ ചോളത്തിന് ഇപ്പോഴത്തെ വില തന്നെ കിട്ടുമെന്ന് അതിനാൽ ഉറപ്പാക്കപ്പെടുന്നു.

കച്ചവടത്തിന്റെ മറുവശത്ത്, അസംസ്കൃതവസ്തുവായി ധാരാളം ചോളം വാങ്ങേണ്ടിവരുന്ന, പോഷകാഹാരമുണ്ടാക്കുന്ന ഒരു കമ്പനിയാണെന്നു കരുതുക. ഈ കമ്പനിയ്ക്ക് അടുത്ത മൂന്നുമാസത്തിന് ശേഷം ചോളത്തിന്റെ വില ഉയരുമെന്നും, ഇപ്പോഴുള്ളതിൽ നിന്ന് കൂടുതൽ തുകകൊടുത്ത് വാങ്ങേണ്ടിവരുമെന്നും ആശങ്കയുണ്ട്. ഇതിൽ നിന്ന് രക്ഷനേടാനായി, ഈ കമ്പനിയ്ക്ക് ഇപ്പോഴത്തെ ചോളത്തിന്റെ വിലയിൽ ഒരു ഫ്യൂച്ചർസ് കോൺട്രാക്റ്റ് വാങ്ങാം. മൂന്നുമാസം കാലാവധിയാണെങ്കിൽ അതിനുള്ളിൽ, ചോളം എടുത്തുകൊണ്ട് കരാറനുസരിച്ചുള്ള ബാദ്ധ്യത തീർക്കാം. അടുത്ത മൂന്നു മാസം കൊണ്ട് ചോളത്തിന്റെ വില എത്ര ഉയർന്നാലും, ഇപ്പോഴുള്ള വിലയിൽ കൂടുതൽ കമ്പനി കൊടുക്കേണ്ടി വരികയില്ലെന്ന് ഇത് ഉറപ്പുവരുത്തുന്നു.

കാർഷികോത്പന്നങ്ങൾ കൂടാതെ, സാമ്പത്തിക ഉത്പന്നങ്ങളായ കറൻസികൾ, ബോണ്ടുകൾ, സ്റ്റോക്ക് മാർക്കറ്റ് ഇൻഡക്സുകൾ എന്നിവയ്ക്കും ഫ്യൂച്ചർസ് ഉണ്ട്. എല്ലാ ഫ്യൂച്ചർസ് മാർക്കറ്റിലും, ഭാവിയിലെ വിലവ്യതിയാനങ്ങളിൽ നിന്ന് രക്ഷനേടാനായി ഹെഡ്ജ് ചെയ്യുന്ന ഉത്പാദകരും ഉപഭോക്താക്കളും ഉണ്ടാവും. എളുപ്പം പണമാക്കി മാറ്റാനുള്ള സൗകര്യം ഉണ്ടാക്കുവാനായി, ഉത്പന്നങ്ങൾ ഭൗതികമായി കൈകാര്യം ചെയ്യാത്ത ഊഹക്കച്ചവടക്കാരും ഉണ്ട്. ഒരു കച്ചവടത്തിൽ നിന്ന് മറ്റൊന്നിലേയ്ക്കു കടക്കുമ്പോഴേയ്ക്കും കാര്യമായ വിലവ്യതിയാനങ്ങൾ വരാത്ത ക്രമീകൃതമായ ഒരു വിപണി ഇതിനാൽ ഉണ്ടാകുന്നു.

ഉത്പന്നം എടുക്കുകയോ കൊടുക്കുകയോ ചെയ്യാതെ, അതിന് നിശ്ചയിച്ച ദിവസത്തിന് മുമ്പ് തന്റെ സ്ഥാനം തട്ടിക്കിഴിക്കുക മാത്രമേ ഒരു ഊഹക്കച്ചവടക്കാരൻ ചെയ്യുന്നുള്ളൂ. വില അനുകൂലദിശയിലാണ്

നീങ്ങിയതെങ്കിൽ, അയാൾക്ക് ലാഭം കിട്ടും, അല്ലെങ്കിൽ നഷ്ടവും.

ഉത്പാദന ചെലവുകളും, പരസ്യചെലവുകളും, കൈകാര്യ ചെലവുകളും കുറയ്ക്കുന്നതു കൂടാതെ, നിരന്തരവും കൃത്യവുമായ വിലവിവരവും നൽകുകയും ഉത്പന്നങ്ങൾ എളുപ്പം പണമാക്കി മാറ്റാനുള്ള സൗകര്യവും ഫ്യൂച്ചർസ് മാർക്കറ്റ് നൽകുന്നു. ആത്യന്തികമായി, കച്ചവടം ചെയ്യുന്ന ഉത്പന്നങ്ങൾ എല്ലാം ചെലവഴിയ്ക്കുന്ന ഫ്യൂച്ചർസ് മാർക്കറ്റ് പൊതുജനങ്ങൾക്ക് പ്രയോജനകരമാണ്. ഊഹക്കച്ചവടക്കാരില്ലാതെ ഫ്യൂച്ചർസ് മാർക്കറ്റിന് പ്രവർത്തിയ്ക്കുവാൻ സാധ്യമല്ല.

വിലവ്യതിയാനങ്ങളുടെ അപകടസാധ്യതകൾ ഏറ്റെടുക്കുകയും, എളുപ്പത്തിൽ പണമാക്കി മാറ്റാനുള്ള സൗകര്യം ലഭ്യമാക്കുകയും പോലുള്ള വിലപ്പെട്ട കാര്യങ്ങൾ ചെയ്യുന്ന ഊഹക്കച്ചവടക്കാർക്ക്, അതിനനുസരിച്ച് ലാഭങ്ങളും ലഭിയ്ക്കും. വൻലാഭങ്ങൾക്കുള്ള സാധ്യതകൾ ലഭ്യമായിരിയ്ക്കുന്നത്, വൻനഷ്ടങ്ങൾക്കുള്ള സാധ്യതകളും ഉള്ളതുകൊണ്ടാണ്.

ഒരു നിക്ഷേപമെന്ന നിലയിൽ

സേവിംഗ്സ് അക്കൗണ്ടുകൾ, സ്റ്റോക്കുകൾ, ബോണ്ടുകൾ, ഓപ്ഷനുകൾ, റിയൽ എസ്റ്റേറ്റ് തുടങ്ങിയവയേക്കാളധികമായി ചില സഹജമായ പ്രയോജനങ്ങൾ കമോഡിറ്റി ഫ്യൂച്ചർസിന് ഉണ്ട്.

ചെറിയ സമയം കൊണ്ട് ഒരുപാട് പണം നേടാനുള്ള കഴിവാണ്, തീർച്ചയായും ആദ്യത്തെ ആകർഷണം. അതിന്റെ ഉത്തോലകത്തിന്റെ രീതിയിലുള്ള പ്രവർത്തനമാണ് ഇത്തരം ലാഭങ്ങൾ സൃഷ്ടിയ്ക്കുവാൻ അതിന് കഴിവു നൽകുന്നത്.

കമോഡിറ്റി ട്രേഡിങ്ങിൽ വലിയ ലാഭങ്ങൾ ഉണ്ടെങ്കിലും, എപ്പോൾ എന്തു വാങ്ങണമെന്നുള്ള കാര്യത്തിൽ, നിരന്തരമായി ശരിയായ തീരുമാനങ്ങൾ മാത്രം എടുക്കുക എളുപ്പമല്ല.

എളുപ്പം പണമാക്കി മാറ്റാൻ സൗകര്യമില്ലാത്ത റിയൽ എസ്റ്റേറ്റ് പോലുള്ളവയുമായി താരതമ്യം ചെയ്യുമ്പോൾ, കമോഡിറ്റി ഊഹക്കച്ചവടത്തിന് കാര്യമായ ഗുണങ്ങളുണ്ട്. നിങ്ങളുടെ അക്കൗണ്ടിൽ ബാക്കിയുള്ള തുക നിങ്ങൾക്ക് എപ്പോഴും ലഭ്യമാണ്. ആവശ്യത്തിനുള്ള മാർജിൻ അക്കൗണ്ടിൽ സൂക്ഷിയ്ക്കുകയാണെങ്കിൽ, നിലവിൽ നടന്നുകൊണ്ടിരിയ്ക്കുന്ന ഒരു കച്ചവടത്തിൽ വന്നിട്ടുള്ള ലാഭവും, ആ കച്ചവടം തീർക്കുന്നതിന് മുമ്പ് തന്നെ, മറ്റൊരു കച്ചവടം നടത്താനായി ഉപയോഗിയ്ക്കാം. സ്റ്റോക്കുകൾ, ബോണ്ടുകൾ റിയൽ എസ്റ്റേറ്റ് തുടങ്ങിയവയിൽ, നിങ്ങളുടെ നിക്ഷേപം വിറ്റു പണമാക്കി മാറ്റുന്നതുവരെ നിങ്ങൾക്ക് അവയിൽ ഉണ്ടായിട്ടുള്ള ലാഭം ഉപയോഗിയ്ക്കുവാൻ കഴിയില്ല.

നിങ്ങൾ കാണാൻ പോകുന്നത് പോലെ, കമോഡിറ്റി ട്രേഡിങ് അത്ര സങ്കീർണ്ണമല്ല. പതിനായിരക്കണക്കിന് സ്റ്റോക്കുകളും മ്യൂച്ചൽ ഫണ്ടുകളുമുള്ള സ്റ്റോക്ക് മാർക്കറ്റിൽ നിന്നു വിഭിന്നമായി, ഇവിടെ നാല്പത് ഫ്യൂച്ചർസ് മാർക്കറ്റുകൾ മാത്രമാണ് കച്ചവടം ചെയ്യാനായി ഉള്ളത്. രാജ്യത്തെ വിപണികളിലെ എല്ലാ വിഭാഗങ്ങളേയും ഇവ ഉൾക്കൊള്ളുന്നു, അതിനാൽ, ലോകത്തെ സാമ്പത്തിക മേഖലകളിലെ പ്രധാനപ്പെട്ട മേഖലകളിലായി നിക്ഷേപങ്ങൾ വികേന്ദ്രീകരിയ്ക്കുവാൻ നിങ്ങൾക്ക് സാധിയ്ക്കുന്നു.

ഫ്യൂച്ചർസ് ട്രേഡിങ്ങിൽ, വാങ്ങാൻ കഴിയുന്ന അത്ര തന്നെ എളുപ്പത്തിൽ വിൽക്കുവാനും നിങ്ങൾക്ക് കഴിയുന്നു. വില കൂടുകയാണെങ്കിലും

കുറയുകയാണെങ്കിലും, കൃത്യമായി തിരഞ്ഞെടുക്കുകയാണെങ്കിൽ, നിങ്ങൾക്ക് പണമുണ്ടാക്കാം. നല്ലവണ്ണം വൈവിധ്യവത്ക്കരിച്ച ഒരു ഫ്യൂച്ചർസ് മാർക്കറ്റ് പോർട്ട്ഫോളിയോയുണ്ടെങ്കിൽ, ഏതുതരം മാർക്കറ്റ് ചാഞ്ചാട്ടങ്ങളിലും നിങ്ങൾക്ക് പണമുണ്ട[illegible]വാൻ സാധിയ്ക്കും. രാജ്യത്ത് പണപ്പെരുപ്പമാണോ, പുരോഗതി[illegible]ാണോ, അധോഗതിയാണോ, കൊടുങ്കാറ്റാണോ, വെള്ളപ്പൊക്കമാണോ, ക്ഷാമമാണോ, എന്നുള്ള പരിഗണനകളൊന്നും കൂടാതെ, ലാഭമുണ്ടാക്കാനുള്ള അവസരം കമോഡിറ്റി ട്രേഡിങ് തരുന്നു.

ഫ്യൂച്ചർസ് ട്രേഡിങ്ങിൽ നിന്നുണ്ടാകുന്ന പണത്തിന് നികുതിയിളവുകളും ഉണ്ട്. യഥാർത്ഥത്തിൽ കൈവശം വെയ്ക്കുന്ന സമയത്തിനെ ആശ്രയിയ്ക്കാതെ, കമോഡിറ്റി ലാഭങ്ങളുടെമേൽ, 60 ശതമാനം ദീർഘകാല മൂലധന നേട്ടത്തിനും, 40 ശതമാനം ഹ്രസ്വകാല മൂലധനനേട്ടത്തിനും നികുതി ഈടാക്കപ്പെടുന്നു. ഇപ്പോഴത്തെ പരമാവധി മൂലധനനേട്ടത്തിന്മേലുള്ള നികുതി 33 ശതമാനം മാത്രമാണ്, മറ്റു സാധാരണ വരുമാനങ്ങളേക്കാൾ കുറവാണ് ഇത്. ഭാവിയിൽ നികുതി നിരക്കുകൾ കുറയ്ക്കുകയാണെങ്കിൽ, കമോഡിറ്റി കച്ചവടക്കാർക്ക് ഗുണകരമാകും. അതുപോലെ ദീർഘകാലനേട്ടത്തിനും ഹ്രസ്വകാലനേട്ടത്തിനും തമ്മിലുള്ള വ്യത്യാസം തിരിച്ചു കൊണ്ടുവരികയാണെങ്കിൽ, അതും കമോഡിറ്റി കച്ചവടക്കാർക്ക് ഗുണം ചെയ്യും.

ആരംഭിയ്ക്കൽ

ഒരുപാട് കാലങ്ങളായി നിക്ഷേപങ്ങളുടെ ലോകത്ത് സ്റ്റോക്കുകളും, ബോണ്ടുകളും, സ്ഥിരനിക്ഷേപങ്ങളും, മ്യൂച്ചൽ ഫണ്ടുകളും, രണങ്ങളും, റിയൽ എസ്റ്റേറ്റും, മറ്റും മാത്രമേ ഉണ്ടായിരുന്നുള്ളൂ.

ഇന്ത്യയിൽ കമോഡിറ്റി ഫ്യൂച്ചർസ് ട്രേഡിങ്ങിന് 30 വർഷമായി ഏർപ്പെടുത്തിയിരുന്ന നിരോധനം നീക്കിയതോടെ, നിക്ഷേപകർക്ക് പുതിയ ഒരു നിക്ഷേപമാർക്ഷം കൂടി തുറന്നു കിട്ടി. കമോഡിറ്റി ഫ്യൂച്ചർസ് ട്രേഡിങ് തുടങ്ങണമെന്ന് ആഗ്രഹമുണ്ട്, പക്ഷേ ആരോട് ചോദിയ്ക്കണമെന്ന് അറിയില്ലേ? തുടർന്ന് വായിയ്ക്കുക . . . . .

കമോഡിറ്റി ഫ്യൂച്ചറുകൾ എവിടെയാണ് കച്ചവടം ചെയ്യുക?

കമോഡിറ്റി എക്സ്ചേഞ്ചുകളിലാണ് കമോഡിറ്റി ഫ്യൂച്ചറുകൾ കച്ചവടം ചെയ്യപ്പെടുന്നത്, പ്രചാരമുള്ള എക്സ്ചേഞ്ചുകളായ, നാഷണൽ കമോഡിറ്റി ആന്റ് ഡെറിവേറ്റീവ് എക്സ്ചേഞ്ച്, മൾട്ടി കമോഡിറ്റി എക്സ്ചേഞ്ച് ഓഫ് ഇന്ത്യ ലി., നാഷണൽ മൾട്ടി കമോഡിറ്റി എക്സ്ചേഞ്ച് ഓഫ് ഇന്ത്യ ലി., നാഷണൽ ബോർഡ് ഓഫ് ട്രേഡ് എന്നിവയിൽ. മാർക്കറ്റിലെ കച്ചവടക്കാർ ഒത്തുകൂടി കച്ചവടം ചെയ്യുന്ന തട്ടകങ്ങളാണ് ഇവ.

എൻ.സി.ഡി.ഇ.എക്സും എം.സി.എക്സും മുംബൈയിലാണ് ഉള്ളത്, എൻ. എം.സി.ഇ അഹമ്മദാബാദിലും, എൻ.ബി.ഒ.ട്ടി ഇൻഡോറിലും. പ്രമുഖ ബാങ്കുകളാണ് ഇവയെ പിന്തുണയ്ക്കുന്നത്. എൻ.സി.ഡി.ഇ.എക്സിനെ പിന്തുണയ്ക്കുന്നത് എൻ.എസ്.ഇ–യാണ്; എം.സി.എക്സിനെ എസ്.ബി.ഐ ഗ്രൂപ്പ്; എൻ.എം.സി.ഇ–യെ സെൻട്രൽ വെയർഹസിങ് കോർപ്പറേഷനും. ജിയോജിത്, മോത്തിലാൽ ഓസ്വാൾ, ഇന്ത്യ ഇൻഫോലൈൻ തുടങ്ങി, നിരവധി സ്റ്റോക്ക് ബ്രോക്കർമാരും കമോഡിറ്റി ട്രേഡിങ് സൗകര്യം നൽകുന്നുണ്ട്. മിക്ക ബ്രോക്കർമാരും ഫോൺവഴി ഓർഡറുകൾ സ്വീകരിയ്ക്കുകയും ചെയ്യും.

ഞാനെങ്ങിനെയാണ് ഒരു കച്ചവടം തുടങ്ങുന്നത്?

ഒരു ബ്രോക്കറുടെ അടുത്തോ ഒരു ഉപ–ബ്രോക്കറുടെ അടുത്തോ നിക്ഷേപകർ ഒരു അക്കൗണ്ട് എടുക്കണം; തിരിച്ചറിയൽ രേഖയും, വിലാസം തെളിയിയ്ക്കുന്ന രേഖയും ഹാജരാക്കേണ്ടി വരും. വിവിധ ബ്രോക്കർമാരുടെയിടയിൽ വിവിധ രേഖകളായിരിയ്ക്കും ആവശ്യം വരിക, പക്ഷേ മിക്കവരും പാൻ കാർഡാണ് പരിഗണിയ്ക്കുന്നത്. പണം നിക്ഷേപിയ്ക്കുവാനും എടുക്കുവാനും ബാങ്ക് അക്കൗണ്ട് നമ്പറും കൊടുക്കണം.

നിങ്ങൾ ഒരു കമ്പനിയാണെങ്കിൽ, ഡെറിവേറ്റീവ് ട്രേഡിങ്ങിൽ പങ്കെടുക്കുന്നതിനുള്ള തീരുമാനം പാസ്സാക്കിയ ബോർഡിന്റെ പ്രമേയം ഹാജരാക്കേണ്ടി വരും; പങ്കു കച്ചവടക്കാർക്ക് അവരുടെ പാർട്ട്ണർഷിപ്പ് കരാറിന്റെ പകർപ്പും ഹാജരാക്കണം. ഉത്പന്നങ്ങൾ എടുക്കുന്ന പ്രദേശത്തെ പ്രാദേശിക വിൽപനനികുതി രജിസ്ട്രേഷന്റെ വിശദവിവരങ്ങൾക്ക് പുറമേ, എം.സി.എക്സിലും എൻ.സി.ഡി.ഇ.എക്സിലും കരാറുകളിൽ ഉത്പന്നങ്ങൾ തന്നെ വേണമെന്നുള്ളവർ എൻ.എസ്.ഡി.എൽ–ലോ സി.ഡി.എസ്.എൽ–ലോ ഒരു ഡീമാറ്റ് അക്കൗണ്ട് തുറക്കണം.

എന്തെല്ലാം ഉത്പന്നങ്ങൾ എനിയ്ക്ക് കച്ചവടം ചെയ്യാം?

ഫോർവേഡ് മാർക്കറ്റ്സ് കമ്മീഷനാണ് (എഫ്.എം.സി) എന്തെല്ലാം കമോഡിറ്റികൾ കച്ചവടം ചെയ്യാം എന്ന് നിശ്ചയിയ്ക്കുന്നത്. കച്ചവടം ചെയ്യാൻ ലഭ്യമായ ഉ[illegible]ന്നങ്ങളിൽ, ബുള്ളിയൻ (സ്വർണ്ണം, വെള്ളി), സ്റ്റീൽ, കോപ്പർ, അലുമിനി[illegible]ലെഡ്, നിക്കൽ, അസംസ്കൃത എണ്ണ, കൂടാതെ വിവിധ ക[illegible]ർഷികോത്പന്നങ്ങളും ഉൾപ്പെടുന്നു. എന്നിരുന്നാലും, എല്ലാ എക്സ്ചേഞ്ചുകളിലും എല്ലാ ഉത്പന്നങ്ങളും കച്ചവടം ചെയ്യപ്പെടുന്നില്ല. എം.സി.എക്സിൽ അസംസ്കൃത എണ്ണയും സ്വർണ്ണവും വെള്ളിയും അധികമായി കച്ചവടം ചെയ്യപ്പെടുമ്പോൾ, എൻ.എം.സി.ഇയിലും എൻ.സി.ഡി.ഇ.എക്സിലും കാർഷികോത്പന്നങ്ങളാണ് കൂടുതലായി കൈകാര്യം ചെയ്യുന്നത്.

കമോഡിറ്റി ഫ്യൂച്ചർസിലെ കരാറിന്റെ പ്രത്യേകതകൾ എന്തെല്ലാമാണ്?

കച്ചവടത്തെ നിയന്ത്രിയ്ക്കുന്ന എക്സ്ചേഞ്ചുകളാൽ നിശ്ചയിയ്ക്കപ്പെട്ടിട്ടുള്ള നിയമാവലിയ്ക്കനുസരിച്ച് തയ്യാറാക്കിയിട്ടുള്ള, കച്ചവടം ചെയ്യാവുന്ന, വ്യവസ്ഥാപിത കരാറുകളാണ് കമോഡിറ്റി ഫ്യൂച്ചർസ് കോൺട്രാക്റ്റുകൾ. ഉത്പന്നങ്ങൾ, മുൻനിശ്ചിതമായ ഗുണനിലവാരം പാലിയ്ക്കണമെന്നത് നിർബന്ധമാണ്, ഉദാഹരണത്തിന്, എൻ.സി.ഡി.ഇ.എക്സിൽ സ്വർണ്ണത്തിന് 0.995 പരിശുദ്ധിയും, അത് ശുദ്ധീകരിച്ച അംഗീകൃത കമ്പനിയുടെ സീരിയൽ നമ്പറും വേണം.

ഓരോ കരാറിനും ഒരു ലോട്ട് സൈസും ഡെലിവറി സൈസും ഉണ്ട്. രണ്ടും ഒരേ അളവാകണമെന്നില്ല. എൻ.സി.ഡി.ഇ.എക്സിൽ സ്വർണ്ണത്തിന് ലോട്ട് സൈസ് 100 ഗ്രാമും, ഡെലിവറി സൈസ് 1000 ഗ്രാമും ആണ്. സ്വർണ്ണത്തിന്റെ 'ഡെലിവറി സെറ്റിൽമന്റ്'' ചെയ്യുന്ന കരാർ വാങ്ങണമെന്ന് ഒരാൾ തീരുമാനിയ്ക്കുകയാണെങ്കിൽ, അയാൾ കുറഞ്ഞത് പത്ത് കോൺട്രാക്റ്റുകളെങ്കിലും ഒരുമിച്ച് എടുക്കണം, അല്ലെങ്കിൽ പത്തിന്റെ ഗുണിതങ്ങളായി വേണം എടുക്കാൻ. കച്ചവടത്തിൽ പങ്കെടുക്കുന്നവർ ഉത്പന്നങ്ങളുടെ അളവിലും വിലയിലും മാത്രമേ

പേശലുകൾ നടത്താൻ പാടുള്ളൂ, കാരണം ഉത്പന്നങ്ങളുടെ ഗുണനിലവാരം എക്സ്ചേഞ്ചുകൾ മുന്നേക്കൂട്ടി നിശ്ചയിച്ചിരിക്കും.

ഒരു ട്രാൻസാക്ഷൻ എങ്ങിനെയാണ് സെറ്റിൽ ചെയ്യുന്നത്?

നിങ്ങളുടെ സ്ഥാനം തട്ടിക്കിഴിച്ചു കൊണ്ടോ (സ്ക്വയറിങ്-ഓഫ്), പണം നൽകിയോ, ഉത്പന്നം വാങ്ങുകയോ നൽകുകയോ ചെയ്തുകൊണ്ടാണ് ഒരു കരാർ കണക്കുതീർക്കുന്നത്. തട്ടിക്കിഴിക്കുമ്പോൾ (അല്ലെങ്കിൽ സ്ക്വയറിങ്-ഓഫ് ചെയ്യുമ്പോൾ), നിങ്ങൾ ആദ്യം വാങ്ങിയ കരാറിന്റെ നേരേ വിപരീതമായ ഒരു കരാർ വാങ്ങി അവതമ്മിൽ തട്ടിക്കിഴിക്കുകയാണ് ചെയ്യുന്നത്, ആദ്യം ഒരു വാങ്ങൽ കരാറാണ് വാങ്ങിയതെങ്കിൽ കണക്കുതീർക്കാനായി നിക്ഷേപകൻ ഒരു വിൽക്കൽ കരാർ വാങ്ങേണ്ടി വരും.

ഉത്പന്നം വാങ്ങുവാനോ വിൽക്കുവാനോ ഉദ്ദേശിക്കുന്ന നിക്ഷേപകൻ, ഡെലിവറി ദിവസത്തിനു മുൻപായി ഇക്കാര്യം ബ്രോക്കറെ അറിയിക്കേണ്ടതുണ്ട്.

ഡെലിവറി എപ്പോഴും ഒരു വിൽപനക്കാരന്റെ സൗകര്യമാണ്. ഉത്പന്നം നൽകാൻ തയ്യാറുള്ള വിൽപനക്കാരനുണ്ടെങ്കിൽ മാത്രമേ വാങ്ങുന്നവർക്ക് ഡെലിവറി സൗകര്യം ലഭ്യമാവുകയുള്ളൂ. എല്ലാ അൺമാച്ച്ഡ്/റിജക്റ്റഡ്/എക്സസ് പോസിഷനുകളും പണം നൽകി കണക്കുതീർക്കണം; ഡെലിവറിയെക്കുറിച്ച് വിവരം നൽകാത്ത എല്ലാ ഓപ്പൺ പോസിഷനുകളും പണം നൽകി തന്നെ കണക്കുതീർക്കണം(സെറ്റിൽ ചെയ്യണം). പണമായി കണക്കുതീർക്കുമ്പോൾ, കരാർവിലയുടേയും കണക്കുതീർക്കുമ്പോൾ ഉത്പന്നത്തിനുള്ള വിലയുടേയും വ്യത്യാസമാണ് നൽകേണ്ടത്, അല്ലെങ്കിൽ ലഭിക്കുക.

ഇക്വിറ്റി ഫ്യൂച്ചർസുമായി ഇവയ്ക്കുള്ള വ്യത്യാസം എന്താണ്?

വൈകീട്ട് മൂന്നരമണിക്ക് സ്റ്റോക്ക് മാർക്കറ്റ് അടക്കുമ്പോൾ, എൻ.എം.സി.ഇ രാത്രി എട്ടുമണി വരെ പ്രവർത്തിക്കുന്നു, കൂടാതെ എം.സി.എക്സും എൻ.സി.ഡി.ഇ.എക്സും രാത്രി പതിനൊന്നു മണി വരെ പ്രവർത്തിക്കുന്നു. പക്ഷേ, അസംസ്കൃത എണ്ണയും ലോഹങ്ങളും മാത്രമേ രാത്രികളിൽ കച്ചവടം ചെയ്യപ്പെടുന്നുള്ളൂ. ഈ സമയങ്ങൾ, സാധാരണക്കാർക്ക് അവരുടെ വീടുകളിൽ നിന്ന് പ്രവർത്തിക്കുവാനുള്ള സൗകര്യം നൽകുന്നു.

മൂന്നുമാസം ജീവിതചക്രമുള്ള ഇക്വിറ്റി ഫ്യൂച്ചർസിൽ നിന്ന് വിഭിന്നമായി, കമോഡിറ്റി ഫ്യൂച്ചർസിന്റെ കരാർ കാലാവധി ഓരോന്നിനും വ്യത്യസ്തമായിരിക്കും, ചില അവസരങ്ങളിൽ അത് 6 മാസം വരെ നീളുകയും ചെയ്യും.

മാർക്കറ്റിലെ കച്ചവടക്കാർക്ക് അവരുടെ പോസിഷനുകൾ ദീർഘകാലത്തേക്ക് ഹെഡ്ജ് ചെയ്യാം. ഇക്വിറ്റി ഫ്യൂച്ചറുകളുമായി താരതമ്യം ചെയ്യുമ്പോൾ കമോഡിറ്റി ഫ്യൂച്ചറുകൾ മനസ്സിലാക്കുവാനും എളുപ്പമാണ്, ഇവിടെ ഉത്പന്നങ്ങളുടെ ആവശ്യവും ലഭ്യതയും (ഡിമാന്റും സപ്ലൈയും) മാത്രം പരിശോധിച്ചാൽ മതി, അതേ സമയം ഇക്വിറ്റികളുടെ കാര്യത്തിൽ നിരവധി സാമ്പത്തികവിശകലനങ്ങൾ ആവശ്യമാണ്.

ഉത്പന്നങ്ങൾ കൈമാറുന്ന കരാറുകളിൽ മാത്രമാണ് വിൽപനനികുതി ബാധകമാവുന്നത്.

എന്ത് മാർജിനാണ് സൂക്ഷിക്കേണ്ടത്?

നിത്യേനയുള്ള വിലവ്യതിയാനങ്ങൾക്കനുസരിച്ച് മാർജിനുകൾ

കൃത്യമാക്കി നിർത്തുന്നതിനായി, നിക്ഷേപകർ ദിവസേന അവരുടെ അക്കൗണ്ടുകളിൽ ആവശ്യത്തിനു പണം ഉണ്ടെന്ന് ഉറപ്പുവരുത്തണം. മാർജിനുകൾക്ക് നിരവധി ഘടകങ്ങളുണ്ട്; ഡെലിവറി സെറ്റിൽമന്റുകളുടെ കാര്യത്തിൽ [illegible] ഡെലിവറി സമയം ആയിക്കഴിഞ്ഞാൽ, ഒരു ഡെലിവറി മാർജിൻ അധികമാ[illegible] അടയ്ക്കണം.

എങ്ങനെ ഉത്പന്നങ്ങൾ എത്തിയ്ക്കും?

ഉത്പന്നങ്ങൾ നൽകുവാൻ ആഗ്രഹിയ്ക്കുന്ന ഒരു വിൽപനക്കാരൻ, ഒരു അംഗീകൃത വെയർഹസിനെ സമീപിച്ച് സ്ഥലവും ഗുണദോഷപരിശോധകനും ലഭ്യമാണെന്ന് ഉറപ്പുവരുത്തണം. ഗുണദോഷപരിശോധകൻ ഉത്പന്നങ്ങൾ പരിശോധിച്ച് അവയുടെ ഗുണനിലവാരത്തിന് സർട്ടിഫിക്കറ്റ് നൽകും. ഉത്പന്നങ്ങൾ മുൻനിശ്ചിതമായ ഗുണനിലവാരം പാലിയ്ക്കണമെന്നത് നിർബന്ധമാണ്.

ഡീമാറ്റ് വരവ് വെയ്ക്കുന്നത് വരെയുള്ള സൂക്ഷിപ്പ്, കയറ്റിറക്ക്, ഗുണദോഷപരിശോധന ചെലവുകൾ വിൽപനക്കാരൻ വഹിയ്ക്കണം.

എല്ലാ ഉത്പന്നങ്ങളും എല്ലാ വെയർഹസുകളിലും എത്തിയ്ക്കാൻ പറ്റില്ല, ഓരോ എക്സ്ചേഞ്ചുകൾക്കും ഓരോ ഉത്പന്നത്തിനും പ്രത്യേകം പ്രത്യേകം ഡെലിവറി സെന്ററുകൾ ഉണ്ട്. ഈ അംഗീകൃത വെയർഹസുകളിൽ ലഭ്യമായ ഏതെങ്കിലും ഒരു ഡെലിവറി സെന്റർ തിരഞ്ഞെടുക്കുവാനുള്ള സൗകര്യം വിൽപനക്കാരനുണ്ട്.

എങ്ങിനെ ഉത്പന്നങ്ങൾ എടുക്കാം?

ഉത്പന്നങ്ങൾ എടുക്കണമെന്ന് വാങ്ങുന്നയാൾക്ക് താൽപര്യമുണ്ടെങ്കിൽ, അയാളത് ബ്രോക്കറെ അറിയിയ്ക്കണം. വാങ്ങുന്നയാൾ പ്രമാണങ്ങളുമായി വെയർഹസിനെ സമീപിയ്ക്കുമ്പോൾ അയാൾക്ക് താൻ വാങ്ങിയ ഉത്പന്നങ്ങൾ ലഭിയ്ക്കുന്നു (റി-മെറ്റീരിയലൈസേഷൻ ഫോം അല്ലെങ്കിൽ വെയർഹൗസ് രസീതി).

വെയർഹസിൽ നിന്ന് ഭാഗികമായും ഉത്പന്നങ്ങൾ എടുക്കാവുന്നതാണ്. ഉത്പന്നങ്ങൾ എടുത്തുകൊണ്ടുപോകുമ്പോൾ വരാവുന്ന എല്ലാ സാന്ദർഭികച്ചെലവുകളും വാങ്ങുന്നയാൾ വഹിയ്ക്കണം.

കമോഡിറ്റി ഫ്യൂച്ചർസ് മാർക്കറ്റ് ആരാണ് നിയന്ത്രിയ്ക്കുന്നത്?

ഫോർവേഡ് കോൺട്രാക്റ്റ്സ് (റഗുലേഷൻ) ആക്ട് പ്രകാരവും ഫോർവേഡ് കോൺട്രാക്റ്റ്സ് റഗുലേഷൻ റൂൾസ് പ്രകാരവും കേന്ദ്രസർക്കാരാണ് കമോഡിറ്റി ഫ്യൂച്ചർസും ബന്ധപ്പെട്ട എക്സ്ചേഞ്ചുകളും നിയന്ത്രിയ്ക്കുന്നത്.

മിനിസ്ട്രി ഓഫ് കൺസ്യൂമർ അഫയേഴ്സിന്റെ കീഴിൽ പ്രവർത്തിയ്ക്കുന്ന എഫ്.എം.സിയാണ് കമോഡിറ്റികളുടെ ഫ്യൂച്ചർസ് മാർക്കറ്റ് നിയന്ത്രിയ്ക്കുന്നത്.